बारबाला

एका हॉटेल गायिकेची आत्मकथा

वैशाली हळदणकर

मेहता पब्लिशिंग हाऊस

Please contact us at **Mehta Publishing House Pvt. Ltd.,** Pune 411030.
✆ +91 020-24476924 / 24460313 / Mob. No. 9545000513
Email : production@mehtapublishinghouse.com
Website : www.mehtapublishinghouse.com

- *या पुस्तकातील लेखकाची मते, घटना, वर्णने ही त्या लेखकाची असून त्याच्याशी प्रकाशक सहमत असतीलच असे नाही.*

BARBALA by VAISHALI HALDANKAR

बारबाला : वैशाली हळदणकर / आत्मकथन

Email : author@mehtapublishinghouse.com

संस्थापक : सुनील अनिल मेहता

प्रकाशक : मेहता पब्लिशिंग हाऊस प्रा. लि.,
१९४१, सदाशिव पेठ, माडीवाले कॉलनी, पुणे – ४११०३०.

मुद्रक : ट्रिनिटी ॲकॅडमी फॉर कॉर्पोरेट ट्रेनिंग लिमिटेड

प्रकाशनकाल : एप्रिल, २००८ / सप्टेंबर, २००८ / मार्च, २०१३ /
पुनर्मुद्रण : सप्टेंबर, २०२४

किंमत : ₹ ४४०

P Book ISBN 9788177669626
E Book ISBN 9789353170462
E Books available on : amazonkindle Apple Books Google Play Books

---

‘बारबाला’च्या निमित्ताने...

बारबाला हे आत्मचरित्र तथाकथित ‘मिलियन डॉलर बेबी’ असलेल्या बारबालेचे नाही. हे आत्मचरित्र आहे एका मराठी बारबालेचे, वैशाली हळदणकरचे. वैशालीने जवळ जवळ सतरा वर्षं मुंबईतल्या तब्बल दीडशे बारमध्ये काम केले. ती आता चाळीस वर्षांची आहे. तिचे नाव खूप वैशिष्ट्यपूर्ण आहे. नाव म्हणण्यापेक्षा आडनाव. हळदणकर हे आडनाव सांगताच अनेक मराठी माणसं आश्चर्यचकित झालेली मी पाहिली आहेत. पिंकी, सिमरन, डॉली, तमन्ना, आरजू अशा नावांच्या पुढे यादव, ठाकूर, सिंग, खान, शेख अशा आडनावांची यादी ऐकायची सवय झालेल्यांना तर हे ‘हळदणकर’ आडनाव खूपच धक्कादायक वाटायचे.

वैशाली ही मला खऱ्या अर्थाने भेटलेली पहिली बारबाला. डिसेंबर २००३ ते मे २००४ या सहा महिन्यांत जवळजवळ रोज रात्री मी मुंबईतल्या तीनही रेल्वे लाइन्सवर प्रवास करत होते. अगदी योगायोगाने मला डान्सबार व बारबाला याबद्दल अत्यंत त्रोटक माहिती मिळाली होती. बारबाला या गरीब वस्तीत राहणाऱ्या स्त्रिया आहेत व त्यांची संख्या लक्षणीय आहे हे लक्षात आले होते. मी बारबालांना गाठायचे सर्व प्रयत्न करत होते. या प्रयत्नात माझे लक्ष रात्रीच्या शेवटच्या ट्रेनमधून प्रवास करणाऱ्या काही महिलांकडे वेधले गेले. त्याच काळात मी, मोठ्या प्रमाणात बारबाला राहतात अशा वस्त्यांमध्येही संपर्क मिळवायला धडपडत होते. सुरुवातीला अनेक महिने मला एकाही ठिकाणी यश मिळत नव्हते. अक्षरशः एकही बारबाला माझ्याशी बोलायला तयार नव्हती. अनेकदा मी बोलायचा प्रयत्न केला की उलट उत्तरे केली जायची. बरेचदा बारमध्ये काम करतात हे त्या कबूल करायच्या नाहीत. त्यामुळे पुढची चर्चाच थांबून जात असे.

एका रात्री मध्यरेल्वेच्या शेवटच्या लोकलमध्ये मला वैशाली हळदणकर भेटली. वैशालीशी संवाद सुरू झाला, त्याच काळात अनेक गरीब वस्त्यांमधल्या बारबालांशीही माझा संवाद सुरू झाला. लोकलमधून मी फिरत होते, तिथेही अनेक मुली मला चेहऱ्याने ओळखू लागल्या होत्या. बारबालांना संघटित करण्याची ती सुरुवात होती. जून २००४ मध्ये शेकडो बारबालांशी माझी ओळख झाली.

मुंबईतल्या अनेक डान्सबारमध्ये जाऊन बारमालक व बारबाला यांच्याशी चर्चा सुरू झाली. यामधूनच भारतीय बारगर्ल्स युनियन निर्माण झाली. नियोजित युनियनचे सभासदत्व तीनशे बारबालांनी स्वीकारले होते. त्यानंतर एका महिन्यात तीस डान्सबारमध्ये युनियनची स्थापना झाली आणि माझ्यासाठी अभेद्य वाटणारा डान्सबार्सचा दरवाजा अचानक उघडला गेला.

जुलै २००४ च्या सुमारास डान्सबार्सच्या चालक, मालक व कर्मचारी यांची रॅली आयोजित करण्यात आली. या रॅलीत युनियनचे अस्तित्व दाखवायला मिळणार होते. ठिकठिकाणी आम्ही सभा घ्यायला सुरुवात केली. या सभा पुढच्या काळात युनियनच्या दृष्टीने खूप उपयोगी पडल्या. पण सर्वांत महत्त्वाची बाब ठरली ती म्हणजे शेकडो बारबालांशी होणारा वैयक्तिक संवाद. माहितीचा भडीमार या संवादांमुळे सुरू झाला. या घटनांची गती प्रचंड होती. हजारो माणसं, हजारो कहाण्या. मी व्यक्तिशः वीस एक वर्षं पुरोगामी सामाजिक चळवळीचा हिस्सा असले तरी बारबालांकडून येणारी माहिती माझ्यासाठी अत्यंत नवीन होती. ते एक वेगळं विश्व होतं. त्यामधले तपशील अत्यंत विस्मयजनक होते.

त्याचवेळी डान्सबार व लेडिज बारबद्दल अनेक प्रसिद्धी माध्यमांमधून समोर येणारे चित्र फार एकसुरी होते. 'बातम्या' या स्वरूपात येणारी माहिती ही तात्कालिक स्वरूपाची असली तरीही त्याचे दूरगामी परिणाम होत होते. लोकांचे ग्रह, पूर्वग्रह त्यानुसार ठरत होते. लेडिजबारच्या संदर्भातल्या बातम्यांच्या केंद्रस्थानी 'बारबाला' असल्यामुळे, अर्थातच बारबालांबद्दलचे समज-गैरसमजही त्यातून निर्माण होत होते. या सर्वांना कारण प्रसिद्धी माध्यमेच होती असे नाही. मुख्य कारण होते, ते म्हणजे डान्सबार व आम समाजाच्या मध्ये उभा असलेला अभेद्य, अपारदर्शी पडदा.

नैतिकतेच्या पातळीवर सर्वसामान्यांनी डान्स-बार हा विषय हद्दपार ठरवल्यास आश्चर्य वाटण्याचे कारण नाही. अगदी स्वतःला पुरोगामी, स्त्री-मुक्तीवादी म्हणवणाऱ्या महाराष्ट्रातील संस्था, संघटना व व्यक्तीही डान्सबारमधील स्त्रियांबद्दल एक प्रकारची छुपी अस्पृश्यता बाळगताना आपल्याला दिसतात. त्यामुळेच सुमारे पंचवीस वर्षे अशा प्रकारचे बार व बारबाला मुंबईत अस्तित्वात असतानाही त्यांची दखल एकाही संस्था, संघटनेने घेतलेली आपल्याला दिसत नाही.

चार वर्षांपूर्वी जेव्हा बारबालांना संघटीत करायला मी सुरुवात केली तेव्हा पावलोपावली 'माहितीचा अभाव' मला आडवा येत होता. वेश्या व्यवसायातील स्त्रियांबद्दलच्या भूमिकांमध्ये मतमतांतरे असली तरीही त्यांची दखल प्रत्येकजण घेताना मला स्पष्ट दिसत होते. बारबालांच्या बाबतीत मात्र 'चंगळवाद', 'स्त्री देहाचे प्रदर्शन', 'मनोरंजनाचे साधन' असे शिक्के मारून प्रत्येक जण नामानिराळा होताना दिसत होता. स्वयंसेवी संस्थांमध्ये बरेचदा एच.आय.व्ही.साठी 'परदेशी निधी मिळू

न शकणारा प्रकल्प' असा बारबालांच्या समूह घटकाकडे पाहण्याचा दृष्टिकोन जाणवत होता.

अनेकांच्या लेखी स्वत:ला वेश्या न समजणाऱ्या, दारूड्या पुरुषांचे मनोरंजन करून भरपूर पैसा कमाविण्याऱ्या बारबाला स्त्रियांचे प्रश्न हे प्रश्न नव्हतेच. 'मनोरंजन' हा तसाही नेहमी हेटाळणीचाच विषय होता, त्यातून दारू पिणाऱ्या पुरुषांचे मनोरंजन! आणि ते ही स्त्रियांनी करायचे? एकूण सर्व गोष्टी हद्दपार करण्यासारख्याच होत्या. त्यामुळे सुरुवातीच्या काळात माहिती व सहकार्याचा अभाव या गोष्टींशी लढण्यात बराच वेळ गेला.

मी बारबालांनाच माहितीचा स्त्रोत मानून कामाला सुरुवात केली. बारबालांची ट्रेड युनियन बांधण्यात यश येण्यामागे सर्वांत मुख्य कारण हेच होते. बारबाला हाच माहितीचा मुख्य स्त्रोत असल्याने अनेक न सुटलेली कोडी भराभर उलगडू लागली. मी माझा तथाकथित डाव्या पुरोगामी स्त्री मुक्तीवादाचा चष्मा बाजूला केल्यावर तर माहितीचे भांडार माझ्यासमोर उघडे झाले. कोणत्याही विश्लेषणाचे निकष न लावता ही माहिती मी आत्मसात करत होते.

युनियन बांधणीच्या काळात वैशालीशी संवाद सुरू होता. सुरुवातीला ती जे बोलायची ते फार तुटक असायचे किंवा मला ते असंबद्ध वाटायचे. याचे मुख्य कारण म्हणजे माझ्याकडे असलेली अपुरी माहिती व दुसरे कारण म्हणजे वैशालीच्या आयुष्यातली भीषणता. वैशालीचे आयुष्य म्हणजे अतर्क्य घटनांची न थांबणारी शृंखला होती. तिच्या आयुष्यात आलेल्या अनुभवांनी वैशालीला विक्षिप्त बनविल्याचे जाणवत राहायचे. एकदम दोन परस्पर विरोधी टोकाच्या भूमिकेतून ती बोलायची. एक टोक प्रचंड पावित्र्याच्या कल्पनेचं होतं तर दुसरं तिच्या दृष्टीने अत्यंत अपवित्र घटनांनी भरलेलं असायचं. तिच्या बोलण्यातून काळा व पांढरा असे दोनच रंग ठसठशीतपणे समोर दिसायचे. मानवी जीवनातल्या विविध रंगछटाच जणू हरवून गेल्यासारखे जाणवायचे.

वैशालीला प्रश्न विचारण्याची सोयच नसायची. प्रत्येक प्रश्नाबरोबर तिच्याकडे एक धारदार उत्तराचे हत्यार असायचे. हे उत्तराचे हत्यार चालवताना तिचा चेहरा मला खूप विषण्ण वाटायचा. तिच्या आत खदखदणाऱ्या रागाचा, निराशेचा अनुभव माझं मन पिळवटून टाकायचा.

वैशालीचे लग्नाआधीचे आयुष्य व लग्नानंतरचे आयुष्य यामध्ये खूप मोठी तफावत होती. एका गोष्टीचे मात्र साम्य होते आणि ते म्हणजे पुरुषांकडून होणारा लैंगिक अत्याचार, ही तिच्या बालपणापासून अगदी आतापर्यंत सातत्याने होत राहिली. अर्थात बालपणात लैंगिक अत्याचाराला बळी पडलेल्या व्यक्तींची विशिष्ट अशी विचारपद्धती तयार होते. त्यांना समजून घेणारी, जपणारी माणसे त्यांच्या

भोवती नसतील तर त्यांचे काही समज खूप पक्के होत जातात. अशा व्यक्ती स्वत:वरच्या अत्याचाराला अत्याचार समजत नाहीत. आपण या अत्याचारांना का बळी पडलो या प्रश्नाचे उत्तर त्या इतरांना विचारत नाहीत. स्वत:च याचे उत्तर त्या शोधत राहतात. अनेकदा त्या स्वत:लाच दोष देतात किंवा एकाच वेळी आपण लैंगिकदृष्ट्या खूप अनाकर्षक आहोत असे त्यांना वाटत रहाते. त्याच वेळी लैंगिकदृष्ट्या आपण खूप प्रगल्भ आहोत असे त्या भासवत राहतात. या सगळ्यातून केवळ त्यांचे लैंगिक वर्तनच नव्हे तर अगदी सर्वसामान्य वर्तनही अडचणीत येऊ शकते. अशा व्यक्ती अनेकदा एका विषारी चक्रात अडकल्या जातात. वैशालीही आयुष्यातला बहुतांश काळ अशा चक्रात फिरत राहिली.

वैशाली आता एक बारबाला तर आहेच, पण ती लहान वयात लैंगिक अत्याचाराला बळी पडलेली मुलगी आहे, निराश कलाकार दांपत्याची, जातीयतेच्या बळी बापाची मुलगी आहे. ती अल्पवयात पळून जाऊन लग्न केलेली मुलगी असून, अल्पवयीन माताही आहे. ती घरकामगार आहे, गरीब वस्तीतली रहिवासी आहे, परित्यक्ता आहे, विधवा आहे, ओशोंच्या आश्रमात संन्यास घेतलेली व्यक्ती आहे. ती बलात्कारीत स्त्री आहे.

या अवस्थांमुळे वैशालीची प्रचंड ओढाताण सर्व पातळ्यांवर सुरू होती. आयुष्याच्या ओढाताणीतून तिच्यात अनेक अवगुण तयार झाले आहेत, पण खरंतर ती अत्यंत गुणी मुलगी आहे. ती वयाने मोठी असली तरी आतून लहान मुलगीच आहे. तिचे खुंटलेले बालपण अनेकदा उफाळून बाहेर येते. आयुष्याच्या प्रचंड ओझ्यातूनही ती अनेकदा अवखळ होते. तिचा हा सर्व्हायव्हल मेकॅनिझम अचंबित करण्यासारखा आहे. तिला ज्ञानाची आस आहे, तिला सत्याची चाड आहे. ती उत्कृष्ट स्वयंपाक करते, ती छान गाते. वैशालीच्या बाबतीतले सगळे गुण-अवगुण जवळ जवळ प्रत्येक बारबालेत आहेत.

प्रत्येकीची स्वत:ची एक गोष्ट आहे. पण ती ऐकण्यासाठी व तिने ती आपल्याला ऐकवण्यासाठी लागणारा अवधी ना आपल्याकडे आहे, ना बारबालांकडे आहे. दोन अत्यंत भिन्न पातळ्यांवर चालणारी ही आयुष्ये आहेत. बारबालांच्या गोष्टी ऐकण्यासाठी लागणारी किमान सहानुभूतीही आपल्याकडे नाही.

बारबालांच्या गोष्टी ऐकायला उत्सुकता दाखवणारे काही जण निश्चित आहेत. ते म्हणजे त्यांचे कस्टमर्स, पोलीस, बार ओनर्स, पत्रकार, त्यांच्या नावाने परदेशी निधी मिळवणारे कार्यकर्ते. पण हे जवळजवळ सर्व विशिष्ट हेतूने त्यांच्याशी बोलण्यापुरते असतात. बारबाला आपापसात स्वत:बद्दलही बोलतात, पण त्यात हळहळण्याच्याच प्रतिक्रिया जास्त होतात. त्यांच्या व्यवसायातली अनियमितता त्यांना फार वेळ मिळूच देत नाही. अनियमिततेबरोबरच व्यावसायिक स्पर्धाही खूप

असते. त्यामुळे वेळ मिळाला तरी संधी मिळेलच असे नाही. हा व्यवसाय वैध व कायदेशीर असला तरी अनैतिक व सामाजिक मान्यता नसलेला मानला गेल्याने एकप्रकारची गुप्तता पाळण्याकडे प्रत्येकाचा कल असतो. या गुप्ततेमुळे त्यांच्याबद्दल इतरांचे व त्यांचे स्वत:चेही आपापसात गैरसमज निर्माण होतात.

बारबालांच्या आत्तापर्यंत लोकांसमोर आलेल्या अनुभवकथनांचे एक वैशिष्ट्य म्हणजे स्वत:ची कथा सांगताना समोरच्या व्यक्तीबद्दल एक विशिष्ट कयास बांधतात आणि मग त्या अनुषंगाने आपली कथा ऐकवतात. बारबालांच्या बाबतीत दुसरे वैशिष्ट्य असे आहे, की त्यांच्या कथा ऐकणारे बहुतेक व्यसनाधीन पुरुषच असतात. त्यामुळे व्यसनाधीन पुरुषांच्या प्रतिक्रियांचा प्रभावही बारबालांच्या अनुभवकथनांवर पडलेला दिसतो. तिसरे वैशिष्ट्य म्हणजे त्यांचे अनुभवकथन खूप आत्मकेंद्री असते कारण 'स्वत:च स्वत:ला प्रमोट करणे' हा त्यांच्या व्यवसायातलाच एक अविभाज्य घटक आहे. या तीनही गोष्टींशी संबंधित नसणाऱ्या व्यक्तींशी बारबालांना संवादाची संधी मिळणे खूप गरजेचे आहे.

आत्मचरित्राच्या निमित्ताने असा संवाद सुरू होण्याचे पहिले पाऊल एका बारबालेने टाकले आहे. वैशालीसाठी आत्मचरित्र लिहिण्याची प्रक्रिया अतिशय क्लेशकारक होती. तितकीच वेदनादायक अनुभूती वाचकांनाही होणार आहे. मात्र डान्सबार्सच्या संदर्भातली बरीचशी माहिती या निमित्ताने आपल्यासमोर येईल हे निश्चित. आत्मचरित्रातून बारच्या अनुषंगाने येणारे तपशील प्रातिनिधिक आहेत. मुंबईच्या 'नाईट लाइफ'मध्ये अविभाज्य बनलेले लेडिज बार, डान्स व ऑर्केस्ट्राबार हे प्रकार समजायला यामुळे खूप मदत होईल. या बार्समध्ये स्त्रियांचा प्रवेश कशा प्रकारे होतो, तिथले वातावरण कशा प्रकारचे असते, मुंबईत व मुंबईच्या आसपासच्या बारमध्ये कोणते फरक असतात, आखाती देशातल्या डान्सबार्समध्ये भारतातून मुली कशा प्रकारे जातात, वैयक्तिक आयुष्यातला त्यांचा संघर्ष कोणत्या पातळ्यांवर चालतो, त्या प्रवास कशा प्रकारे करतात इत्यादी बरीच माहिती या लिखाणातून मिळते. वैशाली स्वत: बारमध्ये गायिकेचे काम करत असल्याने 'ऑर्केस्ट्रा बार'ची माहिती अधिक विस्ताराने मिळते. बारमधले गायक, वादक, बँड लीडर्स, ऑर्गनायझर्स यांच्या बरोबरच वेगवेगळ्या काळात कोण कोणती गाणी बारमध्ये गायली, वाजवली जात होती, हे ही बऱ्याच तपशिलांमधून कळते. वैशाली गायिका असली तरी तिने अनेकदा डान्सबार्समधल्या, ऑर्केस्ट्रातही काम केलेले असल्याने काही प्रमाणात डान्सर व वेटर बारबालांबद्दलची वर्णनेही यात येतात.

वैशालीचे आयुष्य समजून घेण्यासाठी मुंबईच्या विशिष्ट सामाजिक, सांस्कृतिक विश्वाची ओळख करून घेणे गरजेचे आहे. मद्याधारीत मनोरंजनाची ही संस्कृती कशी आकाराला आली, तिचा कसा विस्तार झाला, त्या संस्कृतीत कोणती

स्थित्यंतरे झाली, ही स्थित्यंतरे कोणत्या प्रक्रियेतून घडली, या सर्वांची थोडीशी कल्पना असलेले वाचक वैशालीच्या आयुष्यातील घटनांना जास्त चांगले समजून घेऊ शकतील असे मला वाटते. यासाठी बारसंस्कृतीचे आताचे स्वरूप व त्याचा इतिहास थोडक्यात पाहू या.

महाराष्ट्रात तारांकित नसलेली अशी सुमारे लाखभर उपाहारगृहे आहेत. यापैकी सुमारे आठ हजार उपाहारगृहांकडे परदेशी दारू विक्रीचा परवाना आहे. महाराष्ट्राच्या मध्यम व कनिष्ठ मध्यमवर्गीय खाद्य व मद्य संस्कृतीची ही ढोबळ आकडेवारी आहे. खाद्यपदार्थ मिळणारी इतर काही ठिकाणे व मद्याची दुकाने यांची आकडेवारी यात नाही. आपण तारांकित नसलेल्या खाद्य आणि मद्य एकत्र मिळणाऱ्या ठिकाणांपुरतेच पाहिले तर या आठ हजार रेस्टॉरंट आणि बारपैकी चौदाशे रेस्टॉरंट ॲण्ड बार एकट्या मुंबईत आहेत. उर्वरीत सुमारे सहा हजार सहाशे बार महाराष्ट्रातल्या मुंबई व्यतिरिक्तच्या शहरांमध्ये आहेत. आठ हजार रेस्टॉरंट ॲण्ड बारपैकी बाराशे पन्नास बारकडे परफॉर्मन्स लायसन्स आहे. या बारना सर्वसामान्यपणे 'डान्सबार' असे म्हणतात. या बारच्या बाहेर कुठेही डान्सबार असे लिहिलेले नसते. मात्र डान्सबार ओळखण्याची एकमेव खूण म्हणजे त्यावर 'बार ॲण्ड रेस्टॉरंट' असे लिहिलेले असते.

महाराष्ट्रात असे एकूण १२५० बार ॲण्ड रेस्टॉरंट आहेत. यापैकी ५५० बार ॲण्ड रेस्टॉरंट मुंबईमध्ये आहेत व सातशे बार हे मुंबई लगतच्या व इतर जिल्ह्यांमध्ये आहेत. नवी मुंबई, ठाणे व रायगड या जिल्ह्यात या सातशे मधले सर्वाधिक बार आहेत. तर पुणे, सांगली, सोलापूर, लातूर, औरंगाबाद, नागपूर या ठिकाणी अगदी तुरळक प्रमाणात आहेत.

हे सर्व 'बार ॲण्ड रेस्टॉरंट' चर्चेत येण्याचं कारण म्हणजे इथे स्त्रिया नृत्य व गायनाचे काम करतात. बार ॲण्ड रेस्टॉरंट कडे असलेल्या परफॉर्मन्स लायसन्सवर नृत्य बार किंवा ऑर्केस्ट्रा बार असे लिहिलेले असते. काही बारकडे अशा प्रकारचे लायसन्स नसते. मात्र तिथे स्त्रिया काम करतात. या बार्सना लेडिज बार म्हणतात. या लेडिज बारमध्ये स्त्रिया वेट्रेसेस म्हणून काम करतात. मुंबईमध्ये काही कॅब्रेबारही अस्तित्वात होते. यांच्या परफॉर्मन्स लायसन्सवर कॅब्रेबार असे लिहिलेले असायचे. इथेही स्त्रिया कॅब्रेडान्सरचे काम करायच्या. सन २००२ला बारमध्ये कॅब्रे करण्यावर व २००५ मध्ये बारमध्ये डान्स करण्यावर बंदी करणारा कायदा आणण्यात आला व हे दोन्ही कायदे मुंबई उच्च न्यायालयाने भारतीय घटनेचे उल्लंघन करणारे ठरवत रद्दबादल केले.

आपण मुख्यत: 'डान्सबार', ऑर्केस्ट्राबार यांचा इतिहास थोडक्यात पाहायला हवा. यातील सर्वात जुना बार आहे **कॅब्रेबार**. मुंबई प्रमाणेच भारतातल्या इतरही

शहरांमध्ये कॅब्रेबार अस्तित्वात होते. हा नृत्य प्रकार भारतीय नाही. अंगावरचे कपडे एकएक करून उतरवत नाचण्याची ही कला आहे. स्वातंत्र्यपूर्व काळात ब्रिटिशांच्या आगमनानंतर असे बार भारतात सुरू झाले. यामध्ये काम करणाऱ्या नृत्यांगना विदेशी व अँग्लो इंडियन किंवा पाश्चिमात्त्य नावे असलेल्या स्त्रिया असत. यांची वेशभूषा पाश्चिमात्त्य स्वरूपाची असते. कॅब्रेबारची संख्या अत्यंत मर्यादीत होती. प्रवेशासाठी अशा बार्समध्ये फी आकारली जायची व दारूही चढ्या भावाने विकली जायची. स्वातंत्र्यानंतरही अगदी अलीकडच्या काळापर्यंत कॅब्रेबारची संख्या फार वाढली नाही. जे काही पाच-सहा कॅब्रेबार होते तेही मुख्यत्वे कुलाबा व नरीमन पॉईंट अशा ठिकाणी होते व या बारचे मुख्य ग्राहक हे गोरे परदेशी पर्यटकच होते. उपनगरांपैकी फक्त घाटकोपर या मध्यरेल्वेवरच्या शहरात एक कॅब्रेबार होता. कॅब्रे हा भारतीय पुरुषांच्या पसंतीस फारसा कधीच उतरला नाही. त्यामुळे त्याचा प्रचार व प्रसार साठ व सत्तरच्या दशकातल्या हिंदी सिनेमांपलीकडे फारसा झालाच नाही. ब्रिटिश काळातच मुंबईत कॅब्रेबारच्या धर्तीवर डान्सिग स्कूल्स किंवा डान्स क्लबच्या नावावर इतर काही ठिकाणी नृत्याद्वारे मनोरंजन केले जाई. काही ठिकाणी मुजऱ्याचे कोठे मुंबईत होते पण तेही विशिष्ट ठिकाणीच चालत होते.

लेडिज बार हा जवळजवळ कॅब्रेबार इतकाच जुना प्रकार आहे. या बारमध्ये स्त्रिया मद्यवाटपाचे काम करतात, त्यांना वेट्रेसेस किंवा लेडिज वेटर म्हणतात. या बहुतेक वेळा स्थानिक, गरीब स्त्रिया असतात. त्या भारतीय कपडे साडी, पंजाबी ड्रेस असेच वापरतात. लेडिज बारमध्ये जाण्यासाठी प्रवेश फी नसते. बारमालक नाममात्र पगार देतात, ग्राहक त्यांना टिप्स देतात. स्त्रियांबरोबरच पुरुष वेटरही इथे असतात. मात्र बरेचदा ते दर्शनी भागातल्या खोलीत दारू सर्व्ह करण्याचे काम करतात. इथे काम करणाऱ्या स्त्रिया सुरुवातीला मुख्यत्वे रेडलाइट एरियातून आल्या होत्या असे सांगितले जाते. लेडिज वेटर म्हणून काम करू लागल्यावर त्या या लालबत्ती विभागातून मुंबईच्या गरीब वस्त्यांमध्ये राहायला गेल्या. या गरीब वस्त्यांमधल्या लेडिज वेट्रेसेसमुळे इतर वेश्या व्यवसायाची पार्श्वभूमी नसलेल्या गरीब स्त्रियाही रोजगाराच्या आशेनं या व्यवसायात आल्या. लेडिजबारसाठी कोणत्याही प्रकारचे विशिष्ट लायसन्स असण्याची गरज नसते. नोकरनामा मंजूर झालेले कोणतेही स्त्री-पुरुष दुकान व आस्थापन कायद्याअंतर्गत येणाऱ्या सार्वजनिक जागेत काम करू शकतात, तसेच या वेट्रेसेसही करू शकतात. महिला कामगारांसाठी असलेली वेळेची मर्यादा सोडल्यास त्यांना इतर कोणतेही कायदे लागू होत नाहीत. लेडिज वेट्रेसेस असलेले असे काही बार आहेत जिथे ऑर्केस्ट्रा अथवा डान्स सादर केले जात नाहीत. मात्र जवळजवळ प्रत्येक ऑर्केस्ट्रा व डान्सबारमध्ये लेडिज वेटर्स असतातच. लेडिज बार संपूर्ण महाराष्ट्रातच नव्हे तर भारतभर आहेत.

ऑर्केस्ट्राबार हा प्रकारही ब्रिटिशांच्या काळापासून अस्तित्वात आहे. बारमध्ये एका बाजूला लहानशा स्टेजवर सर्व वाद्यवृंदासह गाणारे स्त्री-पुरुष गायक हे ऑर्केस्ट्रा बारचे स्वरूप असते. कॅब्रेबारप्रमाणेच इथेही पूर्वी विदेशी, अँग्लो इंडियन व पाश्चिमात्त्य नावे असलेल्या स्त्रिया गायिकेचे काम करत असत. मात्र ऑर्केस्ट्रा बारमध्ये स्थानिक भारतीय स्त्रियांचाही प्रवेश लवकरच झाला. स्वातंत्र्यानंतर मुजरा परंपरेतून आलेल्या स्त्रिया मोठ्या प्रमाणावर या व्यवसायात आल्या. नाममात्र गाण्याचे प्रशिक्षण घेतलेल्या वा चांगले गाता येणाऱ्या गरीब व कनिष्ठ मध्यमवर्गातल्या स्त्रिया, स्टेज शो करणाऱ्या, सिनेमात कोरसमध्ये गाणाऱ्या काही कलाकार स्त्रिया गायिकेचे काम इथे करत असत व करतात. या स्त्रियांना वेटर स्त्रियांपेक्षा चांगले पैसे मिळतात. पगाराव्यतिरिक्त टिप्सच्या रूपाने बिदागी मिळते. उत्पन्न चांगले असल्याने त्या कनिष्ठ मध्यम व मध्यम वर्गीय आयुष्य जगू शकतात. यांचे कपडे भारतीय पद्धतीचेच असले तरी त्या मेकअप वेटर मुलींपेक्षा जास्त करतात.

ऑर्केस्ट्राबार मुंबईबरोबरच भारतातली अनेक शहरांत अस्तित्वात आहेत. आखाती देश, अमेरिका, इंग्लंड, युरोप, नेपाळ, सिंगापूर व काही आफ्रिकी देशांतही असे बार आहेत. येथेही मुंबईप्रमाणेच हिंदी, पंजाबी, बंगाली, मराठी इत्यादी फिल्मी गाणीच गायली जातात. डान्सबार्सच्या उदयानंतर मुंबईतल्या ऑर्केस्ट्राबारची वाढलेली मागणी कमी झाली. ऑर्केस्ट्राच्या पडत्या काळात मोठ्या संख्येने मराठी स्त्रिया गायिकेचे काम करत होत्या. मात्र आता यात पुन्हा पारंपरिक मनोरंजनाच्या क्षेत्रातल्या स्त्रियांची संख्या वाढली आहे. ऑर्केस्ट्राबार संख्येने घटले तरी अनेक डान्सबारमध्ये असे लाइव्ह बँड दुपारी व संध्याकाळी ठेवले जात असत. काही ठिकाणी ऑर्केस्ट्रासाठी वेगळी खोली असे. २००५ नंतर बारमधल्या डान्सवर आलेल्या बंदीनंतर पुन्हा ऑर्केस्ट्राबारच्या संख्येत लक्षणीय वाढ झाली आहे. ऑर्केस्ट्राबारच्या परफॉर्मन्स लायसन्सवर 'ऑर्केस्ट्रा' किंवा 'लाइव्ह बँड' असे लिहिलेले असते. ऑर्केस्ट्राबारवर कधीही बंदी आणण्यात आली नाही.

डान्सबार हा या बारपैकी सर्वांत आधुनिक प्रकार आहे. १९८०च्या सुमारास नरीमन पॉईंटला मेकर्स चेंबरच्या पहिल्या मजल्यावर 'सोनिया महल' नावाचा पहिला डान्सबार सुरू करण्यात आला. १९८० ते १९८३ च्या दरम्यान लालबाग, परळ, ताडदेव, कुलाबा या भागात सुगंध बार अ‍ॅण्ड रेस्टॉरंट, फॅन अ‍ॅण्ड फूड बार अ‍ॅण्ड रेस्टॉरंट असे काही हाताच्या बोटावर मोजण्याइतके डान्सबार सुरू झाले. भारतीय पुरुष ग्राहकांच्या पसंतीस उतरलेले हे डान्सबार १९८३ नंतर प्रत्येक वर्षी संख्येने वाढतच गेले व २००५ पर्यंत यांची संख्या १२५० इतकी झाली.

ऑखाती देशातल्या डान्सबारच्या धर्तीवर इथे हा प्रयोग करण्यात आला होता. कॅब्रेबार, ऑर्केस्ट्राबार, मुजरा इत्यादी गोष्टीतूनही याचा उदय होणे क्रमप्राप्त

असल्या सारखेच होते. ७० व ८० च्या दशकात दुबई, मस्कत इत्यादी ठिकाणी रोजगाराकरता गेलेल्या भारतीय पुरुषांकरता व अनेक आशियाई ग्राहकांकरता आखाती देशातल्या बार्समध्ये अरबी, पाकिस्तानी, भारतीय बँड चालवले जात व या बँडच्या बरोबरच नृत्यही सादर केले जात होते. त्यामधून प्रेरणा घेऊन मुंबईत डान्सबारची सुरुवात झाली होती.

ऑर्केस्ट्रामध्येही गझल, मिमिक्री, नृत्य यांची मागणी यापूर्वी होतच होती.. या मागणीच्या पूर्ततेसाठी अशा कार्यक्रमांचे आयोजन 'ऑकेजनल' पद्धतीने करण्यात आले होते. इतर सर्व कार्यक्रमांपेक्षा नृत्याच्या कार्यक्रमांना भरघोस प्रतिसाद मिळाल्याचे बार मालकांच्या लक्षात आलेलेच होते. या ऑकेजनल नृत्याच्या कार्यक्रमांकरता मुंबईतल्या काँग्रेस हाऊस, फोरास रोड, प्ले हाऊस इत्यादी ठिकाणच्या कोठ्यांवर मुजरा सादर करणाऱ्या स्त्रियांना आणले जाई. या 'खानदानी' नृत्यांगना चनिया चोळी व साडी अशा वेशभूषेत नाचत असत. त्यांना मेकअपचेही चांगले ज्ञान होते. हिंदी फिल्मी गाण्यांवर नाचण्याची त्यांना सवय होती. मात्र रेकॉर्डेड म्युझिकवर सर्वांनाच नाचता येईल असे नव्हते. डान्सबार्सच्या संख्येत वाढ होत गेली तसे सर्वत्र 'डान्स ऑन रेकॉर्डेड म्युझिक' अशाप्रकारचे नृत्य सादर होऊ लागले. सुरुवातीला ऑर्केस्ट्रा-प्रमाणेच एका बाजूला असलेल्या स्टेजऐवजी हॉलच्या मधोमध स्टेज बांधले अथवा आखले जाऊ लागले.

कॅसेट लावणे, गाण्यासाठी कॅसेट रिवाईंड करणे अथवा फॉरवर्ड करणे हेही सुरुवातीला करावे लागत असे. नृत्यांगनांना स्वतः गाण्यांच्या कॅसेट्स आणाव्या लागत असत. बारमालकांनाही कॅसेट्स आणाव्या व साठवाव्या लागत. हळूहळू बहुतांश बार्समध्ये संगणक आले. सुरुवातीला डान्सबार्सच्या डान्सर्सना पगार दिला जाई. त्याकाळी डान्सबार्स करीता 'एन्ट्री फी' असे. ग्राहकांनी इच्छेनुसार दिलेल्या टिप्समध्ये हळूहळू वाढ होत गेली. नृत्यांगनांनी मग पगाराबरोबरच कालांतराने टिप्समध्येही पन्नास टक्के हिस्सा मागायला सुरुवात केली. याच मागणीमधून १९९७ नंतर पगार नको पण टिप्समध्ये ७०% हिस्सा हवा ही मागणी मान्य करून घेण्यात आली. डान्सबार्सची एंट्री फी बंद करण्यात आली.

आकर्षक भारतीय चनिया चोळी, भरपूर साजशृंगार, नृत्य व दिलखेच अदा यांनी सज्ज अशा परंपरागत व्यावसायिकता असलेल्या नृत्यांगनांनी डान्सबारमध्ये यायला सुरुवात केली. यामध्ये मुजरा करणाऱ्या स्त्रिया व मुली अधिक होत्या. या बहुतांश उत्तर भारतातल्या विविध राज्यांमधून आलेल्या असल्यामुळे त्या त्या प्रांतात मुंबईतल्या डान्सबारची बातमी पसरत गेली. उत्तर भारतातला मुजरा अत्यंत जीर्णावस्थेत गेल्यामुळे तिथल्या कलाकार स्त्रियांना उपजीविकेसाठी वेश्याव्यवसायाचा आधार घ्यावा लागला होता. या स्त्रिया आपोआपच डान्सबारच्या दिशेने वळू

लागल्या. एकीकडे डान्सबार्सची संख्या वाढत होती तर दुसरीकडे बारमधील पारंपरिक नृत्यांगनांची संख्या वाढत गेली.

बार्सची संख्या १२५० वर गेली. त्याचवेळी डान्सर्सची संख्या पन्नास हजारांवर गेली. गुजरात, महाराष्ट्र, गोवा, आंध्रप्रदेश इत्यादी ठिकाणांच्या स्त्रियाही या व्यवसायात आल्या. बारमध्ये पूर्वी वेटरचे काम करणाऱ्या व नृत्याची आवड असलेल्या स्त्रियाही नृत्याच्या क्षेत्रात उतरू लागल्या पण या सर्वांची संख्या तुलनेत कमीच होती. त्यांच्यात कलेबाबतची व्यावसायिकताही कमीच होती.

डान्सबार्सचा प्रयोग यशस्वी झाला होता. ग्राहक, बारमालक व नृत्यांगना यांच्या संख्येत होणाऱ्या वाढीमुळे हे लक्षात येऊ शकते. सुरुवातीला अगदी हजार रुपयांच्या आत असलेली लायसन्स फी सरकारनेही काही लाखांपर्यंत वाढवली. दररोज डान्स फ्लोअरसाठी लागणारी स्टेज फी पोलिसस्टेशनमध्ये भरली जाऊ लागली. परफॉर्मन्स लायसन्स व स्टेज फी अशी सनदशीर मार्गाने वाढत होती व तसतशी वाढत्या नफ्याच्या आशेने अनेक बारमालक या क्षेत्रात येऊ लागले. आधी परफॉर्मन्स लायसन्स मिळवणाऱ्या बारमालकांनी डान्स फ्लोअर्सची संख्या वाढवली. काही ठिकाणी दोनपेक्षा जास्त हॉलसदृश खोल्या यासाठी वापरल्या जाऊ लागल्या. या सर्व खोल्यांसाठी लागणाऱ्या स्टेज फीमध्ये लक्षणीय वाढ होत होत ती सरासरी २ रुपये प्रतिदिन प्रतिस्टेज वरून ५०० रुपये प्रतिदिन प्रतिस्टेज इतकी झाली.

हा रोजचा गल्ला स्थानिक पोलिस स्टेशनमध्ये पोहोचवावा लागल्याने बारमालक व पोलिसांचं साटंलोटं वाढलं. बारमालकांचा सांस्कृतिक विभाग व गृहखात्याशीही संपर्क वाढला. हॉटेल चालवताना लागणारी इतर जवळजवळ वीस प्रकारची लायसन्स त्यांना स्थानिक स्वराज्य संस्थांकडून घ्यावी लागत असल्याने त्यांच्याशी त्यांचे संबंध आधीपासून होतेच. सुरुवातीला रात्री ११.३० पर्यंत असलेली डान्सबार्सची वेळ वाढवून अधिकृतरीत्या रात्री १.३० अशी करण्यात आली.

अनेक नियम धाब्यावर बसवून लिकर व परफॉर्मन्स लायन्सचे वाटप करण्यात आले. वरकमाई असणारे अधिकारी, उच्च मध्यमवर्गीय व्यावसायिक तसेच कंत्राटी काम मिळवणारे कंत्राटदार, सरकारी पाठिंब्यावर मोठमोठे गफले करणाऱ्या व्यक्ती व त्यांची चिल्लीपिल्ली यांनी खाद्य, मद्य व मनोरंजनाची सोय म्हणून अशा डान्स बार्सना पसंती दिली व त्यामुळे असे मध्यमवयीन पुरुष ग्राहक व त्यांच्याकडून येणाऱ्या टिप्स मध्ये वाढ होतच राहिली.

व्यवसायानिमित्त परगावांतून, परराज्यांतून येणारे पुरुष, परदेशातून येणारे विदेशी पर्यटकही विरंगुळा व मनोरंजनाची साधनं शोधत असतात. असे एकटे पुरुष अथवा पुरुषांचे गटही डान्सबारचे ग्राहक बनत होते. त्यामुळेच डान्सबारने मुंबई व महाराष्ट्राबाहेरही आपली पाळमुळं पसरवली. भारतात हैद्राबाद, कलकत्ता, पाँडेचरी,

बंगलोर मध्ये डान्सबार्स सुरू झाले. आखाती देशांबरोबरच इंग्लंड, अमेरिका, नैरोबी, नेपाळ, सिंगापूर इत्यादी देशांतही भारतीय डान्सबार सुरू झाले.

डान्सबारमध्ये नृत्य करणाऱ्या नृत्यांगनांच्या वेशभूषेत कितीही स्थित्यंतरे झाली तरी मूळ चनिया चोळी प्रकार बदलला नाही. चनिया चोळीमध्ये विविध फॅशन्स आल्या. हिंदी चित्रपटांचा त्यावर जास्त प्रभाव पडला. कापड व त्यावरील नक्षीकामात बदल झाले. मेकअपमध्ये सुधारणा झाली. नृत्यांगना रंगीत आयलेन्सेस वापरू लागल्या. एकूणच त्यांचा पेहराव भारतीय असला तरी त्यात भरपूर आधुनिकता आली. त्यांच्या कमाईतही वाढ झाली. राहणीमान सुधारले. सुरुवातीला कॉंग्रेस हाऊस, फोरास रोडला राहणाऱ्या मुली उपनगरांमध्ये घर घेऊन राहू लागल्या. मुंबईतले मुजऱ्याचे कोठे ओस पडू लागले व बहुतेक कोठे गावाहून येणाऱ्या नवख्या नृत्यांगनांना भाड्याने राहायला देण्यात येऊ लागले. मुंबईतले कोठे अपुरे पडू लागल्याने मग या परगावच्या नृत्यांगना गरीब वस्त्यांमध्ये गटागटाने खोल्या भाड्याने घेऊन राहू लागल्या. वरळीला नेहरू नगर, कोळीवाडा, मालवणी, चेंबूर कॅम्प, नेरूळ, अॅन्टॉप हिल इत्यादी गरीब वसाहतीत त्यांची संख्या वाढू लागली. एकाच घरातल्या दुसऱ्या पिढीतल्या स्त्रियांनी याकाळात डान्सबारमध्ये काम केल्याने परराज्यातल्या नृत्यांगना मुंबईतल्या जीवनाला सरावल्या. त्यांच्यामागे त्यांची कुटुंबंही मुंबईत स्थिरावली. तिसऱ्या पिढीत त्यामुळे शिक्षणाचा प्रसारही सुरू झाला.

डान्सबार मालकांपैकी बरेचजण हे 'रेस्टॉरंट' चालवणारे शेट्टी आहेत. सुरुवातीला बारमालकच बारचा चालक असायचा व 'रेस्टॉरंट' ते 'बार अॅण्ड रेस्टॉरंट हे त्याचे हळूहळू झालेले स्थित्यंतर असायचे. नंतर मात्र अनेक लोक एकत्र येऊन पार्टनर-शिपमध्ये डान्सबार चालवायला घेऊ लागले. त्यामुळे चालक व मालक हे वेगळे होऊ लागले. चालकांना आता 'कंडक्टर्स' म्हणून ओळखले जाते. डान्सबार्स चालवणे हे शेट्टी लोकांत अप्रतिष्ठेचे मानले जात होते. रेस्टॉरंट चालवणारे इतर शेट्टी, डान्सबार्स चालवणाऱ्या शेट्टींशी हात राखून वागत असत. मात्र हळूहळू या व्यवसायाला संघटीत स्वरूप आले व त्यामुळे प्रतिष्ठाही येऊ लागली. डान्सबार मालकांमध्ये पंजाबी, सिंधी, मराठी, गुजराथी, पारसी, हिंदी, केरळी, कर्नाटकी यातल्या शेट्टी सोडून इतर जातींतले लोकही आहेत. इथे काम करणाऱ्या पुरुष कर्मचाऱ्यांमध्येही सर्व राज्यांतले पुरुष आहेत.

महाराष्ट्रातले ऑर्केस्ट्राबार व डान्सबार सुरुवातीला मुंबई करमणूक शुल्क अधिनियम १९२३ प्रमाणे चालत होते. यामध्ये महाराष्ट्र शासनाने मुंबई करमणूक शुल्क (सुधारणा) अधिनियम २००० अंतर्गत बदल केले. या सुधारित अधिनियमांचे राजपत्र ३ जानेवारी २००१ रोजी विधी व न्याय विभागाच्या प्रधान सचिवांच्या स्वाक्षरीने जारी केले गेले. महाराष्ट्र शासनाने २ जानेवारी २००१ रोजी राज्यपालांनी

संमती दिलेल्या महाराष्ट्र राज्य विधिमंडळाच्या अधिनियमात बारमधील नृत्याची व्याख्या केली होती. पाश्चात्त्य देशांमधील लोकनृत्य, पाश्चात्त्य देशांतील पाश्चात्त्य संगीत व नृत्य, रास, गरबा, दांडिया, डिस्को दांडिया किंवा पर्जन्य दांडिया, भारतीय लोकनृत्य, कोणत्याही प्रकारच्या संगीतावर, धुनवर सादर केलेले कोणत्याही प्रकारचे नृत्य अशी बारमधील नृत्याची व्याख्या करमणूक शुल्क नियमात होती.

सन २००५ च्या पावसाळी अधिवेशनात महाराष्ट्र सरकारने मुंबई पोलिस कायद्यातील कलम डब्ल्यू ३३ मध्ये बदल करून बारमधील डान्सवर बंदी आणली व आधीच्या राजपत्राच्या अनुषंगाने केलेल्या सर्व सुधारणा रद्दबातल ठरवल्या. सर्वच्या सर्व २८८ आमदारांच्या स्वाक्षऱ्या असणारा हा सर्वसंमत कायदा मुंबई उच्च न्यायालयाने पुढे रद्दबातल ठरवला. महाराष्ट्र शासनाने उच्च न्यायालयाच्या निर्णयाला सर्वोच्च न्यायालयात आव्हान देणारी याचिका दाखल केली व सर्वोच्च न्यायालयाचा निकाल येईपर्यंत बारमधल्या डान्सवर बंदी तात्पुरती कायम ठेवण्यात आली.

ढोबळमानाने स्त्रिया काम करत असणाऱ्या विविध बारचे प्रकार आपण पाहिले. या सर्व प्रकारचे बार आजही सुरू आहेत. फक्त यात काम करणाऱ्या डान्सर स्त्रियांचे काम बंद करण्यात आले आहे. या बंदीला 'डान्सबार बंदी' हे नाव देण्यात आल्याने चित्र स्पष्ट होत नाही. लेडिज वेटर व गायिका आजही आपापली कामं बारमध्ये करत आहेत. ऑर्केस्ट्राची संख्या वाढल्याने पारंपरिक मनोरंजनाचे काम करणाऱ्या अनेक नर्तिका, गायनकलेतही नैपुण्य मिळवून होत्या. त्यांना आता गायिकेचे काम मिळाले आहे. काही जणींनी नाइलाजाने वेट्रेसेस म्हणून काम स्वीकारले आहे. डान्सबंदीमुळे बारमध्ये काम करणाऱ्या सुमारे ३५% स्त्रिया पूर्णत: बेरोजगार झाल्या. सुमारे ४५% स्त्रियांच्या उत्पन्नांवर फार मोठा आघात झाल्याने त्यांची कुटुंबे आर्थिकदृष्ट्या हलाखीच्या परिस्थितीत जगू लागली. १०% स्त्रिया बदलत्या परिस्थितीशी सामना करण्याइतक्या स्थिरस्थावर होत्या, त्या ऑर्केस्ट्राबारमध्ये टिकून आहेत. पूर्णत: बेरोजगार झालेल्या स्त्रियांमध्ये जास्तीत जास्त मोठ्या वयाच्या वेट्रेसेस आहेत व काही मराठी सिंगर्स आहेत. ज्या स्त्रियांनी बारमध्ये वेट्रेसेसचे काम करण्याचा पर्याय स्वीकारला आहे अशा स्त्रियांचे उत्पन्न कमालीचे घटल्याने त्यांच्या कुटुंबातील इतर अल्पवयीन मुलींना वेश्या व्यवसायात उतरावे लागले आहे व स्वत: वेट्रेसेसनाही जोडधंदा म्हणून वेश्या व्यवसाय करावा लागत आहे. केवळ २% मुली या सर्वांतून स्वत:ला सुरक्षित ठेवू शकल्या आहेत. काहींनी स्वत:चे व्यवसाय सुरू केले आहेत. सुमारे ८% मुली परदेशातील डान्सबार्समध्ये वर्षातले काही महिने काम करून पैसे कमवत आहेत.

डान्सवर बंदी आणण्यापूर्वी लेडिज बार व डान्सबारच्या नावाखाली अवैधपणे वेश्याव्यवसाय चालवणारे सुमारे ७० ते ८० बार मुंबईच्या परिसरात होते. या

बारना फ्री बार, सायलेन्स सर्व्हिस, डिस्को बार, पिक-अप पॉईंट म्हणून ओळखले जायचे. बंदी मुळे या बार्सच्या धंद्यात तेजी आली. त्यांना अधिक तरुण व सुंदर मुली विनासायास मिळाल्या. त्यांचे ज्या लॉजवाल्यांबरोबर वेश्याव्यवसायाकरता लागेबांधे जुळले होते त्या लॉजेसनाही मोठ्या प्रमाणावर मुली व स्त्रिया उपलब्ध झाल्या.

बारमध्ये डान्स सुरू असताना व डान्सवर बंदी आणल्यावरही सर्वांच्या आकर्षणाचे केंद्रबिंदू 'बारबाला' याच होत्या. बारबाला हा शब्द कसा निर्माण झाला हे एक कोडं आहे. तरीही इंग्रजी व भारतीय शब्दांच्या जोडशब्दात अजून एका शब्दाची भर पडली हे निश्चित. पोलिसांच्या रेकॉर्डमध्ये मात्र छाप्यांच्या संदर्भात 'बारबाला' हा शब्द वारंवार आढळतो. तिथूनच तो शब्द प्रसिद्धी माध्यमांकडे गेला असावा किंवा प्रसिद्धी माध्यमांनी बातम्या देताना वापरलेला शब्द पोलिसांनी अधिकृत रेकॉर्डमध्ये घेतला असावा.

बारबालांची सरासरी संख्या ७५ हजार मानली जाते. यातल्या सुमारे ७२ टक्के बारबाला या डान्सर म्हणून काम करत होत्या, तर २५ टक्के या वेट्रेसेसचे काम करत होत्या व २ ते ३ टक्के सिंगरचे काम करत होत्या. डान्सर बारबालांची संख्या पन्नास ते पंचावन्न हजार इतकी होती व यामध्ये ९० टक्के मुली पारंपरिक करमणुकीच्या क्षेत्रातून आल्या होत्या.

उत्तरप्रदेश, राजस्थान, मध्यप्रदेश, पंजाब, बिहार, पश्चिम बंगाल, गुजराथ या राज्यांमध्ये राहणाऱ्या व पूर्वापार मनोरंजनाचे काम करणाऱ्या काही जमाती आहेत. मुस्लीम डेरेदार, गंधर्व, बेडीया, नट, कंजर, सांसी इत्यादी जवळजवळ बारा भटक्या जमाती अशा आहेत की ज्यांच्यामध्ये स्त्रिया मनोरंजनाचे काम करत असत. मध्ययुगीन भारतातील मुस्लीम राजवटीत या जमातीत काही स्त्रिया मुजरा करू लागल्या. मुजऱ्याला मिळालेल्या राजाश्रयाने तो भरभराटीला आला; पण राजे, नवाब गेले आणि मुजरा या प्रकाराला उतरती कळा लागली. शेवटी अगदी हस्तकौशल्यावर जगणारे कलाकार हे त्यांचे ग्राहक बनू लागले. कारखानदारी व यांत्रिकीकरणाच्या धबडग्यात या ग्राहकांचेही काम गेले व मुजऱ्याची अवस्था इतकी वाईट झाली की बऱ्याच जणींना वेश्या-व्यवसायात जावे लागले तर काहींना स्थलांतरित व्हावे लागले. यातील काही जमातीतल्या स्त्रिया मुजरा करत नव्हत्या; पण गायन व संगीताच्या तालावर त्या शारीरिक कसरती करू शकत होत्या. काही दारू बनवणे व दारू विक्रीचेही काम करत होत्या.

अनेक जमातीत रोटी व्यवहार होते, तर काहींमध्ये रोटी-बेटी व्यवहार असल्याने त्यांच्यात बरीच सरमिसळ आढळते. वेगवेगळ्या प्रांतात एकाच जमातीची वेगवेगळी नावेही आढळतात. प्रांतागणिक स्थानिक जमातीच्या सरमिसळीतून त्यांनी नवनवे व्यवसाय स्वीकारल्याचे आढळते. तर काही जमातींनी वेगळ्या नावाने परप्रांतातल्या

स्थानिक भाषेशी व कलांशी मिळते जुळते घेत कलेची नवीन क्षेत्रे स्वीकारल्याचे दिसते. या जमातींचा इतिहास हजारो वर्षांचा आहे. यांची स्वत:ची अशी गुप्त भाषा आहे. त्यांची प्रांतिक वेगळी बोलीभाषाही आहे व ते स्थानिक लोकांची भाषाही मोठ्या खुबीने बोलतात.

यामधील बऱ्याच जमातीत स्त्रियांचे विवाह संबंध केले जात नव्हते व वारसा हक्क स्त्रियांकडे होता. या भटक्या जमाती असल्याने त्यांना गावगाड्यात स्थान नव्हते. त्यांना घर, जमीन अशी स्थावर मालमत्ता नव्हती. सांस्कृतिकदृष्ट्या ते समाजाच्या तथाकथित मुख्य धारेपासून कायम वेगळे राहिले. दारू, स्त्रिया व मनोरंजन याबरोबर जोडले गेल्याने समाजाच्या हेटाळणीला बळी पडत राहिले. ब्रिटिशांच्या राजवटीत तर ते राज्यकर्त्यांच्या रोषालाही बळी पडले. त्यांच्या पारंपरिक कामावर बंदी आणण्याचे प्रयत्न झाले. स्थलांतरावरही बंदी आणली गेली. त्यांच्यावर गुन्हेगारी समाजाचा शिक्काही बसला. ब्रिटिशांनी पंजीकृत जाती ठरवून त्यांच्यातल्या काही जणांची रवानगी सेटलमेंट कॉलनीत केल्याचेही सांगितले जाते. तीन तारी कुंपणाच्या आतले त्यांचे आयुष्य व रोजच्या पोलीस हजेरीतून त्यांना स्वातंत्र्यानंतर काही काळाने मुक्तता मिळाली. भारतातल्या गावगाड्याने मात्र त्यांना स्वीकारले नाही. त्यामुळे शिक्षण व स्थावर मालमत्तेच्या बाबतीत ते कायम मागासलेलेच राहिले. काहींनी समृद्ध असे कलाप्रकार जिवंत ठेवले तर काहींनी त्यापासून फारकत घेतली. भारतातल्या जातीव्यवस्थेत काहींनी स्वत:ला लुप्त केले. मुख्य प्रवाहातील अनेक सांस्कृतिक गोष्टींचा त्यांनी स्वीकार केला. विवाह प्रथा स्वीकारली आणि त्याबरोबर येणारी पुरुष प्रधानताही स्वीकारली.

कलेचा पारंपरिक वारसा जपणाऱ्यांमध्येही अनेक बदल झाले. अभिनय, गायन, नृत्य, वादन अशा क्षेत्रात या परंपरेतून आलेल्या अनेक व्यक्ती नावारूपाला आल्या. मोजक्या व्यक्ती अगदी सर्वोच्च बहुमान मिळवून गेल्या. मात्र या समाजाशी असलेले ऋणानुबंध त्यांनी तोडून टाकले. काहींनी भारताच्या सामाजिक व राजकीय चळवळीत योगदानही दिले. मात्र स्वातंत्र्यानंतर पुन्हा त्यांचा आवाज हरवून गेला.

बारबालांपैकी ९०टक्के स्त्रियांची ही कथा आहे. त्यांच्यामधे घर सांभाळणाऱ्या एकट्या स्त्रिया हजारोंनी असण्यामागे ही कारणे आहेत. शैक्षणिक, आर्थिक मागासलेपणातून त्यांना वेश्याव्यवसायात ढकलले जाण्याची भीतीही सार्थ आहे. स्थावर मालमत्ता तयार करण्यासाठी त्यांची धडपड समजून घ्यायला हवी. शहरांकडे स्थलांतर करणे यामध्ये चंगळवादाला स्वीकारण्यापेक्षा ग्रामीण भागातली ओळख लपवून नवे आयुष्य सुरू करण्याची त्यांची प्रबळ इच्छा कारणीभूत आहे. नृत्य व संगीतापलीकडे त्यांच्याकडील इतर कौशल्यांच्या अभावाला त्या जबाबदार नसून स्वतंत्र भारताने त्यांना दिलेली बहिष्कृत वागणूक जबाबदार आहे. आज त्या

बारमध्ये नृत्य व गायनाचे काम करताना दिसतात. कालांतराने अशाच प्रकारचे दुसरे काम त्यांच्या नशिबी येण्याची शक्यता आहे. एका आगीतून दुसऱ्या आगीत त्यांची होरपळण्याची प्रक्रिया सुरूच राहणार का? नैतिकता व संस्कृतीचा हवाला देत कोणत्या प्रकारच्या शोषणाला आपण खतपाणी घालणार आहोत? अतिशय जटील सामाजिक प्रश्नांच्या अत्यंत तात्पुरत्या व फसव्या उत्तरांवर आपण समाधान मानणार आहोत का?

बारमधल्या डान्सवर आणलेल्या बंदीला 'डान्सबारवरील बंदी' असे नाव देणाऱ्या व त्याचे हसत स्वागत करणाऱ्यांच्या पायाखालची नैतिकतेची वाळू, अधिकृत देशी व विदेशी दारूचा महासागर हळूहळू सरकवत आहे. दारूबंदी खाते, मद्यार्क शुल्क खाते होऊन आता राज्य उत्पादन शुल्क खात्यात विलीन झाले. दारूच्या संदर्भातल्या सरकारी धोरणांची सार्वजनिक चर्चा व्हायच्या ऐवजी बारबालांच्या नृत्याची सर्वाधिक चर्चा व्हावी याचे आश्चर्यच वाटते. अर्थात मुख्य प्रश्नांना बगल देण्याकरता स्त्रियांना खलनायिका बनवण्याचा हा भारतातला पहिला प्रसंग नाही.

बारबाला या खलनायिका आहेत का? फसव्या, चंगळवादी, उत्तान, अश्लील, चारित्र्यहीन, व्यभिचारी स्त्रिया आहेत का? त्या वेश्या आहेत का? याची उत्तरे आधीच तयार करण्यापेक्षा त्यांच्या कथा त्यांच्या शब्दात ऐकायला हव्यात. म्हणून हा आत्मचरित्र प्रसिद्ध करण्याचा अट्टाहास केला आहे. इतरही बारबाला आता बोलत्या व लिहित्या होत आहेत. त्यांचे शब्द प्रचारकी होऊ नयेत, ते अनुभवसंपन्न व निडर असावेत यासाठी काही दक्षता घेतल्या गेल्या आहेत. त्यांनी समाजाच्या ढोंगी, दुटप्पीपणाला मानवी पद्धतीने प्रतिक्रिया द्यावी यासाठी आत्मकथानाइतका प्रांजळ प्रयत्न दुसरा कोणताच असू शकत नाही. वैशाली हळदणकरच्या आत्मचरित्रातला हा प्रांजळपणा आपल्या निश्चित लक्षात येईलच.

वैशालीच्या 'बारबाला' आत्मचरित्रातील माहिती अभ्यासक, पत्रकार, संशोधक एचआयव्ही विरुद्ध अहर्निश लढणारे कायकर्ते, स्त्री चळवळीतल्या कार्यकर्त्या, संशोधक, स्वयंसेवी संस्था, बार मालक, लिहिता वाचता येणाऱ्या बारगर्ल्स, डान्सबार व लेडिज बारबद्दल उत्सुकता असणारे व कधीही तेथे न जाता येऊ शकलेले स्त्री-पुरुष, सिनेमा कलावंत, दिग्दर्शक, विविध कलाप्रकार हाताळणारे साहित्यिक, मानसोपचार तज्ज्ञ या सर्वांच्याच उपयोगाची आहे. पोलीस, महिला आयोग, राज्यकर्ते व धोरणात्मक निर्णय घेणारे विविध अधिकारी, विधी व न्याय व्यवस्थेतील व्यक्ती यांनी हे पुस्तक आवर्जून वाचावे असे आहे. लहान मुलांसोबत काम करणाऱ्या, गरीब वस्तीत काम करणाऱ्या व्यक्तींनाही या पुस्तकातून घेण्यासारखे बरेच काही आहे.

डान्सबार आणि बारबाला हा अत्यंत वादग्रस्त विषय ठरला आहे. अशावेळी एका बारबालेने लिहिलेले आत्मचरित्र प्रकाशित करण्याचा निर्णय धाडसाचा ठरणार होता. प्रसिद्धीमाध्यमांमध्ये वैशालीच्या आत्मचरित्राच्या संदर्भातल्या बातम्या येत असताना महाराष्ट्राबाहेरून, भारताबाहेरूनही प्रकाशकांचे फोन यायला सुरुवात झाली होती. आम्ही महाराष्ट्रातून एखादा प्रकाशक फोन करेल याची वाट पाहत होतो. 'द हिंदू'त आलेल्या बातमीच्या दिवशी मी दिवसभर मनातून 'मेहता पब्लिशिंग हाऊस' कडून फोन यावा अशा प्रतिक्षेत होते. माझ्या या आत्मविश्वासावर वैशालीसकट सगळे हसत होते. त्याच दिवशी संध्याकाळी सहा वाजता माझा फोन वाजला, पलीकडून श्री. सुनील मेहता बोलत होते. मी फोन ठेवला तेव्हा माझी स्वत:ची अवस्था अत्यंत स्थिर होती आणि बाकी सर्वांवर आश्चर्यचकित होण्याची वेळ आली होती. श्री. सुनील मेहतांसारखी जाणकार, प्रकाशक व्यक्तीच 'बारबाला' या आत्म-चरित्राबाबत निर्णय घेऊ शकते याबद्दल मला खात्री होती, ती इतरांच्या दृष्टीने आश्चर्यकारकरीत्या खरी ठरली होती.

वैशालीचे मूळ हस्तलिखित आत्मचरित्र जवळ जवळ बाराशे पानांचे होते. तिच्या स्मरणशक्तीला दाद दिल्यावाचून राहवत नाही. प्रसंगा प्रसंगांचा व पै-पै चा हिशेब तिच्या स्मरणात होता. या बाराशे पानांतला सर्व आशय संपादित करणे अतिशय जिकिरीचे काम होते. श्री. अविनाश पंडित यांनी हे काम नेटाने व मोठ्या व्यावसायिक कुशलतेने पार पाडले असले तरी खरी दाद त्यांच्या सहनशीलतेला व संवेदनक्षम मनाला द्यायला हवी. पहिली संपादित केलेली हस्तलिखिताची प्रत दुरुस्त्यांसाठी व सुधारणांसाठी माझ्याकडे दिली तेव्हा त्यांची हळुवार संवेदनशीलता मी विसरू शकणार नाही.

वैशालीचे आत्मचरित्र लिहून झाल्यावर ते मेहता पब्लिशिंग हाऊसकडे गेल्याला जवळजवळ दीड वर्ष झालं. या दीड वर्षात श्री. सुनील मेहतांशी अनेक चर्चा झाल्या. या प्रत्येक चर्चेत सुनील मेहतांबद्दल त्यांच्या वागण्या-बोलण्यातून एक विशिष्ट असा आदर निर्माण झाला. त्यांच्यात चिकाटी, उत्साह व संयम तर आहेच, आणि त्यांच्या व्यावसायिकतेला अनुभव, शिस्त व लवचिकतेची अनोखी जोड आहे. मेहता पब्लिशिंग हाऊस हे संपूर्ण व्यावसायिकता असलेले टीम वर्क आहे, याचा अनुभव क्षणोक्षणी मी घेतला आहे. मेहता पब्लिशिंग हाऊसच्या संपूर्ण टीमचे वेगळे आभार.

– वर्षा काळे

मनोगत

कोणीतरी म्हटलंय 'वाह छपती है, आह छुपती है।' पण आज माझी 'आह' छापली जातेय. माझं उभं आयुष्य एक 'हाय' बनून गेलं होतं. आत्मचरित्र लिहिताना वाटायचं, काय ही आयुष्याची लक्तरं झाली माझ्या? प्रत्येक प्रसंगाची आठवण एक मरणप्राय यातना होती. त्या आठवणी लिहिणं त्याहूनही त्रासदायक होतं, पण सगळ्याच त्रासांना तिलांजली देण्याचा निर्णय माझ्या मनाने घेतला होता.

आयुष्यात खूप पैसा मिळावा, प्रतिष्ठा मिळावी यासाठी मी कधीच धडपड केली नाही; पण जगण्यापुरत्या थोड्याशा पैशांसाठी, छोट्याशा संसारासाठी मला जीवाचा आटापिटा करावा लागला.

मी जन्माने बारबाला नव्हते. कुठलीच बारबाला जन्मत:च बारबाला नसते. परिस्थितीने मी हळूहळू बारच्या दिशेने ढकलली गेले. मला कुणी जबरदस्तीने बारमध्ये काम करायला भाग पाडलेलं नाही. मी वयाची सतरा वर्षं बारमध्ये काम केलं. माझं, माझ्या मुलांचं पोट भरण्यासाठी, स्वत:चं छोटंसं घर घेण्यासाठी मला कमवण्याची गरज होती. पैसे कमवण्याचे सगळे प्रयत्न निष्फळ ठरल्यावर मी बारचा मार्ग निवडला. बारमध्ये गायिकेचं काम करणं मला मनापासून आवडत असलं तरी मी ते काम सोडण्याचेही अनेकदा प्रयत्न केले. पण शेवटी परिस्थितीला शरण गेले.

आत्महत्येच्या अनेक विचारांवर मी विजय मिळवला. त्यामुळे खूप काही घडूनही मी जिवंत राहिले. जिवंत राहण्याला अर्थ मिळण्याची संधी ओशोंनंतर मला वर्षाने दिली म्हणून मी तिला वर्षो म्हणते. आत्मचरित्र लिहिण्याचा तिचा आग्रह मी जवळ जवळ तीन वर्षं टाळला. लिहिण्याची प्रेरणाच तयार होत नव्हती. तोंडाने 'मी बारबाला आहे' असं म्हणत असले तरी 'बारबाला' हा शिक्का मला नको होता, पण बारमधल्या डान्सवर आलेल्या बंदीच्या काळात माझ्या आयुष्यात खूप मोठी उलथा-पालथ झाली.

मी मुळापासून हादरले होते. मी थोडीशी उसंत मिळवली आणि आत्मचरित्र

लिहायला घेतलं. या आत्मचरित्राने मला खूप काही दिलं. माझं आत्मचरित्र वाचकांना काय देईल हे मला माहीत नाही; पण माझ्यासारख्या हजारो बारबाला आणि लाखो पीडित स्त्रियांकडे पाहण्याचा काहीजणांचा दृष्टीकोन बदलला तरी खूप झालं.

– वैशाली हळदणकर

- १ -

"ही छिनाल जन्माला आली. अख्खे हॉस्पिटल डोक्यावर घेतले. फार मोठ्या भुकेची! एक लिटर दूध प्यायली. तेव्हा चूप राहिली." बाबा माझ्या जन्माचे असे वर्णन करायचे.

माझा जन्म १ जुलै १९६७ साली झाला. बाबा माझ्या जन्माने नाराज होते. सुरुवातीला ते जाणवले नाही, पण धाकट्या भावाच्या जन्मानंतर त्यांच्या नाराजीची झलक दिसायला लागली. एकतर मी पोटात असताना आईला हिस्टेरियाचा अॅटॅक आला होता. बाबांना तेव्हाच आईला सोडून द्यायचे होते. ती गरोदर होती म्हणून त्यांना तिला सोडता आले नाही. याचा राग बाबा माझ्यावर काढीत.

माझ्या जन्माच्या वेळीच त्यांची महिंद्रा अॅण्ड महिंद्रा मधील नोकरी सुटली, तिथे त्यांना हमाली करावी लागत असे हा भाग निराळा. याशिवाय चौधरी नावाच्या इस्टेट एजंटने बाबांचे चार हजार रुपये लुबाडले. बदलापूरला बंगल्याच्या जागेसाठी बाबांबरोबरच सहा-सात जणांनी थोडे थोडे पैसे काढून या चौधरीकडे दिले होते. सर्वांचे पैसे घेऊन तो गायब झाला. या सगळ्यामुळे मी 'अवदसा' ठरले.

बाबा कितीही रागाने बोलले तरी आईला माझे कौतुक होते. जन्माला आले तेव्हा मी चांगली आठ पौंडाची होते. माझे नाव 'चित्रलेखा' ठेवण्यात आले. बाबांना मुलाची हौस. ते मला मुलांसारखे कपडे घालीत.

माझ्या आईवडिलांचा आंतरजातीय प्रेमविवाह झाला होता. वडील दलित समाजाचे होते तर आई देशस्थ ब्राह्मण होती. आईचे माहेर दादरच्या डिसिल्वा हायस्कूलच्यापुढे पालन सोजपाल बिल्डिंगमध्ये व बाबांचे घर डिसिल्वाच्या समोर इलम-महल बिल्डिंगमध्ये होते. या इमारतीत जागा मिळवण्यासाठी बाबांच्या कुटुंबाला जात लपवावी लागली. बाबा दहा वर्षांचे असताना आजी-आजोबा मुंबईत राहायला आले. त्या काळातल्या तीव्र जातीभेदामुळे त्यांनी स्वत:ची जात 'न्हावी' सांगायला सुरुवात केली. त्याच न्यूनगंडामुळे बाबांनी मला शाळेत घालताना माझी जात 'मराठा' लावली.

लहानपणी मी, बाबा आईला 'भटुरड्याची' व आई बाबांना 'शुद्राचे' म्हणत एकमेकांचा उद्धार करताना ऐकायची, तेव्हा मला आश्चर्य वाटायचे. जातीभेदामुळे बाबा ठिकठिकाणी नाडले जायचे. त्यामुळे शेवटी त्यांनी त्यांचे 'देवाडे' हे आडनाव बदलून १९८४ साली दिवाडकर केले. त्यानंतर ते आईच्या नातेवाईकांना म्हणायचे, "आता तरी झालो ना मी सारस्वत?"

बाबांचे नाव राम देवाडे होते व त्यांच्या वडिलांचे नाव अमरनाथ देवाडे होते. बाबा सांगायचे की आजोबा मूळचे नाशिक जिल्ह्यातले. बाबा दहा वर्षांचे असताना आजोबा मुंबईत राहायला आले. तेव्हा ते ताजमहाल हॉटेलमध्ये केस कापण्याचे काम करीत. मुंबईत येण्यापूर्वीच आजोबांची तीन लग्नं झाली होती. पहिली बायको कुठल्याशा आजारपणात वारली. दुसऱ्या बायकोपासून त्यांना दोन मुले झाली. एक मुलगा व एक मुलगी. ही बायको वेड लागून वारली. तो मुलगा आठ वर्षांचा असताना वारला व मुलगी पाचव्या वर्षी वारली. त्यानंतर आजोबांनी माझ्या आजीशी म्हणजे शांताबाई सोनावणेशी लग्न केले. शांताबाई ही माझ्या आजोबांची तिसरी बायको. त्यांच्या वयात अर्थातच बरेच अंतर होते. माझ्या आजोबांना माझे बाबा खूप उतारवयात असताना झाले. मी काही माझ्या आजी-आजोबांना पाहिलेले नाही.

आजोबा पंचतारांकित हॉटेलमध्ये काम करीत करीत पुढे फिल्म इंडस्ट्रीत नायिकांची केशभूषा करू लागले. त्याकाळी त्यांना चाळीस रुपये पगार होता. आजोबा खूप दारू प्यायचे. शेवटी दारूमुळेच आजारी पडून त्यांचा मृत्यू झाला. आजोबांच्या ओळखीतूनच आजीला हिंदी सिनेमातल्या नट्यांच्या घरी कामे मिळाली. आजी मालिशचे काम करीत असे. तिने त्याकाळी नसीम बानो, चंदा बॅनर्जी, रेणुका देवी अशा नट्यांकडे काम केले होते. रेणुकादेवी, चंदा बॅनर्जी आमच्या घरीही येऊन गेल्या होत्या. चंदाजी दोन दिवस राहिल्या. त्यांच्याबरोबर आजीचे फोटोही आहेत. आजीला त्या सगळ्यांकडून बक्षिसाच्या रूपात खूप सामान मिळायचे. आजी ते सामान आजूबाजूच्यांमध्ये वाटून टाकायची. आजी सर्वांना मदत करायची. कबूतरखान्याजवळचा रामदास हारवाला आणि आमच्या बिल्डिंगमधल्या कुष्टे आजी माझ्या आजीचे नेहमी कौतुक करायचे.

आजीच्या माहेरी तिचा एक आतेभाऊ सोडल्यास कुणीच नातेवाईक नव्हते. नात्याने ते आजीचे आतेभाऊ एकप्रकारे माझे आजोबाच लागत होते. तरुणपणी त्यांचे एका मुलीशी प्रेम जुळले पण ती वयाच्या सोळाव्या वर्षीच वारली. त्यानंतर त्यांचे कुणावर प्रेमही बसले नाही व त्यांनी लग्नही केले नाही. ते एकदम विरक्त झाले. त्यांनी देवाचा ध्यास घेतला व संन्यास घेतला. ते बैराग्यासारखे राहात. कधीकधी रात्री दहा-अकराच्या सुमारास ते घरी येत. ते दिसायलाही खूप छान होते.

ते कपाळावर लाल कुंकवाचा लांबलचक टिळा लावत. त्यांनी जोगेश्वरीला कुठेतरी चार देवळे बांधली. या देवळातच त्यांचे वास्तव्य असे.

आजीचे वडील लक्ष्मण सोनावणे हे मूळचे पुण्याचे. हे माझे पणजोबा प्रसिद्ध पैलवान होते. बाबांनी लहानपणी या माझ्या पणजोबांना पाहिले होते. पणजोबांच्या शौर्याच्या अनेक कथा बाबा आम्हाला सांगत असत. त्यांच्या खाण्यापिण्याची, तब्येतीची वर्णने करीत. पणजोबा जवळजवळ नव्वद वर्षं जगले. ते चौपन्न वर्षांचे असताना चोवीस वर्षांच्या एका मुलाने त्यांना मारले होते व तो निसटला. हाच माणूस पुढे माझ्या पणजोबांना भेटला. तेव्हा त्यांनी त्याला फरशीने मारले होते. पणजोबा तेव्हा चौऱ्याऐंशी वर्षांचे होते. पण हे पणजोबा कसे वारले हे बाबांनी कधीच सांगितले नाही.

का कोण जाणे, बाबांनी त्यांच्या नातेवाईकांशी संबंधच ठेवले नाहीत. त्यामुळे आम्ही पुण्याला किंवा नाशिकला कधीच गेलो नाही. मी एक-दोन वेळा बाबांना सुचवले की आपण नाशिकला जाऊ या तर बाबा म्हणाले, "अगं, त्या जागेची खूप पडझड झाली असेल. ते घर म्हणजे नुसते घर नव्हते. वाडा होता तो! आता त्याचे अगदी खंडहर झाले असेल." बाबा त्या पडक्या वाड्याला खंडहर म्हणाले. आजोबा एकटेच वारसदार असल्याने त्या वाड्याची त्यांच्या माघारी अशी अवस्था होणे स्वाभाविकच होते.

माझे वडील पाच वर्षांचे असताना त्यांच्या अंगावरून वारे गेले. त्यांच्या शरीराचा डावा भाग, हात व पाय लुळे पडले. एका जोरदार तापाचे निमित्त झाले व हे जन्मभराचे अपंगत्व त्यांच्या नशिबी आले. त्यावेळी ते नाशिकला राहायला होते. त्यानंतर चार-पाच वर्षांनी आजी-आजोबा बाबांसह मुंबईला राहायला आले. काही वर्षांनी आजोबा वारल्यावर फक्त आजी व बाबा राहिले. माझी आजी एक अजब वल्ली होती. ती खूप दारू प्यायची. ती अगदी अट्टल बेवडी होती.

पण आपले मालिशचे काम सांभाळून ती बाबांचे व्यवस्थित सर्व लाड करायची. ती पैलवानाची मुलगी होती, त्यामुळे घरातले खाणेपिणे एकदम तब्येतीत असायचे. कधी किलोभर मटण, कधी अख्खे पापलेट, सोबत वीसपंचवीस चपात्या असा स्वयंपाक ती करे व बाबाही अगदी तब्येतीने खात. ते त्याकाळी संगीत शिकत होते व गवैय्ये हे खवैय्येही असतातच. बाबा आतड्यापासून गायचे व रियाज करायचे. त्यात ग्वाल्हेर घराण्याची गायकी म्हणजे आतड्यापासूनच असते. ते गायक पतियाळा, जयपूर घराण्यांसारखे गळ्याने वा नाकाने गात नाहीत.

बाबांनी चौथीत शालेय शिक्षण सोडले व ते पंडित रामकृष्णबुवा जोशी यांच्याकडे संगीत शिकू लागले. बाबांचे गुरू रामकृष्णबुवा जोशी हे किराणा व

ग्वाल्हेर या घराण्याचे गायक होते. बाबा त्यावेळी चौदा वर्षांचे होते. थोड्याच वर्षांनी बाबा मनहर बर्वे संगीत विद्यालयात स्वत: संगीत शिकवू लागले. आजीने कधीही त्यांच्यावर कोणतेही बंधन घातले नाही व त्यांना गायक होऊ दिले. आजीला मात्र संगीतातले सा, रे, ग, म, प काही कळत नव्हते.

बाबांचे वय काहीतरी सोळा सतरा वर्षांचे होते. बाबा मित्रांच्या नादाने बिडी ओढू लागले होते. एकदा ते बिडी ओढत असताना कुणीतरी आजीला येऊन सांगितले. आमच्या म्हातारीने झाडू हातात घेतला. बाबांना झाडूने मारीत, फरफटत ती घरी घेऊन आली. घरी आणल्यावर तिने त्यांच्या पुढ्यात एक दारूची बाटली व एक बिडीचे बंडल ठेवले. ती त्यांना एवढेच म्हणाली, ''तुझे वय एकवीस होऊ दे. त्यानंतर तुला जे करायचे ते कर. दारू पी, रांडबाजी कर, गुंडागर्दी कर, काय हवे ते कर. पण या वयात मी हे होऊ देणार नाही.'' माझी आजी शिकलेली नव्हती, पण कुठून एवढे बोलली हेच मला समजत नाही. आजी लाडाने बाबांना राम ऐवजी तुकाराम म्हणे.

आजीने मृत्यूपूर्वीच आपल्या अंत्ययात्रेच्या खर्चाची सोय करून ठेवली होती. एक दिवस आजी खूप प्यायली होती. घरी येता येता ती गंगू नावाच्या बाईच्या घरी गेली. तिथे उठताना त्यांच्या मांडणीचा खिळा तिच्या डोक्याला लागला. चांगलीच मोठी खोक पडली. पण तिने दुर्लक्ष केले. दुसऱ्या दिवशी सोमवार होता. ती सोमवारचा उपास करी. त्यामुळे तिने बाबा नको म्हणत असताना डोक्यावरून अंघोळ केली. त्यात दुखणे अजूनच वाढले. तिचा चेहरा सुजला, अंग सुजले. बाबांनी तिला डॉक्टरकडे नेले. ते म्हणाले की हिला धनुर्वात झालाय. मग बाबांनी तिला के.ई.एम. हॉस्पिटलमध्ये ॲडमिट केले. पाच-सहा दिवसांत तिला बरे वाटू लागले. ती उठून बसली. बाबांना म्हणाली, ''तुकाराम, मला थोडं पाणी दे. मी चालले. मला जाळायला तू पैसे लावू नको.'' बस, एवढेच ती अखेरचे बोलली आणि झोपली. तिने त्याकाळी पाच हजार रुपये जमा केले होते. सुनेसाठी मोत्याच्या कुड्या, जोंधळ्याची माळ जपून ठेवली होती.

माझ्या आजीचा एकही गुण मी जपू शकले नाही. परिस्थितीमुळे किंवा माझ्या चुकांमुळे ते झाले. मला मातृत्व प्राप्त झाले खरे पण मी माझ्या मुलांना धाकात ठेवू शकले नाही. माझी आजी बेवडी होती पण तिने तिच्या मातेच्या धर्माला अखेरपर्यंत जपले. तिचा दुसरा गुण होता, तिचा आत्मनिर्भरपणा. बाबांनी आजीचे वर्णन केले तेव्हा मी ठरविले की आपणही आपल्या अंत्यविधीसाठी पैशांची सोय स्वत:च करून ठेवायची. आजीच्या मृत्यूनंतर दोन महिन्यांतच बाबांचे लग्न झाले.

माझ्या आईचे माहेरचे नाव शकुंतला तडसरे. तिचे वडील दिगंबर तडसरे हे

त्याकाळी रेल्वेत नोकरीला होते. आईच्या आईचे नावही शांताबाईच होते. ती व्याकरण-शुद्ध इंग्रजीही बोलायची. हे कुटुंब दादरमध्येच राहायचे. माझी ही आजी सातवीपर्यंत शिकलेली होती. तिच्या माहेरी फारशी माणसे नव्हती पण सासरी फार मोठे गोतावळे होते. अगदी चुलतचुलत नातेवाईकही जवळ जवळच राहात. ही लोकं मूळची साताऱ्याकडची, पण तीन पिढ्यांपासून मुंबईतच स्थायिक झाली होती.

माझ्या आईच्या घरी नेहमी एक गोष्ट सांगितली जायची. माझ्या पणजोबांच्या चुलत भावाने दादरमध्ये मोठी जागा खरेदी केली होती. दुसऱ्या पिढीत म्हणजे माझ्या आईच्या चुलतआजीने चार आणे, आठ आणे अगदी पैसान्‌पैसा साठवून त्या जागेवर स्वत:च्या मुलांना एक हॉटेल बांधून दिले. ते हॉटेल म्हणजे दादरचे हॉटेल विसावा.

त्या बाईने एवढ्या कष्टाने ते हॉटेल उभारले पण तिचा सख्खा मुलगा तिला विचारेनासा झाला. तिचे हे उपकार तो लग्नानंतर विसरला व वेगळी चूल मांडून राहू लागला. तो स्वत:च्या आईला ओळख द्यायचा नाही. एकदा ही बाई त्याच्या घरी गेली. दुपारची वेळ, उन्हाने कडकडून म्हातारी आली तर त्याने आईला पाणीही विचारले नाही. त्या टळटळीत दुपारी तिने पोटच्या पोराला शाप दिला, ''तुला तुझ्या मुलाचे तोंडदेखील पाहायला मिळणार नाही.''

आणि शेवटी झालेही तसेच. ज्या दिवशी या माझ्या आईच्या चुलत काकाला मुलगा झाला त्याचवेळी त्याची बायको हॉस्पिटलमध्ये वारली व आईचा काका हॉस्पिटलमध्ये जाताना विसावा हॉटेलपाशीच मारूती मंदिराच्या कोपऱ्यावर भयंकर अपघातात जागीच मरण पावला. त्या अपघातात त्याच्या शरीराच्या म्हणे चिंध्या-चिंध्या झाल्या. त्याला त्याच्या मुलाचे तोंडदेखील पाहता आले नाही.

माझ्या सख्ख्या आजीचे तेव्हा नुकतेच लग्न झाले होते. आजीनेच मग या पोरक्या मुलाचा सांभाळ केला. पुढे आजीलाही पाच मुले झाली. माझ्या आईचा चुलत चुलत भाऊ सख्ख्या भावासारखा आईच्या भावंडांत वाढला. आजीने अगदी दोन दिवसाचा असल्यापासून त्याला सांभाळले होते. पण तो मोठा झाल्यावर आमचे हे चुलत नातेवाईक त्याला घेऊन गेले. माझी आजी खूप हळहळायची. माझ्या या चुलत मामाचे नाव होते दत्ता तडसरे.

माझ्या आईला दोन सख्खे भाऊ होते. सर्वांत मोठा नारायण मामा व सर्वांत धाकटा दिलीप मामा. आईला दोन सख्ख्या बहिणी होत्या. मोठी ताईमावशी व तिच्या पाठीवरची यमूमावशी. आई यमूमावशीपेक्षा लहान होती.

माझी आई तेरा वर्षांची असताना आजोबा रिटायर झाले. त्यांच्या पेन्शनमध्ये भागत नव्हते म्हणून आजी कीर्तन करू लागली. तिचे कीर्तन खूप खणखणीत आवाजात, स्पष्ट शब्दांत असायचे. आजी कोणाकडे कीर्तन शिकली ते माहीत

नाही, पण ती उत्कृष्ट कीर्तन करायची. आजी फार गोड गळ्याने गायची. नरेंद्रबुवा हाटे माझ्या आजीचे शिष्य होते. माझ्या आजीने रेडिओवर कीर्तन केले, पण ती कुर्ल्याच्या झोपडपट्टीतही कीर्तन करायची.

माझ्या आईच्या आंतरजातीय लग्नाला आजीचा विरोध होता. तिने आम्हाला सांभाळले नाही किंवा पोसले नाही पण तिने आमचा दुस्वासही केला नाही. ती मला गुल्लू म्हणायची, मला न घेता आई तिच्याकडे गेली की ती विचारायची, "गुल्लूला नाही आणलेस?" मी तिच्याकडे गेले की ती नेहमी एक भक्तीगीत शिकवायची,

"मैं गुलाम, मैं गुलाम तेरा ।
तूही मेरा सच्चा साई, नाम लेऊं तेरा ।"

आजी अनेकदा कीर्तनाला मला तिच्यासोबत नेत असे. मी तिच्यापाठी उभे राहून टाळ वाजवले आहेत.

आजी काटकसरी होती. तिचे राहणे टापटिपीचे होते, ती प्रचंड स्वावलंबी होती. मोठा मामा शिकून नोकरीला लागला तरी तिने कीर्तन सोडले नाही. नवरात्रीत तर ती नऊ दिवस कीर्तन करीत असे.

एका वर्षी तर नवरात्रीच्या आधी आजी नेमकी गटारात पडली. पूर्वी गटाराला गोल लोखंडी झाकणे असायची. मारूतीच्या देवळाजवळ कुठेतरी एक झाकण उघडे होते. आजीचे त्याच काळात मोतीबिंदूचे ऑपरेशन झाले होते. त्यात ती अशी गटारात पडली पण तिने त्या वर्षीही नऊ दिवस कीर्तन केले. माझ्या आजीला मी परिस्थितीसमोर हात टेकताना पाहिले नाही. पुढे मामांची लग्नं झाली. दोन भाऊ वेगळे झाले. त्यावेळी म्हातारी आजारी पडली व गप्प बसली.

बाबा व आम्ही दादरला असेपर्यंत माझे आजीकडे जास्त जाणेयेणे व्हायचे, पण आमचे कुटुंब अंधेरीला राहायला गेल्यावर माझी व आजीची क्वचितच भेट होत असे. माझ्या लग्नानंतर जेमतेम नऊ महिन्यांनी माझी आजी वारली. माझ्या सदैव लक्षात राहिला तो आजीचा कुंकवाचा मोठा खोका, ज्याला आतमध्ये मोठा आरसा लावलेला असे. तसाच बॉक्स मी डान्सबारमधल्या डान्सर मुलींकडे पाहिला. फरक हाच की आजीचा खोका लाकडाचा होता व हा फायबरचा.

माझ्या मोठ्या मावशीला आम्ही ताईमावशी म्हणायचो. ताईमावशीचे पती श्री. ओझरकर हे ऑफिसर होते. त्यांना मी पाहिलेलेही नाही. ताईमावशीदेखील संगीत विशारद होती. पण ते संगीत, गायन उंबरठ्याच्या आतच राहिले. ती दिसायला नाकीडोळी खूप सुंदर होती. तिचा व आईचा आवाज एकसारखा होता. त्या दोघींपैकी कोणी मला हाक मारली हे मला कळायचेच नाही. माझी आई खूप

बडबड करायची म्हणून मावशी तिला 'चबड' म्हणायची.

ताईमावशीच्या पाठीवरची बहीण म्हणजे माझी यमूमावशी. यमूमावशी दिसायला खूप छान होती. ती खूप उंच, कंबरेपर्यंत लांब वेणी, अगदी हसतमुख होती. तिचे पती जोशीकाका. ते तिला खूप मारहाण करायचे. त्यांना दारूचे व्यसन होते. ब्राह्मण जातीला कलंकित करणारे सर्व गुण त्यांच्यात होते. एवढी मारहाण व त्रास सहन करून यमूमावशीच्या चेहऱ्यावरून कधी वाटले नाही की ती एवढी दु:खी आहे. तिने पोळ्या लाटण्यापासून सर्व कामे करून आपल्या मुलांना शिक्षण दिले. तिची तिन्ही मुलं प्रकाश, उदय, किरणदेखील स्कॉलरशिप मिळवून, फी माफ करून घेत असत. तिचा अंत एकदम दारुण अवस्थेत झाला. मावशीने स्वत:ला जाळून घेतले.

माझी आई शकुंतला ही तिच्या आईचे चौथ्या क्रमांकाचे अपत्य होते. तिचे बालपण कष्टात गेले. लग्नानंतरही तिला मानसिक कष्ट सोसावे लागले. माझ्या दृष्टीने ती उपेक्षित पण सात्त्विक स्त्री होती. माझ्या बाबांना ती हट्टी व काहीशी वेडी वाटे. पण खरे पाहता तिला सत्याची चाड होती. तिचे मानसिक संतुलन बिघडत गेले हे खरे असले तरी ते का व कसे बिघडले हे मला हळूहळू कळले. आई दादरला सरस्वतीबाई राणे यांच्या शाळेत शिकत होती. मॅट्रिकला जाण्यापूर्वी तिचे प्रेम बसले ते बरोबर वर्गाच्या समोरील इमारतीमधल्या राम देवाडेंवर. तिने शाळेत असेपर्यंत तिचे प्रेम व्यक्त केले नव्हते. ती फक्त त्यांना ऐकत असे, बघत असे. त्यांचा गाण्याचा रियाज व आवाज यामुळे ती भारावून गेली. दोन वर्षे आई त्यांना ऐकत होती, मनोमन त्यांच्यावर प्रेम करत होती. अकरावीच्या वर्गात असताना तिने त्यांच्याकडे ख्याल गायकीचा अभ्यास सुरू केला. त्यानंतर सलग तीन वर्षं ती त्यांच्याकडे गाणे शिकत होती. त्यानंतर माझी आजी म्हणजेच बाबांची आई वारली. शेजाऱ्यांनी बाबांवर दबाव टाकला, 'तू एकटास आहेस.' असे ते सांगू लागले. त्यातच बाबा पांगळेपण होते. सगळ्यांनी सुचवले की तू लग्न कर.

आजीने (बाबांची आई) तिच्या हयातीत दोन मुली पाहून ठेवल्या होत्या. एका मुलीला मंगळ होता तर दुसरीला झोपेत चालायची सवय आहे असे तिच्या शेजाऱ्यांनी बाबांना सांगितले. बाबा लग्नाचा विचार करत असतानाच आईने त्यांना तिचे त्यांच्यावर प्रेम असल्याचे सांगितले. आपण लग्नाला तयार आहोत व तुमची जबाबदारी स्वीकारायला तयार आहोत हेदेखील जाहीर केले. कोणाच्याही सहमतीची गरज नव्हती. पण एक रीत म्हणून कुष्टेआजी, आकू, आंपामावशीचा होकार घेऊन बाबा लग्नाला तयार झाले.

आजीला जाऊन फक्त दोन महिने उलटले होते. बाबा ब्राह्मण नसल्याने, आंतर-जातीय लग्न असल्यामुळे, आईबाबांनी पळून जाऊन १९६६ साली (तारीख

आठवत नाही.) लग्न केले. त्यांचे लग्न लावणारे आमच्या आईच्या वडिलांचे मित्र पाल्येशास्त्री होते. लग्न झाल्यावर आईला प्रथम थोडे दिवस माहेरी घरात घेत नव्हते. मग आमच्या आजीनेच तिला घरात घेतले.

बाबांच्या सर्व मित्रांपैकी फक्त सुधाकाका व अरविंदकाका आईशी चांगले बोलायचे. बाकीच्यांबाबत एकतर तिचा तो मोठा जाड भिंगाचा चष्मा आड येत असे. वास्तविक ती नाकीडोळी खूप छान होती. तिचा बिनचष्म्याचा एक फोटो होता. त्यात ती छानशी, मराठीमधील जुन्या नायिकेसारखी दिसे.

आई बऱ्याच बाबतीत खूप दुखावली गेली होती. शारीरिक संबंध, तुच्छता, स्त्री-पुरुष भेद, जातीभेद, दोषारोपण या सर्वांत तिने दुःख भोगले होते. तिची दुसऱ्या स्त्रियांबरोबर तुलना केली जात असे. ही कशी, ती कशी, त्या कशा राहतात अशा गोष्टींनी ती अजूनच बिथरली. पण याचा कळस झाला तो जेव्हा आई व बाबांची एकाच दिवशी बी.बी.सी. लंडनसाठी ऑडिशन होती त्यावेळी. त्या परीक्षेत आई पास झाली व बाबा फक्त पाच मार्कांनी नापास झाले. रेडिओ स्टेशनवर त्यांनी तिला जोरात सगळ्यांसमोर कानाखाली मारली. तो आवाज माझ्या लहानशा बालपणाला भेदरवून गेला. माझे हातपाय लटलट कापत होते. त्यात आईला दिवस गेले होते. मला तर आताही रडायला येतंय. कारण वेगळं आहे; मी आठवणींशी भांडतेय ना? ह्या घटनेनी बाबादेखील दुखावले गेले होते. त्यांना त्यांच्या आयुष्यातील सर्वांत मोठा धक्का बसला होता.

माझ्या समजुतीनुसार इथून बाबांच्या जीवनाला ग्रहण लागले. आईला तर अगोदरच ग्रहण लागले होते. तिला हिस्टेरियाचा अ‍ॅटॅक आला होता. आईची मनोवस्था डळमळली. ज्याच्याबरोबर पूर्ण आयुष्य घालवायचे तो हा प्रेमी, कलाकार असूनही असा? हा तिच्या आयुष्यातला पहिला धक्का.

असा मनाने विस्कटलेला माणूस स्वाभाविकपणे व्यवस्थित, टापटीप राहू शकत नाही. जिथे जखम झाली, त्याला कोणी फुंकर घातली तरी नकोसे वाटते. इतर स्त्रियांवरून तिला बोलले जायचे. शिवाय ती ब्राह्मणाच्या घरी जन्माला आली हे तिचे शेवटपर्यंत दुर्भाग्य ठरले, उठता-बसता तिला 'तू भटुरड्याची' म्हणून हिणवले गेले.

एवढे असूनही आई संगीताचा ध्यास सोडत नव्हती. मला सांभाळून घरातल्या कामांचा बोजा उरकून तिचा रियाज सुरू होता. तिच्या विशारदच्या परीक्षा ती पास झाली. स्त्रियांना पहिला मान मिळावा हे पुरुषांना तेव्हाही मान्य नव्हते. आजही नाही. अशा सर्व सामाजिक संस्कारांच्यामध्ये माझी आई चिरडलेली होती. मग काय, लोकांना, आजूबाजूवाल्यांना हेच हवे असते. ह्यांच्या भांडणापासून त्यांचा फायदा मागण्यांपासून ते चुगल्या करण्यापर्यंत सर्व उचलत गेले.

बाबा सकाळी उठून ओम्‌चा रियाज करायचे. मग मनहर बर्वे संगीत विद्यालयात शिकवायला जायचे. तिथून परत १० ते १२ च्या दरम्यान दुसऱ्या शिकवण्या. मग घरी १ वाजता येणे. थोडावेळ दुपारची विश्रांती घेऊन परत २.३० ते ३ च्या सुमारास घराबाहेर पडत ते रात्री ९ च्या पुढे घरी येत. त्यात ते सकाळी दहा बाय दहाच्या खोलीत रियाजाला बसायचे. मी खाली झोपलेली असायचीच, त्यात छोट्या लक्ष्मीकांतचीही भर पडली. तंबोऱ्याच्या भोपळ्यावर थेंबभर पाणी पडले की आईबाबांची भांडणे जुंपायची. भोपळ्याला पाणी लागले की अखंड भोपळा कुजतो. त्याकाळीही त्याची किंमत ८०० ते १००० रु.पर्यंत होती. आई विस्कटलेल्या मनोवस्थेत असे. कधी कधी तोंड वेडेवाकडे करी पण तिने मुद्दामहून कधीच केले नाही. आता ते कळतंय. तिला सत्याची चाड होती. कधी कधी आईबाबांचं भांडण जातीचा उद्धार होण्यापर्यंत जाई.

- २ -

४ मार्च १९७२ ला आमच्या बंधुराजांचा जन्म झाला. प्रभादेवी हॉस्पिटलला मला बाबा दाखवायला घेऊन गेले. मला म्हणाले, "ओळख पाहू तुझा भाऊ कुठला?" तर मी त्याला बरोबर ओळखले. सर्वांनी कौतुक केले. ही मुलगी हुशार आहे. तिथे जवळजवळ आठ ते नऊ बाळं होती. पण पाच नंबरच्या बाळाचा अंगठा पकडून मी सांगितलं की हा आमचा लक्ष्मीकांत.

माझ्या व त्याच्या नावाची देखील अशीच गंमत आहे. माझे नाव चित्रलेखा. हे माझ्या आई-वडिलांचे लग्न ज्यांनी लावले त्या पाल्येशास्त्री यांनी ठेवले. पण माझ्या भावाचे नाव कै. मनहर बर्वे ह्यांनी स्वत: बाबांच्या स्वप्नात येऊन ठेवले! तेव्हा अर्थात मनहर बर्वे नुकतेच वारले होते. विद्यालयाची व त्यांच्या कुटुंबाची जबाबदारी बाबांवर सोपवून ते गेले होते. भावाच्या जन्माआधीच काळाने त्याला अशाप्रकारे 'मानाचा मुजरा' दिला होता.

माझ्या जन्माच्या वेळी ज्या इस्टेट एजंटने बाबांचे चार हजार रुपये लुबाडले होते तोच एजंट चौधरी अचानक १९७३ साली उगवला. तेही भावाचा पहिला वाढदिवस साजरा होत असताना. जागेचे म्हणून घेतलेले, थोडे थोडे परत करीन सांगत थोडे पैसे देऊनही गेला. म्हणून तर मी अवदसा आणि हा मात्र लक्ष्मीकांत. पुढे आयुष्यात हे खरेच ठरले.

माझ्या भावाच्या जन्मापासून मला वेगळीच वागणूक मिळू लागली. तो अशक्त होता. त्याला मुडदूस झाला होता व त्यातून तो मरता मरता वाचला. त्याचे फार कौतुक झाले. स्वाभाविक होते, मुलगा होता तो. माझी भूक खूप मोठी होती, आहे म्हटले तरी चालेल. एकदा मी त्याची अख्खी टॉनिकची बाटली प्यायले तर "कुठली तरी कैदाशीण जन्माला आली आहे," असे मला बोलून दाखवण्यात आले. फार भूक. ती सर्वांच्या आवाक्याबाहेर असायची.

शाळेत बंधुराजाने मिया मल्हार रागामधील बंदिश गाऊन दाखवली. त्याचाही आवाज गोड. त्याला ताबडतोब ॲडमिशन मिळाली. त्याचे ते एक कौतुक झाले. त्याचा दरवर्षी शाळेत पहिला नंबर. असे त्याचे बरेच किस्से आहेत.

पोटाची भूक भागविण्यासाठी वयाच्या साडेपाच वर्षांपासूनच सुरुवात झाली. आमच्या चाळीतले भास्करकाका माझ्या शरीराशी खेळत किंवा त्यांच्या शरीराशी खेळण्यास भाग पाडत. भास्करकाका मला गच्चीवर बोलवायचे. एक-दोन वेळा माझ्या दोन मैत्रिणीही आल्या. पण नंतर त्या यायच्या बंद झाल्या. भास्करकाकांनी दाढी कधी कधी केलेली नसायची. मला ती टोचायची. त्यांना रोज मजा घ्यायची होती किमान दिवसातून तीन वेळा. मलाही काही ना काही खायला मिळत असे. असेच दिवस जात होते. इलम-महलमधील घर सोडेपर्यंत.

माझे शाळेत मधल्या सुट्टीतदेखील असेच चालायचे. माझी वर्गमैत्रीण रोहिणी. बिचारी एकदम हडकुळी होती, पण ती माझ्यासाठी पोळीभाजी घेऊन येत असे. त्या बदल्यात मी तिचे चुंबन घेत असे. स्त्रिया-स्त्रियांचे प्रेम. आत्ताच्या काळात त्याला समलिंगी (लेस्बियन) म्हणतात. तीही माझी चौथीपर्यंत सखी होती. आम्ही बाथरूममध्ये लघवीच्या बहाण्यानेसुद्धा प्रेम करायचो.

पोटाच्या भुकेबरोबर प्रेमाची भूकही मी भागवत होते. आमचा शरीरस्पर्शाचा खेळ माझ्यासाठी तरी मनोरंजक होता. तेव्हा एकाच वेळी शाळेत रोहिणी तर घरी भास्करकाका असे भिन्न प्रकार माझ्या जीवनात होते. एकदा वर्गातील मनीषा पण सान्निध्यात आली होती. पण नंतर ती शाळा सोडून बोर्डिंगमध्ये गेली.

तर ह्या दोन्ही भुका अशातऱ्हेने मी भागवित असे. रश्मी नावाच्या मैत्रिणीला हे सर्व ठाऊक होते. पण तिने कधी चुगली केली नाही. उलट ती माझ्याशिवाय राहायची नाही. माझ्याकडे आईवडिलांनी केलेल्या दुर्लक्षातून एक उपजत दृष्टी माझ्या आयुष्यातील प्रत्येक वळणावर, खाचखळग्यात कामी आली.

घरातून बहुतेक वेळा मला एकाकीपण मिळाले. खूप मार खाणे, हिणवले जाणे तर कायमच होते. भावाच्या जन्मापासून फार कमीवेळा वडिलांच्या जवळ झोपायला मिळालं. तो मात्र आईबाबांच्या कुशीतच झोपे. माझ्याबाबतीत कुठल्याशा विद्यार्थ्याच्या आईने भविष्य वर्तवले होते. मी त्या घरात होते तोवर ते वाक्य खास करून ऐकायला मिळे, "ही मुलगी तुझे नाव रोशन करेल." तिने कुठल्या अर्थाने सांगितले माहीत नाही. पण माझ्या पित्याने त्याचा गैर अर्थ उचलून धरला.

हे ही तेवढेच खरे की इकडे जाऊ नको, तिकडे जाऊ नको, हे करू नको अशी कुठल्याही तऱ्हेची बंधने घालण्यात आली नाहीत. असे निदान वयाच्या ११ व्या वर्षापर्यंत होते. त्यानंतर मला बऱ्यापैकी समजत होते अथवा वेळ निघून गेली होती. एव्हाना संस्कारांचा प्रश्नच आला नव्हता. संस्कार काय तर संध्याकाळी मारूती किंवा गणपती स्तोत्र म्हणणे, अभंग म्हणणे, उजळणी करणे, संध्याकाळी दिवे लागायच्या आत घरात येणे एवढेच होते. पण १९७२ साली टी.व्ही. जन्मला. तो प्रथम चाळीत नाईकांकडे आला. तेव्हापासून मी बहुतेक तिथेच असे.

आमच्या आईला शेजाऱ्यांनी फार वाईट वागविले. तिच्या संसाराची धूळधाण होत गेली. चहाड्या करण्यापासून, शिव्या घातल्या जाणे येथपर्यंत तिने सर्व भोगले. तरीही बाबा तिला एकच सांगायचे की शेजाऱ्यांबरोबर चांगली राहात जा. जरी तुझी आई समोर राहत असेल तरी तिला जाऊन सांगणारे हेच शेजारी असतील. शेजारी हे नातेवाईकांपेक्षा श्रेष्ठ असतात. हे मी माझ्या मनाने अजूनपर्यंत आवर्जून एखादी मौल्यवान वस्तू जपावी तसे जपले आहे. कुणाचीही पुरुष माणसे घरात कामावरून आली की तेथे थांबायचे नाही, कुणाच्या घरी पाहुणे आले की आपण तिथे बसायचे नाही, ही स्त्री वाईट, तो पुरुष वाईट असे करू नये, हे केले तर असे होईल, ते केले तर तसे होईल, असे करू नये, हे देखील लहानपणीच मला शिकवले गेले.

दुसरीकडे भावाच्या जन्माच्या अगोदरपर्यंत मला मुलाचे कपडे घालायला लावले गेले. त्यावेळेस ते मला आवडत नसत. आताची परिस्थिती ही की स्त्रियांचे कपडे मला अजिबात आवडत नाहीत. दागदागिन्यांचा सोस जन्मापासूनच नव्हता. मधल्याकाळात थोडीशी हौस होती पण सोस नव्हताच.

सर्व गोष्टींकडे पाहण्याचा माझ्या आईवडिलांचा दृष्टीकोन बहुतेक वेळा सकारात्मक होता. लहानपणी मिळालेल्या या शिकवणीमुळे किंवा संस्कारांमुळे व झालेल्या दुर्लक्षामुळेही आयुष्यात प्रत्येक वळणावर मला मार्ग सापडला. काही गोष्टी मी कळत-नकळत शिकत गेले. बाबा आईला सारखे बोलत, "तुला साडीच व्यवस्थित नेसता येत नाही. मुद्दामहून नेसत नाहीस. छान रहात नाहीस." अहो, आतली गोष्ट अशी की त्यांना कधीकधी रोमान्स करावा वाटे.

पुरुषांना हे सर्व आवडते हे मनात ठसले. त्याप्रमाणे पुढे लग्न झाल्यावर दिलीपच्या घरी संध्याकाळी काम आटोपून रात्री दिलीप घरी यायच्या आधी मी खूप छान तयार होत असे. त्याच्या हाताला धरून चाले. मला असे वाटे की त्यानेही खांद्यावर हात टाकावा किंवा प्रेमाने एकमेकांना भरवावे, जवळ बसून गप्पा माराव्यात किंवा एखादा विनोद सांगावा.

स्वच्छता, टापटीप मी बाबांकडून शिकले. पुढे अंधेरीत आल्यावर ते एवढे आजारी असून संडास, बाथरूम, घराची लादी स्वच्छ धूत असत. बाबांना वाचन प्रिय होते. ते लायब्ररीत जायचे. आम्हालादेखील वाचनासाठी ते पैसे द्यायचे. टीव्ही नव्हता तेव्हा दर रविवारी बाबा आपल्या कुटुंबाला शिवाजी पार्कला, समुद्रावर नेत. दोन रुपयाची मोठी मोठी फळांची डिश खायला घालणे, एकत्र जेवणे. त्यांचे घर सोडल्यानंतर हे सौभाग्य मला कधीही लाभले नाही. बबलू लहान असताना मी दिलीपशी एकत्र जेवणासाठी, एकत्र फिरायला जाण्यासाठी भांडे.

माझ्या माहेरी गरिबी होती. पण ते एक वेगळ्याच तऱ्हेचे वैभव होते. सकाळी

कितीही भांडले तरी रात्री ती भांडणं नसायची. रात्र सुखाची होती. बाबा एवढे सगळे सांभाळून त्याकाळी रॉकेल व गव्हाच्या लाईनीत उभे राहात. शाळेत बाईंना भेटायला येत. शिक्षिकेला देण्यासाठी आवडीने माझ्याबरोबर फूल अथवा गजरा पाठवत. मधल्या सुट्टीत कधीतरी स्वत: आणायला येत. शाळेला भेट देत. जेवायला वाट पाहात. मग ते भलेही अर्धपोटी असत. ती परिस्थिती, त्यांचे ते सर्व टोमणे, हिणवणे सर्व ह्या कृत्याने विसरायला व्हायचे. ह्यातून मला सहनशीलतेची शिकवण मिळाली, आज नाही तर उद्या सर्व काही व्यवस्थित होईल हे सर्व शिकायला मिळाले.

आई भाविक होती. ती श्रावणात जिवती लावत असे. सोमवारचे उपवास करत असे. श्रावणात पोथी वाचत असे. पण तिच्यापाशी अंधश्रद्धा नव्हती तर भक्तिभाव असे. माझ्या आईवडिलांचे वैशिष्ट्य असे की ते कितीही भांडले तरी त्यांच्या दोघांबाबत कोणी काही व्यक्तिगत शिवी घातली, निंदा केली तर त्यांना ते आवडत नसे. तोच स्वभाव माझा आहे. आज कुणी माझ्या मुलांना, किंवा मुलांनी पतीला, माझ्याशी संबंधित कोणालाही शिवी दिली, त्याच्याबद्दल चुगली केली तर मला ते सहन होत नाही. खरंतर मी त्याच्या नरडीचा घोट घेऊ शकते पण बोलूनच मी त्याची वाचा बसवते. आई-बाबा मरेपर्यंत गरीबीतच जगले.

बाबा शाळेत असताना शरद पिळगावकर (सिनेसृष्टीतील सचिनचे वडील) बाबांच्याच शाळेत त्यांच्यापुढे दोन-तीन इयत्ता शिकत होते. बाबा चौथीत होते तर शरद पिळगावकर सातवीत. बाबांची व त्यांची दृढ मैत्री होती. शरदजींचे ते फार कौतुक करत पण बाबांनी त्याचा कधी फायदा घेतला नाही.

पहिलीचे एक वर्ष म.न.पा.च्या शाळेत मी गेले. दुसरीला छबिलदास लल्लूभाई शाळा. तिथे चौथीपर्यंत होते. ह्या शाळेत आठवणीत राहण्यासारख्या दोनच शिक्षिका – जोशी टीचर व मोने बाई. जोशी बाई ब्राह्मण आणि सुशील स्वभावाच्या होत्या. त्या नऊवारी नेसून शाळेत येत असत. अंबाडा घालत असत. त्यावर कधी वेणी माळत, चेहरा नेहमी हसतमुख. त्यांच्या आशीर्वाद देण्यामागे कधीही सुकेपणा जाणवला नाही. तशाच मोनेबाई. त्या पुढे माध्यमिक विद्यालयातही होत्या.

आमच्या घरातले वातावरण गायकीचे. ग्वाल्हेर घराण्याची परंपरा माझ्या वडिलांनी जोपासली होती. त्याच्या जोडीला किराणा घराणे. घरात सतत गाण्यांचे विश्व. आईलाही ग्वाल्हेर घराण्याची ओढ होती. शिवाय आई सुधीर फडक्यांचे गाणे मनापासून ऐकत असे.

बाबा ब्राह्मणांच्या विरोधात असत, कारण त्यांना नापास करणाऱ्यांपैकी एक परीक्षक ब्राह्मण होते. हा राग, माझ्या वडिलांना न्याय नाही दिला म्हणून नाही तर

त्यांना आणखी एका अशा माणसाला पास केले ज्यांची काही एक तपश्चर्या नव्हती यावर होता. त्यांनी फॉर्मवर भरलेल्या जातीवरून ओळखले. लहानपणी मला वाटे हा गैरसमज असेल. पण नंतर त्याच परीक्षकांच्या नावानी लोकांनी जो उपहास केला तो वाचनात आला.

बाबांचे काही कमी झाले नाही. पण एवढेही खरे की बाबांना वाटायचे की त्यांना पहिली प्रसिद्धी मिळावी, त्यांची पत्नी, मुले ओळखली जावीत, त्यांनाही शिष्यांनी पुजावे ह्या प्रसिद्धीसाठी बाबा खूप तडफडले. कारण वयाच्या चौदाव्या वर्षांपासून जी साधना केली, ज्याने संगीताला वाहून घेतले, आपला श्वास न् श्वास संगीताला दिला, त्याचा हा अधिकार होता.

बाबांनी याचा सूड आमच्यावर घेतला. मी चौथीत असताना शाळेतून मला गाण्यासाठी बोलावणं आलं. सौ. सुलभा देशपांडे या माझे फार लाड करायच्या. त्यांनी संधी आणली. 'चाले रे चाले शेंडी चाले पंडितबाबांची' हे गाणे, रोज प्रॅक्टिस करून सेट झाले होते. हे गाणे मी मुख्य गायिका म्हणून गाणार होते. ऐन रेकॉर्डिंगच्या दिवशीच बाबांनी मला पाठवण्यास नकार दिला. संपलं. मी खूप रडले, खूप रडले. आई रेडिओची चाचणी पास झाली तेव्हा तिला गाऊ दिले नाही. मी पास झाले, मलाही गाऊ दिले नाही.

बाबांना त्यांचे शिष्यदेखील विसरले. एक धड लायकीचा शिष्य नव्हता. जे होते ते आपल्याला मिळालेल्या प्रसिद्धीने आपल्या गुरूला विसरले. परिस्थितीच्या आडोशात त्यांनी अनेक ढ शिष्यांना शिकवले. त्यांनी माझ्या आईचा दमादेखील गायनाने बरा केला. तिला सतार शिकायची होती, ती शिकू दिली. तिच्यावर संशय किंवा कुठलेही बंधन नसायचे.

शेजाऱ्यांना जळायला हे सर्व कारण ठरले. आजीच्या पैशात तिला दागिने बनवले. तिला दर बुधवारी गजरा, तऱ्हेतऱ्हेच्या साड्या घ्यायचे हे बघून शेजाऱ्यांच्या पोटात दुखायचे. रेडिओवर कुठले गाणे लागले की आईबाबांचे हा कुठला राग, त्यातले स्वर कोणत्या रागातले हे सुरू व्हायचे. बाबांचा कार्यक्रम असला की त्या रागाचा रियाज असायचा. माझ्या लहानपणी मी बाबांना सलील चौधरी, मदनमोहन, नौशाद, हुस्नलाल-भगतराम, सचिनदेव बर्मन, एल.पी., शंकर-जयकिशन अशा सर्व संगीतकारांची गाणी ऐकताना पाहिले. पण त्यातल्या त्यात त्यांना वाद्य आवडे सॅक्सोफोन.

आईही तशीच. दोघांच्या ध्यानपूर्ण, ध्यानमग्न जीवनात फरक हाच की बाबा दोन शब्दांच्या स्वरांमधील तरंग ऐकत. कधी कधी रडत. ते पुरुष असूनही मनापासून रडायचे. कृष्णमंदिरात नंद, मारवा राग गायले तेव्हा वडाळ्याला संन्यासिनीच्या भव्य आश्रमातसुद्धा वरचा स्वर लावताना रडले. आई मात्र शब्दांच्या

मागे असायची. पण नैसर्गिकरीत्या मांडलेल्या प्रेमाचा ओलावा त्यात होता.

सर्वप्रथम मला आठवतेय ते म्हणजे लहानपणीच मला संगीत समजायला लागले. मी बाबांबरोबर वयाच्या ५ व्या वर्षी मनहर बर्वे संगीत विद्यालयात जायला लागले. त्यांचा क्लास संपेपर्यंत तासन्‌तास मी तेथे बसे. मला रागांची ओळख नव्हती. बाबांनी फक्त भूप, यमन, बागेश्री यांचे स्वर शिकविले. मला भूप राग घोटायला लावायचे. ते मला आवडत नसे. मला तो राग आवडत नव्हता असा भाग नव्हता पण यमन म्हणजे माझे प्राण. त्यात यमन कल्याण म्हणजे मला ध्यासासाठी आंदोलीत करीत असे. त्याचे ते स्वर नि, रे, ग, म, ध, नी, सा हे त्याचे आरोह पंचमहाभूताला खेळवत. बाबांनी मला चीज शिकवली. ती पण 'येरी आली पियाबिन.' मला त्यांच्या क्लासमधील चिडवायचे की 'येडी आली'. मला राग यायचा पण तरीही ते मनावर घेण्यासारखे नव्हते.

मग बाबांनी दोन-तीन वेळा भूप रागासाठी रियाज करण्याबाबत विचारले. मी हो ही म्हटले नाही, नाही ही म्हटले नाही. सोडून दिले. मला तेव्हा कळून चुकले होते की रियाज जी लोकं करतात ते स्वरांचे शुद्ध व कोमल रूप जिवंत ठेवण्यासाठी. कारण रोज पाहत असे, कसे येऊन, येऊन राग घोटत बसायचे. व त्यात भूप हा एकदम शुद्ध राग. सा-रे-ग-प-ध-सा – सा-ध-प-ग-रे-सा. मला गरज भासली नाही. हे दोनच राग बाबांनी बोट धरून शिकविले. बागेश्री राग खास करून शिकविला नाही पण 'कौन करत तोरी बिनती पिहरवा, मानो न मानो हमरी बात।' ही चीज मात्र शिकवली. त्यातले थोडेसे आळवणे जसे सा-नि-ध-म-ग-रे-सा – नि-सा-रे-सा-नि-ध-म-ध-नि-सा – ध-नि-सा-म-ग-रे-सा. मी बाबांना रागांची ओळख व आळवणी नका शिकवू, शुद्ध व तीव्रतेने माझ्या अंतरापर्यंत पोहोचविणारे शिकवा असे सांगू शकले नाही व सांगितले असते तरी त्यांनी ऐकले नसते. म्हणून मग मी ही सोडून दिले. पण ध्यास जिवंत होता.

मग बाबांनी सूरसंगमच्या परीक्षेसाठी साधे भजन शिकवले. 'ए गोविंद राखो शरण, अब तो जीवन हारे'. रागेश्री रागात. मी बाबांना म्हटले होते की हे साधे भजन नको, तर एखादे पद बसवा. पण त्यांनी ऐकले नाही. मला सुरुवातीपासूनच जसे संगीत समजायला लागले तेव्हापासून त्यातील यमन, बागेश्री, निलांबरी, मारवा, पुरिया, झिंझोटी, भैरवी असे बरेच भावुक राग आवडत. ह्यातले बरेचसे राग नंतर मी रेडिओवरती संगीतसरिता कार्यक्रमातून ऐकत असे.

माझ्या वडिलांना एक दोन सिनेमासाठी बोलावणे आले. 'तुम्ही संगीत नाही दिले तरी चालेल, पण निदान साहाय्यकाची तरी बाजू सांभाळा,' असे सांगण्यात आले. पण बाबा शास्त्रीय गायनाच्या अट्टाहासाने मागे राहिले. दोन वेळा अनिल मोहिले (अनिल-अरुण ह्यांच्यापैकी एक) त्यांच्याबरोबर गेले. त्यानंतर अनिल

मोहिले विद्यालयात खूप वेळा आले. पण बाबा काही गेले नाहीत. त्यांचा हा अट्टाहास स्वाभाविक होता. त्यांचे अनुभव, त्यांची श्रद्धा अतूट होती. ती डळमळली नाही. आई भजन वगैरे गायला जायची. तिला निमंत्रणं यायची.

बाबांचे अनेक शिष्य आणि विद्यार्थी होते. प्रकाश नाईक, हरीश थोरात, शकुंतला जाधव, उषा उत्थुप, नैना, नितीन, नलीन, जोसेफ, सुरेश, राव काका, वंदना गद्रे, वंदना पंडित, नीलम. प्रकाश नाईक हे एक व्यक्तिमत्त्व फार विचित्र होते. गायन वेडे. सर (बाबा) म्हणजे त्याला जीव की प्राण होते. तो सगळ्यात सुरुवाती-पासून शिकला. तो बाबांच्या कार्यक्रमात पाठीमागे तंबोऱ्यावर बसत असे.

हरीश धूत ह्याला बाबा शिकवून कंटाळायचे. त्याचा आवाज एकदम जाडा पण हा मनमिळाऊ होता. त्याचे लग्न चर्चगेटला ॲम्बॅसीडर हॉटेलमध्ये होते. मी १७ ग्लास कोकाकोला प्यायले. गुरुपौर्णिमेला एक मिठाईचा पुडा, वर थोडेसे पैसे १०१ रुपये वगैरे द्यायचा. ह्याने देखील आमच्या पडत्या काळात मदत केली. दादरची खोली विकली तेव्हा अंधेरीच्या घराचे पझेशन मिळाले नव्हते. त्यावेळी ह्याच्या फॅक्टरीत थोडेसे सामान ठेवले. थोरात साहेबांची कमाल होती. ते कुठेशी गव्हर्नमेंट सर्व्हंट होते. त्यांना सात मुले होती. त्यातून त्यांचा रियाज चाले. बांद्र्याला क्वाटर्समध्ये राहात असत. तेही तानपुऱ्यावर बाबांना साथ करत.

शकुंतला जाधव या प्रसिद्ध गायिकेची बाबासाहेब आंबेडकरांची गीते खूप गाजली होती. स्तुती करताना बाबा नेहमी तिचा विषय काढायचे. उषा उत्थुप शास्त्रीय संगीताचे धडे घ्यायला क्लासमध्ये आल्या होत्या.त्या चार महिने तानपुऱ्यावर शिकल्या. पण त्यांना स्वत:बद्दल कदाचित जास्त आत्मविश्वास होता. तेव्हाही मोठे कुंकू लावत व हातात मोठमोठ्या अंगठ्या घालत.

नैना गुजराथी फॅमिलीमधील होती. सांताक्रूझ एअरपोर्टच्या बाजूला लागूनच त्यांचा बंगला होता. हिचे आईवडील बाबांचे भक्त होते. ही मूळ मराठी. पण नवरा गुजराथी होता. कॉलेजला असल्यापासून ते मुले चार-पाच वर्षांची होईपर्यंत ही शिकली. नविन वर्मा हे गृहस्थ आम्ही अंधेरीला राहायला आल्यावर शिकायला आले. खूप वर्षे शिकले. ते हॉटेलमध्ये वेटर होते.

जोसेफचा आवाज जसपालसिंगसारखा होता. हा जसपालसिंग, येसूदासचे शो करायचा. ख्रिश्चन असल्याने घरात संगीताला विरोध होता. पण याची बहीण याला मदत करायची. हा दिसायला खूप सुंदर होता.

सुरेश या बाबांच्या विद्यार्थ्याला तर मी कधीच विसरू शकणार नाही. तो दिसायला सुंदर होता. ह्याच्या घरी बाबांचा कार्यक्रम ठेवला होता.

रावकाका आमच्या घरातील महत्त्वाची व्यक्ती होती. हे माझ्या बाबांचे खरे शिष्य. बाबांना त्यांनी खूप दिले व बाबांचेही त्यांच्यावर तेवढेच प्रेम होते. रावकाका

अविवाहित होते. म्हणजे त्यांचे एका युरोपियन मुलीवर प्रेम होते, पण ते लग्न झाले नाही. हे टाईम्स ऑफ इंडियामध्ये होते. ह्यांनी बाबांचे नाव ३७ वेळा पेपरात छापले. त्यांच्या कार्यक्रमाचे कौतुक केले. ते बाबांना इंग्लिश शिकवित.

वंदना पंडित ह्यांनी नृत्यात प्रावीण्य मिळवले होते म्हणून त्या प्रसिद्ध होत्या. त्या नृत्य कृष्णकुट्टींकडे शिकत. खरेतर कृष्णकुट्टी हे रावकाकांनीच आणलेले व्यक्तिमत्त्व. त्यांनीच रावकाकांच्या आमंत्रणावरून बाबांना पंडित ही पदवी बहाल केली.

असे तर बरेच डॉक्टर्स, इंजिनियर, बिल्डर्स, खूप लोक शिकले. पण या सगळ्यांत फक्त प्रकाशनीच परंपरा चालू ठेवली.

मधल्या काळात, १९९३-९५ च्या दरम्यान माझ्या हॉटेलमधील सिंगरचा भाऊ मिलिंद हाही बाबांकडे गाणे शिकला होता. त्याने स्वत: सांगितले, जेव्हा मी त्यांच्या घरी गेले होते. त्याने आदराने माझ्या बाबांचे नाव घेतले. तेव्हा ते ऐकून खूप आनंद झाला.

बाबांचे याखेरीज काही शिष्य म्हणजे चोर्डेकर (अंधेरीचे पझेशन मिळाले नव्हते तोवर ह्यांच्या घरी आम्ही ११ दिवस राहिलो), गिरिधर अंकल, जतीन ठक्कर. (सूरसंगमच्या स्पर्धेत याने पेटी वाजवून चांदीच्या लक्ष्मीचे बक्षीस मिळवले होते.) जतीनचे कौतुक बाबांनीही फार केले. मी भजन गायले होते. परीक्षकांनी मला उचलून घेतले. मी खूप रडले. घरी येऊनही रडले. पण बाबांनी ना माझ्या रडण्याकडे लक्ष दिले ना माझी समजूत काढली. वरती त्याचे कौतुक करून एक प्रकारे मला कमी लेखले.

मनहर बर्वे विद्यालय दादरला खोदादाद सर्कलला चंदू हलवाईच्या दुसऱ्या मजल्यावर होते. मनहर बर्वे यांचे एक शिष्य संगीतकार रोशनही होते. मनहर बर्वे यांच्या मृत्यूनंतर विद्यालयाची जबाबदारी बाबांवर आली. घैसास, पन्हाळकर काका, उत्तमराव पाटील (भीमसेन जोशी यांचे शिष्य) इ. लोकही विद्यालयाची जबाबदारी वाहत होते.

अजून एक आठवण. एक शिष्य सुमन कल्याणपूर यांनी आपल्या भाचीला बाबांचे नाव सुचविले. तिचे नाव होते शुभदा कल्याणपूर. ती बाबांची शिष्या होती. ती बरीच वर्षे बाबांकडे शिकली. सुमन कल्याणपूर बाबांचा आदर करीत.

हे सर्व शिष्य असले तरी बाबांच्या भाग्याला यश नव्हते व परिस्थिती जिथल्या तिथेच. आई-बाबांचे वाईट वाटायचे. बाबा शिष्यांसाठी, पोटासाठी वणवण करायचे. त्यांचा एक पाय (डावा) पूर्ण लुळा होता. एवढी ओढाताण करून त्यांना मुष्किलीने २५० ते ३०० रु. मिळत. तानपुऱ्यावर शिकण्याची फी १०० सांगितली की शिष्य परत यायचेच नाहीत. फक्त नैना ७५ रु., रावकाका ७५रु. देत. हरीशकाका

नव्हता. लग्न झाल्याने त्याने गाणे बंद केले होते. एक भरत पारेख होते ते डॉक्टर होते. त्यांचे ५० रु. येत. बाकी सर्व ३०, २५, १५ असेच असायचे. पावसाळ्यात हालहाल व्हायचे. त्यात आम्ही तीन इतर माणसे होतो.

बाबांचा बागलकोटला एक गाण्याचा कार्यक्रम झाला. त्यात बाबांना ५०००रु. मिळाले. ते त्यांनी जपून बँकेत टाकले. बाबा अप्पांचे बघून लॉटरीचे तिकीट काढायचे. त्या लॉटरीच्या तिकीटात बाबांना अकरा हजाराचे बक्षीस लागले. दादरची पागडीची खोली विकली म्हणता येत नाही. पण त्या इलम-महलच्या मालकाने ६००० रुपये कापले. बाबांच्या हातात १३००० रुपये जमा आले. एकूण २४००० रुपये जमा केले. अंधेरीचा ब्लॉक बुक केला. त्याची किंमत ३३,००० रुपये होती. आईचे दोन दागिने मोडले होते. उरलेली रक्कम चार महिन्यांत देऊ केली.

- ३ -

माझ्या बालपणातली सुरुवातीची अकरा वर्षं दादरच्या इलम-महल बिल्डिंगमध्ये गेली. मी खूप लहान असले तरी तिथल्या अनेक गोष्टी माझ्या कायम लक्षात राहिल्या. दादर स्टेशनच्या पश्चिमेला कबुतरखान्याच्या थोडं पुढे डिसिल्वा हायस्कूल आहे. डिसिल्वाच्यासमोर रस्त्याच्या पलीकडे इलम-महल इमारत आहे. त्याकाळी इलम-महलमध्ये बहुतेक सगळी मराठी कुटुंबं राहात असत. अगदी मराठमोळे मराठी वातावरण तिथे होते. सणवार, मौजमजा सगळे मराठी पद्धतीचे होते. शिवाजीपार्क, दादर चौपाटी अगदी चालत जाण्याच्या अंतरावर, प्लाझा थिएटरही जवळ, शाळा, मार्केट, स्टेशन सगळेच जवळ असल्याने खूप सोयीची व अगदी मोक्याची अशी ती जागा होती. इलम-महल इंग्रजी सी अक्षरासारखी, पण अगदी काटकोनातल्या [सारखी आहे. मधल्या मोकळ्या जागेत खेळायला मिळे. शिवाय जवळजवळ प्रत्येक मजल्यावर थोड्या मोठ्या आकाराच्या बाल्कनीसारख्या गच्च्याही खेळायला, वावरायला चांगल्या होत्या. प्रत्येक मजल्याला कॉमन गॅलरी होती, कॉमन संडास होते. आमचे घर इलम-महलच्या दुसऱ्या मजल्यावर होते. एका खोलीचे हे छोटेसे घर आजोबांनी पागडीवर घेतले होते. 'लहानपण' म्हणताक्षणी मला आठवते ते इलम महलमधले आमचे घर आणि आई-बाबांच्या गाण्याचे स्वर. आई 'मेहरबाँ लिखूँ? हैरान हूँ मैं इस खत में क्या लिखूँ?' गाणे गुणगुणत असायची, तर बाबा 'जाऽ ऽ रे जा रे ऽऽ उड जारे पंछी' गात असायचे.

आमच्याच बिल्डिंगच्या तिसऱ्या मजल्यावर राहणारी रश्मी रणदिवे माझी वर्गमैत्रीण होती. तिचे वडील सुधाकर रणदिवे बाबांचे चांगले मित्र होते. त्यांच्या कुटुंबाच्या मालकीचे आणखी एक घर इलम-महल मधेच तळमजल्यावरही होते. रश्मीचे आई-बाबा दोघेही नोकरी करीत असत. मी अनेकदा शाळेतल्या विविध परीक्षा व स्पर्धांसाठी घरातून चोरी करत असे. रश्मीला सगळे ठाऊक असे, पण ती कधीही कोणालाच काही सांगत नसे. एकदा रश्मीच्या आजीने मला एका परीक्षेसाठी पैसे दिले होते. रश्मी माझी जिवाभावाची बालमैत्रीण होती. एका

पावसाळ्यात ती गच्चीत घसरून पडली आणि तिचा पाय फ्रॅक्चर झाला. तिला हॉस्पिटलमध्ये ॲडमिट करावे लागले. ती नसली की मला कसेसेच व्हायचे, करमायचे नाही. तीही हॉस्पिटलमध्ये सारखी 'गुल्लूला पाठवा.' म्हणत होती. मी तिला भेटायला हॉस्पिटलला गेले. ती हॉस्पिटलमधून घरी परतल्यावरही दोन महिने शाळेत येऊ शकली नाही. त्याकाळात मला शाळेत जावेसेच वाटत नसायचे. रश्मीला दिवसा त्यांच्या तळमजल्यावरच्या घरात ठेवत असत. मी तिथे तिच्यासोबत दिवसभर थांबत असे. तिला त्यामुळे खूप बरे वाटायचे. रात्री तिला उचलून तिसऱ्या मजल्यावरच्या त्यांच्या घरी घेऊन जात असत. ती शाळेत येऊ लागली तेव्हा सुरुवातीला लंगडत चालत असे. तिच्यासोबत जाण्यासाठी मी घरातून साडेसहालाच निघायची. रश्मी माझ्याबरोबर एक दोनदा भास्करकाकांच्या घरी आली होती. नंतर ती मला म्हणाली, "मी नाही येत, तू जा." त्यानंतर काहीच महिन्यांनी ती शिक्षणासाठी तिच्या आजीकडे राहायला निघून गेली.

आमच्या इलम महलमध्ये एक कुटुंब होते नाईककाकांचे. त्यांच्या कुटुंबात नाईक काका-काकू व नाईककाकांची बहीण – आकू आत्या राहायचे. नाईकांना जया, सुषमा अशा दोन मुली होत्या. त्यातली सुषमा माझ्या वयाची होती. आकू आत्या क्रिकेटच्या भक्त होत्या. त्या रेडिओवरून तांदूळ ओवाळून टाकायच्या मग रेडिओ सुरू करून कॉमेंट्री ऐकत बसायच्या. आम्ही मुली शाळेतून मधल्या सुट्टीत पळून यायचो किंवा सकाळीच दप्तर जिन्याखाली लपवून नाईककाकांच्या घरात जाऊन मॅचची कॉमेंट्री ऐकत बसायचो. आमच्या बिल्डिंगमध्ये टेलिव्हिजन आल्यावर मग मी टी.व्ही.वर मॅच पाहायला शाळा बुडवायची. त्याकाळी क्रिकेटमॅच पाच दिवस चालायची.

बाबांचे व नाईकांच्या घराचे पटत नसे. ते लोक मालवणी होते व खूप अंधश्रद्धा बाळगत. नाईककाकांची नोकरी खूप चांगल्या ठिकाणी असल्यामुळे त्यांचे कुटुंब आपला मोठेपणा मिरवित असत. नाईकांची सुषमा माझ्याबरोबर एक-दोनदा भास्कर-काकांकडे आली होती, पण नाईककाकूंना संशय आला. त्या तिला ओरडत असत. त्यामुळे सुषमा यायची बंद झाली.

आमच्या बिल्डिंगच्या तळमजल्यावर कान्हेरे कुटुंब राहायचे. कान्हेरे काका-काकूंना तीन मुली होत्या. त्या तिघीही खूप सुंदर व हुशार होत्या. त्या वयाने माझ्यापेक्षा मोठ्या होत्या. कान्हेरे काका मुलगा होत नाही म्हणून दुःखी असायचे. ते काकूंना खूप मारायचे. काकू मात्र शांत व धार्मिक होत्या. त्यांचे माझ्या आई-वडिलांशी खूप पटायचे. काकू ग्रॅज्युएट होत्या व त्यांना संगीतातले ज्ञान होते. त्या सकाळी उठल्या उठल्या अभंग व भावगीते गायच्या. कान्हेरेकाकूंना ब्रेनट्यूमर झाला व त्यातच त्यांचा अंत झाला. त्यांच्या मृत्यूला महिना, दीड महिना झाला असेल कान्हेरेकाकांनी लगेचच दुसरे लग्न केले. या पत्नीपासून त्यांना वर्षभरात मुलगा झाला. कान्हेरेकाकांच्या

तीनही मुली, ताई, उज्ज्वला व भावना यांचा सावत्र आईमुळे नंतर खूप छळ झाला.

आमच्या बिल्डिंगमध्ये कुष्टे आजी राहायच्या. कुष्टे जातीने सोनार. त्या सर्वांनाच कमी लेखून बोलायच्या. त्यांच्या दोन्ही मुलींनी वंदना व पुष्पा यांनी पळून जाऊन लग्नं केली होती. दुसऱ्या मजल्यावर चंद्रकांत काका-काकू राहायचे. त्यांना मूलबाळ नव्हते. त्यांच्याकडेच चंद्रकांत काकांची आई व मामा राहायचे. आम्ही चंद्रकांत काकांच्या मामांना 'भास्करकाका' म्हणत असू. हे भास्करकाका वयस्कर व अविवाहित होते. चंद्रकांत काकांच्या आईच्या अंगात यायचे. काकांकडे गणपती बसायचा व आरती सुरू झाली की त्यांची आई घुमू लागायची. आरती संपता संपता तिच्या हातातून कुंकू पडू लागायचे. हातातून निघणाऱ्या कुंकवाचा चमत्कार पाहण्यासाठी आम्ही सगळी मुलं खूप उत्सुकतेने त्यांच्या घरी जायचो. त्यांच्या घरी आमच्या बिल्डिंगमधला सर्वांत पहिला टी.व्ही. आल्यामुळे मी सतत त्यांच्या घरी टी.व्ही पाहायच्या लालसेने जायला लागले आणि या लालसेनेच मी भास्करकाकांच्या लैंगिक भुकेची बळी ठरले. लहानपणी मुलं विषामृताचा खेळ खेळतात ना त्यातल्या विषाचा अनुभव भास्करकाकांनी मला माझ्या आयुष्यात प्रथम दिला.

चंद्रकांतकाकांच्या शेजारी आंपामावशी राहात. आंपामावशी विधवा होत्या. त्यांना ब्रिजेश व गिरीश हे दोन मुलगे होते. गिरीश खूप हुशार होता तर ब्रिजेश एकदम व्रात्य होता. तो अख्ख्या बिल्डिंगला सतवायचा. आंपा मावशीला पूर्ण बिल्डिंग घाबरायची. त्या काँग्रेसच्या कार्यकर्त्या होत्या. त्यांच्यामुळे आमच्या घरात राजकारणावर खूप चर्चा चालायची. बाबांना कॉम्रेड डांगे अजिबात आवडत नसत. बाबा आंपामावशीला नेहमी म्हणायचे, ''या माणसाने अक्षरश: अख्खे राजकारण खराब केले.'' आई-बाबा काँग्रेसला मत देत. आंपामावशीमुळे एकदा आम्हाला इंदिरा गांधींच्या सभेचा पास मिळाला. त्यामुळे खूप जवळून त्यांना पाहता आले. मला इंदिरा गांधी खूप आवडल्या. त्यांचे ते काळे आखूड केस व पिकलेली एक छोटीशी बट, त्यांनी नेसलेली ती बिस्किटकलरची काठाची साडी मला अजूनही लक्षात आहे. त्यांच्या आवाजाने माझे काळीजच धडधडू लागले होते. अख्खे शिवाजीपार्क तुडुंब भरले होते. मी आईसोबत गेले होते. संध्याकाळी उशीरा त्यांचे भाषण संपल्यावर खूप गर्दी उसळली आणि माझी आणि आईची ताटातूट झाली. आई त्या गर्दीत जणू वाहून गेली, माझी चप्पल हरवली. मी खूप उशिरा घरी पोहोचले. मी पोहोचल्यावर आईच्या जिवात जीव आला. बाबा इंदिरा गांधींची तोंड भरून स्तुती करायचे. रतन खत्री व इतर स्मगलर्सना कसे पकडले याचे रसभरीत वर्णन करायचे. त्याकाळात आमच्या दादरच्या एरियात बाळासाहेब ठाकरे खूप प्रसिद्ध व्हायला लागले होते. लहान मुलं आपापसात त्यांना ठाकरे काका म्हणायची. मलाही ते खूप कणखर वाटायचे. आंपामावशीच्या निमित्ताने आमच्या घरात या

राजकारणाविषयीच्या चर्चांना जोर येत असे.

आंपामावशीच्या शेजारी नाडकर्णी काकांचे घर होते. नाडकर्णी काका बासरीवादक होते. पन्नालाल घोष हे नाडकर्णीकाकांचे गुरू होते. छोटा गंधर्व नाडकर्णीकाकांच्या घरी येत असत. नाट्यप्रयोगासाठी आले की छोटा गंधर्व नाडकर्णीकाकांकडे वास्तव्यास असत. बाबा व छोटा गंधर्व यांचीही चांगली मैत्री होती. तासन्तास त्यांच्या गप्पा रंगत. त्यांनी बाबांना एकदा पुत्रप्राप्तीसाठी अकरा सफेद बुधवार करायचा सल्ला दिला होता. आमच्या बंधुराजांच्या जन्माच्या अशा अनेक कथा आहेत.

आमच्या मजल्यावर हेमामावशी राहायची. ती खूप भल्यामोठ्या सुंदर रांगोळ्या काढायची. एका रांगोळीसाठी तिला तीन-चार तास लागत असत. ती रांगोळी काढत असताना मी मन लावून रांगोळी पाहत बसे. नाईककाकांकडेही नितीन कांबळी नावाचा रांगोळी काढणारा एक जण येत असे. त्यांच्या रांगोळ्यांचे प्रदर्शन भरत असे. मी ते प्रदर्शन बघायलाही जायची. दादरमध्ये असे नाटक, प्रदर्शन, सिनेमे पाहायला जायचे प्रसंग वारंवार येत असत. प्लाझाला त्याकाळी व्ही.शांताराम यांचे चित्रपट लागायचे. मी लहानपणी कृष्णसुदामा, रामशास्त्री, माणूस, जगाच्या पाठीवर, शेजारी, कुंकू, पेडगावचे शहाणे हे चित्रपट प्लाझात पाहिले होते.

इलम-महलच्या तिसऱ्या मजल्यावर डॉ. वाघ यांचे क्लिनिक होते. डॉ. वाघ यांचे व्यक्तिमत्त्व खूप छान होते. ते हसरे व खेळकर होते. माझी आई त्यांच्याशी गप्पा मारायला जात असे. तिची मानसिक स्थिती बरी नव्हती. डॉ. वाघ ही परिस्थिती समजून तिच्याशी बोलत असावेत त्यामुळे तिला बरे वाटत असावे. आमच्या कुष्टे आजी व नाईक काकू बाबांना चुगल्या करायच्या. "ती काय तुमची ती! सारखी ओरडत असते, वरती डॉ. वाघांकडे जात असते." बाबांच्या मनातही त्यामुळे बहुधा थोडा संशय येत असावा. त्यामुळे त्यांच्या मनात विष कालवून कुष्टे आजी व नाईककाकू बाकी नामानिराळ्या राहात.

एरवी दादरमधले माझे लहानपण खूप छान होते. पावसाळ्यात मी व रश्मी गच्चीत जाऊन भिजत असू, साचलेल्या पाण्यात कागदाच्या होड्या सोडत असू, कधी कधी गच्चीच्या कठड्यावरून खाली वाकून रस्त्यावरची गम्मत पाहत राहायचो. रस्त्यावरून जाणाऱ्यांच्या हातातल्या एकाच रंगाच्या छत्र्यांमध्ये गच्चीवरून आम्ही लावलेली शर्यत हा आमचा आवडता खेळ असे.

इलम-महलमधले घर सोडायचा निर्णय आई-वडिलांनी घेतला होता. इलम-महलच नव्हे तर आमचे दादरही सुटणार होते. बालपणीच्या आठवणीत घर, शाळा, घराचा परिसर, मैत्रिणी, आई-बाबांचे एकत्र गाणे या सगळ्या गोष्टी होत्या. हे सगळं मला दादरमध्येच सोडून जावं लागलं. तेव्हा मला माहितीही नव्हतं की माझ्या बालपणावर, आई-बाबांच्या सुखी संसारावर तो पूर्णविराम ठरणार आहे..

-४-

अंधेरीच्या जागेचे पझेशन १३ जूनला देतो असे सांगितले गेले पण ते दिले नाही. आम्हाला अचानक दादरची खोली खाली करायला लागली. धूत काकांनी टेम्पोतून सामान वड्याळाला नेले. आम्ही हातात थोडेसे सामान– स्टोव्ह, टोप असे घेऊन चोर्डेकर काकांच्या घरी डोंबिवलीला गेलो. आमच्या शाळा दादरला. त्यात माझी छबिलदास लल्लूभाई माध्यमिक मुलींची शाळा माटुंग्याला. मला खूप उशीर व्हायचा. घर बरोबर पाचला सोडायचे, परत यायला दुपारी दीड-दोन वाजायचे. बाबांचेही हाल होऊ लागले. त्यात तेव्हा डोंबिवलीत गोपी टॉकीजजवळ मच्छरांचा भडिमार, लाईटची दुखणी. हैराण झालो होतो. मग बाबांनी ठरविले, की काहीतरी दुसरी व्यवस्था करायची.

तिथून मग आम्ही विद्याविहारला बाबांचे एक विद्यार्थी गिरीधरकाका यांच्याकडे राहायला आलो. तिथे बाबांचे फार वाईट हाल झाले. अजूनही अंगावर शहारे येतात. सोमैया कॉलेजपासून पार टिळक नगरच्या १८० नं. बिल्डिंगपर्यंत चालत जायचे. त्यात ते पावसाळ्याचे दिवस. बाबा त्या पाईप लाईनवर दोनदा घसरून पडले. पण कधी त्यांनी हायहुई केले नाही. शिकवण्या चालूच, विद्यालय चालूच. इथे आल्यावर माझे पोटाचे हाल कमी झाले, कारण गिरीधरकाकांच्या घरी शिळंपाकं किंवा खाऊ असायचाच. नवीन वातावरण असले तरी मला इथे बऱ्यापैकी समजू लागले होते.

गिरीधरकाका यांचे विद्याविहारचे घर खूप मोठे होते. एक रूम व किचन, गॅलरी ऐसपैस. शेजारी जास्त कोणी कोणाकडे जायचे नाही. त्यातले शेजारी फक्त दोन लक्षात राहण्यासारखे होते. केरळवाली आंटी आणि मुश्ताक व त्याचा परिवार. आता माझी शाळा दुपारची करून घेतली होती. केरळवाल्या आंटीला हिंदी येत नव्हते. मुश्ताक दहावीत होता व मी पाचवीत. सुरुवातीच्या ओळखीचे रूपांतर प्रेमात झाले. त्याच्या आईला माझ्या नजरेतील मुश्ताकसाठी असणारे प्रेम कळले असावे.

एकदा दिवाळीच्या सुट्टीत मी आईची साडी नेसले. तिथे त्याला दाखवायला गेले. आमच्या घरात सर्व झोपले होते. त्याच्या घरी कोणी नव्हते. त्याने सहज

रूममध्ये खेचले. मला एकदम लाजेने भरून आले. त्याने माझे चुंबन घेणे वगैरे ठीक होते. पण नंतर तो जे वागला ते मला एकदम घृणास्पद, किळसवाणे वाटले. प्रेम कोणावरही जबरदस्तीने लादता येत नाही, एखादे लहान बाळदेखील, मुके जनावर-देखील नको असलेला घास उलटी करते. त्यानंतर मी त्याला बघायचे, भेटायचे, बोलायचे सर्व बंद केले. त्यानंतर काहीच दिवसांनी आम्ही तिथून निघालो.

विद्याविहारला टॅक्सीत बसलो अन् मग अंधेरीतल्या घराजवळच्या दाराशी आलो. सामान थोडेच होते. ते टॅक्सीच्या मागेच होते. गृहप्रवेश बाबांनी माझ्याकडून करवून घेतला. तांब्या भरलेल्या पाण्याचा, त्यावर हळदकुंकवाची स्वस्तिकाची नक्षी, गृहप्रवेश झाला.

हे घर फ्लॅट नं १०९/ सी-विंग, बिल्डिंग क्र. ४१, मनीषनगर, अंधेरी येथे होते. आम्ही राहायला आलो तेव्हा त्या घराचे उंबरठेच लावायचे शिल्लक होते. बाकी सर्व काम पूर्ण झाले होते. बिल्डिंगमध्ये त्यावेळी जास्त लोक राहायला आले नव्हते. आमचे शेजारी नाना प्रकारचे होते. हिंदू, मुसलमान, यहुदी, ख्रिश्चन असे विविध धर्माचे तसेच मराठी, गुजराथी, पंजाबी असे वेगवेगळे भाषिक होते. श्रीमंतही होते आणि श्रीमंतीचा आव आणणारेही होते, कोणाच्या अध्यातमध्यात नसणारे होते, तसेच इतरांच्या जीवनात लुडबुडणारे होते, काही मंथरा, काही कैकेयी होत्या. संगीताची आवड असणारे होते, तर बाबांना मोठ्या आवाजात रियाज बंद करायला सांगणारेदेखील होते. मध्यमवर्गीय होते, गाड्या बाळगणारे धनवंत होते, हुशार होते, ढ देखील होते. सौंदर्यवती होत्या, काही जेमतेम होत्या. रिमा लागू तेथेच राहायची. गुफी पेंटलच्या पत्नी व मुलगा हॅरी तेथे राहायचे. अलका आल्हादच्या घरी जॅकी श्रॉफ, सुधीर पांडे येत. (अलका एअर होस्टेस होती) ही १९८० च्या दशकातली गोष्ट आहे त्यावेळी हे लोक जास्त प्रसिद्ध नव्हते. मी एकदा शशी कपूर यांना तेथे एका घरी आलेले पाहिले होते.

शेजाऱ्यांमध्ये प्रेमवीर होते. इतरांवर जीव टाकणारे तरुण होते. त्याचप्रमाणे ज्यांच्या कहाण्या ऐकू येत अशा बायकाही होत्या. मलाही एकदा एका शेजाऱ्यांकडून वाईट अनुभव आला होता. तो माझ्याशी नको इतकी शारीरिक लगट करत होता.

तसे पाहिले तर दादरलाही शेजारी होते. पण त्यातल्या त्यात चाळीत एक सुख होते की, बाबांना रियाज करायला मोकळेपणा मिळत होता. त्या शेजाऱ्यांना संगीत कळत होते हा भाग नव्हता. पण जो तो आपल्या परिस्थितीशी संघर्ष करणारा होता. जागा कमी पडायची. तानपुऱ्यालाच ४ फूट लागायचे. इथे हे सर्व माजलेले. कुंभकर्णासारखे झोपायचे आणि अहिरावण व महिरावण बनून दुसऱ्यावर स्वार व्हायचे.

बाकी स्त्रियाही तशाच प्रकारच्या होत्या. फक्त जास्त उच्चभ्रू पद्धतीच्या.

चाळीतल्या स्त्रिया परिस्थितीशी झगडणाऱ्या. ह्यावरून माझी आई म्हणायची पळसाला पाने तीनच. कुठेही जा, शेवटी तेच.

याच काळात माझ्यात बदल होऊ लागले व त्यातूनच मी त्या आगीत फेकले गेले. खरे तर माझी मानसिक स्थिती आयुष्यात एकदाच विस्कटली पण त्याचे भोग बरेच ठिकाणी भोगले. आतापर्यंत परिस्थिती फार नाजूक होती. अंधेरीत राहायला आल्यावर म्हणजे १९७९ मध्ये, सुरुवातीचे दिवस जरा बरे चालले होते. अंधेरीत राहायला आल्यावरही बाबांचे एक लिटर दूध आणणे वगैरे सुरूच होते. बाबांच्या शिकवण्या जरा व्यवस्थित चालू होत्या. काही ठरावीक लोक फी व्यवस्थित देत. फरफट थोडी कमी होती व तशी थोडी स्वस्ताईही होती. अंधेरी स्टेशनहून यायचे बसचे पूर्ण तिकीट २० पैसे होते. आईबाबांचे भावनिक पाश एकमेकांत व्यवस्थित गुंतलेले होते. ते आयुष्याच्या शेवटच्या क्षणापर्यंत तसेच होते. आईने बाबांच्या पडत्या काळात सांभाळून घेतले.

पण दोघांचे मानसिक संतुलन ढासळण्यामागे ९९% शेजाऱ्यांचा, समाजाचा हात होता. सभ्यता, सामाजिक सभ्यता, आव, दिखावा, पोटात एक तोंडावर एक, जळणारे अशा नाना तऱ्हेचे लोक होते. बाबांना नैराश्याचे झटके थोडे बसले तरी ते सावरले होते, पण दादरला कुष्टे आजीने जे विष पेरले त्याने कधी कधी बाबा खवळून निघायचे. त्यात सर्वांचे, विशेषतः आईचे, मानसिक संतुलन बिघडले. भांडणे, आठ्या घालून ऐकणे, कधी तरी तोंड वेडेवाकडे करणे, किंवा कोणी नसताना जोराने ओरडणे असे आईचे होऊ लागले. दादर सोडताना तिने सुटकेचा श्वास सोडला होता. इथे आल्यावर ती खूपच म्हणजे ९०% सावरली होती. पण कुठे ना कुठे जखमेचा व्रण शिल्लक राहतो.

असेच एक दिवस, काही बांगड्या विकण्यावरून वाद झाला. घरात झुंबर सजावटीसाठी बाबांनी दोन बांगड्या मागितल्या. तिने त्या देण्यास नकार दिला. ह्या भांडणाच्या आधी पण एक दिवस, काहीतरी श्रावण महिन्यात जोराचे भांडण झाले. घरात वास्तुशांत होती. स्वयंपाक तीस माणसांचा. पण त्यादिवशी पावसाने असा धुमाकूळ घातला की अख्खे अन्न फेकून द्यावे लागले. आम्ही तीन दिवस तेच खाऊन कंटाळलो. कोणीही आले नव्हते. बाबांचे म्हणणे एकच की तुला कोणी यावे असे वाटत नाही. पण तिचे हे वाटणे स्वाभाविक होते. हरीशकाका आला, प्रकाश आला, रावकाका कुठे रात्री दहा वाजता आले. म्हणजे खरे लोक जे गुरूंना आदरार्थी मानत होते ते आले. त्यातले काही पावसापायी नाही येऊ शकले. तर तिलाही कळून यायचे की कोणी यावे, कोणी नको. तरीही अशी भांडणे होत.

पण जे भांडण १९७९ मध्ये झाले त्याच्याने साऱ्या घराचे चित्र पालटले. आई

कंजूष नव्हती. त्याला काटकसर म्हणतात हे मला आता कळले. कारण तिने बांगड्या विकायला नकार दिला होता. तिचे म्हणणे की आपली परिस्थिती नाही, तर कशाला ही सजावट? पण तेव्हा त्या भांडणापायी रुसून, आई सकाळी पाचला उठून मावशीकडे सर्व दागिने आणि पेटी घेऊन निघून गेली. त्यावेळी बाबा देवपूजा करत होते. ते माझ्यावरच वैतागले. "तू तिला का नाही अडविले?" हे सुरुवातीला टोमणे सुरू झाले. त्यानंतर "तुला आई नको होती," असे टोमणे मारत.

घरात आई असताना तरी मला काय मिळाले? माझे पुरुषांबाबत जे आकर्षण टिकून राहिले त्याचे कारण स्त्रियांनी मांडलेला मानसिक व शारीरिक छळ. सुरुवातच आईने केली. आईने लहानपणीच माझ्या पाचव्या वर्षापासून वेण्या बांधायचे सोडले. त्यासाठी केस वाढवायची हौस असूनही केस वाढविता आले नाही. तिने शिकेकाईने डोके धुतले तरी ते मारून झोडून अंघोळ घातल्यासारखे. सातवीपर्यंत बॉबकट कायमचाच. केस कापताना मी रडायचे, बाबांना चढवून द्यायचे. त्याच्यावरून त्यांनी माझ्या डोक्यात अडकित्ता मारला व मारण्याची धमकी दिली.

सर्वप्रथम मी मुलगी. स्त्री-जात, सृष्टीला हवे असलेले वरदान पण मानवी जीवनाला शाप. मला आई मरेस्तोवर मारत असे. भिंतीवर आपटून आपटून मारे. डोक्याला दर आठ दिवसाला एकतरी टेंगूळ ठरलेलेच असायचे. मी खूप रडायची.

रडण्याची कारणे बदलली. पण अश्रूंनी माझी साथ कधी सोडली नाही. अभ्यासात हुशार असूनही मार खाऊनच अभ्यास करावा लागे. मला चांगलं आठवतंय, ग, म, भ, न, गिरवून घेण्यासाठी किती हातावर, मांडीवर किती फटके खाल्ले ते! त्याचे तळअंग सुजेपर्यंत.

वर्षाला फक्त एकदाच कपडे मिळत. एकच फ्रॉक. दहाव्या वर्षापर्यंत माझ्याकडे फक्त दोन फ्रॉक होते. तेच अदलूनबदलून घातले. दागिने घालणे तर अशक्यच होते. पन्नास पैसेवाले कानातले मी दोन वर्षं वापरले. परत एकदा पन्नास पैसेवालेच आणले. अंधेरीला आल्यावर शैलेंद्रने – बाबांच्या विद्यार्थ्याने – बाबांना गिफ्ट केलेले तीन जोडी कानातले व रोलगोल्डची चेन मी वापरू लागले. माझ्या मामेबहिणने मीराताईने मला दिलेले कानातले इतके सुंदर होते पण आमच्या म्हातारीने तेही शेवटपर्यंत एकदाही घालू दिले नाही. त्यात खूप सुंदर गुलाबी खडे होते.

मी सात वर्षांची होते. शाळेतून एका मुलीची छत्री कुठल्यातरी मुलीने उचलून नेली. त्याच्यावरून मी ती चोरून विकून खाल्ल्याचा आरोप केला गेला. ती छत्री नंतर आठ दिवसांनी दुसऱ्याच मुलीने आणून दिली. त्यासाठी दोघांनी माझी उपासमार चालवली. जेवायला वाढायचे पण सतत मांडीवर फटके. मला त्यांच्याबरोबर जेवायला बसायचीही भीती वाटायची. मग मी कमी जेवायचे; जेवले तर जेवले,

नाही तर नाही. मात्र रोज मांडीवर फटके काही ना काही कारणे काढून मिळायचेच. हे सर्व दहा वर्षांपर्यंत दादरला असेपर्यंत. अंधेरीला आल्यावर नवीन तऱ्हेचा त्रास.

आई होती तेव्हासुद्धा मी सर्व तऱ्हेचे प्रकार करत होते. ह्यात आता नाविन्याची भर पडली. मी साडेदहा वर्षांची होते, त्यावेळी दोन घटना एकाचवेळी घडल्या. आम्ही अंधेरीत राहायला आलो. कोणीतरी म्हणाले, ''बोरीवलीची कान्हेरी लेणी पाहून घ्या.'' तर बाबा आम्हा दोघा भावंडांना घेऊन रविवारी सकाळीच कान्हेरी लेणी पाहायला घेऊन गेले. आम्ही दुपारपर्यंत परत आलो. त्यादिवशी बाबांनी एक चमचा रम (मिलीटरी रम) त्यात पाणी टाकून आम्हाला प्यायला दिली. मी आयुष्यात प्रथमच मद्य घेतले.

त्याच्या दुसऱ्या की तिसऱ्या दिवशी अशोक सूर्यवंशी नामक माणसाने माझा उपभोग घेतला. आपले समाधान करून घेण्यासाठी त्याने माझ्या अंगाशी काय चाळे केले ते मला नीट काही कळले नाही, पण मला विचित्र वाटले. कदाचित त्यांनी माझ्या नजरेत कुणाचा तरी शोध आहे हे ओळखून त्या संधीचा फायदा घेतला. पहिल्या ओळखीत त्याने काही केले नव्हते. पण नंतर त्याने मला त्याच्या रूमवर बोलावले. असेच गप्पागोष्टी करत राहिला. खरेतर मीही कुणीतरी प्रेमाचे एकदम आपलेच असावे, या शोधात होते. पण आपलेपणा काय? तर जवळ बसावे, माझ्याशी खूप बोलावं. मी त्याच्याशी किंवा तिच्याशी खूप बोलावे. पण मला मैत्रीण नव्हती. मित्रही नव्हते. आमची परिस्थितीच एकदम तिसऱ्या तळाची होती. या सगळ्याचा अशोक सूर्यवंशीने गैरफायदा घेतला. माझ्याशी यौनसंबंध केले, चाळे केले. मला विचित्र वाटत राही.

माझी जीवनाची पायरीच विस्कटली. मी मग जणू त्याला माझा नवराच समजून बसले. त्याच्या घरी जाऊन त्याचे बादलीभर कपडे धुवून देत असे, कारण तो बहुतेक वेळा मला त्याच्या छातीवर डोके ठेवायला देत असे. हे सर्व त्याच्या मित्राला – शशीला माहीत होते.

असेच एकदा अशोकचे घर साफ करताना, कपडे धुताना कुठल्याशा मुलीचे प्रेमपत्र सापडले, एकदा बायकोचे पत्र सापडले. अशोकचे वय चोवीस होते. त्याच्याशी हे यौनसंबंध दोन महिने चालले होते. आठवड्यातून दोन-तीन वेळा संबंध येत. त्या पत्रांनंतर अशोक निसटायच्या अगोदरच मीच जाणे बंद केले. तो माझ्या घरी येऊ शकत नव्हता.

त्यानंतर आठ-दहा दिवसांतच तो तिथून निसटला. त्याच्या जाण्याने मला दु:ख झाले नव्हते. उलट मी सुटले असेच वाटले. मी म्हटले, ''सुटले.'' त्याने मला खरे का सांगितले नाही याचा मात्र राग आला. पहिला संबंध आला त्या

दिवसापासून माझ्या अंगावर पांढरे पाणी जाण्याचा त्रास मला होऊ लागला.

अशोक गेला पण शशीने माझा फायदा घ्यायला सुरुवात केली. त्याने मला लग्नाचे वचन दिले आणि एक दिवस त्याच्या घरात बोलावून माझ्याशी अतिप्रसंग केला.

मनीषनगरमध्ये राहणारी लोकं वाढू लागली होती. वर्दळ वाढत होती. मनीषनगर बहरत होते. गजबजत होते. पण माझ्या नशिबात मित्र-मैत्रिणी नव्हतेच. एव्हाना आईही घर सोडून गेलेली होती. इमारतीत आल्यापासून कोणाचे दळण आणून दे, कोणाचे रेशन आणून दे, कोणाच्या झाडांना पाणी घालून दे, सांगतील ती कामे मी करायची. बिल्डिंग क्रमांक ४०-४१ च्या दरम्यान चित्राला कोणीही हाक मारावी, चित्रा हजर. आणि त्यांची अशी फुटकळ कामं केल्याबद्दल मला चिरीमिरी पैसेही मिळत.

मनीषनगरमध्ये अजूनही बऱ्याच इमारतींचे काम चालू होते. मला त्यावर काम करणारा करीम आवडायला लागला. पण करीम मला भीक घालत नव्हता. त्याची भेट घालून देतो असं सांगून एक कडिया, जो जवळजवळ पन्नास वर्षांचा असेल, मला अर्धवट असलेल्या इमारतीत न्यायचा. तिथे जाऊन आसनांची पुस्तके – ज्यात फक्त रेखाचित्रं होती – दाखवायचा. यौनसंबंध कसे करायचे याची ती चित्रं होती.

त्या कडियाबरोबर जाण्यासाठी बरीच कारणे होती. करीमचे कारण फक्त नावाला होते. पण महत्त्वाचे कारण हे होते की करीमपायी शशीने माझा पाठलाग सोडला. शशी फार हैराण करत असे. कुठेही गेले तरी शशीला तोंड द्यावे लागे. लोकांची कामं करत, कडियाच्या वासनेला तोंड देत असेच दिवस चालले होते.

एक दिवस विक्की जीवनात आला. हा मुलगा पंजाबी होता. भोळा होता. तो मला भेटायला आमच्या गच्चीवर दोनदा आला. त्याने माझे चुंबन घेतले, माझी वक्षस्थळं दाबणे असे प्रकार केले पण यौन संबंध केले नाही. मला तेव्हा मासिक पाळीही आली नव्हती. त्याच्या चुंबनाला कांद्याचा उग्र दर्प येई. ते प्रकरण तिथेच संपले. त्याने माझा पाठलाग वगैरे केला नाही. तो मुलगा नीच नव्हता. बाबांनी घर बदलल्यावर बऱ्याच वर्षांपूर्वी भेटला होता पण सरळ बोलला, वागला. त्यानंतर पुन्हा भेटला तेव्हा हॉटेलमध्ये कस्टमर म्हणून आला होता. त्याला माहीत नव्हते की मी तिथे सिंगर आहे.

विक्कीचा मित्र निक्कू पाठी लागायचा. पण त्याच्या हाती मी काही लागले नाही. नंतर मन्सूर. ह्याला फार गर्व होता. त्याची चालायची अदा जसा काही दादा. खरंतर ते मला आवडायचे. मी सर्वांशी मित्र म्हणून बोलायला जायची पण भलतेच होऊन बसायचे.

जेव्हा आमच्या कॉलनीत सार्वजनिक गणपती बसला तेव्हा हे सगळे ओळखीचे झाले. मला लहानपणापासून गणपतीच्या आरतीचे वेड होते. मला फक्त प्लाझा मार्केटचाच सार्वजनिक गणपती माहीत होता. पण इथे मला खूप आनंद झाला. आरती म्हणायची, सिनेमा पडद्यावर लागेपर्यंत अगोदर गाणी गायची, गणपतीच्या डेकोरेशनला मदत करायची. तर इथे ही सर्व चांडाळ चौकडी होती.

ह्या गणपतीला मी शहाणी झाले. आधीच्या गणपतीच्या वेळी आई घरात होती त्यामुळे सगळ्या कार्यक्रमांना ती सोबत असे. पण यावेळी आई घरातच नव्हती. मन्सूर, दिनेश, रविंद्र, लॉरेन्स डिसूझा (साजन सिनेमाचा दिग्दर्शक), दिलीप, अल्कन, रॉनी, रॉकी एकत्र असायचे. मन्सूर, दिनेश, लॉरेन्स, दिलीप यांनी माझ्याबरोबर अनेक प्रकारे शारीरिक लगट करण्याचा प्रयत्न केला. अगदी नको नको त्याप्रकारे त्यांनी शारीरिक चाळे केले. गणपतीतल्या कार्यक्रमांच्या आडपड्याने ते हे सगळं साधत होते. माझ्या लक्षात आले होते. मी पुन्हा रात्रीच्यावेळी गणपतीला यायची पण त्यांच्याशी हसण्यापुरतेच संबंध ठेवायला लागले. हायपर्यंतच. कारण त्यांनी माझ्या विश्वासाला खूप मोठा तडा दिला होता.

एकदा तर रॉनी एकटा घरी आला. लॉरेन्सचा भाचाही एकदा आला, बसला बसला व गेला. पण एक दिवस रॉनी, अल्कन, रॉकी हे सर्व घरी आले. मला आनंद झाला. अल्कनला मी चांगला मित्र मानायची. तो तोतरा बोलायचा म्हणून कोणी मुलगी त्याला भाव देत नसे. हे तिघे त्या दिवशी बोलण्याच्या निमित्ताने घरी आले होते. त्या तिघांनी मला आमच्या बेडरूममध्ये नेले आणि मग शारीरिक चाळे सुरू केले. ते आले तेव्हा आमच्या समोरच्या प्रभूकाकींना संशय आला होता. त्यांनी मोठ्या दादाला – त्यांच्या मुलाला – सांगितले. दादाने बेल वाजवली. बेल वाजवल्याबरोबर सर्वांची हवा टाइट झाली. सगळे पळाले.

पण बाबा घरी आल्यावर दादाने चुगली केली तेव्हा मला खूप वाईट वाटले. त्यात त्या तिघांना घरी बोलावून ताकीद दिली की, ३९ नंबरच्या इमारतीच्या बॉर्डरपर्यंतही दिसता कामा नये. त्यानंतर दादा लवकर घरी यायला लागला. त्याची मोटारसायकल थांबली की मला खूप बरे वाटे. पण काकी उठता बसता बाबांचे मोठेपण सांगून मला हिणवत असत.

ही चांडाळ चौकडी संपत नाही तोच दिवाळीत देवेनचे प्रकरण झाले. तो स्वत:ला हिरोच समजायचा. मीही वेडी काही क्षण भुलले. त्याला माझी शय्यासोबत हवी होती. पण मी त्याला नकार दिला. चंदू मेकॅनिकचा भाऊ रवीही असाच. त्याच्यावर तर मी डी.एन. नगर पोलीसस्टेशनला दोनदा पोलीस केस केली होती. पुढे उदय-बरोबर माझे संबंध दोन वेळा आले. तोही वयाने खूप मोठा होता. तो इलेक्ट्रिशियन

होता. मला तो थोडा आवडायचा.

उदयबरोबर संबंध येईपर्यंत आमच्या घराची परिस्थिती एकदम खालावली होती. एकदा तर घरात पीठ नव्हते. बाबांनी वडाळ्याहून कोणाचा तरी तंबोरा दादरला दुरुस्तीसाठी दिला होता. त्या विद्यार्थ्याने बाबांना टॅक्सीला पंचवीस रुपये दिले होते. पण मी जसे बाबांना घरात पीठ नाही सांगितले तसे बाबांनी ते पंचवीस रुपये गव्हासाठी दिले.

त्यावेळी आमच्या इथे एक केळेवाला यायचा. त्याने केळी घेण्याचा आग्रह केला. मी केळी घेतली. पण त्याच्या मनात केळी देण्याचा हेतू वेगळाच होता. मग काय तो रोज अर्धा डझन केळी व वरती १०-१२ रुपये खर्चाला देत असे. माझ्या घरात तो किमान २० मिनिटे तरी थांबत असे. त्याने दोन वेळा केले न केल्यासारखे केले. तो वृद्ध होता. त्याच्यातून जी आग व्हायची, नुसता जाळ उठायचा. मला नुसता घासून जायचा. त्याचे नि माझे जवळजवळ दोन वर्षं संबंध होते. केळेवाल्याने दिलेल्या पैशातून मी सकाळी पाव आणि एक अंडे घेत असे. कधी कधी दोन अंडी, चार पाव असे सुद्धा घेत असे.

आमच्या समोरच्या इमारतीत मि. विन्सन व त्यांचे कुटुंब राहायचे. फिलोमिना ही त्यांच्याकडे मोलकरीण होती. फिलोमिनाच्या मालकिणीने मला दोन फ्रॉक पाठवून दिले. फिलोमिनानेही मला तिची सँडल दिली. मी ती खूप वर्षं वापरली. प्रभूकाकी फक्त तोंड विचकायला असायच्या, तर मारूती दादा नुसता बघायच्याच कामाचा. पण एका बहिणीचे अंग झाकण्यासाठी दुसऱ्या बहिणीचे कपडेही त्याने देऊ केले नाहीत.

आशुतोष घाग नावाची एक व्यक्ती होती. त्याच्यावर माझा जीव होता. त्याचे डोळे खूप बोलके होते. तो दोन वेळा घरी आला होता, पण त्याने संबंध ठेवले नाहीत. तो मला नेहमी टाळायचा. नंतर काही दिवसांनी तो मला का टाळायचा हे माहीत पडले. तो श्रीमंत होता आणि त्याचे दुसरीकडे संबंध होते.

आशुतोषनंतर मनापासून कोणाकडे पाहण्याची इच्छा झाली नाही. खूप प्रेमप्रकरणे घडली पण त्यांची सीमा आवडण्यापर्यंत होती. आशू हा आशू होता. माझ्या आजोळचा – साताऱ्याचा. सर्व जवळचे वाटायचे. सहा-सात वर्षांपूर्वी मला विक्की भेटला. त्याच्याकडून कळले की आशू गर्दचे व्यसन लागून त्यातच वारला. खरंतर कोणत्याही कारणाशिवाय माझे आशुतोषवर प्रेम जडले होते.

जगदीश एकदम जाडाजुडा, हा मारवाडी होता. ह्याचे मिठाईचे दुकान नवरंग टॉकीजला लागून होते. ह्याने खोटे बोलून ३८ नंबरच्या सातव्या मजल्यावर गच्चीत मला बोलवाले. मी गेले.

इथे मी प्रत्येक व्यक्तीला मला भेटण्यासाठी संधी दिली. आशू सोडून प्रत्येकाला. त्याचे कारण एकच, कोणीही माझ्या बाबांना सांगू नये, तमाशे होऊ नयेत. तमाशाचे स्वरूप भयंकर परिणामात होऊ द्यायचे नाही. म्हणून शक्यतोवर मी त्यांना माझ्या शरीराशी खेळू दिले. भावना दुखवून घेतल्या. मी माझ्या आईबाबांना कोणी त्रास देऊ नये म्हणून असे करण्याचा प्रयत्न केला आणि त्याचा फार मोठा मोबदला चुकता केला. असुरक्षित आयुष्य जगताना त्यातल्या सुरक्षेसाठीसुद्धा खूप मोठी किंमत चुकवली.

जगदीशच्याच इमारतीत जसविंदर नरूला राहात असे. ती मला दोन वेळा भेटली. ती माझ्याच वयाची. त्याकाळी ती टीव्हीवर रूना लैलाची गाणी गात असे. पण खूप घमेंडी होती.

रविंद्र हा एवढा वयस्कर तिशीच्या पुढे असेल. याने 'जाहलो भजन आम्ही नमितो तव चरणा' ही आरती शिकवली होती. पण गणपती जायच्या दिवशी घाणेरडा प्रश्न केला. त्याने इशाऱ्याने मान उडवून विचारले, 'चलतेस का ××ला?' मला प्रचंड राग आला. पण मी दर्शवू शकले नाही.

हे सर्व शरीर उपासक होते, ते मजा मारून बाजूला होत. उदयने तर हद्द गाठली. मनीषनगरच्या शॉपिंग सेंटरचे काम चालू होते. मी कुठूनतरी येत होते. तर मला घेऊन सरळ गच्चीत न जाता पहिल्या माळ्याच्या जिन्यावर उभ्याने संबंध केले व निघून गेला. माझा गाऊन चुन्याने बरबटला. उदयबद्दल जी इज्जत होती ती तर त्या क्षणाने मनातून उतरली.

अशोक सूर्यवंशीदेखील चार वर्षांनी अवतरला. मी दरवाजाच्या डोळ्यातून पाहिले. माझे हातपाय थरथर कापत होते. मी दरवाजा उघडला. आईबाबा बेडरूममध्ये होते. त्याने बाहेरूनच विचारले, "इथे चित्रा राहते काय?" तो पहिला काय दिसायचा. पण आता तो एकदम बारीक झाला होता. कपड्यांचा अवतार तर पाहवत नव्हता. तो मला ओळखू शकला नाही. पण मी त्याला ओळखले. "कोण चित्रा?" मीच उलटा प्रश्न केला. मी त्याच्या समोर अख्खी उभी होते. खूप जाडी, गुबगुबीत. त्याच्या विचारण्यावरूनच मला कळून चुकले की त्याने मला ओळखले नव्हते. माझे उत्तर फायदेशीर ठरले. त्यानंतर तो परत कधीच दिसला नाही. संपले.

मनीषनगरमध्ये काही चांगली माणसंही भेटली. आसाराम, गुलाब, सुशीला. आसारामने आमचे किचन गॅलरीत बनवून दिले होते. तेव्हा त्याची ओळख झाली. तो एक सरळ, सच्चा माणूस होता. तो इमारतीच्या कामगारांच्या झोपड्यात राहायला होता. त्याने सुशीला नावाच्या कामगार मुलीच्या बहिणीशी लग्न केले होते. संध्याकाळी ती आसारामबरोबरच मला गरम भाकरी वाढत असे. मी भाकरी

खाण्यासाठी तिथे जात असे.

सुशीला सरळ, सालस मुलगी होती. तिचे मराठी हैद्राबादी अंदाजात होते. तिचे नाक दोन्ही बाजूने टोचले होते. मला नाक टोचायची हौस होती. मी बाबांजवळ सारखी हट्ट करायची. पण बाबांनी नाक तर टोचले नाहीच उलट अंधेरीला कानातल्या जन्मापासूनच्या तारा होत्या, त्याही काढून घेतल्या.

गुलाब हाही एक कडीया होता. जेव्हा बाबांनी घरातले काम काढले तेव्हा ह्यांच्याबरोबर ओळखी झाल्या. माझी आई घरात नव्हती व तो वयाने एकवीस वर्षांचा होता. पण त्याने माझा कधी गैरफायदा घेतला नाही. तासन् तास बाबांसमोर यायचा, बाबा गेल्यावर पण असायचा. एकदा माझ्या पायात साधा एक काळ्या दगडाचा कपचा गेला होता. माझा पाय दिवसेंदिवस सुजत होता. मी रांगून दूध आणायला जात असे. रांगूनच स्वयंपाक करत असे. सर्व ओळखीचे हसायचे. दहा दिवस उलटले.

गुलाब सहज दोन दिवस आला होता. त्याने सांगितले की जखमेत पाणी भरले आहे. आमच्या इमारतीमधल्या काकींनी हळद, कांदा, मीठ गरम करून लावले होते. गुलाबने दुसऱ्या दिवशी पाहिले तेव्हा पायाला हात लावला व म्हणाला की पाणी झाले आहे. मी त्याला हात लावू देत नव्हते. पण त्याने बोलता बोलता जखम फोडली. त्यातून पू व त्यातले काळे काळे रक्त काढले. अख्खी एक मोठी चिंधी रक्त व पू यांनी भरली. त्यातला पू त्याच्या तोंडावर पण उडाला. त्याला ती दगडाची जागा दिसली. त्याने तो कपचा काढून दाखविला. जसा पू काढला तसे मी ताबडतोब चालायला लागले. पण त्याची भरपाई शरीराने किंवा कुठल्याही चाळ्याने पूर्ण करून घेतली नाही. बस, त्याला वेळ असला की तो यायचा. त्यानंतर बाबांनीही तो एवढावेळ का बसतो हे विचारणे सोडले.

मला गरीब माणसांचा अनुभव चांगला आला. गरीबांकडे काही नसते पण एक गोष्ट आवर्जून असते, ती म्हणजे त्यांच्यात माणुसकी असते. दुःख, गरीबी माणसाला सामान्य बनवते व म्हणून ते मधाळ बोलतात.

-५-

या वेळी अंधेरी ते दादर असा शाळेसाठी प्रवास सुरूच होता. माझ्या अनेक मैत्रिणीही होत्या. कॉलनीत, शाळेत देविका, तिची बहीण पूनम, शीला, बॉबी, रेश्मा, सुनीता परदेसी, सुनीता पवार, नंदा, अर्चना, शैलजा शेळके, नूतन कुलकर्णी. प्रत्येकीची एक तऱ्हा होती. देविका खिशात पैसे नसले तरी मौजमजा करायची. पूनमचे आशूबरोबर शरीरसंबंध होते. बॉबी व जिगर एका जातीचे होते पण त्यांचे जुळले नाही म्हणून जिगर त्याची तहान विझवायला माझ्याकडे दोन-तीन वेळा आला. नंदा माझी फार जवळची मैत्रीण होती. सुनीताची आई व भाऊ देवासारखी माणसे. तिची आई गरमगरम पोळ्या, मांदेलीचे सार, तळलेली मांदेली असा स्वयंपाक वाढायची. आयब्रो कोरणे हे मला तिच्यापासून माहीत झाले. तिने मला ब्युटीपार्लरमध्ये नेले होते. तिच्या आईला पाहून मला नेहमी एक प्रश्न पडे की हिची आई अंगाने किडकिडीत असूनही सगळ्यांची एवढी काळजी वाहते, एवढा सुंदर स्वयंपाक करते, सगळ्यांची जेवणं उरकते, मग माझ्या आईला एवढा कंटाळा का? जसविंदर नरूलाशी माझे दोनचारदाच बोलणे झाले. ती ग्रुपमध्येच कमी यायची. माझ्या अंगावर त्यांच्यासारखे कपडे नसायचे म्हणून मला वेगळी वागणूक दिली जायची.

शाळेतील शिक्षिकांपैकी रास्तेबाई, गोखलेबाई (विद्याधर गोखले यांची द्वितीय पत्नी), रांगणेकर बाई, पद्मा विद्वांस (राधा ठाकूर), मोनेबाई अशा कितीतरीजणी मला विविध कारणांसाठी आठवतात. राधा ठाकूर यांनी पळून जाऊन लग्न कसे केले हे मला पूर्ण माहीत होते कारण विद्वांस घराणे ब्राह्मण. माझ्या आईच्या फार जवळच्या संबंधातले. ठाकूर माझ्या समोरच्या इमारतीत तळमजल्याला राहात. त्यांना लग्नाला परवानगी मिळाली नाही म्हणून पळून जाऊन लग्न केले होते. केले ते केले आणि त्यांनी सासूची सेवाही केली नाही.

त्या म्हातारीला दोनच मुलगे होते. ती म्हातारी माझ्या आजीची मैत्रीण होती. ती आजीला हे सर्व सांगत असे. त्यामुळे मला माहीत होते. त्यांची सासू म्हणे, "यांच्या आडनावातच विद्वांस आहे." हे मी वर्गात सांगितले. या गोष्टीमुळे त्यांनी

सगळ्या वर्गात माझी छी थू केली.

माझे आयुष्य शाळा आणि मनीषनगरच्या कॉलनीमध्ये घुसळून निघत होते. आई घर सोडून गेली आणि माझ्या आयुष्याची धूळधाण उडाली. बालपण हरवले होते. खेळणं तर उरलंच नाही. मी मात्र नियतीच्या हातातलं खेळणं झाले होते. माझे आयुष्य होश आणि बेहोशी या दोघांमध्ये प्रवास करत होते. जीवाची ओढाताण होत होती. परिस्थिती भयंकर होत चालली होती. गुन्हेगार कोण होते? परिस्थिती की जीव? मला माहीत नाही.

माझ्या वयाच्या अकराव्या वर्षी अशोक सूर्यवंशी या माणसाशी माझे शारीरिक संबंध आले तेव्हा माझी शारीरिक वाढही पूर्ण झाली नव्हती. खोट्या आपलेपणापायी मी त्याचे चाळे सहन केले, पण याचे भयंकर परिणाम मला सहन करावे लागले. शारीरिक संबंध आले त्याच्या दुसऱ्या दिवसापासून माझ्या अंगावरून जाऊ लागले. खूप त्रास व्हायचा. बाबा बिचारे नको तेवढे इलाज करत होते. अंगाला, कपड्यांना खूप वास यायचा. मला यामुळे वर्गात शेवटच्या बाकावर बसवले जाई.

एकटेपणा वाढत होता. एकदा तर मी अक्षरश: माझ्या लहान भावाला माझ्या अंगावर चोळून घेतले. बिचारा तोही लहान होता पण त्यालाही माझा राग आला होता. म्हणून तो मला सारखा सगळा प्रकार बाबांना सांगायची धमकी द्यायचा.

मला पाळी आली. पण पाळी आल्यानंतर तो केळेवाला होताच. त्यामुळे परत त्रास सुरू झाला. मला उठता बसताना लाज वाटायची. पाळी यायच्या आधीच अशोक निघून गेला होता. पण दुखणं माझ्यामागे लावून गेला. थकवा आला. माझी कंबर अक्षरश: वाकडी झाली होती.

मला चौदावे वर्षं लागले होते आणि आयुष्याच्या चिंध्या झाल्या होत्या. पण शरीर आकार धरू लागले होते. घरात आई नव्हती. घरकाम करावेच लागत होते. शाळेसाठी प्रवास करावाच लागत होता. बाबा आणि लहान भाऊ घरात. आम्हा तिघांचा स्वयंपाक मी बनवायची. पैशांची ओढाताण. मला पोटाची भूक भागवायची असायची आणि पुरुष त्यांची लैंगिक भूक भागवायला मला वापरत होते. मी हे कुणाशीच बोलू शकत नव्हते. पाप-पुण्य, चांगले-वाईट मला फरकच समजेनासा झाला होता.

पुरुषांबद्दल घृणा भरून यायची पण संबंध आले की तो पुरुष आपल्याकडे आकर्षित झालाय, आपण त्याची भूक भागवतो असे मनात ठसायला लागले. आपली पोटाची भूक भागवून कोणी त्यांची लैंगिक भूक भागवणे हे बरोबरच असेल अशी मनाची समजूत झाली आणि त्याचवेळी न्यूनगंडानेही मनात घर केले. आपण रंगाने काळ्या, आर्थिक परिस्थितीने गरीब, आई-वडिलांच्या नावडत्या हे सारखे

टोचत राहायचे. प्रेम, आपुलकी, जिव्हाळा शोधत मी भटकत राहायची. प्रत्येक वेळी कुणा ना कुणाच्या वासनेला बळी पडत होते.

हे सगळे घडत असतानाही मी संध्याकाळी दोन तास तानपुरा घेऊन रियाज करत असे. सकाळी चपात्या लाटता लाटता संगीत सरिता ऐकायचे. त्याचाच रात्री रियाज करायचे. फिलोमिना आणि आशा आमच्याच बिल्डिंगमध्ये घरकाम करत असत. त्यांच्याशी माझे चांगले जमायचे, पण आशाशी बोलताना बाबा वाईट बोलायचे. ती आमच्याकडेही काम करायची. फिलोमिना आणि मी रोज फिरायला निघायचो. फिलू मला नेहमी तिचे कपडे, चप्पल द्यायची. मला ती खूप आवडायची. ती तिच्या मनातल्या गोष्टी मला सांगायची.

फिलोमिनाला आमच्याच एरियातला दिलीप आवडायचा. दिलीप दिसायला काळा, नाक सरळ, थोडक्यात, मिथुन चक्रवर्तीसारखा होता. त्याचे पूर्ण नाव दिलीप वासुदेव हळदणकर. दिलीप मनीषनगरमध्येच मन्नूभाईकडे कामाला होता. तो साईन बोर्डचे पेंटिंग करायचा. त्याच्या कामाच्या रस्त्याने मी व फिलोमिना रोज जायचो. नजरेनजरेतच ओळख झाली होती. फिलूला तो आवडला म्हणून आम्ही मराठीत चिठ्ठी लिहून त्याला खिडकीतून दिली. तो आमच्या इमारतीच्या खाली भेटायला आला. कुडता, निळी पँट, तोंडात सतत पानाचा तोबरा.

मी मध्यस्थी होऊन म्हणाले, ''दादा, ही तुझ्यावर प्रेम करते.'' त्याने विचारले. ''ही कुठल्या जातीची?'' फिलोमिना त्याच्या प्रेमात वेडी झाली होती. उठता-बसता त्याचा जप करे. जसे तिने ख्रिश्चन सांगितले तसे त्याने तिच्या प्रेमाला नकार दिला. तो म्हणाला, ''मी तुला माझ्या गावी नेऊ शकत नाही. आमचे घर वाळीत टाकतील.''

मी निर्लज्ज होऊन त्याला म्हणाले, ''माझ्याशी लग्न करशील का? मी मराठी आहे.'' खरे तर तो माझ्यापेक्षा दहा वर्षांनी मोठा होता. मला एवढी लग्नाची घाई झाली कारण मला घरात क्षणभर थांबायचे नव्हते. त्यासाठी मी एवढे मोठे पाऊल उचलले होते. घरातले वातावरण उबग येण्यासारखे झाले होते. आशूच्या प्रेमात निराशा आल्यानेही मला एकदम झटका आल्यासारखे झाले.

बाबू हा खरेतर दिलीपचा एक मित्र होता. त्याचे माझ्यावर प्रेम होते, तो फार मागे लागायचा. त्याचे इशारे फक्त झोपण्यासाठी होते. मग मी त्याला पद्धतशीर भाऊ बनवून टाकले, पण बाबूने त्याचाही फायदा घेतला. त्याने मला फिलोमिनाला पटवून द्यायला सांगितले तेही दिलीपच्यामार्फत. मी फिलोमिनाला समजावले. त्यावरून तिने बाबूशी संबंध ठेवले. त्यातून तिला नंतर मुलगा झाला. पण बाबूने लग्न केले नाही. करणार कसा? कारण त्याचे लग्न अगोदरच झालेले होते.

लग्न म्हणजे मला नीट कळतही नव्हते. पण मला लग्नाची घाई होती. जात-धर्म तर महत्त्वाचे वाटतच नव्हते. पण प्रेम असायला हवे असेही वाटत नव्हते.

मी लग्नासाठी उतावळी होते. मला भाऊ, वडील यांच्यापासून मुक्ती हवी होती. भावाला माझे सगळे वीकपॉईंट माहीत होते. बाबांना तो सांगेल आणि मग माझी काही खैर नव्हती. मी सतत भ्यायलेली असायची.

दिलीपशी प्रेम (?) झाल्यावर आठ दिवसांतच शरीरसंबंधही आले. शरीर-संबंधात अनेकदा त्याने घृणास्पद, किळसवाणी वागणूक दिली. माझ्यासोबत अनैसर्गिक संबंध केले. त्याचा शारीरिक त्रास मला उठता बसता होत होता. श्वासाश्वासाला वेदना होत असत. पण स्त्री-पुरुषांमध्ये शरीरसंबंध चांगले म्हणजे कसे असतात हे मला ठाऊकच नव्हते. हे सर्व असेच असते असे वाटून मी शरण जात राहिले. त्याच्या चित्र-विचित्र गोष्टी मी सहन करत गेले. हे दोन अडीचवर्षं असेच चालले होते. एव्हाना थोडे थोडे प्रेम समजायला लागले. आता प्रेमात आतुरता वाटू लागली. हा माणूस किमान माझ्या व्यतिरिक्त कोणाकडे पाहात नव्हता. शिवाय त्याचे सर्व नातेवाईक मला ओळखू लागले होते. त्याच्या बहिणीशी माझी चांगली मैत्री झाली होती. मी त्यांच्या घरी जायला लागले होते.

घरातले वातावरण सुधारत नव्हतेच. आईने घर सोडून जसे काही सगळ्यांना वाऱ्यावर सोडले होते. पण तिचा संतापही टोकाला गेला असावा. दादरला असताना तिने खूप काही सहन केले असावे. मला समजत नसले तरी तिला सगळे वेडी असल्यासारखे वागवत होते. तिचा त्रागा, आदळआपट, स्वत:शीच बोलणे, हातवारे करणे, तिच्या मनोरुग्ण असल्याचे लक्षण असेलही. मला खूप वर्षांनी तिने त्या काळी तिला कराव्या लागलेल्या पाच ॲबॉर्शन्सबद्दल सांगितले. त्यावरून तिने काय काय सहन केले असेल आणि ज्याबद्दल ती बोलू शकली नाही त्याची मी आता कल्पना करू शकते. पण तेव्हा तिचाही मी रागराग करत होते.

आई घर सोडून गेली होती तेव्हा दोन वर्षं बाबांजवळ प्रेमाचे माणूस नव्हते. त्यांनी माझा दोन्ही बाजूंनी छळ मांडला होता. आई निघून गेली तेव्हा मला म्हणाले होते, ''तुला रान मोकळे झाले.'' ती नसताना आपली शरीराची भूक भागवण्यासाठी ते एक दिवस माझ्याजवळ बेडरूममध्ये आले व मला माझे छाती माप किती आहे विचारत त्यांनी माझ्या छातीवरून हात फिरवायला सुरुवात केली. त्यांच्या तशा हात फिरवण्यावरून मला पुढे काय अनर्थ होणार आहे हे कळले. मी धावत बाहेर पळाले. एकदा त्यांनी माझ्या आशा नावाच्या मैत्रिणीचे वक्ष जोरात दाबले. ती बिचारी थरथरत मुकाट उभी राहिली होती.

आशाने आणि मी आम्ही दोघींनीच मग जाऊन आईला ठाण्याच्या मावशीकडून आणले. तर तिथूनही बाबा बोलायला लागले, ''ही छिनाल आईला घेऊन आली.'' मला असे शाप मिळत गेले. रक्त गोठत होते. भावना मरत होत्या.

दिलीप पेंटरची नोकरी करून कादरखान, प्रदिपराय चौधरी यांच्याकडे स्क्रीप्ट लिहायला जात असे. त्याचाही त्याला 'ग' होता. पण त्या 'ग' चा काय उपयोग होता? माझ्या पुढ्यात काय वाढले जात होते त्यापासून तो मूर्ख अनभिज्ञच राहिला. आई घरी यायच्या आधी तर अनेकदा त्या केळेवाल्याने दिलेल्या दहा-बारा रुपयांमध्ये मी दिलीपला हॉटेलमध्ये नाश्ता करवायची. त्याच्या 'ग' चे त्याला पैसे मिळत नव्हते ना.

आमच्या शरीरसंबंधांतून मला दिवस गेले. दिलीप माझ्यावर नेहमी संशय घेत होता. माझे व दिलीपचे जोरदार भांडण झाले. दिलीपला कॉलनीतली पोरं चढवून द्यायची, चिडवायची. दिलीपही काही सरळ नव्हता. तो फक्त नावाला आर्टिस्ट होता, दादा लोकांमध्ये त्याचे उठणे-बसणे होते. तो चरस, गांजा पीत होता. मला हे इतरांकडून कळले पण तोपर्यंत उशीर झाला होता.

मला तिसरा महिना सुरू होता आणि भांडता भांडता दिलीप मला बेदम मारू लागला होता. एकदा तर त्याच्या मारण्याने मी बेशुद्ध झाले होते. कारण पुन्हा तेच होते. तो म्हणत होता, "तुझी आधीची लफडी मला का नाही सांगितलीस?" मी फक्त इतकंच म्हणू शकत होते की, "मला तुम्ही सोडून जाल अशी भीती वाटत होती."

दिलीप माझ्याशी लग्न करणार होता. त्यामुळे मी काहीही सहन करायला तयार होते. पण महिन्यावर महिने उलटत चालले होते. दिलीपची आत्या वारली म्हणून दिलीप गावी गेला आणि आजारी पडला. मी गरोदर होते. ते वडिलांना नंतर माहीत पडले. आईशी बोलताना मी ऐकले होते. त्यांनी मला खूप मारले. रागाने अक्षरशः माझ्या पोटावरती लाथ मारली. "त्या काळ्याचं मूल पोटात ठेवलंस? तो तुझ्या पोटाला चिमटा काढेल तेव्हा कळेल." बाबा स्वतःच माझ्या बाबतीत चुकले होते. मी त्यांचा मनापासून धिक्कार करत होते. मला त्यांच्या बोलण्यात काहीही तथ्य वाटत नव्हते. पण हे खरे आहे की चोर चोराला बरोबर ओळखतो.

मला सातवा महिना लागला होता आणि दिलीप अजूनही गावाहून आला नव्हता. मी त्याला पत्र लिहिले ते त्याला गावी मिळाले. तो परत आला. आईचे लग्न ज्या भटजींकडे लागले त्यांच्याच शिष्याकडे आमचे लग्न २३ मार्च १९८३ या तारखेला झाले. मी सौ. वैशाली दिलीप हळदणकर झाले.

- ६ -

मला लग्नाचा पहिला दिवस आठवतोय. लग्नाला माझे बाबा आले नव्हते. लग्न लागताना आई, भाऊ, सासरा इतकीच लोकं होती. लग्नानंतर ज्या घरी दिलीप मला घेऊन जाणार होता ते घर त्याच्या काकांचे होते. दिलीपचे वडील वासुदेव हळदणकर व त्याचा छोटा भाऊ चंदू तिथेच राहायचे. दिलीपचं काका दामोदर हळदणकर व काकू सरिता हळदणकर, त्यांची चार मुले असे आधीच नऊजण त्या घरात राहात होते. आता मीही लग्न करून त्याच घरात आले होते. त्यातच माझ्या पोटात मूल वाढत होते. लग्न करून आले तेव्हा घरात पूर्ण अंधार होता. फक्त एक रॉकेलची बत्ती पेटली होती. चुलतसासूने छानसे जेवण करून ठेवले होते. रात्रीचे अकरा वाजले होते. मांदेलीचे सार, डाळ, भात सगळे व्यवस्थित होते. मी, सासरे, दिलीप सर्व एकत्र घरी मालवणीत आलो होतो. येतानाच टॅक्सीत गादी, रॉकेल, स्टोव्ह असा थोडासा संसार घेऊन आलो होतो.

दुसऱ्या दिवशी सकाळी साहेबांना उठवायला गेले तर ते उठत नव्हते. घरातली सर्व मंडळी उठली होती, सर्व तयार होते. ह्यांनी बाकी सुट्टी घेतली होती. सकाळचे पावणेआठ वाजले होते. मी पायाला हात लावून उठवत होते, तर मला आईवरून सणसणीत शिवी दिली. मला धक्काच बसला. लग्न होऊन उजाडलेला पहिला दिवस भांडणाने सुरू झाला. मी म्हटले, "कृपा करून आईला शिवी घालू नका." तर त्या तासाभरात सारख्या शिव्या घालायला लागले.

यानंतर तिसऱ्या दिवशीच होळी होती. दिलीप हलक्या कानाचा तर होताच पण मारहाणही करत होता. आमची होळी अशी मारहाणीतच साजरी झाली. बाळाच्या जन्माच्या वेळेपर्यंत दिलीप शारीरिक संबंधाची मागणी करत राहिला. आणि ही मागणीही अत्यंत अश्लील शब्दांत तो करत असे. एकांतात पत्नीला काय बोलावे? तर अत्यंत घाणेरडे शब्द! विचित्र वर्णनं, हातवारे. या सर्वांत माझ्या चारित्र्याचे तर तो धिंडवडेच काढायचा. मी दुःखी होते. पण इतर स्त्रियांची दुःखे समोर होती. माझी आई, मग सासूबाई. त्यांना बघून मला जगायची ताकद वाटत होती. दुःख पचवून त्याच्या ह्या वागणुकीला सामोरे जाता येत होते.

लग्नानंतर दिलीप घरात असा वागायचा. लग्नाआधीदेखील त्याची वागणूक विचित्र होती. जर कुठे फिरायला, सिनेमाला जायचे असेल की तो सांगे, "तू पुढे हो, मी मागाहून येतो." यावरून मी भांडलेही होते. लग्नाआधी बाबांशी बोलताना सांगितले, "मी तुमच्या मुलीच्या शरीराशी खेळलो." त्यावरूनच बाबांनी काय ते ताडले होते. त्याचा एक भाऊ माझ्या भावाच्या वर्गात होता तरीही ह्याला माझ्याबरोबर येण्याचा त्रास वाटे, लाज वाटे.

ह्या घरात असताना त्याने नवीनरीत्या छळ सुरू केले. "मी होतो म्हणून लग्न केले. दुसरा कोणी असता तर तो सोडून गेला असता," हे तो वारंवार ऐकवत असे. मी गरोदर असताना तो सारखा त्याला मामाची मुलगी सांगून आली होती. पाच हजार हुंडा, पाच तोळे सोने मिळणार होते हे सांगत असायचा. त्याच्या मामाच्या मुलीचे नाव इंदू होते. मी खरंतर लग्नाचा तगादा लावला नव्हता. मी गरोदर होते त्यामुळे त्याला गावावरून बोलावून घेतले होते ते यासाठी की समोरासमोर बसून एकदा बोलून घ्यावे. तर मी त्याला लग्नासाठी विचारले याचा त्याला खूप अहंकार होता. जोपर्यंत मी त्यांच्या घरात होते तोपर्यंत प्रत्येक दिवशी तो एकदा तरी हे बोलून दाखवे. "तुला लाज वाटत नाही," हे त्याचे वाक्य शेवटपर्यंत सुटले नाही.

दिलीपच्या सख्ख्या बहिणीचे नावही कल्पना होते. तिला सगळे लाडाने पप्पू म्हणायचे. व त्याच्या मावसबहिणीचे नावही कल्पनाच होते. या कल्पना नावाच्या त्याच्या मावसबहिणीशी त्याची एकदा कधीतरी चुकून एकांतात भेट झाली. त्याने तिचे चुंबन घेतले, ती लाजून पळून बाजूला गेली. तिचेही त्याच्यावर प्रेम असावे. पण मावसबहीण असल्याने जमले नाही. त्याने तिचे नाव 'लाजाळूचे झाड' ठेवले होते. तो उठता बसता लाजाळूचे झाड, लाजाळूचे झाड म्हणत तिची उदाहरणं देऊन मला टोमणे मारत असायचा.

मामाच्या मुलीशी लग्न करायलाही दिलीप उत्सुक होता. पण तोंडाने मला सोडून जाणार नाही असे सांगत राहायचा. कधी कधी श्रीमंत मुलीशी पळून जाऊन लग्न केलेल्या वॉचमनची गोष्ट तो मला सांगायचा. लग्नानंतर तो वॉचमन कसा श्रीमंत झाला याचे वर्णन करून तो मला प्रश्न विचारे की, "तू घरून काय आणलेस?"

आता हा नवीनच तगादा माझ्या मागे लागला होता. मी घरून काही आणले नव्हते हेही खरे होते. मला त्याबद्दल वाईटही कधी वाटले नाही. पण वाईट याचे वाटे की माझे आई-वडील माझी साधी चौकशीसुद्धा करत नव्हते. त्यांनाही मी नकोच होते. पण दिलीपने त्यांच्या नावाचा उद्धार सुरू केला की मला वाटे त्यांची

काय चूक? त्याला सकाळी उठायचा कंटाळा. कामाला जाण्यासाठी मी सकाळी उठवायला लागले की, पहिली आईवरून अश्लील शिवी द्यायचा. तिने ह्याचं काय डबोलं मारलं होतं? एकदा कधीतरी ह्यांच्या घरचा चहा प्यायली असेल. पण बिचारीचा रोज उद्धार ठरलेलाच होता.

माझे सासरेही एक विचित्र व्यक्ती होती. लग्नाआधी अगदी २० मार्चपर्यंत सांगत होते की, मी तुम्हाला खोली घ्यायला दोन हजार रुपये देतो. अचानक २१ मार्चला सांगितले की माझ्याजवळ पैसे नाहीत. ते गव्हेर्मेंट प्रेसमध्ये कामाला होते. त्यांना चांगला ४५०० रुपये पगार होता. त्यातले सातशे-आठशे रुपये गावी पाठवले की दारू प्यायला मोकळे. सगळे पैसे दारूत उडवत असत.

दिलीपला फक्त सातशे चाळीस रुपये पगार होता. माझ्या बाळाच्या जन्माच्यावेळी त्याने नोकरी सोडली. असेही तो कामाचे दिवस कमीच भरत असे. आता तर तो राजीनामाच देऊन बसला होता. दिलीपकडचे पैसे, थोडे थोडे सामान घेण्यात गेले होते. त्याच्या तुटपुंज्या पगारात घरासाठी पैसे जमवणे शक्यच नव्हते. बाबांनी हात वर केल्याने दिलीप एकदम हादरून गेला.

सासरे कामावर असताना त्यांची तऱ्हा मी पाहिली होती. सकाळी आपण मरमर डबा बनवून द्यायचा आणि हे दुपारी बारा वाजेपर्यंत घरी परत यायचे. आले की पहिला प्रश्न, ''जेवायला काय आहे?'' त्यात हे लोक कोकणातले. मासळीचे जेवण हवे. मी पक्की मांसाहारी कधीच नव्हते. माहेरी जास्तीत जास्त शाकाहारच होता. एक टक्का मांसाहार. मला त्यांच्याप्रमाणे मांसमच्छी बनवता यायची नाही तर त्यावरून टोमणे मारायचे. ''आमची शालिनी, आमची कल्पना, काय स्वयंपाक करतात!'' टोमणे खायचे वर त्यांना दारूला पैसे द्यायचे.

त्यांनी चांगली भरपगारी नोकरी सोडली. त्यांना आठशे चाळीस रुपये पेन्शन सुरू झाली. पण घरी मात्र 'पाचशे चाळीसच' मिळतात सांगायचे. नंतर कुठेतरी प्रायव्हेट प्रेसमध्ये नोकरी मिळाली. तिथेही सोळाशे रुपये पगार होता. दिलीप कामावर गेला की हे मला टोमणे मारायचे. कधी दिलीपची पोटभर निंदा करायचे.

माझ्या हसण्यावरून तर त्यांच्यातल्या त्यांच्यात ते टिंगल उडवायचे. ते आपापसात कोकणीत बोलायचे. मला ते कळायचे नाही पण प्रत्येकाने मला दुखावले होते. रात्री दिलीप आला की चुगल्या करायचे. दिलीप आधीच हलक्या कानाचा. मग आमची रोज भांडणे, रोज तमाशे व्हायला लागले. रात्री नवरा भांडायचा, दिवसा सासऱ्यांची सासरेगिरी. ''तुझ्यासारख्या छप्पन उभ्या केल्या असत्या आम्ही त्याच्यासाठी, चांगली त्याच्या मामाची मुलगी चालून आली होती,'' हे असे सुरू असे.

ह्यांच्या भांडणांपासून दूर होण्यासाठी मी दिलीपकडे सिनेमाचा हट्ट धरे.

सकाळी भांडण, रात्री सिनेमा. कधी काहीतरी निमित्ताने फिरायला जायचो. आमचे चांगले राहणेही सासऱ्यांना खटकायचे. मला मुलगा झाल्यावर मी हॉस्पिटलमधून घरी आले तर सासरे म्हणाले, ''तुझी मुलं तुला विचारणार नाहीत. हा मुलगा तुला विचारणार नाही.'' मनात आले पापी माणसालाच आपल्या रक्तावर किती विश्वास आहे. दिलीपचा बाप म्हणजे काळजावरची धोंड होती. दिलीप कितीही नीच असला तरी कुंकवाचा धनी हा भाव माझ्या मनात असे.

माझा थोरला मुलगा श्रीधर १० जूनला १९८३ जन्मला. नाव प्रायव्हेटमध्ये नोंदवले होते पण डिलिव्हरी मालाडमध्ये गोविंदनगरच्या म.न.पा.च्या हॉस्पिटलमध्ये झाली. सीझर झाले नाही याचेच समाधान होते. माझ्या बाळाचे नाव मला 'प्रशांत' ठेवायचे होते पण दिलीप व सासऱ्यांनी परस्पर श्रीधर असे नाव ठेवले. मी तेही गोड मानून घेतले, पण त्याचे 'श्रीधर' किंवा 'श्री' असे नाव न होता ते त्याला 'बबलू' म्हणू लागले. ते कायमचेच बबलू होऊन गेले. बाळाचे बारसे वगैरे काही झाले नाही. फक्त पाचवी घातली.

चुलत सासूबाई – सरिता काकूंनी – माझ्या बाळंतपणाच्या सगळ्या गरजा भागविल्या. त्यांनी माझ्यावर आईसारखे प्रेम केले. त्या नेहमी म्हणत, ''तुम्ही चांगले राहा, व्यवस्थित राहा. बाकी आम्हाला काही नको.'' सरिता काकू दिसायला खूप सुंदर नव्हत्या पण कष्टाळू होत्या. दामूतात्या मात्र दिसायला नाकी डोळी सुंदर होते व रसिक मनाचे होते. त्याउलट सरिताकाकू रसिक नव्हत्या मात्र त्या दयाळू होत्या. त्यांच्या माहेरी श्रीमंती होती पण सासरी त्या अक्षरशः वनवास भोगत होत्या. त्यांना दम्याचा आजार होता. त्यातूनही त्या पिशव्या बनवायचे काम करून पाच-सहाशे रुपये कमवायच्या.

त्यांचा मोठा मुलगा दीपक फार गुणी होता. त्याच्या पाठीवरचा राजू ह्याला लहानपणी मॅनेनजायटीस झाला होता. त्याचे डोळे तिरळे होते व हातपाय वाकडे होते. त्याला नीट उभेही राहता यायचे नाही. तोंडातून सतत लाळ गळे. त्यातच त्याला दमाही होता. तो रंगाने काळा असला तरी दिसायला छान होता. माझ्या लग्नाच्या वेळी तो दहा वर्षांचा होता. त्याच्या तोंडातून लाळ गळायची म्हणून कोणीही त्याचे उष्टे खायचे नाही, पण मी त्याचे उष्टेही खात असे. तो मला खूप जिव्हाळ्याने वागवे. तो लहान असला तरी तो अपंगत्वामुळे सतत घरीच असायचा. सरिताकाकू घरी आल्या की तो त्यांना सांगायचा, ''आज दादा वहिनीला बडबडला.'', ''आज दादाने वहिनीला मारले.'' माझे बाळ रडायला लागले की तो लगेच पाळणा हलवायचा.

राजूहून लहान होता जितू. हळदणकरांच्या घरातले हे शेंडेफळ – सगळ्यांचा लाडका. त्याचे दोन्ही कान वाहायचे. जरा कधी वांगं किंवा भात असे काही वातूळ

काही खाल्ले की त्याला त्रास सुरू व्हायचा. माझ्या लग्नाच्या वेळी तो बालवर्गात होता. खूप हट्टी होता.

माझी चुलत नणंद, भारती, माझी नणंद नाही तर मैत्रीण झाली. ती माझ्या बबलूचे खूप लाड करायची. दिलीपच्या तोंडावर मला म्हणायची, “हा तुम्हाला कुठे सापडला? ह्याच्यात काय पाहून लग्न केलं?” दिलीप भांडताना माझ्या भूतकाळातल्या घटनांबद्दल मोठमोठ्याने बोले. तेव्हा भारती त्याला म्हणायची, “वैनी अशा चालीची आहे तुला माहीत होतं तर तू लग्न का केलंस?” मला तिच्या शब्दांनी आधार वाटायचा. आई, तात्या यांच्यासमोर बोलल्याने मला जखमेवर मीठ चोळल्यासारखे वाटे. पण भारती त्यावर फुंकर घाले.

भारतीकडून मी एक गुण शिकले. त्याकाळी तिला तेराशे रुपये पगार होता. ती मालाडच्या सोमवार बाजारातून जुन्या स्वस्त साड्या आणायची व त्याच ऑफिसला जाताना वापरायची. घरातल्या कामातही मला मदत करायची.

माझे चुलत दीरही चांगले वागायचे, बाळाला सांभाळायचे. राजू तर काही खायला आणले की वैनीला दे म्हणायचा. घरात माणसे दहा होती. सासरा आणि दिलीप सोडल्यास बाकी सर्वांनी मला चांगले वागवले. पण दिलीप मात्र सारखा संशयी मनोवृत्तीने वागायचा. त्याच्या संशयाच्या घेऱ्यात दामूतात्यासुद्धा होते. ते बायकांच्या बाबतीत तसे जरा रंगेलच होते. म्हणजे खरेतर रसिक मनाचे होते पण नीच किंवा अश्लील नव्हते. पण दिलीपचे असे होते की, जे स्त्री-पुरुष माझ्याशी चांगले होते त्याच्या लेखी ते सर्व वाईट. दिलीप सर्वांवर संशय घ्यायचा. आमच्या एरियातले शब्बीरभाई, सल्लाउद्दीनचाचा, मुमताजचाचा, दिलीपचे मामा, माझा दीर, चुलते, आतेदीर सगळ्यांच्या नावाने दिलीप माझा पिच्छा पुरवायचा. सगळे वाईट, सगळे वाईट हा एकच चांगला. सगळ्या स्त्रिया नीच. हा एकच गौतम बुद्ध, कबीर!

-७-

चुलत सासूसासऱ्यांच्या घरात मी जवळजवळ दहा महिने राहिले होते. हे घर मालवणीत अठरा नंबरला होते. मालवणी १८ नंबरची झोपडपट्टी, एक अजब वस्ती होती. अरुंद गल्लीबोळ व बोळाच्या आजूबाजूने चाळवजा झोपड्या. घरांची दारं खिडक्या एकदम समोरासमोर. मधल्या बोळांमधून माणसं जाऊ शकायची. काही ठिकाणी सायकलींना ये-जा करण्याइतपत जागा असली तरी ती एकप्रकारची कसरतच करावी लागे. जाणकारच तिथे सायकल चालवू शकायचा. लोकं गरीब होती. घरातल्या स्त्रिया काहीबाही कामे घरात आणून करत असायच्या. सगळे पोटापाण्याच्या, उद्योगधंद्याच्या मागे असत. मालवणी १८ नंबर जरीकाम व पितळी अंगठ्यांसाठी प्रसिद्ध होते. आमच्या घराच्या अगदी मिनिटभर पुढे जरीकाम चाले आणि पितळी अंगठ्या बनवायचे कामही चाले. येथे बंगाली, मद्रासी, भैय्ये आणि मुसलमानांचा भरणा जास्त होता.

झोपडपट्टीतली घरंही घरंच असतात. फक्त असुविधांनी भरलेली आणि खूप लहान, अपुऱ्या जागेची. काहींची घरे स्वत:ची होती. त्यांच्याकडे फोटोपास असायचा. आमच्यासारखे अनेकजण भाड्याने राहायचे. फोटोपास असेल तर सगळं निवांत असायचे. पण फोटोपास नाही म्हणजे सगळा मामला अनधिकृत. त्यामुळे सदैव धकधक. मग त्याला हप्ता दे, ह्याला हप्ता दे असे चालायचे. गुंड, गर्दुल्ले, पाकीटमार, तडीपार लोकही अशा वस्तीत स्वत:चा जम बसवायचे. त्यांना राजकारण्यांचा वशिला लाभलेला असायचा. वस्तीत राहणाऱ्यांचा या राजकारण्यांशी संबंध येतच नसे पण उठता-बसता गुंडाशी सामना होत असे.

मी मालवणीत राहात होते त्याकाळी सात-साडेसातला अंधार व्हायचा. आमच्या घरातही लाईट नव्हती. मालवणी १ नंबर ते मालवणी ५ नंबरच्या मध्ये एक मोठी मशीद होती. मालवणी ६ नंबर ते १९ नंबरच्या मध्येही मशिदी होत्या पण त्या लहान होत्या. नॉनव्हेज हॉटेल्स होती. रस्त्यावर भुर्जीपाव, मच्छिफ्राय मिळायचे. दारूचे गुत्ते होते. घरांमधूनही काही लोकं दारू गाळायचे. पोलिसांचे हप्ते वेळेवर दिले की काम भागत असे.

या झोपडपट्टीत हिजडेही खूप राहायचे. बबलूच्या जन्मानंतर आमच्या घरी हिजडे आले. त्यांनी बाळाच्या लिंगावर टिचकी मारली. लिंगाची शीर ताठ झाल्यावर तो पुरुष आहे, हिजडा नाही अशी त्यांनी खात्री केली व थोडे पैसे घेऊन, गाणे म्हणून ते निघून गेले. मी हा प्रकार प्रथमच पाहिला मला त्यामुळे आश्चर्याचा धक्काच बसला होता.

माझ्या चुलतसासऱ्यांच्या घराचे मालक भोजपुरी ब्राह्मण होते. मालकीण अनिता खूप छान टापटीप राहायची. छान छान साड्या नेसायची. कमरेला छल्ला लावायची. थोडीशी आशिक मिजाज होती. तिला दोन मुलगे होते. माहेरून तिला बरीच मदत यायची. ती एकदम तोऱ्यात राहायची. नवरा एकदम सुकड्या होता. पण हे जोडपे खूप चांगले होते. आमचे हे घर भाड्याचे होते पण सासूबाई या घरात माझ्या लग्नाच्या आधी चार वर्षांपासून तिथेच राहात होत्या. अनिताचा तो सुकड्या नवरा कधीच आमच्या घरी यायचा नाही. हे घर आधी आंब्याच्या फळीचे होते व खूप बुटके होते. त्यानंतर आम्ही खोक्याच्या फळ्या आणून त्या ठोकून ते नीट दुरुस्त केले व जरा उंचही केले.

या घराच्या अगदी समोर नूरी भाभी राहायच्या. त्यांच्या नवऱ्याचे नाव फिरोज होते. ते एकमेकांचे मावसभाऊ-बहीण होते. मुसलमानांमध्ये मावसभावंडात लग्न होतात याचे मला त्याकाळी आश्चर्य वाटत असे. एक मात्र होते, त्या दोघांमध्ये खूप कमी भांडणे होत व क्वचित झालीच तर रात्री पुन्हा दोघे एका ताटात जेवत असायचे. ते दोघे फार गुण्यागोविंदाने राहायचे.

नूरीभाभीच्या शेजारी शांताक्का राहायची. ती खूप जाडजूड व काळीकुट्ट होती. नायलॉनच्या साड्या नेसत असे आणि कपाळावर कधीच कुंकू लावत नसे. तिच्या आवाजाला अख्खे १९ नंबर घाबरायचे. शांताक्का खरंतर विधवा होती. खूप दारू प्यायची. तिच्या व्यसनाला कंटाळून तिचा एकुलता एक मुलगा बायकोला घेऊन मालवणी ८ नंबरला वेगळा राहायचा. तो घर सोडून जायला शांताक्काचे अनेक पुरुषांशी असलेले संबंधही कारणीभूत होते, त्यातून शांताक्का दारूही गाळायची. पोलिसांचे हप्ते देऊ शकली नाही की मग छापा पडायचा. शांताक्काचा दारूचा धंदा बंद झाला की मग तिची फारच पंचाईत व्हायची. ती दारूडी असल्यामुळे तिला कुणी कामावरही ठेवत नसे. शांताक्काचे वेगवेगळे पुरुष मित्र मग तिला पन्नास शंभर रुपयांत वापरून घ्यायचे.

या शांताक्काचे जीवनचाचा नावाच्या माणसाशी संबंध होते. जीवनचाचा पंजाबी होता. दिसायला सुंदर, गोरापान, सोनेरी केसांचा धडधाकट माणूस होता. जीवन-चाचावर रॉबरी, मर्डरच्या केसेस होत्या. अनेकदा त्याला जामीन देण्यासाठीही शांताक्का शरीरविक्रयाचा धंदा करीत असे. माझ्या लग्नाच्या तिसऱ्याच दिवशी

होळी होती. मी आयुष्यात पहिल्यांदा शांताक्काला जीवनचाचाने मारताना पाहिले होते. मला आश्चर्याचा धक्काच बसला होता. भरचौकात जीवनचाचा तिला भयंकर मारहाण करत होता. तिच्या नाकातोंडातून रक्त येत होते. त्यांचे भांडण सोडवायला मध्ये पडायची कोणाचीही हिंमत झाली नाही. त्यानंतरही मी तीनचार वेळा जीवन-चाचाकडून तिला बेदम मार खाताना पाहिले होते. पण तो एखाद्या हैवानासारखा तिला मारे. गरीब अशिक्षित बाई, पण तिचे जीवनचाचावर खरे प्रेम होते. इतका मार खाऊनही ती त्याला सोडत तर नव्हतीच उलट त्याला जेलमधून सोडवण्यासाठी ती नाना उपद्‌व्याप करीत असे.

ह्याच शांताक्काने माझ्या बाळंतपणात मला व माझ्या मुलाला मालिश केले. दिलीपला ती अजिबात आवडत नसे. ती घरात असताना दिलीप अंगठ्याने प्यायल्याची खूण करे. 'ती बेवडी' म्हणून. मला वाईट वाटे. दिलीपने तिच्या मालिशच्या कामाचे सत्तर रुपये देतानाही खूप खिटखिट केली. तिला साडी तर दिलीच नाही.

आमच्या घराच्या उजव्या बाजूला राजाराम टेलर राहात असे. सुरुवातीला तो त्याची बायको सुमन हिच्याबरोबर राहात होता, पण काहीच दिवसात तो त्याच्या पहिल्या बायकोला (रंजनाला) घेऊन आला. सुमनला धक्काच बसला. राजारामने रंजनाला आणले तेव्हा खरे तर सर्वांनाच तिला पाहून आश्चर्य वाटले होते. ही अगदी खेडवळ मुलगी होती. नऊवारी पातळ, डोक्यावरून पदर घेतलेली रंजना दिसायला खूपच सुंदर होती. सुमन माझ्याच वयाची होती. ती माझ्याशी गप्पा मारायची. रंजनाही समवयस्क होती. रंजना आल्यावर राजाराम तिच्या सहवासात जास्त राहायचा त्यामुळे सुमनचा जळफळाट होत असे. राजारामने सुमनलाही लग्न करूनच आणले होते.

रंजनाला दोन महिन्यातच दिवस गेले. मग राजाराम तिला मारहाण करू लागला. रंजनाला तिसरा महिना सुरू होता तर त्याने तिच्या पोटावर एखाद्या रेतीच्या पोत्यावर बॉक्सिंगची प्रॅक्टीस करतात तसे पंच मारून मारून तिचा गर्भ पाडला. तिला तो मारहाण करताना व तिला गर्भ पडून रक्तस्त्राव होताना मी पाहिले तेव्हा मीच गर्भगळीत झाले होते. पण मी कधीच कुणाला ते सांगितले नाही. त्यानंतर काहीच दिवसात सुमनने बोभाटा केला की रंजनाला वेड लागले, तिला भुताने झपाटले. रंजनाला खरंच झटके येऊ लागले होते, पण ते कशामुळे हे मला नीट माहीत होते. या घटनेनंतर ते तिघेही मालवणी सोडून कुठेतरी निघून गेले.

शेजारच्या एका कुटुंबात शहनाज नावाची मुलगी होती. तिच्या घरच्यांशी वरवरची ओळख असली, तरी या मुलीला मी नीट ओळखत होते. ती खूप गोंडस तरुणी होती. तिला सगळे छमछम म्हणायचे. तिच्यामुळे आमची अख्खी गल्ली 'छमछमची गल्ली' म्हणून ओळखली जायची. या छमछमचे मुमताजभाई नावाच्या तरुणावर प्रेम जडले. पण तो सुन्नी होता. तिच्या घरच्यांचा विरोध होता. त्यामुळे

त्यांच्याच नात्यातल्या एका मुलाबरोबर छम्‌छम्‌चे लग्न लावण्यात आले. कितीही काहीही झाले तरी छम्‌छम्‌ कायम हसतमुख असायची.

आमच्या शेजाऱ्यांमध्ये एक भंगी कुटुंब होते. हे काठेवाडी, गुजराथी टाईप लोक होते. त्यांच्यातल्या बाईला सगळे बदीची आई म्हणायचे. ही बाई एकदम रोडवरच्या रफटफ दादासारखी वावरायची. आमच्या घरी येऊन सासऱ्यांना म्हणायची, ''ये क्या नाम रखा है पैसेवाली, पैसेवाली.'' तिला माझे नाव 'वैशाली' हे समजतच नसे. ती मला वैशाली ऐवजी पैसेवाली पैसेवाली म्हणत असे. ही बाई आजी झाली असूनही खूप तरुण दिसायची कारण त्यांच्यात लग्नही लवकर होतात व मुलंही लवकर लवकर होतात.

गल्लीच्या एका टोकाला सदाशेट्टीचे कुटुंब राहात होते. त्यांच्याच घरात एका खोलीत एक भाडेकरू कुटुंब होते. त्यातली बाई खूप सुंदर होती. अगदी राखीसारखी गोरीपान व देखणी. तिला एक मुलगा व एक मुलगी होती. आम्ही तिला तिच्या मुलाच्या नावावरून 'मनोजची आई' म्हणूनच हाक मारायचो. मनोजची आई बारमध्ये काम करायची. सगळे सांगायचे हिने तीनदा धर्मांतर केले होते. ती हिंदू होती, मग मुस्लीम झाली, मग ख्रिश्चन व पुन्हा हिंदू. काहीही असो, ती ग्रॅज्युएट होती व बारमध्ये ती काय काम करत होती हे त्याकाळी मला समजले नव्हते.

आमच्या गल्लीत एक दारूवाली आक्का राहायची. पोलीस तिला घाबरायचे. तिचा दारूचा खूप मोठा धंदा होता. ही आक्का केरळी होती. वागायला एकदम सुशील व सालस होती, बोलण्यात खूप आपुलकी व आदर जाणवायचे. मला तिचा एवढा मोठा दारूचा धंदा असेल हे पटायचेच नाही. तिचा एक मुलगा होता. तो आपा, भाभीशिवाय कधी कोणाशी बोलत नसे. माझ्याशी तर मान खाली घालूनच बोलायचा. लोक त्याला गुंड म्हणायचे. त्याच्यावर मर्डर केसेस होत्या.

त्यांच्याच पलीकडे एक कोळी ख्रिश्चन बाई राहायची, सगळे तिला मम्मी म्हणत. ही बाई खुले आम दारू, सिगरेट प्यायची. तिचा नवरा पंजाबी हिंदू होता. त्यांना गिल्रॉय नावाचा मुलगा व पिंकी नावाची मुलगी होती. ह्या कुटुंबात सर्व धर्मांचे सणवार केले जायचे आणि अक्षरशः अनाथ आश्रमासारखी कुणी ना कुणी गरजू मुलं-मुली त्यांच्या घरी राहायला असायचेच. ते सगळ्यांचा अगदी लहानांपासून मोठ्यांपर्यंत सांभाळ करीत. वस्तीतल्या भांडणात हे दोघं 'मम्मी-पप्पा' जीवानिशी पडत व भांडणे सोडवत असत. मला हे लोक खूप आवडायचे पण मला त्यांच्याशी कधी जास्त बोलता यायचे नाही कारण मी सासुरवाशीण होते.

सरिता काकू, दामूतात्या, दीर, नणंदा माझ्याशी खूप चांगले वागले होते. दिलीप, सासरेच माझा छळ करीत असत. त्यामुळे भांडणं होतं. दिलीपच्या या संशयी वृत्तीला व माझ्या सासऱ्यांच्या टोमण्याला दामूतात्याही वैतागायचे. मग

तेही टोमणे मारायचे त्यांच्या मनात काही वाईट नसायचे, पण परिस्थितीने नैराश्यग्रस्त झाले होते. एकदा संक्रांतीच्या दिवशी दामूतात्या खूप दारू पिऊन आले. मी तिळाचे लाडू करत होते. मला म्हणाले, ''किती दिवस दिलीपला घर घे, घर घे म्हणून सांगतोय, पण तो कानावरचं मनावर घेत नाही.'' मला राग आला. कितीही काहीही झाले तरी नवऱ्याबद्दल वाईट ऐकून घेणे माझ्या संस्कारात बसले नाही. मी तडक घर शोधायला बाहेर पडले.

मी घर शोधतच होते. त्यातच मी शब्बीरभाईंकडे शब्द टाकला. ते मालवणी १९ नंबरला राहायचे. त्यांची मालवणीत वखार होती. त्यांचे कुटुंब खूप मोठे होते. शब्बीरभाई मला 'सायराबानो' म्हणायचे. आमच्या साहेबांचे नाव 'दिलीप' होते ना! शब्बीरभाईंनी मला एका शब्दावर ते झोपडे दिले. भाडे फक्त वीस रुपये महिना. हे झोपडे गोणपाटाचेच होते. आतले सगळे बाहेरून दिसायचे. लाईट नव्हती. बबलूला खूप मच्छर चावायचे. काहीही असले तरी माझ्या स्वतंत्र संसाराची ती सुरुवात होती. हे झोपडे आता फक्त माझे, दिलीपचे व आमच्या छोट्या बाळाचे – बबलूचे होते. मी त्याच आनंदात होते व सुरुवातीला दिलीपलाही शहाण्यासारखे वागण्याची सद्बुद्धी झाली होती. तो अगदी शांत राही. त्याला हे घर आवडले नव्हते. चंदू व सासरे येऊन बघून गेले. चंदू अगदी नाचत आला व निराश होऊन त्याने तिथून पळ काढला.

मालवणी १९ नंबरमध्ये तडीपार लोकांची भरती होती. सत्तर टक्के लोक वेगवेगळ्या गुन्ह्यातले तडीपार अपराधी होते. मालवणीत सर्वत्रच मुसलमान लोकं जास्त राहायची. पण १९ नंबरमध्ये त्यांची संख्या खूपच जास्त होती. इथे इप्पो नावाची एक मुलगी होती. ती तिच्या दोन बहिणींसोबत राहायची. इप्पो सुन्नी होती. जरीचे काम करायची. तिच्या तोंडात सारखे 'रंडी लोक', 'हम पाक है' असे शब्द असायचे. मोठीमोठी ब्लँकेट धुवत नळ काबीज करून बसायची. खूप दादागिरी करायची. तिला वाटे आमच्यासारखे श्रीमंत कुणीच नाही. खूप भाव खायची.

इप्पोच्या आईने कुणा अरबाशी लग्न केले होते व ती परदेशातच स्थायिक झाली होती. तिकडचे पैसे 'रियाल'. त्यांची भारतात खूप किंमत व्हायची. इप्पोची आई इकडे आली की मुलींना वस्तू, पैसे पुरवायची. तिला त्या अरबापासून एक मुलगा झाला होता. इप्पोचेही लग्न झाले होते पण तिच्या नवऱ्याने दोन वर्षांत तिला तलाक दिला होता. इप्पोलाही या नवऱ्यापासून एक मुलगा होता. इप्पोच्या मुलापेक्षा तिच्या आईचा मुलगा दोनच वर्षांनी मोठा होता. इप्पोची आई येऊन गेली की इप्पोची दादागिरी गगनाला भिडायची.

आमच्या या घराजवळ एक सलून होते. सलूनच्या बाहेरच्या बाजूला एक पानाची टपरी होती. सलून एका सलीम नावाच्या मुसलमानाचे होते. हा खूप हिरोगिरी करायचा. बायकोला दोन मुलांसह त्याने तलाक दिला होता. याचे

राहणीमान फार स्टायलिश होते. त्याच्या सलूनच्या बाहेरचा पान टपरीवाला या सलीमवरून स्वत:च्या बायकोचा संशय घ्यायचा.

या पानवाल्याची बायको खूप सुंदर होती. तिचे केस कुरळे व कंबरेपर्यंत लांब होते. ती मला रोज तिच्या नवऱ्याबद्दल सांगायची. तो तिला सलीमवरून टोमणे मारायचा, छळायचा. पानवाल्याला त्याच्या बायकोने इतर बायकांशी बोललेलेही खपायचे नाही. शेवटी कंटाळून तिने स्वत:ला जाळून घेतले. तिने स्वत:च्या झोपडीत स्वत:ला पेटवले. पण त्या आगीत त्यांच्या शेजारच्या दोन्ही बाजूच्या झोपड्यांनाही आग लागली. त्यानंतर काहीच दिवसात सलीमही कोणाचे तरी पैसे घेऊन पळून गेला.

शेजाऱ्यांच्या व आमच्या घराच्या मधे शिवलेल्या प्लास्टिकचे पार्टिशन होते. ते उसवलेले, फाटलेले असायचे. आमच्या शेजारी मुसलमान कुटुंब राहायचे. दुपारच्या शांततेत त्यांच्या घरातून चित्रविचित्र आवाज येत. त्या आवाजामुळे मी मधल्या पार्टिशनच्या उसवलेल्या फटीतून कधी कधी हळूच पाहायची. तो मुसलमान माणूस बायकोला तिचे हात, पाय बांधून तोंडात बोळा कोंबून मारायचा. मार खाताना तिच्या तोंडातून विचित्र आवाज यायचा. तिला मारल्यावर तो जेवायचा. त्यानंतर तो तिचे पाय पांढऱ्या दोरखंडाने वरच्या खांबाला घट्ट बांधायचा आणि तशा अवस्थेत तो तिच्याशी संभोग करायचा. त्याच्या संभोगाचाही आवाज दुपारच्या शांततेला भंग करून जायचा. ते दृश्य आणि तो आवाज मला घाबरवून जायचा. ती बाई काळीनिळी पडलेली असायची. ती कधीच नवऱ्याबद्दल चकार शब्द बोलायची नाही. त्यांना मूल नव्हते तर तो तिला वांझोटी ठरवूनही छळायचा. रात्री जोरजोरात भांडायचा. तिच्या अंगावर एकही दागिना असायचा नाही. शेवटी ती एकदाच माझ्याशी बोलली की, तिच्या नवऱ्याने थोड्याशा पैशासाठी नसबंदीचे ऑपरेशन करून घेतले होते. हे कुटुंब काही महिन्यातच ते झोपडे सोडून निघून गेले.

त्याच झोपड्यात नवीन भाडोत्री आले. हे बंगाली मुसलमान कुटुंब होते. त्या पुरुषाला दोन बायका होत्या. पहिली निकाह करून आणलेली, दुसरी ठेवलेली. ही बाई कलकत्त्याच्या कोठ्यावरची होती. या दोन्ही बायका सालस होत्या. ठेवलेली बायको होती ती कधीकधीच इथे राहायला यायची. इतर वेळेला ती दुसरीकडे वेगळ्या ठिकाणी राहायची. हा माणूस जरीचे काम करायचा. आमच्या चाळीसमोर भलीमोठी अंगणासारखी रिकामी जागा होती. तिथेच खाट टाकून तो आरामात जरीकाम करीत बसे. ऑर्डर असेल तेव्हा तो रात्ररात्र जागून काम करायचा. ऑर्डर नसेल तेव्हा खाणे-पिणे, आराम करणे व बायकोला मारहाण करणे हाच त्याचा दिनक्रम असे. हा बंगालीही बायकोचा हात पाठीमागे बांधे व तिच्या तोंडावर फडके बांधून मारायचा. हे कुटुंब पक्के मांसाहारी होते. रोज मासे, मटण खात. त्या बाईला हिंदी नीट येत नसले तरी मी तिच्याकडून त्यांच्या पद्धतीचा स्वयंपाक शिकून

घेतला, थोडे थोडे बंगालीही शिकले.

इथल्या मुसलमानांमध्ये शिया समुदायाचे लोक जास्त होते. दोन-चार तुरळक सुन्नी होते. मला शिया-सुन्नी प्रकरण मालवणीतच समजू लागले. त्यात पुन्हा पठाण, सय्यद, कसाई अशाही जाती होत्या. काही सोलापूरकडचे मुसलमान 'नको गे', 'जा गे', 'मैं नै आती' असे मराठी मिश्रित विचित्र हिंदी बोलायचे. मीही मालवणीत येऊन आपा, खाला, अम्मा असे शब्द शिकले होते.

आमच्या शेजारी एक गरीब कुटुंब राहायला आले होते. त्यातली बाई ही यूपीची होती. ती पूर्वी नौटंकीत कामाला होती. नवरा हिंदू होता, ही मुसलमान. त्यांच्या घरात जेवणाला काही नसले की ते नमक, मिर्ची व रोटी खात. कधी कधी तर एक कांदा फोडून तोच रोटीबरोबर खायचे. कधी पिठाचे गोळे करून तेच भातात फक्त मीठ टाकून शिजवून खायचे. यांच्या घरी कधीही भांडण, तंटा, मारामाऱ्या व्हायच्या नाहीत.

आमच्या वस्तीत एक जोगवा मागणारी म्हातारी व तिची मुलं राहायची. या म्हातारीचा एक मुलगा मतिमंद होता. ती त्याला त्यांच्या घराच्या ओट्यावर बांधून जोगवा मागायला जायची. हा मुलगा ओट्यावरच परसाकडे करायचा. म्हातारी यल्लम्मादेवीच्या नावाने सर्वांना कडाकडा शिव्या देत असायची.

आमचे घरमालक शब्बीरभाई खूप चांगल्या स्वभावाचे होते. त्यांना चार भाऊ होते. त्यांचे आई-वडील माझ्याशी खूप चांगले वागत. नेहमी तोंडभरून मला 'बेटा' म्हणत. शब्बीरभाईंनी पहिल्या बायकोला तलाक दिला होता. त्यांच्या दुसऱ्या बायकोचे नाव ज़रीना होते. शब्बीरभाईंचे बाहेरही संबंध असायचे. त्यामुळे ज़रीना त्यांच्यावर सतत संशय घ्यायची. शब्बीरभाई जरा विनोदी स्वभावाचे होते. एकदा मला म्हणाले, "सायराबानो, जरा ज़रीना को समझा, की मैं किसीके चक्कर में नहीं हूँ। वो लोग खुद चलके मेरे पास आती है।" हे खरेही होते. स्त्रियाच शब्बीरभाईंकडे आकर्षित होत. एकदा तर दोन सख्ख्या बहिणींशी शब्बीरभाईंचे संबंध होते आणि दोघींनाही माहिती नव्हते की त्या एकाच पुरुषाकडे जात होत्या.

कधी कधी शब्बीरभाई दारू प्यायचे. प्यायले की ते माझ्याशी मनमोकळेपणाने बोलायचे. मला व दिलीपला म्हणायचे, "तुम लोग इतने अच्छे दिखते हो। क्यों सुबह और शाम झगडा करते हो? पढे लिखे हो, समझदार हो।" त्यांच्या बोलण्यात तथ्य होते, कारण सकाळ झाली की आमची भांडणे, मारामाऱ्या सुरू होत.

एकदा तर दिलीपलाही त्यांनी खूप खरेखोटे सुनावले, "बीवी पे शक करके उसको मारके साथ रखना था तो शादी क्यों की उसके साथ? तुम्हारा तो उसके साथ प्यार का चक्कर था। ऐसेही रख लेते, शादी क्यों की तुमने?" शब्बीरभाई प्यायलेले नसले की फार बोलायचे नाहीत. फक्त सलाम दुवा करून निघून जायचे.

शब्बीरभाईंचा छोटा भाऊ तनवीर टेलर मास्तरचे काम शिकत होता. तो माझ्याशी खूप चांगला वागे. तो मला नेहमी एक गाणे गाऊन दाखवे.

बरबादे मुहब्बत की दुआ साथ लिये जा।
तपती हुई राहों से तुझे आँच ना पहुँचे
दिवाने के अश्कों की घटा साथ लिए जा।

माझ्या आयुष्यातले गाणे हरवत चालले होते, हरवलेच होते. मी गात नसे पण ऐकत राही. तनवीर खूप गोड गळ्याचा होता. त्याचे गाणे ऐकून मला रडू येत असे.

या घरात असताना मला दुसऱ्यांदा दिवस गेले होते. मला आठवा महिना होता. बबलू सारखा आजारी पडायचा. तो आता सव्वा वर्षाचा झाला होता. आमचे खाण्या-पिण्याचे जरा हालच व्हायचे. माझी कंबर प्रचंड दुखत असे, त्यातच एकदा मला माझे आठव्या महिन्यातले इंजेक्शन घ्यायचे होते. दवाखान्यात खूप लाईन असे. बबलू कडेवर उचलून घ्यायचा हट्ट करे. त्या दिवशी दिलीप घरीच होता. मी भात शिजवला आणि त्याला सांगून गेले की "पाच रुपयांची भाजी आणा आणि जेवा." मला हॉस्पिटलमधून यायला दोन-सव्वा दोन वाजले. घरी आल्यावर बबलूने मला पकडले व भूक लागली असे म्हणत रडायला लागला. दिलीपने स्वत: जेवून घेतले होते. पण बबलूला जेवायला घातले नाही. कदाचित त्यावेळी बबलूलाही भूक नसेल. पण दिलीप म्हणत होता, "मी याला बोलावले पण हाच आला नाही." यावर मी एकच वाक्य बोलले, "स्वत:साठी पाच रुपयांची भाजी आणून जेवू शकता. पण बाळाला साधा साठ पैशांचा बिस्किटचा पुडा आणू शकत नाही?"

एवढ्यावरून दिलीपने मला खाटेवरून खाली खेचले. मी खाटेवरून तशीच बसलेल्या अवस्थेत धप्पकन खाली जमिनीवर आपटले गेले. मी खाटेवर चटई टाकत असे, त्यामुळे घसरून मी भयंकर अवस्थेत आदळले गेले. दिलीप उठला आणि मला पाठीत वाकवून मागून लाथा घालू लागला. माझ्या नाकातोंडातून रक्त पडायला लागले. ते पाहून मी ओरडले. त्या आवाजाने चाळीतले सेक्रेटरी व इतर लोक गोळा झाले. त्यांनी दिलीपला शिव्या घातल्या. "अरे, तिला आठवा महिना आहे, जर मूल मेले किंवा तिचे काही कमी जास्त झाले तर तू राहशील पण या मुलाचे काय?"

असेच एकदा सकाळी सकाळी दिलीपने मला मोरीतून बाहेर खेचले, पुन्हा मोरीत ढकलले आणि ओरडत नखांनी ओरबाडत राहिला. अजूनही ते व्रण आहेत. बाळंतपणाच्या पंधरा दिवस अगोदरपर्यंत हे असे चाललेले होते. तो घराबाहेर

पडेपर्यंत मी चहासुद्धा प्यायची नाही. तो गेला की खुशाल चहा पिऊ शकत होते. त्याच्यासाठी डबा बनवताना उरलेले मी खाऊन घेई. अन्न माझ्यावरती का रुसलेले आहे काय माहीत? त्यात माझी भूकही मोठी. आता अन्न मिळते तर ॲसिडिटीने जेवावेसे वाटत नाही. गरोदरपण मग बाळंतपण मग पुन्हा दुसरे गरोदरपण पुन्हा बाळंतपण या सगळ्यात घरातले गढूळ, विषारी वातावरण याने मी त्रस्त झाले होते. त्यात दिलीप दरवाजात उभा राहून मला पायाने चिरडल्यासारखे दाखवायचा.

दिलीपच्या वागण्याने मी त्रस्त झाले होते. त्यातून हे दुसरे गरोदरपण. बाळंतपण एकटीने कसे करणार? त्यात बबलू लहान व सतत आजारी. मालवणी १९ नंबरला यायच्या आधीच दिलीपने नोकरी सोडून धंदा सुरू केला होता. दिलीप लोकांचे पैसे आधी घ्यायचा. नंतर त्यांना रखडवून ठेवायचा. महिनोन्महिने काम पूर्ण करायचा नाही. त्यावरून आमच्यात नेहमी वाद व्हायचे. त्याच्याकडे नियमित येणारे सल्लाउद्दीनही कंटाळून जायचे. त्यातच दिलीपचे सतत संशय घेऊन माझ्याशी भांडणे, मारामाऱ्या यामुळे स्वत: सल्लाउद्दीनही उंबरठ्याबाहेरूनच उभे राहून काय ते बोलायचे. इतकं होऊन दिलीपचा धंद्यात बऱ्यापैकी जम बसला होता. घरात बरे पैसे येत होते. घरात थोडे थोडे सामान भरता येत होते. कधी नव्हे ते दिलीपने मला घरात घालायच्या मॅक्सी, एक ड्रेस, एक साडी असे कपडेही विकत घेऊन दिले होते.

यावेळी माझ्या बाळंतपणासाठी सासूबाई गावावरून आल्या होत्या. येताना माझ्यासाठी काजू आणले, बर्फी आणली. मलाही आनंद वाटला, पण नंतर लक्षात आले, माझे फक्त नाव. लाडालाडाने नवऱ्याला, मुलांना सर्व बर्फी, काजू खाऊ घातले. सासूबाई आल्यामुळे उलट माझे हालच जास्त झाले. माझे दिलीपबरोबर फिरायला जाणे, सिनेमाला जाणे बंद झाले. दिलीप मात्र आईला, "तुझ्या हातचे खावेसे वाटते" असे म्हणत आज हे बनव, उद्या ते बनव म्हणून लाड करून घेई. त्याच्या धंद्यात त्याचा जम बसू लागल्याने तो घरी खूप उशिरा येत असे. मला त्याची वाट बघून खूप भूक लागे. मी जेवायला घेतले की ह्यांचे सुरू व्हायचे, "नवऱ्या-अगोदर तू जेवते? तुला लाज वाटली पाहिजे." मी गरोदर आहे, मला भूक लागल्यावर जेवले पाहिजे असे त्यांना वाटत नसे. घरात मासे, मटण केले की दिलीपसाठी वेगळे काढून ठेवायचे. अनेकदा मी अर्धपोटीच राहात असे. खूप राग यायचा पण बोलणार कोणाला? नवराच आपली बाजू घेत नाही, मग तक्रार कुणाकडे करायची? या गरोदरपणात दिलीप व माझ्यातला दुरावा वाढू लागल्याचे जाणवत होते.

-८-

मला १६ एप्रिल १९८५ ला दुसरा मुलगा झाला. माझे हेही बाळ खूप गोंडस होते. पण त्याच्या हाताला एक बोट जास्त होते. करंगळीच्या शेजारी एक लोंबणारे बोट होते. ते पाहून काहीजण खूप कौतुक करायचे व म्हणायचे, "कुणी अवतारी पुरुष जन्माला आला आहे." पण माझ्या सासऱ्यांनी मात्र त्याला 'राक्षस' म्हणून हिणवले.

मी हॉस्पिटलमध्ये असताना दिलीप बबलूला न घेताच मला भेटायला आला. सुरुवातीला तीन दिवस तो बबलूला सोबत घेऊन येत होता. मी न राहवून विचारले, "बबलूला का नाही आणले?" तर दिलीप म्हणाला, "तुला दोन मुलांना सांभाळता येणार नाही म्हणून बाबांबरोबर बबलूला गावी पाठवून दिले." मला न विचारता परस्पर ही लोकं बबलूला गावी पाठवून मोकळी झाली.

हॉस्पिटलमधून घरी आले तर सासूबाईंचा बाळंतपण करण्याच्या नावाखालचा दिखावा सहन करायला लागत होता. त्यात दिलीपही भांडण उकरून काढत राहायचा. पहिल्या बाळंतपणात चुलत सासूने घेतलेली काळजी आठवून मी टिपे गाळीत बसायची. शालिनी हळदणकरणीने माझे बाळंतपणातले मालिश, अंघोळ तर सात दिवसातच आटोपते घेतले होते. नंतर मग मीच बाळाला अंघोळ घालत असे.

माझ्या पहिल्या मुलाचे नाव श्रीधर ठेवले होते. मोठ्याचे नाव ठेवताना निर्णय सासऱ्यांनी व दिलीपने घेतला होता. मला मोठ्याचे नाव प्रशांत ठेवायचे होते व छोट्याचे नाव प्रदीप ठेवायचे होते, पण ते शक्य झाले नाही. मला 'श्रीधर' नावही आवडले होते, पण घरातले त्याला 'बबलू' म्हणू लागल्याने चांगल्या नावाचेही वाटोळे झाले.

आता छोट्याचे नाव ठेवताना मी माझ्या भावाच्या 'लक्ष्मीकांत' नावाचे व मोठ्या मुलाच्या नावाचे एकत्रित रूप 'श्रीकांत' ठेवले. दिलीपला म्हणाले, "तुमच्या साईनबोर्ड, पेंटिंगच्या दुकानाचे नाव आपण 'श्री आर्ट्स' ठेवू." ती वेळ कधी आलीच नाही. श्रीकांतलाही घरातले 'छोटू छोटू' अशा टोपण नावाने हाक मारू

लागले. महिनाभरातच सासूबाई गावी निघून गेल्या.

बाळंतपणानंतर काही महिन्यांतच १९ नंबर मध्येच आम्ही दुसरीकडे एक झोपडे विकत घेतले. हे झोपडे मला अवघ्या दोनशे रुपयात मिळाले होते. हे घरही शब्बीरभाईंकडून आम्ही विकत घेतले. मला शब्बीरभाईंबद्दल खूप आदर वाटायचा, तो त्यांनी मला हे हक्काचे घर दिल्याबद्दल अजूनच वाढला. मी मोठ्या हौसेने घराची डागडुजी करून त्याला खूप सुंदर बनविले. मी स्वत: मेहनत करून त्याचे स्वरूपच पालटून टाकले. आधीच्या घरापासून थोड्याच अंतरावर हे घर होते. त्यामुळे शेजारी-पाजारी जुने ओळखीचे होते.

काही लोकांशी माझ्या नवीन ओळखी होऊ लागल्या. आमच्या या घराजवळ पाला नावाच्या मुलाचे व्हिडिओ थिएटर होते. तो एकवीस वर्षांचा होता. दिसायला छान होता. मला तो आवडायचा. तो बहुतेकदा आमच्या समोरच्या रस्त्यावर सलूनच्या मागच्या ताईकडे यायचा. माझ्याशी तो अदबीने वागायचा. त्याच्या थिएटरमध्ये सिनेमा पाहायला मी गेले तेव्हा देखील तो नीटच वागला.

राजू नावाचा एक मुसलमान खिसेकापू तरुण मुलगा मला आवडायचा. तो गर्दुल्ला पण होता. त्याचे खरे नावही मला माहीत नव्हते. राजू हे त्याचे टोपणनाव होते. तो मला का आवडायचा ते मला सांगता येणार नाही. मी सकाळी उठल्यावर प्रथम त्याला पाहायची. नवऱ्याचा चेहरा तर बघावासा वाटतच नसे. त्याच्याबरोबर झोपण्याच्या कल्पनेनेही भीती वाटे. राजूशी माझे काहीएक संबंध नव्हते. तोही फक्त डोळ्याने बोलायचा. बारका माझ्या पोटात यायच्या आधी व त्यानंतरही येणाऱ्या संबंधामध्ये मी मिटल्या डोळ्याने राजूची छबी समोर आणत असे. पण तेही सुख क्षणिक ठरलं. माझ्या बाळंतपणाच्या सुरुवातीलाच तो जेलमध्ये गेला आणि मग तो सुटून येईपर्यंत त्याच्याबद्दल मला खूप काही कळले होते. त्याचे लग्न झालेले होते. त्याला एक मुलगा होता. पत्नीचे नाव झरीना होते. आणि ती बिअर बारमध्ये काम करत असे. त्याने तिला सोडून दिले होते.

राजूला मीही अशीच विनाकारण आवडायची ह्याचा दाखला त्याने मला एका दिवाळीला दिला होता. मला भेटण्यासाठी तो खूप तडफडायचा. मलाही त्याच्याशी खूप बोलावेसे वाटायचे. पण सर्व सभ्यता आड यायच्या. मलाही कुठेतरी संकोचल्यासारखे वाटायचे. दिवाळीत मी त्याला फक्त पाच मिनिटे म्हणून भेटायला गेले होते, तर त्याने सरळ शब्दांत मला विचारले, "क्या मुझसे शादी करोगी?" मी अर्थात काय बोलणार? मला नवरा होता, मुले होती. पुढे तो गर्दच्या खूप आहारी जाऊन वारला.

कौसर हा माझ्याच वयाचा. हाही रोज माझ्याकडे बघायचा. तो नेहमी लहान-

मुलांसोबत असायचा. मला त्याचे लहान मुलांवरील प्रेम खूप आवडायचे. त्यामुळे त्याला मी पाहात असे. पण त्याचा गैर अर्थ काढला गेला. त्याने जेवढा काढला नव्हता तेवढा अर्थ इतरांनी काढला. जिथे पाला बसायचा, तिथेच हाही बसायचा. मला पालाची आठवण यायची. पाला त्याचे लग्न झाल्यापासून तिथे यायचा बंद झाला होता.

कौसरची नि माझी नजरेतूनच आपुलकी व्यक्त होई. एकदा त्याने प्रेमपत्र पाठविले. मी त्याला पत्र पाठवले, 'माझे लग्न झालेले आहे. तू माझ्यापेक्षा लहान आहेस. त्यात समाज कधी मान्यता देणार नाही. तू माझा चांगला मित्र आहेस. तुला माझ्यातर्फे प्रेमाचे चुंबन.' खरं तर मला माझी जी बाजू होती ती त्याला स्पष्ट लिहायची होती. पण सगळ्या बाजू मोकळ्या मनाने मांडायला कधी मिळाल्याच नाहीत. अखंड घुसमट होत राहायची.

कौसर कोणत्यातरी एका बाईच्या घरी राहात होता. ते पत्र तिच्या हाती पडले. तिने थैमान घातले. त्याच रात्री, साडेदहा अकरा वाजले होते. आमच्या चाळीतली सगळी माणसं आग लागली म्हणून पळत गेली, कौसरला त्यांनी त्याच्या घरातून बाहेर काढले. तो जवळजवळ पासष्ट टक्के भाजला होता. मला कळले तेव्हा मी मनातल्या मनात घाबरून रडत होते.

सकाळी ती बाई एका माणसाला घेऊन आमच्या घराजवळून चालली होती. त्या चिठ्ठीत मी माझे नाव लिहिल्याने ते माझ्याकडे संशयाने पाहात होते. पण त्यांनी मला काहीएक विचारले नाही. ते खूपदा खेपा घालत होते. पण त्यांच्याजवळ काहीएक आधार नव्हता. दिलीपही खवचटपणे खोदून खोदून विचारत होता, "तू त्याला ओळखायचीस ना? तो त्या बाईकडे राहायचा ना? बघ, बायकांना किती खाज असते?" मी कौसर बरा होण्यासाठी प्रार्थना करत होते. पण तो काही दिवसांतच वारला. मला जो धक्का बसला. त्यातून सावरायला मला खूप वेळ लागला.

कौसर आणि त्याचा भाऊ राजकुमार यूपीहून मुंबईत कामासाठी आले होते. कौसर शिकत होता. तो जिथे खानावळीत होता ती बाई ख्रिश्चन होती. वयाने मोठी होती, कौसर वयाने लहान असूनही त्यांचे संबंध होते. तिच्या हातात ती चिठ्ठी पडली तेव्हा ती रागाने वेडीपिशी झाली. तिला आधीच संशय होता. चिठ्ठी मिळाली तशी सकाळपासून ती त्याच्याशी भांडत होती हे त्याने मला संध्याकाळी सांगितले. मी त्याला, "माझी चिठ्ठी मला परत आणून दे, नाहीतर तिच्याकडून घेऊन ती जाळून टाक," असे सांगून पाठवले. त्याने ती परत मागितली आणि त्या बाईने त्याच्या अंगावर रॉकेलचा कॅन ओतून त्याला पेटवून दिले असे राजकुमारने मला नंतर सांगितले.

कौसर वारल्यानंतर काही दिवसांनी सासूबाई, सासरे व माझी सखखी नणंद

प्रतिभा, बबलू सर्व गावावरून आले. थोडे दिवस राहून सासूबाई गावाला परत गेल्या. प्रतिभाची व माझी लग्नाअगोदर ओळख होतीच. मैत्रीही होती. आता ती मैत्री अधिक दृढ झाली.

प्रतिभा आता ह्या लोकांनी तिचा कसा छळ केला हे मला मोकळेपणाने सांगू लागली. सगळे तिला हिणवीत, तिच्याकडे दुर्लक्ष करीत. गावीही ती काम करून सगळे पैसे घरात देत होती. प्रतिभा अतिशय अशक्त झाली होती. तिचे केस गळत होते, पापण्यांचे केसही विरळ होऊन गेले होते. मी तिच्या केसांना रोज तेल लावून मालिश करायचे. तिच्या खाण्यापिण्याची काळजी घ्यायचे.

प्रतिभा एकदा मला सहज म्हणाली, "हे लोक माझ्या लग्नाचा विचारच करत नाही. माझे वय एकोणतीस वर्षांचे झाले तरीही हे गप्प बसून आहेत." माझ्या मनात कळ उठली. खरे तर प्रतिभाचे लग्न चुलत आत्याच्या मुलाशी लहानपणीच ठरविण्यात आले होते. प्रतिभालाही तो खूप आवडत होता. त्यालाही प्रतिभा आवडायची. थोड्याशा देण्याघेण्याच्या गोष्टीवरून माझ्या सासरचे लोक लग्नाचा विषय टाळत राहिले. शेवटी वाट पाहून नाईलाजाने आत्याने मुलाचे लग्न उरकले.

त्याचे लग्न झाले तरी दुसऱ्या एखाद्या स्थळाची चर्चाही हे लोक करेनात. प्रतिभाचे वय वाढत होते. ती रोज मला सांगे. "हे आई-वडील? सांग वैनी, मी एवढे रांधा वाढा करून सुद्धा हे लोकं सारखे पप्पू (कल्पना)चे कौतुक करतात. ती सांगेल ती पूर्व दिशा!" माझ्या सासूबाई, शालिनी हळदणकर, त्यांच्या या तिन्ही मुलांच्या बाजूने पतीशी भांडत नसत.

मीच प्रतिभाच्या लग्नाचे मनावर घेतले. तिच्यासाठी मुलगे बघायला लागले. तिला विचारले, "कुठल्याही जातीत लग्न करायला तयार आहेस का? तर मी मुलगे पाहते." चौदा, पंधरा मुलगे पाहिले. वेगवेगळ्या जातीतले. पण प्रत्येकवेळी प्रतिभा घाबरे. तिची एकच रडकथा, "गावी घर वाळीत टाकतील." मग जातीतले मुलगे पाहायला लागले पण ते सर्व चोवीस, पंचवीस वर्षांचे. जवळजवळ तेवीस जणांना पाहिले.

आमच्या पाठीमागच्या रोडवर पटेल म्हणून एकांचे दुकान होते. त्यांच्या माळ्यावर एक कुटुंब राहात असे. या नवरा-बायकोचा प्रेमविवाह होता. ही बाई भंडारी आणि नवरा कच्छी होता. त्यांच्या कानावर प्रतिभाच्या स्थळाची बातमी गेली होती. या बाईचा भाऊ लग्नाचा होता. तिने मला हे सांगितले. मग त्यांच्याच घरी पाहण्याचा कार्यक्रम ठरविला. मुलाचे नाव किशोर मयेकर.

किशोर व प्रतिभाने एकमेकांना पसंत केले. मग ठरले की लग्न कोर्टात करायचे. प्रतिभानेही सांगितले की "मी आई-बाबांना जुमानणार नाही. तुम्ही सांगाल ती पूर्वदिशा." मग आम्ही तयारी सुरू केली. सर्व गुपचूप चालले होते. आम्ही

इतकी स्थळे पाहिली होती पण कोणालाही न कळता. फिरायला म्हणून बाहेर पडायचो आणि आठ-सव्वाआठ वाजता परत यायचो.

आता हे स्थळ पक्के करून झाले होते. कोर्टाची तयारी केली तेव्हा तिला विचारले, ''घरी कोणाला सांगायचे का?'' तर प्रतिभा म्हणाली, ''नको, हे लोक काही ना काही दोष काढून रद्द करतील.'' रजिस्टर ऑफिसमध्ये दीड महिन्यानंतरची तारीख मिळाली. मग खरेदी सुरू केली. सगळ्या खरेदीत पसंतीचा मान मला देण्यात आला. त्यांनी प्रतिभाला शालू, दोन भारी साड्या, मंगळसूत्र, चप्पल, कानातले दोन जोड, चुडा सर्व घेतले. घरात घालायचे कपडेसुद्धा घेतले. पूर्ण तयारी केली.

लग्नाचा दिवस उगवला. दिलीप कामाला गेला. सासरेही कुठेतरी बाहेर गेले होते. सकाळी दहा वाजता लग्न होते. मी प्रतिभाला हळद लावून अंघोळ घातली. ती अंगावरच्या साध्या साडीवर निघाली. छोटू व बबलूला कवटाळून रडू लागली. मलाही रडू येत होते, पण मी आवरते घेत म्हणाले, की आता घोळ घालून फायदा नाही. सव्वाआठ वाजले होते. तिला रवाना केले.

सासरे परत आले. त्यांनी विचारले, ''बाबी (प्रतिभा) कुठे आहे?'' मी थाप मारली, ''माझ्या मैत्रिणीच्या बहिणीचा साखरपुडा आहे. तिकडे गेली आहे.'' त्यांच्या मनात संशय आला. ते तिला शोधू लागले. मग माझ्या मैत्रिणीच्या घरी गेले. तिने सांगितले, ''मला बहीणच नाही. माझ्या एका मावसबहिणीचे लग्न दीड महिन्यापूर्वी झाले.'' सासरे संतापून घरी आले. आमच्या घरात तमाशा सुरू झाला. मी दुपारी साडेबारा वाजता सांगितले, ''प्रतिभाचे लग्न झाले.'' मग तर हाहाकार माजला. संध्याकाळी चार वाजेपर्यंत वाद सुरूच होता.

मग संध्याकाळी मी घरच्यांना प्रतिभाच्या लग्नाची सविस्तर हकिकत सांगितली. त्याबरोबर सगळ्यांनी मलाच मारायला सुरुवात केली. सासरे व दिलीप, माझा दीर चंदू विचारू लागले, ''तू आम्हाला आधी का नाही सांगितले?'' दिलीप म्हणू लागला, ''आता उद्या तिचे काही बरेवाईट झाले तर सर्व जबाबदारी तुझी राहील.'' मी त्यांना म्हणाले, ''तुमची बहीण, मुलगी एवढे वर्षं घरात पडून आहे, तिच्या भावनांची काही जाणीव आहे की नाही. माझा तिच्यावर विश्वास आहे. तिचे जे काही होईल मी सांभाळून घेईन.''

दिलीप म्हणाला, ''तू कोण आहेस तिची? तुला काय गरज आहे?'' मी म्हणाले, ''मी वैनी आहे. वैनी आईसारखी असते.'' मी उत्तरे देत होते, त्यांनी ते अजूनच चिडले.

मी प्रतिभा व किशोरला रात्री नऊ-साडेनऊ वाजता घरी यायला सांगितले होते. रात्री साडेआठला प्रतिभा व किशोर पेढे घेऊन आले. म्हाताऱ्याने ते मोरीत फेकून दिले. चाळीतले सगळे जमा झाले. म्हातारा म्हणत होता, ''लग्नाचे सर्टिफिकेट

दाखव. जोपर्यंत सर्टिफिकेट येत नाही, आम्ही विश्वास करणार नाही.'' सगळ्यांनी समजावून सांगितले तरी काही उपयोग झाला नाही. शेवटी प्रतिभा निराश होऊन निघून गेली. त्यांना साधा चहा सुद्धा दिला नाही.

प्रतिभा गेल्यावर पुन्हा मला मारहाण सुरू केली. मी म्हणाले, ''तुम्ही लोकं तिच्याशी असे वागलात. एवढा अपमान केल्यावर, तमाशा केल्यावर तिला कुणी सुखी ठेवेल का?'' मला केलेल्या मारहाणीपेक्षा मला त्या जोडप्याच्या अपमानाचे वाईट वाटू लागले. दुसऱ्या दिवशीही भांडणं, तमाशा सुरूच राहिला. त्यांनी माझे हगणे-मुतणे बंद केले. बाहेर खूप पाऊस पडत होता. घरातही पाणी साचले होते. तीन दिवस हालहाल करून सोडले. चंदू भावोजी खुर्चीवर पाय ठेवून मला दमदाटी करत राहायचे. सासरे नको नको ते बोलत होते.

शेवटी तिसऱ्या दिवशी प्रतिभा व किशोर लग्नाचे सर्टिफिकेट घेऊन आले. पाचव्या दिवशी पूजेचे आमंत्रण देऊन गेले. मग सगळे एक झाले. मग दिलीपने माझे कौतुक सुरू केले. माझी ऊठबस करायला काय लागले, माझ्यासाठी साडी काय आणली, मला खोटे नवीन मंगळसूत्र काय आणले. मला सारखा म्हणे, ''तू मला अगोदर का नाही सांगितले?'' मनात आले, नंतर कळल्यावर एवढा तमाशा केला, आधी सांगितले असते तर आमच्या दोघींच्या नरडीचा घोट नसता घेतला?

मला अगदी श्रीदेवीसारखी नटूनथटून पूजेला नेली. तिच्या सासरच्या लोकांसमोर असे वागवत होता की कुणीही म्हणाले असते की तिचा भाऊ बायकापोरांना किती सुखात ठेवतो. मला सर्व कळत होते. पण मी मनापासून आनंदात होते. पूजेच्या रात्री सगळ्या पाहुण्यांसोबत नाचायला मिळाले. मी नाचता नाचता चिखलात पडले. सगळी साडी खराब झाली. मनात आले, मनापासून घेतलीच नव्हती साडी म्हणून खराब झाली. पण प्रतिभा मला आजही विसरली नाही. किशोरने सख्ख्या बहिणीपेक्षा जास्त मान दिला. झाले, माझी नणंदुली गेली. सगळा आनंद तिच्याबरोबर घरातून निघून गेल्यासारखे वाटले.

- ९ -

मग पुन्हा आमचे रहाटगाडगे सुरू झाले. प्रतिभा गेल्यावर दिलीपला छळायला रान मोकळे झाले. घरात कुणी असले की मला बरे वाटायचे. त्यानिमित्ताने तरी दिलीप माझ्याबरोबर झोपत नसे. कुणी नसले की हा होताच काळजावर धोंड ठेवल्यासारखा. मला त्याच्याशी शरीरसंबंधाचा वैताग आला होता. नुसता त्याच्या क्रियेला हुंकार द्यायचा. कंटाळा यायचा. त्याच्या हवेचा स्पर्शही नकोसा वाटायचा. वागताना खूप वाईट वागायचा. तोच संशय, तेच टोमणे, त्याच शिव्या. मी कौसरची आठवण काढत सर्व सहन करायचा प्रयत्न करायची.

राजकुमार कौसरचा मोठा भाऊ दिसायला एकदम नरेंद्र पांडेच. त्याची माझी तोंडओळख होती. रात्रंदिवस मला कौसरची आठवण यायची. माझ्यापायी त्याचा जीव गेला अशी अपराधीपणाची भावना मनात होती. मी माझ्या मनाला कुरतडत बसे. मला वाटत होते राजकुमार मला नीट समजावेल. पण मी त्याच्याकडे कुणाच्या हाती संदेश पाठवणार? मी त्याच्याकडे पाहात बसे. कौसर माझ्याबाबतीत काय विचार करत होता हे मला जाणून घ्यायचे होते. मी त्याच्याकडे पाहात बसे की नजरानजर झाली तर मला त्याला भेटायला बोलवता येईल. पण त्याला वाटले की मी त्याच्यावर प्रेम करते आहे.

राजकुमारने मला भेटण्यासाठी एका पुस्तकातून संदेश पाठविला. आधी त्याने एक गाणे पाठवले. नंतर एक छोटीशी चिठ्ठी पाठवली. मग मी एक दिवस दुपारी थोडा वेळ काढून त्याला भेटायला गेले. आधी सर्व सोपस्काराच्या गोष्टी झाल्या. कौसर वारला तरी मी येऊ शकले नाही वगैरे वगैरे. त्याच्याबरोबर मला जास्त बोलवतही नव्हते. पण त्याच्याकडून मला सगळी हकिकत कळली. मी स्वत:ला कौसरच्या मृत्यूचे कारण धरून अपराधी भावनेने ग्रस्त झाले होते. त्यामुळे मी राजकुमारला सडेतोड उत्तर देऊ शकले नाही. मी त्याच्यावर प्रेम करते किंवा लाईन मारते हा त्याचा गैरसमज तसाच राहिला. त्यामुळे त्याचे फावले. पण हेही खरे की राजकुमारशी बोलल्यावर माझ्या मनाला आराम मिळाला. कौसरबद्दल कुणाशीतरी

बोलता आले या भावनेनेच मनाला बरे वाटले होते.

राजकुमारशी मी फक्त बोलायला जात होते. पण त्यासाठीही वेळ काढताना बराच आटापिटा करावा लागे. कौसरच्या कुटुंबातल्या इतरांशीही माझी ओळख झाली. ते सर्व सुशिक्षित होते. राजकुमारही बी.ए. झाला होता. त्या सर्वांनी कौसरच्या मृत्यूच्या प्रकरणात सर्व हकिकत माहीत असून माझं नाव घेतले नाही. नाहीतर बदनामी, कोर्ट-कचेऱ्या, कशाकशाला सामोरे जावे लागले असते कुणास ठाऊक? आमच्या अनाडी घरात तर मग हाहाकार माजला असता.

मी राजकुमारला नियमित भेटायला जायची. कधी दुपारी, कधी रात्री. तोही खूप चांगल्या तऱ्हेने गप्पा मारायचा. दहा-पंधरा मिनिटेच भेटायचो. भेटायला जातानाही बारका माझ्यासोबतच असायचा. दिलीप राजकुमारवरून संशय घ्यायचा. रोज तमाशे, रोजची भांडणे. त्यात सासू, सासरे आणि बबलू गावावरून आले होते. बबलू माझी ओळख विसरला होता. तो माझ्याकडे फिरकूनही बघत नव्हता. त्याला घेण्यासाठी मी आसुसलेली असायची. तो हाकेला ओसुद्धा द्यायचा नाही. सतत आजीच्या मागे "आजीनु, आजीनु" म्हणत फिरायचा. माझे व माझ्या मुलाचे भावबंध तोडण्यात दिलीप यशस्वी झाला होता. ते त्याच्या डोळ्यांवरून, मिस्कीलपणे हसण्यावरून कळून यायचे. काळीज भेदरून जायचे.

असेच चालले होते. मला राजकुमारला नीट भेटताही येत नव्हते. घरात सगळे आल्याने मी रहाटगाड्यात अडकले होते. कंटाळले होते. राजकुमारला भेटता यावे त्याच्याशी बोलता यावे म्हणून मी एकदा फार आजारी पडल्याचे नाटक केले. मला कांदिवलीच्या हॉस्पिटलमध्ये ठेवण्यात आले. राजकुमार बरोबर सकाळी सहा-साडेसहाला हॉस्पिटलमध्ये मला भेटायला यायचा. एक दिवस हॉस्पिटलमध्ये दिलीपची जायची वेळ आणि राजकुमारच्या जाण्याची वेळ एकच झाली, संपले. मी आठ दिवस हॉस्पिटलमध्ये होते.

तिथून भांडणाला नवीन विषय मिळाला. आधीचे काय कमी होते, ते आता हे नवीन वाढून ठेवले अशातली गत झाली. तरीही मी त्याला भेटायला जात होतेच. आम्ही भेटण्याची वेळ बदलली होती. त्यावेळी माझी अवस्था अशी होती की मी घर सोडायला निघाले होते. राजकुमाराशी लग्न न करता मी त्याच्याबरोबर पळून जायचे ठरवले. मनात यायचे ह्याच्या ओळखीने, आधाराने काम मिळवले की झाले. आपण आपले आणि आपल्या मुलांचे पोट भरू. राजकुमारसाठी मला घर सोडायचे नव्हते, पण मी जाचाला कंटाळले होते. राजकुमारला मी घर सोडण्याबद्दल बोलले. तो म्हणाला, "बारक्याला बरोबर घे, मोठ्याला घेऊ नकोस." मी घर सोडण्याची तयारी केली पण मनात कुठेतरी आशा होती की आज ना उद्या सर्व काही नीट होईल. मी थंडपणे विचार केला आणि माझे पाऊल मागे घेतले.

कौसरचा मृत्यू अजूनही माझ्या डोळ्यांसमोर येतच होता. त्याचा निष्पाप चेहरा आणि राजकुमारच्या उपकाराचे ओझे वाटायचे. मी राजकुमारने भेटायला बोलवल्यावर त्या दबावाखाली जायची. सकाळी दूध आणण्याच्या निमित्ताने चालत जायचे व यायचे आणि त्यावेळी राजकुमार भेटायचा आणि कुठेतरी गल्लीत जाऊन माझ्याशी चुंबन घेणे, मिठी मारणे असे प्रकार करू लागला, मला एकदम घाण वाटली. हे संबंध मला झेपणार नाही हे जाणले. मला राजकुमारशी नाते तोडायचे होते. पण मी त्याला हे बोलू शकत नव्हते आणि हा प्रकार सुरू असताना एकदा दिलीप तिकडे तडफडला. झाले. इथून एक नवीन पर्व सुरू झाले. दिलीपने या प्रसंगानंतर आठ दिवसात बबलू, छोटू व मला सासऱ्यांना सांगून त्यांच्या गावाला रवाना केले.

लग्नानंतर मी फक्त आठ महिने गप्प बसले. लग्नाआधीही परिस्थितीशी झगडा करत होते. पोटासाठी कॉलनीतल्या लोकांची, शेजाऱ्यापाजाऱ्यांची कामे करत होते. चार आणे, आठ आणे, रुपया, दोन रुपयांचाही आधार मिळाला की बरे वाटत असे. लग्नानंतर मालवणीत राहायला आलो होतो. तिथे जरीचे काम प्रसिद्ध होते. मी मणी ओवायची कामे करीत असे. मुलांना आणि मला कपडे घेता यावेत म्हणून हे वरखर्चाचे पैसे मिळवित असे. कारण लग्न झाल्यावरती सुरुवातीला दोन साड्या, एक ड्रेस व दोन-तीन मॅक्सी एवढे कपडे माझ्याकडे होते. चड्डी, ब्रेसियर तर मला माहीतही नव्हते. मणी ओवायचे एका पाकिटाला पाच रुपये मिळत. मी आठवड्याला तीन ते चार पाकिटे ओवायची. त्यातून मी सोमवार बाजारातून स्वत:साठी ब्लाऊज, मुलांसाठी कपडे घ्यायची.

दिलीप वर्षातून एकदा दिवाळीला मुलांना एक जोडी कपडे घेई. पण तिथपर्यंत दिवस कसे काढायचे? माझा दुसरा मुलगा जन्मायच्या आदल्या दिवशीपर्यंत मी निवडणूक ओळखपत्रांची कामे करत होते. त्याचे १६५ रुपयेसुद्धा त्या पार्टीच्या लोकांनी बुडवले. मत मागायला मात्र बरोबर आले. पैसे कमविण्याचे साधन माझे मी शोधून काढले होते, त्यामुळे मला अभिमानही वाटायचा आणि माझा आत्मसन्मानही वाढायचा. त्या एवढ्याशा कमाईतही मी स्त्रियांना सांगत असे की टिकलीच्या पाकिटासाठी, अंग झाकण्यासाठी पुरुषांसमोर काय म्हणून हात पसरायचे? मला पटत नसे. सतत रडत का राहावे?

हेही खरे होते की मला ज्यांना बघावेसे वाटे त्यांना, मी मनसोक्त बघत असे. ज्यांच्याशी बोलावे वाटे त्यांच्याशी बोलत असे. समाजाच्या सभ्यतेपायी कमी बोलायला मिळे पण मी प्रयत्न करत असे. माणसाने माणसाशी का बोलू नये? त्यात आवडीच्या माणसाबरोबर संवाद साधल्याने मनातली दु:खं कमी होतात. ह्या सगळ्यासाठी मी भलेही यातना भोगल्या पण मला जीवनाचा प्रत्येक क्षण मौल्यवान

वाटत असे.

सकाळी दिलीप कामाला गेल्यावर दिवसभर थोडी गाणी ऐकत असे. कल्पनेच्या दुनियेत रमून जात असे. कल्पनेतच कुणाच्या तरी प्रेमात पडत असे. मग तो क्षण दुःख पचवताना आठवत बसे. तेवढाच मनाला विरंगुळा. मग पुन्हा यातना भोगायला मी सज्ज असे आणि हेच माझे पुन्हा पुन्हा मजबूत होणे, दिलीपला खटकत असे. दिलीपला संगीताचा अजिबात स्पर्श नव्हता. मला आश्चर्य वाटे. हा कसा काय चित्रकार झाला. मी गाणी ऐकत जरी असले तरी तो म्हणे, "गाणे वेश्या गातात." माझे सासरे तर माझ्या मोठ्या मुलाला, माझ्या वडिलांसारखे हातवारे करून चिडवून दाखवत असत. माझ्या वडिलांचा एक हात लुळा पडला होता. त्याचे व्यंग करत ते नक्कल करायचे.

आमची भांडणे सिनेमाला जाण्यावरूनही व्हायची. ब्लॅकने तिकीटे खरेदी करून सिनेमा पाहण्याची आमची परिस्थिती नव्हती पण दिलीप तिकिटे ब्लॅकने घ्यायचा. मी, "तुम्ही ॲडव्हान्स बुकिंग का करत नाही?" असे विचारत असे. माझे भांडण व्यवहार आणि टापटीपपणावरून असे. त्याचा व्यवहार आतबट्ट्याचा असे. लोकांना ताटकळत ठेवणे चुकीचे असतानाही तो ठेवायचा. एखाद्याचे ६०-७० रुपयांचे छोटेसे काम असले तर तो ते दोन-दोन महिने करीत नसे.

दिलीपला मदत म्हणून मी देखील बॅकग्राउंड मारायचे शिकून घेतले. माझा बबलूदेखील स्केचिंगचा धागा पकडायला मदत करायचा. ब्रश धुणे, त्याला पाहिजे ती डिझाईन्स पेपरमधून काढून ठेवणे अशी मदत मी त्याला करत राही. मी त्याच्या कलेच्या अजिबात विरोधात नव्हते. मला चित्रकला आवडत असे व आवडते.

दिलीप फुकटचे पाणी उपसत असे. मुश्किलीने नळाला पाणी मिळायचे. ते फुकटचे तांब्या तांब्या उपसायचे. घरात बरेच वर्षं सिमेंटचा पत्रा टाकून मोरी बनवलेली होती. त्याच्यावर जितके पाणी पडे तितके शेवाळ चढे. हा सारखा आपला दोन घोट पाणी पिऊन उरलेले फेकून देई.

बाजारहाट त्याने एकदाच सुरुवातीच्या दोन दिवसात केला होता. बाकी कधीच बाजारहाटाची जबाबदारी घेतली नाही. स्वतःला दर तीन महिन्याला दोन जोडी कपडे घेई, पण मुलांना वर्षातून एकदा तेही एकच जोडी. मी त्याबद्दलही तक्रार करत नसे. पण त्याने आपल्या बहिणींना तरी नीट सांभाळावे, त्यांना किमान दोन शब्दांचा आधार द्यावा अशी अपेक्षा होती. पण ह्यांनी बहिणीही वाटून घेतल्या होत्या हे मला समजले तेव्हा मला आश्चर्यच वाटले. मोठी ह्याची आणि बारकी चंदूची.

-१०-

मालवणीच्या १९ नंबर झोपडपट्टीतले ते घर, मी तिथे नंदनवन फुलवले. घेतले तेव्हा झोपडे होते पण मी डागडुजी करून सजविले होते. हाताने सिमेंटची गोणपाटं शिवून निळ्या रंगाचे पार्टीशन तयार केले. झोपडीची उंची वाढवून दहा फूट केली. दिलीपला थोडेफार सुतारकाम यायचे. मी बाबापुता करून त्याच्याकडून काम करवून घ्यायची. तो फक्त ठाकठूक करायचा आणि दारू पिऊन झोपून जायचा. बाळंतीण असतानाही मी खाडीवर जाऊन डोक्यावर बादलीभर गोटे आणून आणून भर घातली. घर स्वच्छ सुंदर आणि टापटीप ठेवायची मी. आला गेला त्या घराचे कौतुक करत होता.

पण तेच आता सुटले आणि मी दिलीपच्या गावी कोकणात जाऊन पडणार होते. पण माझ्या हातात काहीच नव्हतं. माझं नशिब आणि दिलीप ठेवेल तसं मला राहावं लागणार होतं. मी व्यभिचार केला नव्हता. माझ्या हातनं झाला असता. पण मला व्यभिचारी ठरवून माझी रवानगी रत्नागिरी जिल्ह्यातल्या गोटीवरे नावाच्या खेडेगावात करण्यात आली होती. ही मला दिलेली शिक्षा होती. तो एक प्रकारचा अज्ञातवास होता की काळेपाणी कोण जाणे? ना तक्रार, ना फिर्याद, ना सुनावणी मला डायरेक्ट शिक्षा भोगण्यास पाठविले गेले.

राजापूर तालुक्यातलं गोटीवरे (कात्रादेवी) हे माझं सासरचं गाव. आम्ही बोटीने गावी जायला निघालो कारण बोटीत दारू प्यायला मिळत असे. त्यामुळे सासऱ्यांना बोटीनेच जाणे आवडे. भाऊचा धक्का ते मुसाकाजी ३६ रुपये तिकीट होते. मुसाकाजीला रात्री दोनच्या सुमारास आम्ही उतरलो. तिथून दुसऱ्या बोटीने जैतापूरला आलो. जैतापुरातून बस पकडून आम्ही चव्हाण वाडीत उतरलो आणि त्यापुढे दोन तास चालल्यावर आम्ही गोटीवऱ्यात पोहोचलो.

मी उभ्या आयुष्यात असा प्रवास पहिल्यांदा केला होता. प्रत्येक गोष्टीचं मला नावीन्य वाटत होते. बोटीत वर मी सगळीकडे फिरून घेतले. आमची तिकीटे सर्वांत खालच्या माळ्यावरची होती. ती बोट तीन मजली होती. पहिल्या माळ्यावर परदेशी लोक होते. ते गिटार वाजवत होते. कॉफी, ड्रिंक्स घेत होते. मला खूप

मस्त वाटले ते पाहून. बोटीतही सर्वत्र हिरवीगार झाडं कुंड्यांमधून लावलेली होती. गोटीवऱ्यापर्यंत येईपर्यंत मन आनंदाने भरून निघाले.

गोटीवऱ्याचे आयुष्य मुंबईतल्या आयुष्यापेक्षा खूपच वेगळे होते. सकाळी उठून चहा पिण्याअगोदर प्रथम व्हाळातून दोन खेपा पाणी आणावे लागे. तेवढ्या सकाळी हिरव्या सृष्टीचे मनसोक्त दर्शन मिळायचे. मग दिवसाची सुरुवात करायची. चहा, अंघोळ आटपली की बाळांना न्हाऊ घालायचे. केरकचरा होईपर्यंत नऊ वाजायचे. मग पुन्हा व्हाळातून पाण्याच्या खेपा सुरू. मध्येच कुणीतरी आमची पण एक खेप आणून दे म्हणून सांगायचे. त्यांची खेप आणली की ते चहा, भाकरी किंवा खिमट द्यायचे. "जरा वाईच घोटभर चहा पी गे," अशी हाक आली की मला समजायचे त्यांना एखादी कळशी आणून द्यावी लागणार. मग दहाच्या सुमारास सत्यवती आई दारातूनच मला इशाऱ्याने बोलावित आणि गरम गरम ताजी भाकरी वाढत. ती एक भाकरी खाल्ली की मग कपडे घेऊन व्हाळात जायचे. तेव्हाही कुणीना कुणी लुगडे धू, शर्ट धू अशी कामे सांगतच राहात.

मला घरून भाकरी मिळाली नाही की मी बारस्करीण काकूंकडे एक खेप न्यायची किंवा त्यांच्या नातवांचे, मुलांचे कपडे धुवायची म्हणजे त्या भाकरी किंवा काही ना काही खायला घालत. आमच्या घरात साधे पोहे शिजवून खायलाही मला भीती वाटायची. सासूबाईंना आठवडा दोन आठवड्यातून एक दोनदाच प्रेम वाटायचे. इतर दिवस उपासमार ठरलेली होती. कपड्यांचे फार हाल नव्हते. माझ्याजवळ चार-पाच ठेवणीतल्या साड्या होत्या. ब्लाऊज मात्र सारखे उसवायचे. मुलांकडे फार कमी कपडे होते. बांगड्या भरायला मिळत नसे. त्यामुळे हळूहळू मी बांगड्या घालणेच सोडले.

इथे आर्थिक परिस्थितीला तोंड कसे द्यावे ते कळत नसे. दिलीप दोन-तीनशे रुपये देऊन जायचा. तेही मी घरात देऊन टाकायची. पैशांची चिंता करता करता उन्हाळा संपला. पावसाळा सुरू झाला. पावसात लावणी करण्याचे, दाढे काढण्याची कामे मिळू लागली. त्यामुळे शंभर दोनशे रुपये हातात खेळू लागले. उन्हाळ्यात काम करून पैसे येण्याचा मार्गच नव्हता. गावात एवढे मात्र कळून चुकले की तिथे पेज कोणीही करून खायला घालेल पण पैसे कमावण्याचा मार्ग काहीएक नाही.

दुपारी रिकामा वेळ मिळाला की मी वडाजवळ, पडवीत उभे रोहून निसर्ग न्याहाळत राहायची. दळणाला गेले की नदी व सागराचा संगम पाहायला मिळे. आमचे घर खूप उंच ठिकाणावरती होते. तिथून गोटीवरे सुंदर दिसे. नाना तऱ्हेची झाडे-झुडपे बघूनच मन हरखून जायचे. मी स्वप्न बघायची की राजकुमार माझ्याशी लपाछपी खेळतोय. मनाला तेवढाच विरंगुळा मिळायचा. खरंतर राजकुमारची आठवण यायचे काहीच कारण नव्हते पण त्याचा विसर मला पडत नव्हता.

याचे महत्त्वाचं कारण म्हणजे, दिलीपच मला तो विसर पडू देत नसे. तो वारंवार जुन्या गोष्टी उगाळत बसे. लग्नानंतर माझे कुठल्याही परपुरुषाशी शरीरसंबंध नसताना तो उठता, बसता टोमणे मारी. झोपतानाही त्याचे अश्लील बोलणे सुरू असे. रोजचीच रडकथा होती. त्यामुळे रोज रोज तेच ते विचार डोक्यात हातोड्याने घाव केल्यासारखे भिनायचे. त्यामुळे झालेल्या जखमेला कुणी हात लावला तर ठणकल्यासारखे व्हायचे. मग ती वेदनाच मी वारंवार लहरींसारखी स्वतःमध्ये अनुभवत बसायची. त्या वेदनेच्या तरंगात गोल गोल फिरत राहायची.

त्यातूनही मन भरले नाही की मी व्हाळात जाऊन पाय सोडून नाना तऱ्हेचे खेळ करत एकटीच बसायची. मला व्हाळात अंघोळ करायला आवडायचे. पण घरून परवानगी नव्हती. तरी मी दोन-तीन वेळा चोरून अंघोळ केलीच. पावसात धबधब्यावर गेले. मी प्रथमच जिवंत धबधबा पाहिला. मला रानावनात फिरायला आवडे. गावी मला लाकडे तोडता येत नव्हती. त्यावरून रोज सासूची टुरटूर चाले. मग मी आंब्याची लाकडे तोडून आणायची. आंब्याची लाकडे तोडण्यासाठी मी एक आयडिया वापरली. झाडे उंचचउंच. मग काय मी साडी सोडायची त्याची गुंडाळी करून ती एखाद्या बॉलसारखी हवेत फांदीच्या दिशेने उडवायची. साडी फांदीत अडकली की तिची दोन्ही टोके हातात धरून फांदी उचकटायला खेचायची. भाराभर लाकडे मी नक्कीच अशाप्रकारे तोडत होते. मी दिवसाआड लाकडे तोडून आणी. सकाळचे पाणी त्यावरच तापत असे. चहा आणि पेजही त्यावरच होत असे. कधी कधी तर संध्याकाळचा भातही होत असे.

मी गावी राहायला लागल्यापासून दिलीप सातवेळा गावी आला. ज्याला त्याला वाटे की सात वर्षं गावी न आलेला माणूस एकदम इतक्यांदा कसा येतो? प्रत्येकजण म्हणायचा की बायकोवर याचे किती प्रेम आहे. दिलीप मधेमधे खरंच खूपच मदत करायचा. मला पाणी आणायला, कपडे पिळायला मदत करायचा. लोकांना वाटे बायकोवर किती प्रेम आहे. पण तो माझ्यावर पाळत ठेवत असे. त्याच्या मनात संशय होता. तो इतरांसमोरही माझ्याबद्दल घाणेरडे बोले. मुंबईवरून आला की मालवणीत हा तुझ्याबद्दल असे बोलला, तो तसे बोलला असे म्हणत म्हणत माझ्याबद्दल घृणास्पद बोले. जो स्वतःच लोकांसमोर बायकोचा अपमान करतो, त्या बाईची काय किंमत? आपलाच म्हणे रांड, दुनिया म्हणते सांड, अशी आमची गत होती.

मी गोटीवऱ्यात येऊन जवळजवळ एक वर्ष झाले होते. गोटीवऱ्यात अनेक बरे वाईट अनुभव आले असले तरी माझी काहीही तक्रार नव्हती. शारीरिक कष्टांबद्दल तर अजिबात नव्हती. शारीरिक त्रासानं अंथरुणावर पडल्या पडल्या झोप

येते पण मानसिक त्रासाने माणसाची झोप उडून जाते. मोठे बाबा (चुलत सासरे) आणि मोठ्या आई यांचा परिवार मुंबईत राहायला आले. त्यांच्या मुलाला संजयला प्रेसमध्ये क्लार्कची नोकरी लागली. ते सुटले, आम्ही राहिलो. मला मुंबईची ओढ वाटू लागली. मी दिलीपच्या मागे तगादा लावला, कसेही करून मला मुंबईला न्या. तेव्हा दिलीपने मला सांगितले की मी मालवणातली खोली नऊ हजाराला विकली. माझ्या डोळ्यांसमोरून ती खोली हटेचना. त्यात मी काढलेले कष्ट, सजवलेली स्वप्नं सगळे त्याने नष्ट केले होते. मी त्याला विचारले, "तुम्ही भाडोत्री का नाही ठेवले?" तर त्याने नरेंद्र पांडे आणि राजकुमारवरून घाणघाण बोलायला सुरुवात केली. मला कंटाळा आला होता.

त्यानंतर दिलीपने कधीतरी अंधेरीला खोली घेतली. आणि मला जानेवारीच्या सुमारास मुंबईला आणले. मनात म्हटले या गावच्या वातावरणातून सुटले एकदाची. मी पूर्वीचे आयुष्य पूर्णपणे विसरले होते. मी व माझा संसार इतकेच मला ठाऊक होते. मी एकाग्र चित्ताने जीवन जगत होते. संसार करीत होते.

- ११ -

अंधेरीत पूर्वेला तक्षशीला अपार्टमेंटच्या समोरच्या संजयनगर झोपडपट्टीत दिलीपने जागा घेतली होती. दिलीप कधी व्यवहारातले काही सांगायचा नाही. त्यामुळे खोलीचे भाडे किती होते हे मला माहीत नव्हते. डिपॉझिट बाकी इतरांसारखेच दोन अडीच हजार असणार. संजयनगरमध्येही कोकण काही सुटले नव्हते. शेजारी बहुतेक कोकणीच होते. इथे वापरायला बावडीचे पाणी होते. प्यायचे पाणी रात्री कब्रस्तानातून आणावे लागे. त्यालाही रोज पन्नास पैसे द्यावे लागत. वर नंबर लावावा लागे ते वेगळेच. संध्याकाळी सातला नंबर लावला की रात्री दहा, अकरा वाजेपर्यंत नंबर येई. संडासला उघड्यावर जावे लागे. दिवसा संडासला जाण्याची सोय नव्हती. तिथे एक लिंगपिसाट माणूस असे. तो समोर येऊन उभा राही आणि लिंग हलवून दाखवे. त्याला घाबरून रात्रीचे संडासला जावे लागे.

घर पत्र्याचे होते. वरही पत्राच होता. मालवणीच्या घराइतके मोठे नसले तरी इथेही मध्ये एक पार्टीशन होते. त्यामुळे ते दोन खोल्यांचे घर वाटे पण माझ्यासाठी तो जणू बंगला होता. माझी मालवणीची खोली आता मला महाल वाटत होती. अर्थात दोन्ही ठिकाणी लाईटची सोय नव्हती. गावात राहून मला डोक्यावरून हंडा, कळशी वाहायची सवय लागली होती. पाण्याच्या खेपा आणायला लागत. दर खेपेमागे दहा मिनिटे लागायची.

इथे आल्यावरती थोडे दिवस दिलीपचे काम ठप्प होते. जवळजवळ पंधरा दिवस तो घरातच होता. पप्पूच्या आईबरोबर मी धाडीवैनीने दाखवलेल्या घरकामाला जायला लागले. सकाळी सहा वाजता बाहेर पडायची ते संध्याकाळी सहा-सातच्या सुमारास घरी यायची. ते काम दहा दिवस केले. त्या दिवसात कल्पना, दिलीप व सासऱ्यांनी मुले सांभाळणे, घरातले बघणे सगळे केले. मी कामाच्या शोधात होते. दिलीपलाही काम मिळाले. माझ्या दिवसाच्या पगाराचाही घराला आधार झाला.

मला स्क्रीन प्रिंटिंगच्या कंपनीत काम मिळाले. बारा रुपये रोजावर. बारा दिवसातच पगाराची तारीख आली. पगार आणायला आणि कंपनीचे ऑफिस

बघायला मी मालकाच्या भावाबरोबर गेले. त्यांचे नाव बाबू होते. मी, छाया व बाबूसर एकत्र चकाल्याला गेलो. घरी आले तर दिलीप हजर. मी कामावर गेले म्हणजे दिलीप घड्याळ लावून बसायचा. या संशयामुळे त्याचे कामही ठप्प व्हायचे. त्या संशयामुळे तो घरात बसून राहायचा. जे जे माझ्याशी चांगले वागत, मला जे मदत करत त्यांना तो टोमणे मारायचा. हा चांगला नाही, तो वाईट चालीचा आहे अशी त्याची बडबड चाले.

बाबूसरांनीही पिच्छाच पुरवला होता. बाबू सरांचे ओठ फाटलेले असल्याने शिवलेले होते. त्यांना पाहून मला माझ्या नणंदेच्या मुलाची – समीरची आठवण यायची. त्याचेही जन्मत: ओठ फाटलेले होते. बाबूसरांचे लग्न झालेले नव्हते. त्यांच्या मनात छाया ठसली होती. ते छायाला भेटायला दोनदा घरीही आले होते. दिलीपला ही गोष्ट सांगितली नव्हती. त्यात छाया माझी चांगली मैत्रीण व बाबूसर भावासारखे, त्यात ते बॉसही होते. एकदा पगारासाठी दिलीपला बरोबर नेले होते, तर त्याने बाबूच्या भावावरून टोमणे मारायला सुरुवात केली. ती व्यक्ती जरा चंचल मनाचीच होती पण आम्ही नोकरवर्ग आणि निदान त्यांनी मला किंवा छायाला कधीच वाकडे पाहिले नाही. त्यांना बघून असे वाटे की पैशाच्या जोरावर काहीतरी उपद्‌व्याप करत असावेत. पण मला फक्त कामाशी काम होते.

घरच्या किटकिटीपायी हे काम सुटलेच. आता कुठूनही आधार नव्हता. त्यानंतर काहीच दिवसात माहीत पडले की बाबूसरांची हत्या झाली. त्यांचे प्रेत महाकाली गुंफेच्या जंगलात सापडले. डोके दगडाने ठेचले होते.

आता हे काम सुटले होतेच, दुसरा काही आधार नव्हता. त्यात माझी प्रकृती आतून जोरदार ढासळत चालली होती. छोटूच्याही करंगळीचे दुखणे वाढले. लहानपणी ही करंगळी अर्धवट तुटली होती. ती इथे, तिथे अडकत राहायची आणि दुखणे वाढायचे. दर दोन दिवसाआड मी आणि छोटू डॉक्टरकडे जात होतो. छोटूला खूप खरूजही आली होती. औषधे खाऊन कंटाळा येत होता.

अशा आजारपणात दिलीपसाहेब एका सिंधी गुरुंकडे वीरा देसाई रोडला जायला लागले. त्यांच्या मठात दिलीपने आम्हालाही नेले. मला म्हणाला की, ‘‘तुम्हाला कडे घालायचे तर घाला, जबरदस्ती नाही.’’ पण ते वरवरचे होते. त्याला वाटत होते आम्ही कडे घालावे. आम्ही घातले. तांब्याचे कडे होते. गुरू सांगत की गुरुवारी उपवास करावा. ह्या उपवासाचीही मला फार गंमत वाटायची. मी मनात तुच्छतेने दिलीपवर हसायची. हा सकाळी सांगणार, ‘‘उपवास आहे, संध्याकाळी मठात जायचं आहे. शेंगदाणे घालून शिरा कर.’’ भरपूर शिरा बनवायचा. रात्री मठात गेल्यावर मुगाची डाळ घातलेली खिचडी. वरून भरपूर तूप.

तिथे गेल्यावर फार विचित्र वातावरण असायचे. सगळीकडे धूप. सगळीकडे

काळ्या कांड्या लावलेल्या. त्याच्या उग्र दर्पाने ढवळून यायचे. रात्री येताना ते बाटलीतून केशरयुक्त जल द्यायचे. त्यांच्याकडे आजारी रुग्ण माणसेच येत असत. दर्शनाला खूप मोठी लाईन असायची. मी अक्षरश: रडकुंडीला येत असे, पण नाईलाज होता. म्हटले निदान त्याच्या मनासारखे वागून पाहावे, त्याच्या आवडी-नुसार जगावे. दिलीपच्या अपेक्षा त्यामुळे वाढायला लागल्या. आता तो म्हणायला लागला की तू दिवसाही कधीतरी जात जा मधूनमधून. मी जायचे. दोन-चारदा गेले.

तिथे दिवसा कुठलीशी माँ असे. तिच्याजवळ कुणी ना कुणी पाच-सहा जण बसलेले असायचे. ती फार ज्ञानाच्या गोष्टी सांगायची. मला राग यायचा ही मलाच का सांगते. दुसरे शिष्य नाहीत का? आणि शिष्य कसले? सर्व माझ्यासारखेच काहीतरी शोधायला आलेले. पण मी शांती, प्रेमाचा, जीवनातील तडजोडीचा मार्ग शोधत होते. बाकीचे सर्वही आपले शोधातच असतील ना? पण तिला त्याची जाणीवच नव्हती. मी काहीतरी चार-पाच गुरुवार गेले. नंतर नाही गेले. माझे सासरेही त्या गुरुजींना नावे ठेवायचे, "काय तुझा तो सिंधी गुरू?" मग बापलेकाचे वाद-विवाद चालायचे. मला ह्या सर्व गोष्टींचे हसू येई, बाप बिलंदर, बेटा कलंदर.

आमची खोली गोसाव्यांची होती. आम्ही इथे राहायला येऊन दोन-अडीच महिने झाले होते. मच्छिंद्र गोसावींनी लग्न केले. आम्हाला खोली खाली करायला सांगितले कारण त्यांना पत्नीला घेऊन ह्या खोलीत राहायला यायचे होते. आम्ही तिथेच उजव्या बाजूला एक झोपडे घेतले. हे झोपडे अगदी एका बाजूला कोपऱ्यात होते. दोन्ही बाजूला कोणीच नव्हते. दिलीप कामे घरी आणू लागला. घरी कामे आणायला दोन कारणे, दुकान भाड्याने घेण्याची त्याची स्वत:ची ताकद नव्हती. दुसरे, माझ्यावर लक्ष ठेवायला मिळत असे. मी मनात म्हणे तू लाख लक्ष ठेव, मलाच कुणाकडे बघावेसे वाटत नाही आता. आणि माझी काहीएक तक्रार नव्हती. मला आपले आनंदात वावरायला मिळाले. दोन जोडी कपडे व खायला मिळाले की बस, बाकी काही नको.

मी आपली रोज नोकरीच्या शोधात पेपर चाळायची. एका ठिकाणी भरती होती. ते ठिकाण दादरला भवानी शंकर रोडवर होते. हॅपी होम मार्केटिंग सर्व्हिसची जाहिरात वाचली. मी व दिलीप दादरला गेलो. आम्ही दोघांनी एकत्रच फॉर्म भरले. पगार ६००रु., वर पास, आणि टार्गेटच्यापेक्षा जास्त विक्री झाली की त्याचे कमिशन वेगळे. दिलीपने ते काम घेतले नाही. सासरे गावी गेले. घर व मुलं मग मी छोट्या नणंदेच्या – कल्पनाच्या भरवशावर सोडत असे. पण कल्पनानेही एमआयडीसीमध्ये नोकरी धरली. मग मुले सांभाळायची जबाबदारी दिलीपवर पडली.

कामाच्या तिसऱ्या दिवशी प्रथमच खारला बोलाविले होते. पहिले दोन-तीन

दिवस खूपच त्रास झाला. त्यात वडापाव खाऊन ड्युटी करायची. मोठ्या मोठ्या इमारतीत चढउतर करायची. बॉम्बे सेंट्रल, मरीन लाईन्स सर्वत्र जावे लागे. आमच्या अकरा मुलींवर एक मॅडम असायच्या. त्या दुसऱ्या दिवशी कुठे जमायचे ते सांगत असत. तिथे आम्ही जमा होत असू. मालाची गाडी तिथे पोहोचायची. दुपारी बारा एक वाजेपर्यंत काही वाटायचे नाही. पण दुपारनंतर त्रास होई. चक्कर यायची, झोप यायची. घरात जेवण, भांडी, कपडे सगळे करून निघायची. वर संध्याकाळी परत स्वयंपाक. तरीही अकरा दिवस काम केले.

पावसाळा सुरू झाला. मला फक्त तापाचे निमित्त झाले. तो ताप न्युमोनिया-सारखा होता. त्याने मला दहा दिवस अंथरुणात लोळवले. मी पगाराच्या दिवशी दिलीपला पाठवले. माझ्या हातात ७४० रुपये पगार आला. त्याच्यात मी मुलांचे दप्तर, कपडे आणि शाळेच्या इतर वस्तू आणल्या. दिलीप मला हिणवायला लागला, “कल्पनाला हजार रुपये पगार, तुला सहाशेच.” माझी तब्येत बरी होती. मोठ्याला म.न.पा. च्या शाळेत बालवाडीत बसवले हे मला सर्वांत मोठे समाधान होते. घरातही थोडे सामान भरले होते.

एक महिन्याने मला सुपरवायझरची जागा मिळणार होती, मला त्याही गोष्टीचे अप्रूप होतेच. आमच्या मेन मॅडम नेहमी म्हणायच्या की, निशानंतर वैशालीचा नंबर लागतो. खरंतर निशा कामावर कधी कधीच यायची. पण मी सतत कामावर हजर. त्यात माझी उत्पादन विक्री चांगली व्हायची. पगार तर ६००रुपयेच होता पण कमिशनची कमाई चांगली होती. त्यामुळेच तर अकरा दिवसाचा पगार २२०रुपये झाला तरी मला ७४० रुपये हातात मिळाले. हे वरचे पैसे माझ्या कमिशनचे होते. मी सुपरवायझर झाले असते तर मलाही अकराशे रुपये पगार मिळाला असता.

कल्पनाच्या पगारातून तिने साधी खानावळही दिली नाही. तिने त्याच्यातून कानातले बनवले. पण दिलीपचे टोमणे सुरूच होते. “आठ तासांची ड्युटी करून महिना हजार रुपये कमवले कल्पनाने. नाहीतर तू.” त्याला उलटे उत्तर द्यायला मला जमत नसे. पण त्याचे हिणवणे सहनही होत नसे. मग मी कामावरच जायचे नाही असे ठरविले. तिथून दोन-तीन वेळा निरोप आला, मुली आल्या पण मी गेलेच नाही.

आमच्या घरात भांडण, तमाशे कमी होते की काय म्हणून दिलीप दुसऱ्यांच्या घरात आग लावत बसे. तो गोसाव्यांच्या घरात जाऊन बसायचा आणि गजा-भावोजींबद्दल वाईट वाईट बोलायचा, “तो गजा पक्का मा×××द आहे, सर्व भावंडांचा पैसा स्वत:जवळ ठेवतो.” हे खरे होते की सर्वांचे पगार गजाभावोजींच्या हातात होते. पण त्याच्यातून गजा भावोजींनी स्वत:साठी फ्लॅट विकत घेतला नाही

तर सर्व भावंडांना व्यवस्थित नोकरी लावून दिली, त्यांची लग्नं लावली. त्यांना घरे घेऊन दिली. त्यांच्या घरात एकोपा होता व अजूनही आहे.

या वस्तीतली लोकं माझा आदर करीत. ते सर्व आदरानी मला 'ताई' म्हणायचे. मी त्यांना चहा देत असे आणि त्यांच्याशी गोड बोलत असे. अजून देण्यासारखे माझ्याकडे काय होते? पण दिलीप त्यावरूनही भांडे. चहापत्ती किती वापरतेस? याच्याशीच का बोलली? तो घरातच का बसला होता? यावरूनच घरात भांडणे, मारामाऱ्या, तमाशे चालत.

असेच थोडे दिवस गेले. त्यावेळी जीवन निर्वाह निकेतन नावाच्या संस्थेतील सोशल वर्कर्स आमच्या झोपडपट्टीत यायच्या. त्यांचा दहा-बारा जणींचा गट होता. गुलाबी जांभळट रंगाची पूर्ण प्लेन साडी व ब्लाऊज हा त्यांचा पेहराव होता. पहिल्यांदा त्या आल्या तेव्हा मी फक्त उभी राहून पाहत होते. मला वाटायचे की कुठल्याशा हॉस्पिटलमधून त्या येत असाव्यात. त्या आमच्या वस्तीतल्या मागासलेल्या वडारी समाजातल्या मुलांना खेळवायला येत. या समाजातले लोकं कुंकू, बांगड्या इ. विकत फिरत असत.

त्या एकदा आल्या तेव्हा आमच्या घरी जोरदार तमाशा चालला होता. आमच्या भांडणाच्या आवाजाने त्यातल्या चौघीजणी आमच्या घरी आल्या. आम्ही आपले त्यांना बघून शांत झालो. मी त्यांना घरात बोलावले. मी म्हणत होते की, "मला ह्या माणसाबरोबर राहायचेच नाही. खूप टोकाचे भांडण होत राहते आणि हा माणूस कामावरही जात नाही." त्या सर्व सिस्टर्सनी आम्हाला समजावलं, "एवढ्या टोकाच्या भांडणाला जाऊ नका." त्यांनी दिलीपलाही समजावले.

त्यानंतर त्यांनी चार-पाच दिवसांनी माझ्यासाठी बारा रुपये रोजंदारीचे एक काम आणले. काम होते टेडीबेअर बनवायचे. ती संस्था रिकाम्या वेळेत स्त्रियांसाठी काम देण्याचेही कार्य करायची. त्या सिस्टर्सपैकी माझी जवळीक झाली, ती एका केरळी सिस्टरशी. तिचे नाव सिस्टर मारिया. मारिया मॅडम माझ्यावरती अतोनात प्रेम करायच्या. त्यांनी मला काम देऊ केले होते पण मला त्याहून चांगल्या पगाराच्या नोकरीची गरज होती असे त्यांना वाटे. मी त्या संस्थेत काहीतरी पंधरावीस दिवस काम केले असेल पण तेवढ्यात मारिया मॅडमनी माझ्याबद्दल सर्व माहिती मोठ्या फादरना दिली व अर्ज दिला की हिला काहीतरी चांगल्या हुद्द्याची नोकरी देण्यात यावी.

त्याप्रमाणे एका बुधवारी फादर संस्थेत आले होते तेव्हा त्यांनी माझी मुलाखत घेतली. त्यांनी मला माझ्या घराजवळच्या त्यांच्या बालवाडीत शिक्षिकेची नोकरी देऊ केली. पण अट अशी होती की पूर्ण सहा महिने भरायचे. त्यासाठी लागणारे प्रशिक्षण मला देण्यात येईल. सहा महिन्यांनी बालवाडी शिक्षिकेचे प्रमाणपत्र

देण्यात येईल. मीही नोकरी स्वीकारली. दोन बॅचेस चालवायच्या, सकाळी ९ ते ११ व दुपारी ११ ते १. दोन्ही बॅच मिळून सातशे रुपये पगार मिळू लागला.

मला शाळेची नोकरी लागली. ती सुरू असतानाच मी घाडी वैनींना सांगून पुन्हा घरकामाची दोन कामे मिळवली. एक पारसी कुटुंब होते, तर दुसरे होते ॲड. वर्षा पारेख यांच्याकडे. पारसी कुटुंबात मला पगार होता १२० रुपये, तर वर्षा पारेख यांच्या घरी मला तीनशे रुपये मिळत होते. सगळे मिळून आता मी घरी अकराशे रुपये आणत होते. शिवाय मला त्या कामात चहा, ब्रेडचे दोन स्लाइस. कधी दुपारचे जेवण, कधी कपडे, साड्या, मुलांसाठी खेळणी, वरकामाचे थोडे थोडे पैसे असे मिळत असत. त्यामुळे मी खूप खूश असे.

वर्षाताईंचा मुलगा पार्थ माझ्या छोटूच्या वयाचा होता. मी छोटूला माझ्याबरोबर नेई. मग त्या पार्थला छोटूशी खेळू देत. मला खूप आनंद होई. वर्षाताईंच्या टाकून दिलेल्या वस्तूंतही काही ना काही तरी वस्तू मला माझ्या उपयोगाच्या सापडत. कधी पेन, चपला. सुंदर सुंदर चपला असायच्या. एकदा मला त्यांच्या घरात कप मिळाले त्यावर लेडी डायना आणि प्रिन्स चार्ल्सची चित्रं होती. ती चित्रं पाहून मला दिलीपची आठवण येई.

प्रिन्स चार्ल्स भारतात आले तेव्हा पद्मिनी कोल्हापुरेने त्यांचे चुंबन घेतले होते. ते प्रकरण संपूर्ण भारतात गाजले होते. त्याचा दाखला देत मला 'रंडी' म्हणत दिलीप मारहाण करायचा. ते कप बघून मला ही आठवण येऊन हसू यायचे. वर्षाताईंना मला असे हसताना पाहून माझी गंमत वाटायची. पण मी का हसते ते काही मी त्यांना सांगितले नाही, कपातली गंमत कपातच ठेवली.

मला या तीन कामांबरोबर अजूनही कामे एका पाठोपाठ मिळत गेली. चड्ढा बिल्डरचे काम मिळाले. ते मला तीनशे रुपये पगार देत होते. ते राहात त्या बिल्डिंगचे नाव शेर-ए-पंजाब होते. चड्ढा स्वतः शीख होते. माझी खूप काळजी घ्यायचे. खायला तर भरपूर द्यायचे. कधी पराठा, कधी मिठाई. आधी नाश्ता, मग काम. मलाही आनंद व्हायचा. त्यामुळे मी खाण्याच्या नादाने छोटूलाही अनेकदा त्यांच्या घरी नेले होते.

मी त्यांच्याकडे काम सुरू करून आठ-दहा दिवस झाले होते. एक दिवस सकाळी सकाळी त्यांची पत्नी गुरुद्वारात गेली होती. मी कामाला गेल्या गेल्या मला त्यांनी त्यांची बायको गुरुद्वारात गेल्याचे सांगितले. त्यांनी स्वतः मला चहा-नाश्ता दिला. मी नाश्ता संपविल्यावर ते म्हणाले, ''चल, तुला तळघर दाखवतो.''

तळघर दाखवत असतानाच काहीबाही बोलत त्यांनी मला जवळ ओढले आणि माझे चुंबन घ्यायला सुरुवात केली. मीही आसुसलेले होते. किती दिवसांनी कुणीतरी एवढ्या प्रेमाने माझे चुंबन घेत होते. त्यांची दाढी सफेद होती पण मला

त्याक्षणी त्याचेही काही वाटले नाही. उलट त्या दाढीचा स्पर्श मुलायम वाटला. मला तो अनुभव खूप सुखद वाटत होता. पण ते एखाद्या अधाशी माणसासारखे माझ्यावर तुटून पडले. त्यांनी माझ्याशी संभोग केला. त्यानंतर तीन-चार वेळा पुन्हा त्यांनी वेगवेगळ्या वेळी माझ्याशी संबंध केला. मला चूक-बरोबर समजत नव्हते. पण दिलीपशी शरीरसंबंधात नुसता संभोगाचा कार्यभाग उरकणे असायचे. पण हे सरदारजी माझ्याशी कामक्रीडा करत, मला उत्तेजित करत. संभोगही खूप वेळ चाले. मीही आर्द्रयुक्त होई.

चड्ढा साहेबांना आता त्याची चटक लागू लागली, पण मला माझी इतर कामे सांभाळायची होती. मी त्यांच्यापासून स्वत:ला शक्यतो वाचवू पाहायची. लग्नानंतर परपुरुषांशी माझा प्रथमच शरीरसंबंध येत होता. मी द्विधा मन:स्थितीत होते. पण माझे आयुष्य घड्याळाच्या काट्यांशी, संसाराच्या गरजांशी बांधले गेले होते. ह्या कामा-वरून त्या कामावर मी पळत होते आणि घरी आल्यावर दिलीप, कल्पना, सासरे यांच्याशी झुंजत होते. समाधान स्वकमाईचे, शाळेतल्या सन्मानाच्या जागेचे आणि माझ्यासमोर वाढत जाणाऱ्या माझ्या दोन चिल्यापिल्यांचे होते. ते जगायला पुरेसे असताना मी का चड्ढासाहेबांना माझ्या शरीराला भोगू दिले होते? मला कळत नव्हते.

मला एका कन्नड कुटुंबात काम मिळाले. तिथे साठ रुपयांत लादी पुसायचे काम मिळाले. पण ते लोक प्रचंड कटकट करायचे. एक साताऱ्याकडच्या कुटुंबातले काम होते, ते लोक पण कटकटीचे नव्हते. अशी छोटी छोटी कामं मला कमलताई द्यायची, कारण माझी स्वत:ची ओळख नव्हती. कमलताई ही दिलीपची आतेबहिण होती. ती अनेक वर्षं संजयनगर झोपडपट्टीच्या आजूबाजूच्या बिल्डिंगमध्ये घरकाम करायची. मी मोलकरणींच्या युनियनपायी व अपार्टमेंटमधल्या नियमांपायी मेटाकुटीला आले होते. मोलकरणीचे रेशनकार्ड बघितले जाई. युनियनचे फोटो लावलेले ओळखपत्र दाखवावे लागे. त्यात जुन्या मोलकरणी नवीन मोलकरणींना घुसून देत नसत. अशा परिस्थितीत कमलताईंचे उपकार वाटायचे. पण तीही तिची सगळी कटकटीची कामे मला द्यायची किंवा बदली कामावर पाठवायची. त्याच्याने माझी धावपळ व्हायची पण पैशांसाठी धावपळ करावीच लागे. पर्यायच नव्हता.

-१२-

घरात तमाशे ठरलेलेच होते. घरमालकाने वैतागून सहा महिन्यांतच घर खाली करायला सांगितले. नवे घर घ्यायला जास्तीचे डिपॉझिट नव्हते. मग मी ओळखीच्या मुलाला म्हणाले की आमच्यासाठी कुठे रूम खाली असेल तर सांग. त्याचे नाव राम होते. तो दिसायला चंकी पांडेसारखा होता. तो जेमतेम अठरा वर्षांचा होता. त्याचा व्हिडिओ, साऊंड, स्पीकरचा व्यवसाय होता. त्याची आई ब्रेबॉर्न स्टेडियममध्ये कामाला होती. ती बाई विधवा होती. दिलीप रामवरूनही माझ्यावर संशय घ्यायचा. पण राम मला ताई मानायचा, नेहमी सगळ्यांना सांगायचा ताई असावी तर अशी. मलाही त्यामुळे त्याचा खूप आदर वाटायचा.

रामने मला सांगितले की आमची रूम खाली आहे. मी त्याला डिपॉझिटची अडचण सांगितली. "काळजी करू नको," रामने सांगितले. मी जास्त डिपॉझिट न देताच राहायला गेले. मी मग दिलीपला ही गोष्ट दोनदा बोलून दाखविली, "ज्यांच्यावर संशय घेतलास, ज्यांचा तिरस्कार केलास तीच मुलं आज वेळप्रसंगी पाठीशी उभी राहिली आहेत." ते काहीही असो, आमच्यातल्या भांडणांपायी आम्हाला एका वर्षात तीन खोल्या बदलाव्या लागल्या होत्या.

ह्या खोलीत राहायला आलो. दोन मुलं, दिलीप, मी, आमचा म्हातारा आणि कल्पना (माझी नणंद) एवढे सहाजण होतो. खोली छोटी होती. वापरायला झऱ्याचे पाणी आणि पिण्यासाठी स्मशानापलीकडे पाणी. पाण्यासाठी वेळ जायचा. दिलीपच्या संशयी वृत्तीबद्दल एव्हाना सगळ्यांना कळू लागले होते. रामही स्वत:च्या घरातूनच हाक मारायचा पण कधी घरी यायचा नाही. दिलीपचे आजारपण सुरू होते. माझ्या कमाईचा निम्मा भाग त्याच्या उपचारांवरच खर्च होत असे. त्यात कल्पनाला म्हणे संडासला गेली तिथे भुताने धरले. म्हाताऱ्याची कोकण-मुंबई, मुंबई-कोकण नाचानाच चालूच होती. श्रीधरला शाळेत घातले होते. तो आता पहिलीत बसू लागला होता.

माझी ओढाताण सुरू होती. सकाळी ६ वाजता पारशांकडे, तिथून चड्ढा. मग घरी यायचे. स्वयंपाकपाणी आटोपून नऊला शाळेत. एक वाजता सुटले की वर्षाताईंकडे. तिथून पुन्हा इतर बदलीची कामं. काहीही झाले तरी घरी यायला पाच

वाजायचे. मग संध्याकाळी स्वयंपाक पाणी. जीव अगदी मेटाकुटीला आला. वरून घरचे तमाशे. मनात येई, दिवसभराची पण एकच नोकरी असे काहीतरी काम हवे होते. ही नाचानाच, पळापळ एकदाची थांबावी. एक दिवस पारशींच्या कामावरून घरी येत होते, तर वीणा व्हिडीओ लायब्ररीचे मालक सिंगसाहेब यांनी मला हाक मारली. मला म्हणाले की, "शिरप्याबरोबर घरी जा, काम पाहून घे. कपडे व भांडी, दोन कामाचे १२० रुपये देऊ." मी ते कामही धरले.

आमच्या म्हाताऱ्याने अचानक सांगितले की श्रीधरला शाळेतून नेणं-आणणं मला जमणार नाही. दोन दिवस ओढाताण झाली. मग शेजारच्या गोमाणे वहिनी श्रीधरला शाळेत सोडायला जायला लागल्या. पण "तू त्याला शाळेतून आणायला जा," हे सांगायला त्या माझ्या शाळेवर यायच्या. श्रीधरला आणायला जाण्यासाठी मला शाळा साडेबाराला सोडून द्यावी लागे. मला अपराध्यासारखे वाटे.

इकडे घरकामांच्याबाबतीत माझे मन विटू लागले. चड्ढासाहेबांची शारीरिक संबंधांची मागणी वाढू लागली. ते रोज मागणी करू लागले. मी कंटाळले. त्यांचे काम मी सोडून दिले. पारश्यांकडचे कामही सोडले. आता फक्त शाळा आणि वर्षाताईंकडचे काम तेवढे ठेवले होते. शाळेत सातशे रुपये पगाराव्यतिरिक्त प्रत्येक मुलामागे महिना दोन रुपये फी मला मिळू लागली होती. दोन बॅच मिळून साठ मुले होती. हे एकशेवीस रुपये येतच होते. त्यामुळे ते आठशेवीस आणि वर्षाताईंकडचे चारशे मला मिळू लागले होते. त्यावर मी समाधानी होते.

पण आमच्या दिलीपने आणि म्हाताऱ्याने श्रीधरला शाळेतून घरी आणण्यावरून खूप धुमाकूळ घातला. एकदा मला श्रीधरला आणायला जायला उशीर झाला, श्रीधरची आणि माझी चुकामूक झाली. त्यानंतर तर माझा सासरा सरळ माझ्या शाळेत येऊन मुलांसमोर मला हिणवून बोलायचा, धमक्या द्यायचा. दिलीपही घालून पाडून बोलत होता. कुणीच सहकार्य करत नव्हते. नाईलाजाने मला शाळा वेळेआधी सोडून द्यावी लागत होती.

त्याच काळात दोन वेळा संस्थेचे साहेब इन्स्पेक्शनला आले. मला माहीत पडले नाही. मला तातडीने मीटिंगला बोलावण्यात आले. मी माझी बाजू मांडायचा प्रयत्न केला. पण नोकरी वाचवणे अशक्य होते. मला ज्या नोकरीत मान होता तिथे मीच माझ्या हाताने मानहानी करून घेतली होती. झालं, माझ्या प्रशिक्षण घेण्याच्या, सर्टिफिकेट मिळवण्याच्या, शिक्षिका बनण्याच्या स्वप्नांचा चुराडा झाला.

मी तरीही डळमळले नाही. सिंगसाहेब आणि वर्षाताईंचे काम होतेच. सिंग-साहेबांची बायको वीणादीदी, आणि वर्षाताईंकडेच मन मोकळे करून रडले. वर्षाताई त्या काळात मला मोठी भांडी भरून ताक, भाजी, डाळ, चपात्या, नाश्ता द्यायच्या. घरी येऊन मी फक्त भात बनवत असे. कल्पना कामाला जायची. ती दहा-

बारा तास घराबाहेर असायची, त्यामुळे घरकामात तिची मदत तर नव्हतीच पण ती घरात पैसेही द्यायची नाही. मी त्यावरून वीणादीदींशी बोलताना रडरड रडले. सिंगसाहेबांनी ते ऐकले. ते म्हणाले, "तुला काम हवंय ना? मग असं कर तुझी कामं आटपली की दुपारी तू आमची लायब्ररी सांभाळ. संध्याकाळी साडेसातला घरी जात जा. तुला मी सहाशे-सातशे पगार देईन.

मला जरा बरे वाटले. घरकामे संपवून मी घरी जायची व नीट व्यवस्थित तयार होऊन लायब्ररीत जायची. तीन-चार दिवस असे चालले होते. चौथ्याच दिवशी लायब्ररीत गर्दी होती मला घरी जायला साडेआठ वाजले. त्यावरून घरी गेल्यागेल्या सासरा आणि दिलीप भांडायला लागले. मी बोलायचा प्रयत्न केला तर दिलीपने मला मारहाण केली. मीही मनात म्हटले, आता फार झाले. मीही आता इथे राहणार नाही.

रात्रीचे दहा वाजले होते. मी एक जोडी कपड्यावर घर सोडले. माझ्या ओळखीचे एक घाटावरचे कुटुंब होते. मी त्यांचे घर शोधत गेले. ते नवराबायको मला फार मानायचे. मी त्यांच्या घरी राहिले. त्यांचे घर गोणपाटाचे होते. तिथेच मी दोन रात्र झोपले. तिथूनच कामावर जायचे. मी तिसऱ्या दिवशी वीणादीदीला सगळी घटना सांगितली. त्या म्हणाल्या, रात्री माझ्याकडे येऊन झोपत जा, इथेच राहा. मी त्या रात्री दीदींच्या स्वयंपाकघरात झोपले.

सकाळी दहा वाजता दिलीपसाहेब वीणादीदींच्या दारात हजर आले. वीणा-दीदींकडे रविवार असल्याने पाहुणे आले होते. मी दिलीपला तमाशा घालू दिला नाही. गुपचूप त्याच्यामागे घरी आले. माझा बारका हैराण झाला होता. त्याला त्याची आई हवी होती. मी घरात पाऊल टाकताच माझी पिल्लं मला चिकटली. जणू मी मरून पुन्हा आकाशातून खाली आले होते. मी गलितगात्र झाले. मनात म्हटले जे होतंय ते होऊन जाऊ दे. आपण खूप काम करू. स्वत:चे घर घेऊ. माझ्या मुलाबाळांसाठी स्वत:चे घर बांधू. त्यांच्यावर माझ्यासारखी परिस्थिती येऊ न द्यायचा प्रयत्न करू. माझ्या घराचे वाटोळे झाले होते, आता मी माझ्या बाळांच्या घराचे स्वप्न पाहायचे ठरवले होते.

पुन्हा गाडी रुळावर आणली. घरकामांचे व लायब्ररीचे मिळून तेराशे रुपये घरी येत होत. कामावरून रात्री घरी आले की बारा हंडे पाणी, कपडे धुणे, स्वयंपाक, जेवणखाणं आटपून भांडी घासेपर्यंत बारा-एक वाजायचे. कल्पना मॅडम फक्त जेवायला असत. मी घर सोडण्याच्या प्रकरणानंतर दिलीप थोडीथोडी मदत करायचा. आरडाओरडा करत का होईना पाणी भरायला, कपडे पिळायला मदत करायचा. त्यावरून मग बहीण-भावात भांडणे व्हायची. दिलीप आणि माझ्यातले वातावरण थोडेसे निवळले होते. यावर्षी नवरात्रीमध्ये त्यामुळे आम्ही खूप गरबा खेळलो. आमच्यात शरीरसंबंधांमध्ये सुधारणा नव्हती. खूप गप्पा मारणे, एकत्र जेवणे

इत्यादी प्रकार नसले तरी खूप कटकटी होत नव्हत्या. सासरेबुवा गावी होते. दिलीप रोज पाणी भरायला मदत करायचा. झऱ्यातले पाणी वाटीने हंड्यात भरावे लागायचे. खूप कष्टाचे आणि वेळखाऊ काम होते ते. पौर्णिमेचा लख्ख प्रकाश असो वा अमावस्येचा मिट्ट काळोख, झऱ्यावरून पाणी आणावेच लागायचे.

असेच चालले होते आणि एक दिवस माझा सासरा गावाहून आला. त्यानंतर दोन-चार दिवसांनी ती घटना घडली. घरात काहीतरी संपले होते किंवा काहीतरी घडले होते. दिलीप लायब्ररीत आला. लायब्ररीत काही माणसे होती. मी त्याला बघून बाहेर यायला लागले तर त्याने लायब्ररीच्या दारातच जोरात कानाखाली खणकन मारली व तो मोठमोठ्याने शिव्या घालू लागला. मला नीटसे काही कळतही नव्हते. मी इतकंच म्हणू शकले, "इथं अनोळखी माणसांदेखत का मारताय, घर नाही का आपल्याला?" त्यावर तो अजूनच धुमाकूळ घालू लागला. शिव्यांची लाखोली वाहत तो आला तसा निघून गेला.

हे सर्व सिंगसाहेबांनी पाहिले होते. त्यांनी मला घरी बोलावले. त्यांची लायब्ररी व घर एकाच इमारतीत होते. तळमजल्यावर लायब्ररी व दुसऱ्या मजल्यावर घर. मी रडत रडतच त्यांच्या घरी गेले. ते माझी समजूत घालू लागले. समजूत घालता घालता ते म्हणू लागले, "मी तुला प्रेम देईन. ह्या प्रेमात लस्ट नसेल." त्यांनी वापरलेला 'लस्ट' हा इंग्रजी शब्द मला कळला नाही. त्याचा अर्थ मला नंतर कळला. त्यांनी मला जवळ घेतले, भिंतीजवळ टेकून उभे केले. दोन्ही बाजूंनी त्यांचे हात ठेवून ते समोर उभे राहिले. मला समजावू लागले. बोलता बोलता त्यांनी मला त्यांच्या बेडवरती झोपवले.

मी फार भावुक झाले होते. माझ्या मनात एकसारखी एकच गोष्ट येत होती की, दिलीप माझी इज्जत इथे येऊन का काढून गेला? त्याचे ते थोबाडीत मारणे, ती शिवीगाळ आठवून मी लहान मुलासारखी रडत होते.

ह्याच गोष्टी सिंगसाहेबांच्या पथ्यावर पडल्या. त्या संध्याकाळीच सिंगसाहेबांशी माझे संबंध आले आणि नंतर ते रोज होऊ लागले. त्यांनी मला दुखावले नाही पण त्यांनी त्यांची मौज लुटण्यात कुठेही कमतरताही पडू दिली नाही. सिंगसाहेब कॉलेजमध्ये प्राध्यापक होते. कॉलेजवरून आले की ते दोन-तीन पेग मारत. मला वरून फोन करून बोलावून घेत. मग बरोबर दोन तास मला कुस्करून काढायचे. त्यांनी प्रेमाने चुंबन घेतले नाही. त्यांच्या स्पर्शातही प्रेम नसायचे. त्यांचा सगळा भर संभोगावर असायचा. मला प्रश्न पडायचा हा माणूस कॉलेजमध्ये नक्की शिकवतो तरी काय? मला त्यांचा मनोमन रागही यायचा, पण तिटकारा नव्हता येत. याला मुख्य कारण म्हणजे माझी नोकरी सुरू होती. माझे पैसे मला वेळेवर मिळत होते.

मी लायब्ररीचे काम सांभाळायला लागल्यापासून धंदा चांगला जमू लागला होता. जिथे दिवसाला बारा-पंधरा कॅसेट जायच्या, तिथे पन्नास-साठ कॅसेटची विक्री होऊ लागली. रेकॉर्डिंग वगैरे सगळे व्यवस्थित होऊ लागले. लायब्ररीत येणारे ठरावीक कस्टमर्स माझा फार आदर करीत, यात कुलदीपसिंग हजारा, अजित वाच्छानी, चारुशीला वाच्छानी (अजित वाच्छानींची बायको आणि शाहीर साबळे यांची मुलगी) शेखर सुमन, राजेश पुरी ही कलाकार, संगीतकार मंडळी होती. चारुशीलाताई मला नेहमी विचारायच्या, ''कशी गं तू फिगर मेंटेन करतेस?'' मला फिगर, मेंटेन असे इंग्रजी शब्द कळत नसायचे. मी फक्त ही...ही.. करून हसायची.

सिंगसाहेबांचे वागणे जरा विचित्र होते. एक तर ते स्वत: मौजमजा करायला बोलवायचे. नंतर स्वत:च बोंबलायचे, ''ही एंट्री झाली नाही, अमुक झाले नाही.'' काही खाल्ले, नाश्ता केला तर त्याचे पैसे लिहून ठेवायचे, काहीसे तिरसटासारखे ओरडायचे. मी गप्प बसून सहन करायची पण मनात खूप राग यायचा. हा माणूस मन मानेल तसा संबंध ठेवतो पण मला भूक लागत असेल, मी उपाशी असेन असे वाटून त्याला माझी साधी कीवही येत नाही. मी चरफडायची पण काही बोलायची नाही कारण मलाही दुसऱ्या नोकरीचा पर्याय शिल्लक नव्हता. जे आहे ते ठीक आहे असे म्हणत दिवस उलटत गेले.

असेच चालू असताना एकदा ते आणि त्यांची पत्नी दोघेही आजारी पडली. मी बघायला गेले तर मला बाजूला घेऊन त्यांनी बजावले की, ''तिच्यासमोर माझ्याशी बोलू नकोस.'' मलाही तेवढे समजत होते. पण हे स्वत:ला फार शहाणे समजायचे. त्यांच्या अनेक गोष्टी तर मी सहन करतच होते. त्यांना वाईट खोड होती. मध्येच ओरडून बोलणे, सगळ्यांसमोर अपमानित करणे. पण कसे कोण जाणे त्या दोघांच्या आजारपणानंतर सिंगसाहेबांना माझ्याबाबत प्रेम उत्पन्न झाले. ते माझ्याशी एकदम व्यवस्थित वागू लागले. माझ्यासाठी स्वत:हून नाश्ता मागवू लागले, संभोगानंतर मला तासभर कुशीत झोपवू लागले. माझ्याशी चित्रपटांच्या कथांविषयी बोलू लागले. त्यांचे दारू पिणे एकदम कमी झाले. दारू न पिता ते माझ्याशी संबंध ठेवू लागले. दारू पिऊन जो माणूस मला संभोगात छळायचा तो नंतर नंतर मुलांची खुशाली विचारायला लागला, ''मी तुला एक सुंदरसे घर घेऊन देईन,'' म्हणायला लागला. हे सर्व बदल दोन महिन्याच्या कालावधीत घडले आणि याचे आश्चर्य व आनंद वाटायचा.

दिवसभर कामाच्या थकव्यामुळे मी रात्री झोपून जात असे. असेही दिलीपबरोबर संबंध येत नव्हतेच. सारखे कोणी ना कोणी घरात असायचेच. त्याचे वागणे अत्यंत किळसवाणे असायचे. त्याची औषधे चालू होती. त्याला न्यूमोनियाचा आणि

अल्सरचा त्रास व्हायचा. घरात या ना त्या कारणाने तमाशे व्हायचेच. त्याला मी माझ्याबरोबर झोपू देत नव्हते, म्हणूनच तर त्याला नेहमी संशय येत राहायचा. कधी कधी त्याच्या छळाला कंटाळून मी त्याला संबंध ठेवू द्यायची. पण त्याही वेळी 'घे बाबा घे, कर तुला काय करायचे ते कर.' अशाच भावनेने मी तयार व्हायची. हळूहळू तेही बंद झाले. त्यामुळे तो अधिकच डिवचला जाऊ लागला. तो अक्षरशः पिसाळायचा. मग मीही त्याच्याबरोबर मारामारी करायला शिकले.

एकदा दिलीप पिसाळलेल्या कुत्र्याप्रमाणे दुपारी दोन सव्वादोनच्या सुमारास लायब्ररीत आला. त्याने शिरप्याला विचारले की, "ही कुठे आहे?" त्याने सांगितले की, "त्या वरती रेकॉर्डिंगसाठी गेल्या आहेत." आणि खरंचच मी त्या दिवशी कॅसेट रेकॉर्डिंगलाच गेले होते. मी सिंगसाहेबांना सांगितले, "दिलीप आला आहे." ते म्हणाले, "ठीक आहे. तू निघ." मी खाली आले. तर दिलीप डाफरला, "तू वर काय करत होतीस?" मी शांतपणे म्हणाले, "कॅसेट रेकॉर्डिंग." त्याबरोबर तो घाणघाण बोलत भांडू लागला. त्याने सिंगसाहेबांशीही वाद सुरू केला. मला तो म्हणत होता, "तू काम सोड आणि घरी चल," मी म्हटले, "मी पगार घेऊन येते." दिलीप ऐकायला तयार नव्हता. "पगार बिगार गेला ×××त. तू आधी घरी चल." असे म्हणत तो ओरडत होता.

दिलीप मला घेऊन गेला. नंतर सिंगसाहेबांनी पगाराचा हिशेब केला. मी त्यांच्याकडून चौदाशे रुपये ॲडव्हान्स घेतला होता. माझा दोन महिन्याचा पगार जो मी पूर्ण वेळ काम करायला लागल्यापासून ११३०रु. केला होता, त्याप्रमाणे २२६० रुपये होत होता. चौदाशे कापून सिंगसाहेब या महिन्याचे दहा-अकरा दिवसांचे मिळून ८६० रुपये अधिक चारपाचशे मिळून कमीतकमी अकराशे बाराशेचा हिशेब करून पाठवतील असे वाटले होते. तर साहेबांनी चहा, नाश्ता सगळे हिशेब तपासून चारशे रुपयेच येतील असे दाखवले. आणि शेवटी तर तोही पगार त्यांनी पाठवलाच नाही. परत कामावर येण्यासाठी दोन वेळा निरोप मात्र दिला.

मी काही दिवस गप्प बसले. फार वाईट वाटत होते. महिन्याचा पगार माझा बुडला होताच. हा महिनाही हातात पैसे येणार नव्हते. घरातले धान्य संपले होते. त्याचवेळी कल्पनाला घेऊन सासरे दुसरीकडे खोली भाड्याने घेऊन राहायला गेले. मुलं आजूबाजूवाल्यांकडून कालवण आणून जेवायची. नोकरी-कामं सगळे सुटले होते. मला काहीही सुचत नव्हते. आमची परिस्थिती खालावत चालली होती. काम नसेल तर कुणी पैसे वा उधारीही देत नाही. असेही मी उधारीच्या विरोधातच होते. त्यामुळे असलं तर खा नाहीतर उपाशी झोपा अशी दैना झाली होती.

-१३-

मी एक दिवस विचार केला. मला कुलदीपसिंग हजारांचे शब्द आठवले. ते मला म्हणाले होते की त्यांचा कुठेशी बीअरबार मध्ये ऑर्केस्ट्राचा बँड होता. मी चांगली गाते हे त्यांना समजले होते. त्यामुळे ''तू कधीही ये. मी तुला काम देईन'' असे त्यांनी आश्वासन दिले होते. लायब्ररीत त्यांचा पत्ता रजिस्टरवर लिहिला होता. तो आठवत आठवत मी त्यांच्या घरी गेले. ते नव्हते पण त्यांची बायको घरी होती. ती इंग्रजी शाळेत शिक्षिका होती. ती म्हणाली, ''ते हॉटेलला भेटतील. हॉटेलचे नाव 'खंडहर' एवढंच माहीत आहे. पत्ता माहीत नाही.'' मी पुन्हा दुसऱ्या दिवशी गेले, पण कुलदीपसिंग घरी नव्हते.

इकडे मी दिलीपला विचारले, ''मी बीअरबारमध्ये कामाला जाऊ का?'' तो म्हणाला, ''तिथं चांगली लोकं येत नाहीत.'' मी मनात म्हटले नाहीतरी चांगली लोकं कुठे आहेत? दुसऱ्या दिवशी संध्याकाळी मी कुलदीपसिंग न भेटल्याने घरी परतत होते. रामने मला त्याच्या घरी बोलावले. दिलीप रामच्या बोलण्या, वागण्या, राहण्यावरून जळायचा. राम तेव्हा एका गाण्यावर खूप चांगले नाचायचा. गाणे होते 'जिये जिये भुट्टो बेनझिर'. मला ते नृत्य आवडायचं. हेच दिलीपला खटकायचं. तर राम मला त्या गाण्यावरून नाचून दाखवत होता. तो दिवस बुधवारचा होता.

मी घरी गेले तर अचानक दिलीपने दरवाजा लावला आणि गाण्याची कॅसेट लावली आणि म्हणाला ''नाच''. मी गोंधळले. त्याने मला नाचायला भाग पाडले. मी नाचले. दिलीपने व्यंगात्मक हसून टोमणा मारत म्हटले, ''छान नाचतेस तू.'' मी म्हटले, ''तर मग जाऊ दे ना मला कामाला, कुलदीपजींनी मला सांगितलंय की कधीही ये म्हणून. पाहिजे तर तुम्ही या माझ्याबरोबर. आपण एकत्रच घरी येऊ.'' झाले. दिलीपलाही कदाचित हेच पाहिजे होते. आम्ही दुसऱ्या दिवशी पुन्हा कुलदीपसिंग यांच्या घरी गेलो. ते घरी सापडले. माझी तिसरी खेप वाया गेली नाही. ते म्हणाले, ''उद्या संध्याकाळी खंडहरला ये.''

माझ्या आयुष्यातल्या एका नव्या पर्वाची सुरुवात झाली. मी बीअरबारची सिंगर, एक बारगर्ल, बारबाला होणार होते. माझ्या घरात गायनाची, संगीताची,

कीर्तनाची, भजनाची परंपरा होती. पण त्याचा हेतू मनोरंजन करणे नव्हता. ती आराधना होती, साधना होती. कला होती पण नियमात बांधलेली. भावगीत, सिनेमासंगीतही हद्दपार नसले तरी ते कुठे, कधी गायचे हे ठरलेले होते. खरेतर संगीतावर आमचा प्रपंच चालला, ते आमच्या उदरनिर्वाहाचे साधन होते, पण त्यालाही तपश्चर्या करावी लागत होती.

इथं मात्र मी कुणाहीसमोर, काहीही गाणार होते. मला काहीही सुचत नव्हते. माझ्यासमोर माझे घर होते. जिथली परिस्थिती चांगली नव्हती. माझी मुलं उपाशी होती, नवरा कसाही असला तरी आजारी होता, मला राहायला घर नव्हते. मी दिलीपला समजावले होते, "तुमची तब्येत सुधारेल, मी एक छोटंसं घर बांधीन आणि हे काम सोडून देईन."

माझ्या डोक्यात विचारांचे काहूर उठले होते. हे खरे होते का? पण आत्तापर्यंतच्या आयुष्याने मला काय दिले होते. मी अवघी वीस वर्षांची होते. वयाच्या पाचव्या वर्षापासून मी पुरुषाच्या वासनेला बळी गेले होते. माझ्या सगळ्या वासना मरत चालल्या होत्या. मला विचार करायला फारसा वेळ नव्हता. माझ्या आवाक्यातली सगळी कामे मी करून पाहिली होती. आता मला बीअरबारमधली सिंगर बनून स्वतःचे नशीब आजमावायचे होते.

दिलीपला माझे बारमध्ये काम करणे मनापासून पटलेले नव्हते. त्याला स्वतःला बीअरबारचा काय अनुभव होता हे तो मला बोलला नाही. पण त्याचे मत अनुकूल नव्हते. मला दिलासा देणारे एकही वाक्य तो बोलत नव्हता. मिळून आयुष्य उभे करण्याचे कोणतेच चिन्ह नव्हते. हा गाडा मलाच ओढायचा होता. वरून चाबकाचे फटके सहन करायला लागणार होते. मी गुन्हेगार आहे, अपराधी, अपवित्र आहे. चालू, वेश्या, रंडी, छिनाल आहे असंच माझे वडील, माझा नवरा आणि आयुष्यात आलेले सर्व पुरुष मला घेरून ओरडून-ओरडून सांगत होते.

मी स्वतःला वेश्या समजत नव्हते. माझ्या मनाच्या कोपऱ्यात मी स्वतःची एक प्रतिमा हळुवारपणे जपून ठेवली होती. बाहेरून मला कोणीही ओरबाडले, रक्तबंबाळ केले तरी त्या प्रतिमेला मी प्राणपणाने जपणार होते. ती प्रतिमा एका कलाकाराची होती. मनस्वी कलाकाराची. पण मला हे जमणार होते का? पुरुषांना जणू माझा वास यायचा, की ही अशी बाई आहे जिला चिरडू शकतो, जिला वापरू शकतो. माझ्याबाबत घडूनघडून काय घडणार होते? काय घडायचे राहिले होते? जे काय घडायचं ते घडो; पण मला दोन वेळच्या जेवणाची भ्रांत नको होती. मुलांच्या आयुष्याची नासाडी नको होती. अपेक्षा खूप मोठ्या नव्हत्या पण जे आयुष्य होतं तसंच सुरू राहिलं असतं तर मी किती काळ जिवंत राहू शकले असते? आणि कशा अवस्थेत जिवंत राहू शकले असते? मला याचीच खात्री नव्हती.

आज मी लिहू शकते, बोलू शकते, माणसं जोडू शकते. स्वत:चे निर्णय घेऊ शकते. किमान हे मिळवायला मला खूप नरकयातना सहन कराव्या लागल्या. हे सगळं मिळालं पण खूप उशिरा. आई, वडील, नवरा सगळे मरण पावले, मुलगा बेवारशासारखा वाऱ्यावर सोडून द्यावा लागला, भाऊ विमनस्क होऊन व्यसनाधीन झाला. उरले मी आणि माझा धाकटा मुलगा श्रीकांत.

हेच जर आईबाबांमध्ये संवाद असता किंवा माझ्या लग्नानंतरही त्यांनी झालं गेलं विसरून मला आधार दिला असता, माझी चौकशी केली असती तर किती वेगळं घडलं असतं? दिलीप समंजस असता, माझा भूतकाळ विसरून, माझं लहान वय लक्षात घेऊन त्याने मला सावरलं असतं तर आयुष्य किती बदललं असतं. माझं आयुष्यच नव्हे तर आमच्या सगळ्यांचं आयुष्य. पण तसं घडलंच नाही. उभं आयुष्य एक दु:स्वप्न बनून गेलं. एक घटना, त्यामागे दुसरी घटना, तिसरी मग चौथी मग पाचवी, सहावी, सातवी...

मला नीट आठवतोय, १५ नोव्हेंबर १९९० चा तो दिवस होता. कुलदीपसिंग हजारा यांनी उद्या खंडहर हॉटेलला संध्याकाळी ७.३० वाजता ये असे सांगितले होते. मी रात्रभर तळमळत होते. विचारांनी डोके गरगरत होते.

मालवणीच्या झोपडपट्टीत आणि अंधेरीच्या संजयनगरमध्ये मी अनेक स्त्रिया आणि हिजड्यांना ओळखत होते जे बीअरबारमध्ये काम करत होते. त्यांचे राहणीमान खूप चांगले होते. मालवणीत एक रोशन नावाचा हिजडा होता. तो ग्रॅज्युएट होता. दिसायला खूपच सुंदर होता. त्याला मी खूप आवडायची. माझ्याशी तो तासन्‌तास गप्पा मारे. रोशन कुलाबासाईडला कुठल्याशा बीअरबारमध्ये डान्सर म्हणून काम करत होता. त्याला त्याकाळी रोजचे पाचसहाशे मिळत. आमच्या मागे राहाणारी एक भाभीही बीअरबारमध्ये वेटर होती. मी तिला बीअरबारच्या कामाबद्दल विचारले होते पण तिने मला तुला जमणार नाही असे सांगून विषय संपवला होता. रामची वहिनी मैना ही बीअरबारमध्ये वेटर होती. ती म्हणजे हैद्राबादी सौंदर्याचा नमुना होती. अगदी दाक्षिणात्य अभिनेत्रीसारखी. तिचं राहणीमान खूप सुंदर असे. खूप मोठ्या लोकां-बरोबर तिची उठबस होती.

शनिवारचा दिवस. मी घरातली कामं आटोपली होती. माझ्याकडे तीन चांगले ड्रेस होते. दोन वर्षाताईकडे काम करत असताना तिने दिलेले आणि एक दिलीपने मागच्या दिवाळीत घेतलेल्या कापडातून मी शिवून घेतलेला. माझ्याकडे चांगली चप्पल नव्हती. पण ड्रेस खूप छान होता. थोडीशी केशरचना करायचा प्रयत्न केला, नीट जमला नाही पण केस उलटे फिरवून स्टीलचे चाप लावले. तोंडाला पावडर आणि कपाळावर मोठी टिकली. चार स्त्रियांमध्ये उठून दिसण्याइतपत नक्कीच मी

तयारी केली होती. हॉटेलपर्यंत जाण्याकरता रिक्षा भाड्याइतके पैसे नव्हते. मी आणि दिलीप चालतच निघालो. पूर्वी रेडिओवर ऐकून ऐकून मी गाणी लिहून ठेवत असे त्यातली आठ-दहा गाणी मी सोबत घेतली. मला गायला मिळणार याचा मनातून खूप आनंद होत होता. पण मी तो दर्शवू शकत नव्हते.

आम्ही म्हणजे मी आणि दिलीप पावणेसातला हॉटेलमध्ये पोहोचलो. आम्हाला हॉटेलच्या आत नेण्यात आले. मी त्या वातावरणाने दबकले. एसीचा गारवा, ती माणसे, ते धुराचे लोट, तो दारूचा वास. मला स्टेजच्या जवळच्या सोफ्यावर बसवले. माझ्या शेजारी दोन मुली बसल्या होत्या. मला गायला सांगितले. मी उठून स्टेजवर गेले. मी घाबरून थरथरत होते. माझ्या पोटात गोळा आला होता. हातपाय लटलट कापायला लागले. मी पोटावर हात ठेवला आणि कसेबसे गाणे पूर्ण केले. मी त्यादिवशी बारमध्ये पहिले गाणे गायले होते.

'ना तुम हमें जानो, ना हम तुम्हें जाने
मगर लगता है कुछ ऐसा, मेरा हमदम मिल गया।'

मी स्टेजवरून खाली उतरले. कुलदीपसिंग जवळ येऊन म्हणाले, "ये क्या वैशाली? तुमको तो कुछ नहीं आता।" मी हिरमुसले. सात वर्षांनी मी गायले होते. बाबांनीही मला तालाचे ज्ञान दिले नव्हते आणि तेव्हा तर मी अगदीच बेताल गायले होते. कुलदीपने मला दिवसाला वीस रुपये कबूल केले.

खंडहरमध्ये त्या काळी मी 'आशिकी' सिनेमातली 'नजर के सामने, जिगर के पास', 'मैं दुनिया भुला दूँगा' ही गाणी गायची. चार-पाच वेळा 'दिल में हो तुम, आँखों में तुम' हे गाणे फर्माईशवर गायले.

झाले, मी संध्याकाळी खंडहरमध्ये जायला सुरुवात केली. माझ्याकडे मेकअपचे सामान नव्हते. पावडर, टिकली आणि आयब्रो पेन्सिल हाच माझा मेकअप होता आणि माझ्याकडे असलेली चार गाणी जी आलटून-पालटून मी गात असायची.

पण कस्टमरला आकर्षण होते ते नवीन चेहऱ्याचे. खंडहरमध्ये नजमा आणि वैशाली या दोघी आधीच्या सिंगर होत्या. मी आल्याने त्यांचे कलेक्शन थोडे कमी व्हायचे. मला अर्थात कलेक्शन म्हणजे काय तेच कळत नव्हते, फर्माईश म्हणजे काय हेही तोपर्यंत कळलेच नव्हते. कारण माझ्याकडे असलेल्या चार गाण्यां-व्यतिरिक्त मला दुसरी गाणीही येत नव्हती. पण त्या गाण्यांवरही माझ्या गळ्यात पाचशेचे हार पडायचे. कुलदीप मात्र रोज मला फक्त ठरलेले वीस रुपयेच द्यायचा. मला या धंद्यातले काहीच माहीत नव्हते. मी मनाशी ठरवले होते. आपले आईवडील गायचे हे कोणाला सांगायचे नाही व दुसरे पैशावरून किटकिट करायची नाही.

घरी अवस्था वाईट होती. त्यात दिलीपला दिवसाआड इंजेक्शन घ्यावे लागे.

त्याचा अल्सरचा त्रास वाढला होता. स्वयंपाक बनवायला रॉकेल आणणेही परवडत नव्हते. मी दोन रुपयांच्या करवंट्या आणून त्यांचा जळण म्हणून वापर करत होते. रोज अर्धा किलो तांदूळ, तीस पैशांची मसूर डाळ आणि तीस पैशांचे लोणचे. घराबाहेर दगडाची चूल मांडून त्यावर डाळतांदळाची खिचडी शिजवायची. मुलांना रोज खिचडी आणि लोणचे खायला घालायची.

इकडे कुलदीपसिंग रोज मला हिडीसफिडीस करत असत. हिणवून, चिडून म्हणे, ''तुझ्याकडे लताची गाणी नाहीत का? बायकांची सोलो गाणी नाहीत का? सगळ्यांदेखत जरा नाचून, हलून-डुलून गा. कपाळावर काय ती मोठी टिकली लावते. जरा छोटीशी लाव किंवा लावूच नकोस.'' रोज माझ्या नावाने खडे फोडायचा. हॉटेल सुटल्यावर नजमाला त्याच्या बाईकवरून घेऊन जात असे. त्या दोघांचे एकमेकांशी संबंध होते.

माझ्या येण्याने नजमाच्या कमाईवर परिणाम झाला होता. त्यामुळे ती त्याच्याजवळ कुरबूर करीत असावी. तिचा आवाज चांगला होता. ती गायचीही चांगली. दिसायला जाडीभरडी असली तरी राहणे एकदम आकर्षक होते. बारमध्ये कुलदीप गिटार वाजवत नसे पण नजमा गायला लागली की कुलदीप ताबडतोब गिटार घेऊन उभा राहात असे. कुलदीप आणि नजमाची काही गाणी एकदम हिट होती. त्यातले एकतर दोघंही एकदम मस्त म्हणत ते होते,

'आवाज दे कहाँ है
दुनिया मेरी जवाँ है ।'

नजमा घमंडी असली तरी जळकुटी नव्हती. ती नेहमी हसतमुख असायची. माझ्याबरोबर दिलीप रोज हॉटेलला येत होता. स्टुलावर बसून तो पाहात बसायचा. हाताची घडी घालून टक लावून माझी सर्कस पाहायचा. चार-पाच दिवसांनी कुलदीपने मला ''दिलीपला घेऊन येऊ नकोस'' म्हणून सांगितले. मी दिलीपला समजावले. आमच्याबरोबर संतोष म्हणून एक नवशिका गायक होता. तो सायकलवरून यायचा-जायचा. तो केरळी होता. दिलीप यायचा बंद झाल्यावर संतोष मला दोन-तीन दिवसांनी सायकलवर सोडायला येऊ लागला. दिलीप रस्त्यात येऊन थांबे. त्यामुळे संतोष व त्याची एकमेकांशी ओळख झाली होती.

संतोष मला सोडायला येतो हे कुलदीपला खटकले असावे. मला ते लक्षात आल्यावर मी मग एकटीच जायला लागले. वीस रुपयात रिक्षा परवडू शकत नव्हती. चालत जायला पाऊणतास, यायला पाऊणतास लागायचा. रात्रीची एकटीला भीती वाटायची. मी थेट सुसाट चालत सुटायची.

माझी परिस्थिती अशी होती की माझ्याकडे गाण्यांचे कलेक्शन नसल्यामुळे मला तासन्तास एका छोट्याशा स्टुलावर बसून राहावे लागे. पायात, मांडीत गोळे यायचे. त्यात हॉटेलमध्ये सिगरेटच्या धुरांचे लोट उठायचे. अख्ख्या केसांत धूर गोळा व्हायचा. कपड्यांनाही वास यायचा, डोळे चुरचुर होऊन लाल व्हायचे. एसीच्या थंडीने पाय सुजायचे.

मला तिथल्या जीवनाची काहीच माहिती नव्हती. कुलदीप, दिलीप सगळ्यांनी मला सांगितले होते की इथे खरे नाव कुणाला सांगू नको. मग मी एकदा निशा सांगितले आणि दुसऱ्याच दिवशी अनिता सांगितले. माझ्या मनाला ते काही पटले नाही. मग मी आहे तेच नाव सांगायचा निर्णय घेतला. कारण खोटे खूप जपावे लागते, सारखा आव आणत बसणे माझ्या स्वभावात नव्हते.

गायिकेला फर्माईश लिहून दिली जाते हे मला कळले नव्हते, मला सारखे वाटायचे की हे लोक चिठ्ठ्या का लिहून देत असावेत? पण विचारणार कोणाला? मी खूपच नवखी होते. मी ह्या वातावरणाशी परिचित नाही हे ग्राहकांना कळून चुकले होते. त्यांना मी बरी वाटायचे. मी एकदम बेढब वा कुरुपही नव्हते. दोन मुलांची आई असले तरी होते वीसच वर्षांची. वैशाली नावाची जी दुसरी सिंगर होती तीही माझ्याच वयाची होती. तिच्याबरोबर तिची आई यायची. ती कोणात मिसळायची नाही. तिची आईही थोडेथोडेच बोलायची. वैशाली दिसायला ठीक पण राहणे एकदम टफ. तिचे कपडे खूप महागाचे असायचे. तसाच पगारही ती मिळवत होती. तिला रोजचा तीनशे रुपये पगार व वर टिप्स मिळत होती.

राजू नावाचा ढोलक वादक होता. तो मला न रागावता तालात सांभाळून घेत असे. तो अनुराधा पौडवालकडे वाजवायला जायचा. राजूने मला कुलदीपसिंग माझ्या नावाने दीडशे रुपये रोजचे व टिप्स खातो हे सांगितले. मला वाईट वाटले तरी मी विचार केला की बिनाओळखीचे कुणी दारातही उभे करत नाही. आपल्याला किमान या माणसामुळे माईक हातात घ्यायची संधी तरी मिळाली आहे. इथे विजय नावाचा ड्रमर आणि बाबू नावाचा ऑर्गन प्लेअर होता. हे लोकं मला सांभाळून घेत होते. पण कुलदीपसिंग माझ्यावर म्हणावे तसे खूश नव्हते.

साधारणतः दहा-बारा दिवस झाले असतील. एका संध्याकाळी शशीभाई म्हणून एकजण आले. त्यांना डे ला एक सिंगर हवी होती. त्यांचा बँड मालाडच्या अशोका हॉटेलमध्ये होता. कुलदीपने माझे नाव सुचवले. त्याच दिवशी वसईच्या शीतल हॉटेलमध्ये नाईटलाही सिंगर हवी म्हणून निरोप आला. पुन्हा कुलदीपने माझेच नाव सुचवले. माझ्या लक्षात आले की कुलदीपला मला कटवायचे आहे.

खंडहरमध्ये एकदा मला 'माईरी मैं कासे कहूँ ।' गायला मिळाले. मी खूप पूर्वी हे गाणे ऐकले होते. स्वर व्यवस्थित लागले पण ताल पकडता आला नाही.

वाजवणाऱ्यानेच मग मला तालात आणून सोडले. या गाण्याचा अंतरा पूरिया धनश्रीत आहे.

मी दुपारी दीड ते संध्याकाळी सहापर्यंत मग मालाडलात अशोकात जायची. पुढे सात ते रात्री अकरापर्यंत वसईला शीतलमध्ये जायची. अशोकात मला रोजचे पन्नास आणि वरती टिप्स असे मिळत होते. शीतलमध्ये रोजचे पन्नास व टिप्स मिळू लागले. अशोकात पाच गायिका होत्या. पण शीतलला मात्र गायिका मी एकटीच होते. मला आत्ताशी जेमतेम दहा-अकरा गाणी येऊ लागली होती, तीही हिंदीत. पण इथे वसईत सगळी मराठी गाणी चालायची. माझी पुन्हा पंचाईत होत असे.

अशोकात मला 'घर आजा घिर आये बदरा साँवरीया' या गाण्याची फर्माईश आली. मी ते गायले. त्यानंतर 'बैरन नींद न आए', 'मैं कौनसा गीत सुनाऊँ' ही गाणीही मी चांगली गायला लागले. लहानपणी बाबा नेहमी म्हणायचे, "तुला आवडतं ना 'घर आजा घिर आये' हे गाणं!" खरेतर मला हे गाणे तेव्हा खूप आवडत होते अशातला भाग नव्हता, पण जेव्हा मी अशोकात हे गायला लागले तेव्हा तालासुराचे नीट भान आले. त्यातल्या काही जागा वाद्यांनी भरलेल्या असत त्यात मी हुरळून जात असे.

रात्री अकरानंतर वसई स्टेशनपर्यंत चालत जात असे. तिथे सगळी आगरी वस्ती. मला खूप भीती वाटे. एक चांगले होते, कुलदीपमुळे माझी शशीभाई आणि शीतलचे शेट्टी या दोघांशी ओळख झाली. हे दोघेही बँडचे संचालक होते. दोघेही स्वभावाने खूप चांगले व दिलदार होते. शशीभाई गुजराती होते, व्यवहारालादेखील चांगले होते. शेट्टींमध्ये माणुसकी होती. त्यांच्या बँडमधला श्रीराम नावाचा गायक स्टेजवरच पडून मेला होता. सर्वजण मिळून दहा-दहा रुपये गोळा करून त्याच्या घरच्यांना मदत करत. हे सगळे या शेट्टीने ठरवलेले होते आणि नियमितपणे ते ही रक्कम श्रीरामच्या कुटुंबीयांना पोहोचवत असत. याच हॉटेलमध्ये मी पहिल्यांदा नोटा उडवताना पाहिले होते.

वसईत शीतलला शारदाताई म्हणून एक सिंगर होत्या. त्या 'आती नही मंजिल, तडपने से भी क्या हासिल' छान म्हणायच्या. मला ते गाणे आवडले. मी लक्षात ठेवून तसेच गायचा प्रयत्न करायची. इथे मराठी गाण्यांची फर्माईश फार यायची. मला फारशी मराठी गाणी येत नव्हती. 'बिलनची नागिन निघाली' हे गाणे बाकी मी त्यावर नृत्य करत गायले आणि मला त्या गाण्यावर कलेक्शन मिळाले.

शीतल बारमध्ये मला टिप्सचे कधी साठ कधी नव्वद असे वरचे पैसे येत असत. मी स्टेशनला आल्यावर शहाळं, अर्धा किलो सफरचंद तर कधी मनुका घेऊन घरी जाई. दिलीपला आजारपणात थोडा पोटाला आधार होत असे. तो न्यूमोनिया आणि अल्सरने अगदी गळून गेलेला असायचा. त्याची इंजेक्शने, औषधे

चालूच होती. रोज घरात खिचडी आणि लोणचे असेच जेवण असे. अशातच दिवाळी आली. मी एक किलो बेसनाचे लाडू बनविले. बबलूसाठी एक जोडी कपडे आणले. अवघ्या सत्तर रुपयात दिवाळी साजरी केली. दिलीपने लाडू वळायला मला मदत केली.

अशोकातून मला शशीभाईंनी दहिसरच्या एका हॉटेलमध्ये डे ला कामाला पाठवले. दहिसर आणि वसई येथे काम करताना आर्थिक परिस्थिती सुधारली नव्हती पण किमान अंधेरी स्टेशनवरून बसने घरी जाता येत होते. चालायचे कष्ट वाचले होते. दुसरी एक गोष्ट झाली ती म्हणजे वसईच्या हॉटेलमध्ये माझ्या ओळखी वाढल्या. त्यातच अरुण म्हणून एक बँडचे संचालक होते, त्यांनी एक दिवस मला जोगेश्वरीच्या ग्रीनलाईट हॉटेलमध्ये ऑडिशनला बोलावले. ऑडिशन पास झाले पण ते हॉटेलच दोन दिवसांत बंद झाले. अरुणची बायको गीता तेव्हा हॉटेल आल्फ्रेडला गायची. आल्फ्रेडला अरुणच्याच भावाचा – संदीपचा बँड होता. आल्फ्रेडला त्याकाळी एकेका कलाकाराला ॲव्हरेज तीनशे ते पाचशे रोजचा पगार होता. मी अरुणचा फोननंबर घेऊन ठेवला. कामासाठी मग मला त्यांना संपर्क करता येत होता.

-१४-

बीअरबारमध्ये कामाला लागून मला जेमतेम एक महिना झाला असेल. पण दर काही दिवसांनी मला एक हॉटेल सोडून दुसऱ्या हॉटेलला कामाला जावे लागत होते. स्थैर्य अजिबात नव्हते. घरची परिस्थिती सुधारण्याची तर अजिबात चिन्हं नव्हती. मी जेमतेम वीस रुपये रोज वरून पन्नास रुपये रोजवर आले होते. टिप्सची सिस्टीम मला माहीत नव्हती. पण कधी कधी साठ-सत्तर हातात आले की मला आशा वाटायची. माझ्या ओळखी मात्र वाढत होत्या. माझी भीड हळूहळू चेपत होती.

माझा संपर्क ऑर्केस्ट्रामधील कलाकारांशी व ऑर्केस्ट्राच्या संचालकांशी जास्त येत होता. हॉटेलचे मालक कोण, हॉटेल कोण चालवते हे माहीतही नसायचे. मी कलाकारांच्या व्यतिरिक्त हॉटेलमधल्या महिला वेटर्सशीही ओळखी करून घ्यायची. कधीकधी पुरुष वेटर, स्टुअर्डशी ओळख व्हायची पण अगदी जुजबी.

रात्री हॉटेल सुटायच्यावेळी, सर्व कर्मचाऱ्यांना जेवण दिले जायचे. काही ठिकाणी डाळ, भात, भाजी कधीकधी नॉनव्हेजही द्यायचे. नॉनव्हेज असले की मला माझी पाखरं आठवायची. बरेचदा मी जेवण पार्सल करून त्यांच्यासाठी घरी न्यायची. पण काही ठिकाणी घरी जेवण नेऊ देत नसत. माझ्या घशातून जेवण खाली उतरत नसे. अशावेळी डोळे पाण्याने भरून येत.

खंडहरमध्ये पुष्पा नावाच्या महिला वेटरशी माझी ओळख झाली. आमची मैत्री झाली कारण आम्ही अंधेरीला बसस्टॉप किंवा रेल्वेस्टेशनमध्ये प्लॅटफॉर्मवर भेटायचो. हॉटेलमध्ये बोलता यायचे नाही, पण बाहेर आम्ही खूप गप्पा मारायचो. ती खूप चांगली होती, पण तिच्या नशिबात संसाराचे सुख नव्हते. ती अंधेरीला आणि नवरा वसईला राहायचा. आम्ही दोघी कधीकधी एकत्रच विरार गाडी पकडायचो. मी तिला पुष्पाताई म्हणायचे. एकदा तिला व शशीभाऊंना घरी बोलावले. मी शेजारच्या नंदूकडून व्हिडिओ मागवला व आम्ही 'दिल है की मानता नहीं' पाहिला. मी सिनेमा बघताना रडले तर दिलीप त्यांच्यासमोर ''हिला यार लोकांची आठवण येते,'' असे म्हणत बडबडायला लागला. सगळ्यांना वाईट वाटले.

त्यानंतर आठवडाभरातच आम्ही जीवदानीला सर्व एकत्र गेलो तर दिलीप तिथंही भांडला. मला कळतच नव्हते तो माझ्यावर पाळत ठेवायचा, संशय घ्यायचा आणि दुसरीकडे मी माझ्या ओळखीच्या माणसांना घरापर्यंत मोकळेपणाने आणले की तमाशे करायचा. म्हणजे मी चोरून-लपून काही करावे असेच वातावरण तो निर्माण करत होता. काहीही असो, दिलीपच्या तब्येतीत किंचित सुधार झाला होता.

माझी गज्जूभाईंशी ओळख झाली. त्यांनाही मी घरी बोलावले. त्यांनी मला व दिलीपला समजावले की, ''पासपोर्ट काढून बाहेरगावी (परदेशी) जायचा विचार करा. बाहेरगावी खूप चांगली हॉटेल्स आहेत. भरपूर पैसे कमावता येतील.'' गज्जूभाईंचा भाईंदरला प्लॅट होता. त्यांची बायकोही बीअरबारमध्ये गायिका होती. गज्जूभाईंनीही काही हॉटेलचे संपर्क नंबर दिले.

घरी वातावरण किंचित नीट होते. कल्पना (माझी नणंद), सासरे गावी गेल्याने आमच्याकडे राहायला आली होती. ती संध्याकाळी कामावरून परत येई. त्यामुळे मी रात्री कामावर गेले तरी घरी मुलांसोबत कल्पना असे. मी माझ्या ओळखींच्या आधारे कुठल्या कुठल्या हॉटेलला ऑडिशन द्यायला जायची. दिलीप एखादं दिवशी जरा बरे वाटले की माझ्याबरोबर येत असे, कधी घरीच राहून मुलांवर लक्ष ठेवीत असे.

हॉटेलमध्ये काम मिळवायचे तर ओळखी भरपूर पाहिजे हे लक्षात आलेले होते. कारण एकतर ओळखीशिवाय कुठे एंट्रीच मिळत नसे. संचालक लोकंही त्यांच्या धंद्यात जम बसवायला धडपडायची. गायक आणि वादक यांची स्थिती तर अजूनच बिकट होती. ऑर्केस्ट्रा किंवा लाइव्ह बँड अनेक बीअरबारमध्ये असायचे. तसेच एकाच संचालकाचे चार-पाच हॉटेलला बँड चालायचे. त्यामुळे इथे नाहीतर तिथे कुठेतरी काम मिळून जायचेच. शिवाय गायक, वादक आणि महिला वेटर बरेच मराठीच असायचे. त्यानेही ओळख वाढायची. या ओळखीतूनच मी धनश्री, मिलाप, राजश्री अशा हॉटेल्समध्ये ऑडिशन देऊन, मिळाले तर एखादं दोन दिवस काम करून झाले होते.

त्यावर्षीचा ३१ डिसेंबर जवळ येत होता. सगळ्यांमध्ये चर्चा होती की ३१ डिसेंबराला चांगली कमाई होते पण चांगले हॉटेलही असले पाहिजे. त्यात अलीकडे डान्सबारची संख्या वाढायला लागली होती. आत्तापर्यंत ऑर्केस्ट्रा बार किंवा लेडिज बारच सगळीकडे होते. परंतु डिसेंबर महिन्यातल्या सणासुदीच्या, वर्षाअखेरीच्या कार्यक्रमांसाठी काही हॉटेल्स डान्सची परवानगी काढतात असे ऐकले होते. दर्पण बार अ‍ॅण्ड रेस्टॉरंट, दि ग्रँट हॉटेल, आल्फ्रेड अशा बऱ्याच मोठ्या मोठ्या हायफाय बारची नावं ऐकून होते. तिथले सर्वच भारी. मुलीही सुंदर,

त्यांचे मेकअप, त्यांचे कपडे, त्यांचे वागणे सर्वच महागडे आणि हायफाय. आपला निभाव कसा काय लागणार? मी रंगाने काळी-सावळी, दिसायला जेमतेम, बांधा व्यवस्थित असला तरी कपड्यांची सजावट नसल्याने फार काही उठून दिसायचा नाही. माझ्याकडे कपडेही तीनच होते खरंतर. अर्थात मला कामाची गरज असल्याने मी या उणीवांकडे लक्ष न देता कामासाठी भीक मागायला हॉटेलचे उंबरठे झिजवण्याचा निर्णयच घेतला होता.

मी गुड्डीमध्ये ऑडिशनला गेले. पास झाले. गुड्डी हॉटेलमध्ये गायला लागले. मला गाण्याचा पूर्ण वाव मिळत होता. गुड्डीमध्ये पहिल्या मजल्यावर डान्स आणि तळमजल्यावर ऑर्केस्ट्रा बार होता. तिथे तेव्हा राधा म्हणून एक सिंगर यायची ती 'ये समाँ, समाँ है ये प्यार का' या गाण्यावर गात गात खूप सुंदर नाचायची. क्षणभर वाटायचे की साक्षात बेबी नंदाच पुढ्यात नाचतेय. तिचा परफॉर्मन्स पाहून मी ठरवले की आपणही गाताना असेच नाचायचे. पण असे गाता गाता नाचणे हे फार कठीण असते हेही लक्षात आले.

गुड्डीत मी 'पतझड, सावन, बसंत, बहार। एक बरस के मौसम चार, पाँचवा मौसम प्यार का, इंतजार का।' हे गाणे गायची. त्या गाण्यामुळे माझा आत्मविश्वास वाढला. हे गाणे गाताना मला स्वत:लाच खूप आनंद मिळायचा. हा आनंद रखरखीत वाळवंटात मिळालेल्या पाण्याच्या थेंबासारखा वाटायचा.

सलीम हा माझ्याबरोबरचा गायक. रंगाने काळासावळा तर होताच वर त्याच्या चेहऱ्यावर विरळ देवीचे व्रणही होते. पण स्वभावाने खूप चांगला. सगळ्यांना मदतीचा हात देणारा. माझे गाणेही तो मनापासून ऐके. एकदा तो मला म्हणाला की, "बहुधा तुला टॉन्सिल्सचा त्रास असावा. माझंही नाकाचं हाड वाढलं होतं आणि मला त्याचा खूप त्रास होत होता. ऑपरेशन करावं लागलं होतं. तुझ्या आवाजावरून वाटतंय की तुलाही काहीतरी प्रॉब्लेम आहे. तू तपासून घे." त्याने हॉस्पिटलचे नाव, पत्ता दिला आणि तो वारंवार काळजीने विचारीत राही. पण त्याला माझ्या घरची परिस्थिती माहिती नव्हती.

अर्थात गुड्डीमध्ये मला एका दिवसाला शंभर रुपये पगार मिळत होता आणि दीडशे-दोनशे रुपये टिप्सचेही रोज मिळायचेच. मी खूप आनंदात असायची. दिवसाला अडीचशे ते तीनशे रुपये? मला इतके पैसे कधीच मिळाले नव्हते. धुणे-भांडी, लादी एवढे करून महिना शंभर-दीडशे मिळायचे आणि कटकट, बोलणी खावी लागायची. आणि जेवायलाही शिळंपाकंच मिळत होतं. त्या मानाने इथं चांगली कमाई. माझ्या आवडीची, संगीताची, गाण्याची साथ आणि रात्रीचे जेवणही फ्री मिळत होते, तेही ताजे.

मी आनंदाने, उत्साहाने खूप गाणी पाठ करायची. घरी मी शेजाऱ्यापाजाऱ्यांकडून

रेडिओ आणून गाणी ऐकायची, उतरवून घ्यायची. रस्त्यावरून रुपया, सव्वा रुपयांना मिळणारी सिनेगीताची पुस्तके विकत आणायची. स्वतःच गाणं सेट करायची. इतरांना गाताना मन लावून ऐकायची. कस्टमर्सच्या प्रतिक्रिया न्याहाळायची.

३१ डिसेंबर १९९०. हॉटेलमधला माझा पहिल्या न्यू इयर इव्हचा अनुभव. कल्पनाने मला तिची नवी साडी नेसायला दिली. हॉटेलमध्ये कस्टमर्स फुल होते. मी खूप गाणी गायली. त्यादिवशी सर्वांनाच भरपूर टिप्स मिळाल्या. खाण्यापिण्याचीही चंगळ होती.

एका मुलीशी एक ग्राहक चाळे करायचा प्रयत्न करत होता. तिला तो पैसे दाखवी आणि मग ती त्याच्याजवळ जाई. असे तीन-चार वेळा झाले, मग मात्र त्याने बोलावले तरी ती त्याच्याजवळ जाईना. मला खूप किळस वाटली. त्याची चीड आली. त्या मुलीची मला खूप दया आली. पण मी काय किंवा ती काय करू शकणार होतो. 'अडला हरी, गाढवाचे पाय धरी.' अशी आमची गत होती. मनोरंजन करणे हे आमचे काम होते, कला ही आमची रोजीरोटी होती. परिस्थितीने तर अशा गांजलो होतो की आत्मसन्मान बासनात गुंडाळूनच आम्ही बीअरबारची वाट धरली होती. आता तक्रार कोणाकडे आणि कशी करणार?

३१ डिसेंबर नंतर तीन-चार दिवसांतच मी गुड्डी हॉटेल सोडलं. गुड्डीत असताना एक-दोनदा टिप्स देताना कस्टमर हात लावायचा प्रयत्न करतात हे माझ्या लक्षात आलं होतं. त्यामुळे मी वैतागले होतेच. एकदा एका कस्टमरने टिप्स देताना पैसे छातीवरून ओवाळून दिले. मला एकदम शिसारीच आली. मला गुड्डी सोडायचं होतं. मी ओळखीत विचारलं आणि मला हॉटेल सोनामध्ये कामही मिळालं. मी कामावर गेले खरी पण माझं अंग दुखत होतं. घसा खवखवत होता. आतून सूज आल्यासारखं वाटत होतं. मी आला दिवस ढकलत होते. मला वाटत होतं की मला हे पान परागच्या व्यसनामुळे होतंय. ते दुर्लक्ष मला चांगलंच नडलं.

दहा-बारा दिवसांनी अचानक माझ्या तोंडातून रक्त पडू लागले. मी चांगलीच घाबरले. हॉस्पिटलमध्ये गेलो तर डॉक्टरांनी सांगितले की माझ्या गळ्यातल्या कॉर्ड्स सुजल्या आहेत आणि ऑपरेशन करावे लागेल. कारण तिथे एक गाठही आहे. ती काढावी लागेल. नाही काढली तर प्रकरण कॅन्सरवरही जाऊ शकते. पण ऑपरेशन-नंतर तुम्ही गाऊ शकाल अशी खात्री देता येणार नाही. मी कोलमडलेच. मला क्षणभर माझे आयुष्य उद्ध्वस्त झाल्यासारखे वाटले. माझे जोरजोरात ओरडणे, दिलीपशी रात्र-रात्र भांडणे, मला नुकतेच लागलेले पान परागचे व्यसन, सगळे अंगावर आल्यासारखे वाटे. मी स्वतःला सावरले आणि ऑपरेशन करायचेच असा निर्णय घेतला.

दोन दिवसांनी माझे ऑपरेशन झाले. डॉक्टरांनी मी शुद्धीत आल्यावर मला

एका नळीत घशातून काढलेली घाण दाखवली. त्याला उग्र दर्प येत होता. दिलीप म्हणाला, ''बघ, पान परागचा वास कसा येतोय?'' डॉक्टर गेल्यावर तो खुनशी आनंदाने म्हणाला, ''आता तुला गाता येणार नाही.'' डॉक्टरांनी बाकी सर्व रिपोर्ट्स पाहिले व सांगितले की, ''सगळं ओ. के. आहे. तुम्ही गाऊही शकता. फक्त दोन महिने सक्तीचा आराम करायला हवा.'' मला खूप आनंद झाला. मी गाऊ शकते हाच केवढा मोठा आराम होता माझ्यासाठी. मी सगळे दु:ख, वेदना विसरले आणि उत्साहाने भरून गेले. मी हॉस्पिटलमधून ठणठणीत परत आले होते.

घरी आले त्याच्या दुसऱ्याच दिवशी हॉटेलला गेले आणि स्पष्ट उच्चारांसह रेंजमध्ये, पट्टीत गाऊ लागले. सोनामध्ये शराफत नावाचा एक गायक होता. तो मला नकळत गाण्याचे मार्गदर्शन करू लागला. त्याच्याविषयी जिव्हाळा वाटायचा. तो मला अनेक गाण्यांच्या चाली शिकवायचा. त्याने मला 'खेलो ना मेरे दिलसे। ओ मेरे साजना, ओ साजना, ओ साजना।' हे गाणे शिकवले. मी ते आत्मविश्वासाने गाऊही लागले. त्यानंतर खूप जुनी गाणी मी गायला लागले. शराफत स्वत: ऑर्गन वाजवत गाणे गायचा. 'दिल की दुनिया बसाके साँवरिया, कहाँ खो गये, खो गये' हे गाणेही मी शराफतकडून शिकून गायला लागले.

शराफत माझ्याशी निर्मळ, स्वच्छ वागत असे पण तिथल्या डान्सर मुलींची अचकटविचकट मस्करी करे. मला त्याचे हे वागणे विचित्र वाटे. मला हे आवडले नाही तरी मी बोलणार कशी? माझी स्वत:चीच अवस्था दबलेली, चिरडलेली आणि वाचाहीन होती. तो आपल्याशी तर चांगले वागतो ना, आपला गुरू आहे ना, आपल्याशी तर तसा वागत नाही ना, मग जाऊ दे. असा विचार करायची. त्याच्याकडून दुसऱ्यांशी चांगले वागण्याचा हट्ट आपण का धरावा असा विचार करून मन संतुलित करायची.

मला मिळेल त्या पगारावर, टिप्सवर मी भागवत असे, पण अशा अनेक मुली असत की ज्या अवास्तव पैशांची मागणी करत. काहीजणी लाखो कमवून ते यारदोस्तांवर उधळून ह्याच लाईनीत राहिल्या हे डोळ्यांना दिसू लागले होते. मी मनाशी गाठ बांधली – मिळेल ते घ्यायचे आणि घर गाठायचे. परिस्थिती आवाक्याबाहेर गेली तर दुसरे काम शोधायचे. पण वास्तव दुसरेच असते. ते तुमच्या मनाला बांधलेल्या गाठीच नाही तर स्वर्गात बांधलेल्या गाठीही कधी कधी तोडायला लावते. तुम्ही कितीही धडपड केली तरी त्या न तुटण्याची तुमच्या नकळत गाठी तुटतच राहतात.

हॉटेल सोनातही माझी आर्थिक परिस्थिती सुधारण्याइतकी कमाई होत नव्हती. त्यामुळे अजून चांगले हॉटेल शोधायचे मनोरे मी मनात बांधू लागले. मी सोना सोडले. बरीच हॉटेल्स फिरले. सगळीकडे एक-दोन दिवस काम करत करत मी

हॉटेल सनशाईनला गेले. जाताना मी दुसऱ्या एका बाईची साडी नेसून गेले होते. त्यावर सुरेख नक्षीकाम होते. तिथले बँडचे संचालक शंकर म्हणून होते. त्यांनी मला बघूनच होकार दिला. माझी ऑडिशनही घेतली नाही. या हॉटेलमध्ये तेव्हा सर्व परदेशी ग्राहक येत असत. फोरास रोड, ग्रँटरोड, ड्रीमलँड टॉकीज सर्व जवळच असल्याने तिथला धंदा तेजीत चाले. त्याकाळी लोकांनी पंधरा, सोळा हजार रुपयांच्या टिप्स उचलल्या होत्या विशिष्ट सणासुदीला.

या हॉटेलचा आणि माझा योग मात्र जुळला नाही. मी आल्फ्रेडला काम शोधत शोधत पोहोचले. या हॉटेलबद्दल आधीच खूप ऐकून होते. प्रचंड हायफाय वातावरण. मन न्यूनगंडाने भरून गेले होते. खूपच संकोचल्यासारखे वाटायचे. सगळ्या सिंगर मस्त कोऱ्या कोऱ्या कपड्यांत असत. मी कल्पनाने दिलेले ड्रेस वापरत असे. मला इथे इतरांच्या निम्मी टीप मिळत होती. तरीही ती शंभरच्या आसपास असे. माझी अर्धी टीप बरोबरचे सिंगर व म्युझिशियन खाण्यापिण्यासाठी रोज वापरायचे. आल्फ्रेडमध्ये 'अभी अभी थी दुश्मनी। अभी है दोस्ती बनी।' हे गाणे गायला मला नीट जमायचे नाही. पण मी हळूहळू ते चांगले गायला लागले. सुनीता नावाची सिंगर 'ये आज मेरी जिंदगी में कौन आ गया' गायची. फार किंचाळायची.

आल्फ्रेडला खूप छान जेवण मिळायचे. मच्छी, मटण. मला माझ्या पाखरांची आठवण यायची. पण आल्फ्रेडमध्ये जेवण घरी नेण्याची परवानगी नव्हती. तिथले ऑर्गनप्लेअर किशोरभाऊ यांना माझी गरिबीची परिस्थिती माहीत होती. त्यामुळे मी घरी जेवण नेले तरी ते दुर्लक्ष करीत. आल्फ्रेडमधले वातावरण खूप खेळीमेळीचे होते. सगळे मला सांभाळून घेत.

आल्फ्रेडमध्ये सुनीता, सुनील, सुरेखा, राजू, किशोरभाऊ आणि मी असा आमचा मस्त ग्रुप जमला होता. या ग्रुपमधले बरेचजण सुशिक्षित होते. खूप तरुण होते आणि सर्वांची घरची परिस्थिती चांगली होती. ते मोटारसायकल किंवा स्वत:च्या कारने कामाला येत असत. एक दिवस संध्याकाळी लाईट गेले म्हणून आम्ही सर्वजण सिनेमा पाहायला गेलो. कुठलासा इंग्लिश पिक्चर होता. मी घरी येऊन दिलीपला सांगितले तर त्याने घर डोक्यावर घेतले. तो किशोरभाऊंच्या नावाने संशय घेत अद्वातद्वा बोलायला लागला. खरे पाहता मी या आल्फ्रेडच्या ग्रुपमध्ये पूर्णपणे मिसळलेही नव्हते, ना त्यांची कुणाची मला मदत होती. उलट त्यांचे मन राखण्यासाठी, माझे काम टिकवण्यासाठी मी गेले होते, मजा मारण्यासाठी नाही. पण दिलीपचा पारा चढला होता. मला मारहाण करीत तो माझ्या यारांचा उद्धार करतच होता, त्यात आज किशोरभाऊंचे नाव त्या यादीत त्याने जोडले होते. घरात हा तमाशा चालला होता. मी त्याला समजावून थकले आणि रडरड रडले.

आमच्या अशा तमाशांमुळे आधीच रामची आई वैतागली होती. ती सारखी

मला सांगे, ''घर खाली करा. मी रामपायी काही बोलत नाही. पण आता खूप झालं. माझं घर लवकरात लवकर खाली करा.'' राम आईला गप्प करायचा. आमच्यामुळे त्या मायलेकरात भांडणे होऊ लागली.

मी आल्फ्रेडमध्येच दिवसाचे काम धरले. तिथे दिवसा हॉटेल मॅनेजमेंटचा बँड होता. दिलीपच्या जाचाने मी रात्री किशोरभाऊंचा बँड टाळला खरा पण दिवसा कमाई खूप कमी असे. मला नवीन घर घ्यायला कमीतकमी डिपॉझिटचे पैसे तरी साठवावेच लागणार होते. कामाच्या शोधात मी साकीनाक्याला अनुपम हॉटेलमध्ये पोहोचले. तेथे रात्रीचे काम मिळाले. संघर्ष नावाचा ओळखीचा गायक होता. त्याचाच बँड इथे होता. संघर्ष मला भेटला की 'जयभीम' म्हणायचा. मी कित्येक वर्षं 'जयभीम'चा अर्थ शोधत होते. तेव्हा मात्र मी लगेच 'जयभीम' म्हणायची. संघर्ष व त्याचा भाऊ सचिन दोघेही उत्तम गायक होते.

हॉटेल अनुपममध्ये संघर्ष मला खूप सांभाळून घ्यायचा. तो अंतरा गाऊन दाखवायचा, मी गायला उभी राहायची असे चालायचे. संघर्षमुळे मला खूप गाणी कळली. एक गायिका गुजराथी गरबा छान गायची. या हॉटेलमध्ये गुजराथी गीतांची फर्माईश यायची. कंचन नावाची गायिका भोजपुरी गाणी गायची. मला फक्त 'फुलाडी बिना चटनी कैसे बनी' थोडे थोडे यायचे. मग हळूहळू 'चला भी', 'आज जा रसिया' ही गाणीही मी गायला लागले. या हॉटेलपासून मी खूणगाठ बांधली की गुजराथी, भोजपुरी गाण्यांचा स्टॉक जमा करायलाच पाहिजे.

दोन हॉटेल्स सांभाळताना नाकीनऊ यायचे. चर्नीरोडला आल्फ्रेड आणि अंधेरीला साकीनाक्याला अनुपम. मी अनुपमला जाताना वडापाव, भजी असे काहीतरी खायची. रात्रीचे जेवण हॉटेलमध्ये असायचेच. चहाचाही त्रास कधीच, कुठेच झाला नाही. नेहमी सगळीकडे गेल्या गेल्या चहा मिळत असे. त्याच्याने तरतरी यायची.

परिस्थिती जरा बरी होत चालली. सोनापासून दिवस बदलत चालले होते. पगाराची वाढ होत होती. अनुपममध्येही संघर्ष बरे पैसे द्यायचा. मी रस्त्यावरचेच जरा चकमकीत/भरजरी पण स्वस्तातले पंजाबी ड्रेस घ्यायची. दिलीपनेही थोडेसे शांत घेतले होते. एकतर तो आरामात घरात बसून होता. त्याच्या मनाला येईल तेव्हा तो माझ्या हॉटेलला येऊन बसायचा. बायको कुणी पळवून तर नाही ना नेली हे पाहायचा. इकडे मी डे-नाईट काम करून पैसे साठवत होते. पण रामची खोली सोडावीच लागली. आमच्या वस्तीतले नटूभाई माझ्या पाठीशी उभे राहिले. त्यांनी आमची एका खोलीत सोय केली. ह्या घरात मोरी नव्हती. फळी टाकून अंघोळ करायची. परत ते पाणी बादलीत भरून बाहेर फेकून द्यायचे. माझी दोन्ही बाळं छोटे छोटे कॅन घेऊन माझ्याबरोबर पाणी भरायला यायची. आम्ही डोंगरातून झऱ्याचे पाणी हंडा, कळशी, कॅनने भरून आणायचो. मी कशीबशी खिचडीभात करून

निघून जायची, ती रात्री साडेबाराला परत घरी यायची.

अनुपम हॉटेलचा बँड उडाला. सुरुवातीला 'बँड उडणे' म्हणजे काय ते कळत नव्हते. आम्ही कामावर गेल्यावर कळायचे की इथे संचालक बदली झाला आहे, ग्रुप बदली झाला आहे. त्यानंतर लगेचच किशोरभाऊंनी मला सांगितले, "तू येऊ नकोस." आल्फ्रेडचेही काम गेले. झाले, माझी दोन्ही कामे सुटली. पुन्हा कामाची चिंता सुरू झाली.

त्यातच दंगल उसळली. आमच्या आजूबाजूला जसे काय युद्ध पेटले होते. चारही बाजूने नंग्या तलवारी घेऊन लोकं धावत होती. दिलीप तर एखाद्या मांजरासारखा दडून बसला होता. त्याकाळात सगळी हॉटेल्स बंद होती. कामाला कुठून जाणार. रस्त्यावर बाहेर पडण्याचीसुद्धा सोय राहिली नव्हती.

दंगल संपल्यावर पुन्हा काही दिवस मी इथे तिथे काम शोधून काढत राहायची. आम्हाला जवळच खोली शोधायची होती. मी रोज गल्ल्यात पैसे साठवत होते. पावसाळा सुरू झाला. या खोलीत खूप ओल यायला लागली. एकदा दुपारी मी आणि दिलीप सिनेमा पाहायला गेलो. मला रात्री कामाला जायचे होते. दुपारी पावसाने चांगलाच जोर धरला. आम्ही सिनेमावरून घरी येऊन पाहातो तर आमच्या घरावर दरड कोसळली होती. आमच्या मागच्या घराचे सगळे पत्रे आमच्या घरात येऊन पडलेले. मुलं शेजाऱ्याकडे खेळायला गेली होती म्हणून वाचली. माझ्या सगळ्या सामानाचा चक्काचूर झाला.

काही दिवस समोरच्या गृहस्थाने घरात ठेवून घेतले, कारण आमच्या खोलीची दुरुस्ती करायला घेतली होती. समोरच्यांच्या घरात आम्ही खाटेवरच संसार मांडला कारण त्यांच्याही घरात घोट्याइतके पाणी साचलेले. अर्धे सामान मोडक्या घरात, अर्धे समोरच्यांच्या घरात. आम्ही स्वयंपाक खाटेवरच करायचो. त्याच खाटेवर मी, दिलीप, मुलं बसूनच डुलक्या घ्यायचो. अंघोळ आमच्या मोडक्या घरात जाऊन करायचो. याप्रसंगात बाकी दिलीप खूप लाडीगोडीने वागला. मी गल्ला फोडून पैसे मोजले ते दीड हजारावरच भरले. मग आम्ही जागा पाहिली, दीड हजार डिपॉझिट देऊन खोली मिळाली.

मी संघर्षला फोन केला. त्याने हॉटेल मल्लिकात ये म्हणून सांगितलं. मी मल्लिकात नाईटला गायची. तिथे श्रीपाल म्हणून खूप चांगले गायक यायचे. मल्लिकामध्ये वैशाली नावाची दुसरी गायिका होती. तिथे सर्व फर्माईश तिलाच यायच्या. ती तरुण व सुंदर होती. पॉश राहायची. मला खूप रडू यायचे. श्रीपालदादांनी एक दिवस एक फर्माईश मला दिली. गाणे होते, 'अजहू न आये बालमा, सावन बिता जाए।' दादांनी अंतरा तर दाखवलाच व माझ्याबरोबर गाऊही लागले. मी व्यवस्थित गायले. मग मराठीतली बैठकीची लावणी 'तुम्हावर केली मी मर्जी

बहाल', हिंदीतले 'काँटोंसे खिंच के ये आँचल।' इ. गाणी मी चांगली गायला लागले. मलाही फर्माईश यायला लागल्यावर मी खूश झाले.

मी मल्लिकामध्ये ३१ डिसेंबरपर्यंत काम केले. जानेवारीत मल्लिकातला बँड उडाला. परत मी बेकार. यावेळी मी बरेच दिवस घरीच बसले. मी, दिलीप आणि दोन मुलं आणि कल्पना इतक्याजणांचे पोट कसे भरणार? साठवलेले पैसे संपले होते. पण दिलीपबद्दल माझा राग कमी झाला होता. तोही मला कमी छळू लागला. आम्ही सगळे फार मोठ्या प्रसंगातून गेलो होतो आणि दिलीप प्रथमच वाद न घालता माझ्याबरोबर उभा राहिला होता.

पण ते सर्व क्षणभंगुर ठरले. दिलीप कामाला जाऊ लागला. मी नवीन घरात कामे उरकून त्याची वाट पाहात बसायचे. त्याकाळात आमचे शरीरसंबंधही व्यवस्थित सुरू झाले पण मग अचानक तो एकान्तातही माझ्याशी अश्लील बोलू, वागू लागला. खूप किळसवाणा प्रकार होता तो. मी प्रचंड रडले. तो कामावर गेल्यावरही मी रडत बसायचे. मला कळतच नव्हते काय बिनसले होते? मी कुठे चुकले होते? मी बीअरबारमध्ये जवळजवळ दोन वर्षं काम केले होते पण मी कुणाला माझ्या शरीराला हात लावू दिला नव्हता. अनेक ठिकाणी कलाकार, बँड लीडर, हॉटेलचा शेठ, कस्टमर तिथे काम करणाऱ्या गायिका, वेटर स्त्रियांना वापरून घेत. त्यांच्या कहाण्या मी रोज ऐकत होते. अतिपैशाच्या हव्यासाने इथे काम करणाऱ्या काहीजणी इथे तिथे तोंड मारत फिरत असतं. मी मात्र माझ्या कष्टाने, कलेच्या आधाराने, मान मोडून कमवत होते. मिळालेले सगळे पैसे संसारात घालत होते. बारमधून सुटले की ट्रेन पकडायला, ट्रेनमधून उतरलं की बस पकडायला धावायची. पण दिलीपने काही चिखलफेक थांबवली नव्हती.

याचा परिणाम हा झाला की पुन्हा हॉटेलला भीक मागायला सुरुवात केली. प्रत्येक ठिकाणी ऑडिशन द्यायची. ते सांगणार, "जेव्हा सिंगर नसेल तेव्हा तुला बोलावू. सध्या आमच्याकडे सिंगर आहेत." एक, दोन, तीन हॉटेलमागून एक हॉटेल. शेवटी एकदाचे काम मिळाले. हॉटेलचे नाव होते सफायर. सफायरचे कामही डे-नाईट होते. पण काही महिन्यात तिथला बँड उडाला. देवराज आणि नागी हे संचालक होते. इथल्या ड्रमर, ऑर्गनप्लेअर, गायक-गायिका कलेत चांगले होते, पण काहीतरी विचित्र आयुष्य जगत असावेत असे वाटायचे. मला प्रथमच ऑर्केस्ट्रा बारमध्ये बरेच बंगाली लोक यायला लागले आहेत असे जाणवायला लागले होते.

सफायरमध्ये असतानाही गाण्यांचा स्टॉक माझ्याकडे म्हणावा तसा नव्हताच. पण अनिल या गायकाबरोबर मी साजन व सौदागरमधली गाणी गायची. आमची ती गाणी ऐकण्यासाठी म्हणून लोकं येत असत. 'जिये तो जिये कैसे', 'दिल लेले दिल देकर' या गाण्यांवर तर लोकं बेहद्द खूश असत. अनिल व मला स्टेजवर

एकत्र गातांना पाहण्यासाठी कस्टमर्स येत असत. अनिल तर गाताना छान नाचायचा, 'बहोत प्यार करते हैं तुमसे सनम' या गाण्याने तर बहार यायची.

पण दुसरा गायक नेहमी भर गाण्यात मला रागवायचा. माझ्याकडे बऱ्याच गाण्यांचे शब्द नसायचे. 'जाम भी है, शाम भी है', 'तेरे जैसा प्यारा कोई नही' ह्या गाण्यांचे शब्द मिळवण्यासाठी मग मी शेजाऱ्यांकडून आणलेल्या रेडिओवर ती गाणी लागायची वाट पाहायची. 'निसुलताना रे, प्यार का मौसम आया' हे कठीण लयीत असूनही मी गायची. सुरेश नावाचा सिंगर मात्र मला सारखे "तुला दयाघना येतं?" असे प्रश्न विचारून हैराण करे. आज 'दयाघना' गाण्यासाठी मला खास फर्माईश दिली जाते.

सफायर सुटले म्हणून देवराजने मला सी-प्रिन्सला पाठवले. हॉटेल सी-प्रिन्सला सुधा शेट्टीचा बँड होता. सुधा शेट्टीकडे चांगल्या शो-रूममधल्या बाहुल्या आल्या. मग मी परत देवराजकडे काम मागायला गेले. देवराजदादांचा बँड परत सफायरला लागला होता.

आत्तापर्यंतचे बँडलीडर स्वत: कलाकार होते. त्यांची स्वत:ची अशी खासियत होती. काही जण गायक होते, काही इतर वादक होते पण कलेशी त्यांचे खूप जवळचे नाते होते. सुधा शेट्टी हा स्वतः कलाकार नव्हता. तो बुद्धिमान होता, चलाख होता. त्याला धंद्याचे गणित समजत होते.

ती बीअरबारच्या बदलत्या काळाची सुरुवात होती. त्याचवेळी ऑर्केस्ट्रा बारची संख्या कमी व्हायला लागली होती. मुंबई, ठाणे, रायगड, सोलापूर सर्वत्र लेडिज बार उघडले जात होते. या बारमध्ये सर्वांत जास्त कमाई डान्सबारची होती. तिथे डान्सर होत्या, वेट्रेसेस होत्या पण ऑर्केस्ट्रा नव्हता. रेकॉर्ड डान्सचं चलन वाढत होते. लाईव्ह बँडचे चलन कमी होत चालले होते आणि जिथे जिथे लाईव्ह बँड होते तिथे सुधा शेट्टीसारखे धंदेवाईक बँडलीडर स्वत:चा कब्जा जमवू लागले होते. पूर्वी बँडलीडरही बरेच मराठी होते पण आता अमराठी बँडलीडर वाढले. त्याबरोबरच कलाकारांमध्येही यूपी, कलकत्त्याच्या कलाकारांचा भरणा वाढू लागला. मनात कुठेतरी खंत वाटत होती.

यावेळी मी सफायरमध्ये देवराजदादांना भेटायला गेले तर ते मला आल्फ्रेडला घेऊन गेले. मला त्यांनी इथे का आणले ते कळत नव्हते. देवराजदादा सहज बोलले, "बघ त्या गायिका." मी पाहातच राहिले. समोर मिठूदीदी गात होत्या. बंगाली साडी, चुडा, मोठे कुंकू, कुरळे केस. गोल चेहरा, एकदम प्रसन्न व्यक्तिमत्त्व. मिठूदीदी कुमार शानूची पहिली पत्नी. त्या 'दिल चीज क्या है, आप मेरी जान लिजिए' गात होत्या. स्टेजवर त्यांच्याबरोबर देबाशिषची पत्नीही उभी होती. देबाशिष बारलाईनीत बँडलीडर म्हणून प्रसिद्ध असला तरी फिल्म इंडस्ट्रीतही तो

गायक म्हणून प्रसिद्ध होता. 'जीना तेरे गलीमें' या हिंदी चित्रपटात त्याने गाणी गायली होती. माझी हवाच टाइट झाली. आपल्या भिकारडेपणाची जाणीव होऊ लागली. मी मूकपणे त्या दोघींची गाणी ऐकली. मनाशी ठरवले काहीही झाले तरी कलेशी गद्दारी करायची नाही. वातावरण बदलू दे नाहीतर न बदलू दे.

मी सफायरमध्ये मोजून चार दिवस काम केले. तितक्यात कोणीतरी देवराजला म्हणाले की सॅण्डहर्स्ट रोडला टिप्सीत गायिका हवी आहे. ताबडतोब देवराजने मला टॅक्सीत बसवून पाठवून दिले. रात्री साडेआठ वाजता मला सफायरमधून टिप्सीत पाठवण्यात आले होते.

टिप्सीत बाबा नावाचे बँडलीडर होते. इथे ऑर्केस्ट्रा आणि लेडिज सर्व्हिस होती. स्टाफमध्ये मुली खूप होत्या. बाबा शांत स्वभावाचे होते. बँड अगदी टेन्शन फ्री चालवायचे. त्यांचा मुख्य व्यवसाय साऊंडचा होता. अनुराधा पौडवाल, आशा भोसले यांच्यासारख्या मोठ्या कलाकारांच्या कार्यक्रमात यांची साऊंड सिस्टम वापरली जायची. बारमधल्या कमाईवर त्यामुळे त्यांचे काही अवलंबून नसायचे. बाबा एकदम सज्जन माणूस. सर्वांना समानतेने वागवायचे. जो चुकला त्यालाच बोलायचे. आम्हा कलाकारांच्या घरची विचारपूस करायचे. दिवाळीला सर्वांना कापड, मिठाई,वर थोडे पैसे द्यायचे. इथले ड्रमर, ढोलकीवादक, ऑर्गन प्लेअर, सिंगर, कस्टमर्स सगळे मला आजही आठवतात. टिप्सीत एक मंगेश नावाचा ऑर्गन प्लेअर होता. तो खूप विनोदी होता. सतत हसत खेळत काम करणारा. आम्ही त्याच्या घरीही गेलो होतो सगळे जण. तिथेही त्याने अगदी सरळ चांगली वागणूक दिली. त्याच्या वागण्यात कधी आम्ही 'बारवाल्या' असे यायचे नाही. तो कधीच हॉटेल लाईन वाईट असे म्हणाला नाही.

-१५-

मी एव्हाना बार लाईनमध्ये बऱ्यापैकी सरावले होते. खूप ओळखी वाढल्या होत्या. जवळजवळ वीस-एकवीस बारमध्ये काम केले होते. त्यामुळे कलाकारांपैकी कुणी ना कुणी पूर्वी एकत्र काम केलेले भेटायचेच. अर्थात दरम्यान काहीजणांच्या आयुष्यांची घडी उद्ध्वस्त झालेली असायची तर काहीजणांची प्रगती चांगली झालेली असायची.

टिप्सीत माझी रंजनाताईंशी ओळख झाली आणि आमचे ऋणानुबंध जुळले. नामामास्तरही असेच एक व्यक्तिमत्त्व होते, जे सगळ्यांशी खूप चांगले वागत. आम्ही त्यांच्या घरी गेलो तर त्यांचा मुलगा आम्हाला 'आत्या' म्हणे. कधीही त्यांनी कुठल्या महिला कलाकारांचा फायदा घेतला नाही. पण एक गायिका जी आठ महिन्याची गरोदर असूनही बारमध्ये यायची, तिला खूप टोमणे मारायचे. तेही साधेसुधे नाहीत अत्यंत वाईट पद्धतीने. मी त्यांना याबद्दल एकदा विचारलेही. "तुम्ही असं का बोलता?" ते म्हणाले, "मला हा स्त्रीजातीचा अपमान वाटतो. ती अशा अवस्थेत इथे का येते? तिच्या पोटातल्या बाळाला काही झालं तर?" मला त्यांचा अभिमान वाटे. मी हक्काने त्यांच्या घरी जायचे.

टिप्सीतल्या स्टाफमध्ये तसे खूप चांगले वातावरण होते आणि त्याला कारण अर्थात बँडलीडर बाबा होते. ते नव्या, जुन्या कलाकारांना आर्थिक मदत तर करतच पण मौजमजा म्हणून खाणे-पिणेही द्यायचे. अनेकदा तर काही अप्पलपोटी लोकं त्यांचा फायदाही घ्यायचे. पण बाबांचे वागणे असे असायचे की टिप्सीतले पैसे टिप्सीतच संपवायचे.

असे असले तरी सगळेच काही चांगले घडत नसे. या बारमध्ये काही जणांना फार वाईट खोड्या होत्या. एक जण जाता येता विचारे, "काय मग आज काय रक्तदान का?" हा एक कोडवर्ड होता, लैंगिक संबंधांकरिता. ह्यांना कुठल्याही मुला-मुलींचा संशय आला की झाले सुरू 'रक्तदान,. रक्तदान'. बरेचदा कलाकारांचे आपापसातच प्रेम होत असे. त्यातून लग्नही होत, कधी नुस्ती दगाबाजी, लुबाडण्याचे, फसवण्याचे प्रकारही होतं.

कस्टमर्सही बरेच जण चित्रविचित्र असत. काही पिणे, मनोरंजन इतकेच बघत.

काही वाहवत जात, काही जबरदस्ती, दादागिरी करण्याचा प्रयत्न करत. एक सलीम नावाचा कस्टमर यायचा. तो अगदी गोरागोरा. छान होता दिसायला. हा एकदा पिऊन बेधुंद झाला आणि बाटली फोडून त्याने काचेने हातावर माझे नाव कोरले आणि रक्तबंबाळ झाला. दुसरा एक ग्राहक हा नेहमी 'रेशमाच्या रेघांनी, लाल काळ्या धाग्यांनी' याच गाण्याची फर्माईश करायचा. त्याने एकदा मला हिरवी साडी आणि घड्याळ भेट म्हणून आणून दिले.

पापा म्हणून एक ग्राहक होता. तो वारंवार जेलमध्ये जात असे आणि जेलमध्ये नसला की टिप्सीत असे. अमर हा ग्राहक जवळजवळ रोज टिप्सीत यायचा. त्याचा जुगाराचा का मटक्याचा अड्डा होता. त्याचे आधी लग्न झाले होते पण त्याने प्रफुल्ल नावाच्या गिटारीस्टच्या बायकोशी दुसरे लग्न केले. तिचे नाव रमा. हा अमर रोज बारमध्ये यायचा आणि त्यामुळे त्याची अख्खी कहाणी आम्हाला माहीत होती. अमरची पहिली बायको मला हॉटेलवर येऊन भेटून गेली. ती खूप सुंदर होती. तिला हा खूप मारायचा. रमाही मला भेटून तिची रडगाणी ऐकवत असे. इकडे बारमध्ये बसून अमर माझ्याशी प्रेमाचे लपंडाव खेळत असे.

मला खरंतर त्याचवेळी टिप्सीत गाणारा निसार हा गायक खूप आवडत असे. तो गायक होता. तो खूप सहकार्य करी तेही खूप प्रेमाने. आम्ही एकमेकांशी खूप बोलायचो. गाताना निसार बरोबर खूप भांडण होत असे, त्याच्या वरच्या पट्टीत गाण्याने. तो बसक्या आवाजाचा असूनही उंच पट्टीत गायचा प्रयत्न करीत असे. त्यामुळे गाण्यांची गोडीच निघून जायची. तो माझ्याबरोबर गाण्यासाठी तडफडायचा. आम्ही दोघे काही गाणी एकत्र गायचो. 'पत्थर दिल को मैं दिल दे बैठी', 'मुझे तेरी मुहब्बत का सहारा मिल गया होता' ही गाणी निसारसोबत गायला मजा यायची. संबादादांबरोबर इम्तिहानमधले, 'आ जाने जाँ, आ मेरा ये हुस्न जवाँ', 'आजा आजा मैं हूँ प्यार तेरा', 'ओ हसीना जुल्फोंवाली' ही गाणी मस्त जमायची. निसारकडून मला खूप गाणी लिहून घेता आली. पण पट्टीवरून नेहमी खटके उडायचे.

टिप्सीत 'दो घूँट मुझे भी पिला दे', 'तेरे वास्ते रे सजना नैन म्हारे जागे' या गाण्याची फर्माईश अमर द्यायचा. तो माझ्या या दोन्ही गाण्यांवर चांगले कलेक्शन द्यायचा, रंजनाताईकडून मी लावण्या व भावगीते ऐकायची व लिहून ठेवायची. सचिन नावाचा गायक जरा कुजका होता पण तो माझ्याकडून बरीच गाणी गाऊन घेत असे. गाताना चूक झाली की आरशातून मला दम देत असे. त्याचे दम देणे मला प्रेरकच ठरले. तालात चुकले की सचिन ओरडायचा, "का गं आज भाजी बनविली नाही का? जी 'बीट'(लयी)ची भाजी खातेस?" मी हळहळायची. कधी राग यायचा, मग मी ओरडण्याची गाणी गायचे. 'मैं तुझे छोड के कहाँ जाऊँ', 'मेरे भोले सनम तेरे सर की कसम.'

मी टिप्सीत डे-नाइट काम करत होते. संध्याकाळी निसार सहा साडेसहाला आला की आम्ही बाहेरही फिरायला जायचो. मला त्याच्याबद्दल आकर्षण वाटत होतं. पण त्यात बरासचा भाग मैत्रीचाच होता. आम्ही एकदा एका हॉटेलमध्ये बसलो तेव्हा अचानक निसार माझ्याशी लगट करू लागला. पण आम्हाला ड्युटीवर परत जायचे होते. त्यामुळे मलाही त्याचा नक्की अंदाज येत नव्हता.

अमरची बायको आणि रमा माझ्याशी दु:ख बोलायला लागल्याने आपोआपच अमरही माझ्याशी बोलू लागला. मी आणि अमर अनेकदा महालक्ष्मी, हाजी अलीला जाऊन गप्पा मारत बसायचो.

माझी आणि अमरची जवळीक बघून इकडे निसारही दु:खी होत होता. आणि तिकडे दिलीपला पुन्हा संशयाच्या भुताने झपाटले होते.

मी खरंतर जास्त वेळ रंजनाताई बरोबरच घालवायची. आम्ही गप्पा मारायचो. नवी जुनी गाणी लिहून काढायचो, ऐकायचो. गाण्याची पुस्तकं शोधायचो. मधल्या वेळेत आम्ही दोघी किंवा सोबत येतील ते हॉटेलमधले सहकारी नित्यानंदमध्ये बसून नाश्ता करायचो. खरं तर दुपारी आम्हाला टिप्सीत जेवण असायचे – डाळ, भात, पापड, काकडी-गाजराचं सॅलड. जेवणानंतर अध्येमध्ये भूक लागली की दहा रुपये देऊन ऑम्लेट मागवता यायचे पण माझी परिस्थिती हा खर्च पेलण्याची नव्हती.

खरंतर टिप्सीत रोज शंभर रुपये पगार होता. वर टिप्सही मिळायच्या चांगल्या. मी टिप्सीत काम करत असताना घरात भांडी, कुंडी, टेबलफॅन, टीव्ही सर्व घेतले. शिवाय मला स्वत:चा मंडप, डेकोरेटर आणि साऊंडचा व्यवसाय करायचा होता म्हणून मी गल्ल्यात रोज पन्नास रुपये टाकत होते. त्याच वेळी नटूभाई मला एक जागा देऊ करत होते. ती जागा झऱ्याजवळ होती. ते म्हणाले, "तू इथे झोपडे बांध." त्यावरून दिलीप माझी खिल्ली उडवे. "चिखलात घर बांधणार!" मी तरीही दटून नटूभाईंना म्हणाले, "मी बांधीन घर." मला स्वत:च्या घराची कल्पना खूप आवडत होती.

दिलीपची आणि माझी भांडणे व्हायची. भांडणात तो माझे सगळे भूतकाळातले यार उकरून काढायचा. मग मी "तुम्ही ही नावंच का काढता?" म्हणून भांडत बसे. तो मला मारत सुटायचा. मग मीही त्याचे केस ओढून त्याला मारायचे. पण त्याच्याकडे शक्ती होती, जीभ आणि हाताचे अस्त्र होते. मी मात्र मुकी होऊन जायची. मला सगळ्याचाच कंटाळा आला होता. एकदा तर तो खूप पिसाळला होता. मला प्रचंड मारत होता. बबलू त्या वेळी खूप जोरात ओरडला की, "पप्पा आईला मारू नका." आणि बबलू, छोटू दोघंही रडायला लागले. मग निर्णय घेतला की मुलांच्या मनावर या भांडणांचा विपरीत परिणाम होईल त्यापेक्षा आपण त्यांना गावी पाठवू. किमान शिक्षण व पोषण तरी व्यवस्थित होईल. मी सासऱ्यांबरोबर पोरं गावी पाठवली.

मुले गावाला गेल्यावर मग मीही बिथरल्यासारखी वागायला लागले. मला

मध्यंतरी पान खायची सवय लागली होतीच. मी आता दारू पिऊ लागले. घरी भांडण झाले की जेवणावर राग काढायची. जेवणाचे ताट भिरकावून द्यायची. दिलीपशी भांडायची, खूप भांडायची. त्यातच निसारकडे माझे मन झुकू लागले. त्याचे चेतना नावाच्या मुलीशी प्रेम आहे हे माहीत असूनही एकदा मी निसारबरोबर लॉजवर गेले. आमचे संबंध आले. त्यानंतर काहीच दिवसांनी फिरता फिरता थोड्याशा शाब्दिक भांडणात निसार मला रांड म्हणाला आणि मी त्याच्याशी बोलणेच टाकले. तो मला भेटायचा प्रयत्न करी पण मी स्वत:हून त्याला टाळत असे. तो माझ्या मनातूनच उतरला होता.

दिलीप मात्र सिंगसाहेब, राजकुमार यांच्याबरोबर आता निसार, आमच्याच बार-मधला एक जगदीश सगळ्यांची नावं घेऊन भांडायचा. रोज रात्री आमचा हा ठरलेला प्रोग्रॅम असे. त्यामुळे मी हॉटेलमधून निघतानाच दारू पिऊन निघत असे. घरी आल्यावर मग दोन-चार वाजेपर्यंत भांडणं, मारामाऱ्या व्हायच्या.

असेच एक दिवस मी रात्री घरी येत होते. मी बसने येणे सोडले. मी रिक्षाने येई. रिक्षातून उतरून ही घरापर्यंत पोहोचायला बरेच चालावे लागे. मध्ये एक नाला होता. मी नाला पार करून पुढे जात नाही तोपर्यंत तोंडावर ब्लँकेट घेऊन कुणीतरी अंधारातून आला. अंधारातल्या त्या माणसाने मला जोरात मांडीवर सळयाने हाणायला सुरुवात केली. ज्यामुळे कळवळून मी ''बबलूचे बाबाऽऽ'' करून ओरडले. मला मारून तो गल्लीतून पसार झाला.

मी उठून कशीबशी लडखडत घरी आले. पाहते तर काय दिलीप निवांत घरी पडलेला. त्याच्या अंगावर पांढरी हाफ पँट होती. मला मारणाऱ्या व्यक्तीच्या पायातली पांढरी हाफ पँट मी पडताना ब्लँकेटमधून दिसली होती. दिलीप उठला तर नाहीच. सकाळीही मी त्याला वळ दाखवले तर त्याने काहीच प्रतिक्रिया दिली नाही; मी तरीही दुसऱ्या दिवशी कामावर गेलेच. रंजूताई आणि जमीरभाईंना सगळे सांगितले. पण बाकी कोणालाच सांगितले नाही. त्यांनी माझी टिंगलच उडवली असती.

इकडे निसार फार अस्वस्थ झाला होता. तो मला भेटायचा प्रयत्न करायचा, तसतशी मी अमरला जवळ करू लागले. पण अमरच्या मनात त्याचा अर्थ वेगळा होऊ लागला आणि रमाही त्यामुळे बावचळली. ती सारखे हॉटेलवर येऊन ह्याला त्याला माझ्याबद्दल आणि अमरबद्दल सांगू लागली. हे दिलीपच्याही कानावर गेले. त्याला आता भांडायला निसारबरोबर अमरचेही कारण मिळाले होते आणि तोंडी लावायला जगदीश होताच. त्या बिचाऱ्या जगदीशला यातले काहीही माहीत नव्हते. मीही कधी त्याला बोलले नाही पण त्याच्या नावाचा रोज आमच्या घरात उद्धार होत असे.

एक दिवस दिलीप अमरच्या जुगाराच्या अड्ड्यावर गेला. त्याच्या माणसांदेखत

दिलीपने त्याचे पाय धरले आणि म्हणाला, ''माझ्या वैशूला सुखात ठेव.'' अमरचे नोकर, घरातले, शेजारीपाजारी सगळे बघत होते. मला अमर, अमरचे मित्र हे सगळे नाटक दिलीपची ॲक्टिंग करत सांगून गेले. मी घरी गेले तर दिलीप मान खांदे उडवीत गर्विष्ठपणे माझ्याशी वागत होता पण त्याने स्वत:हून मला तो तिकडे जाऊन आल्याचे बोलला नाही. मग मीही त्याला तसे भासू दिले नाही.

त्या घटनेने अमर फारच शेफारला. तो अधिकच रोमँटिक बनला होता. त्यानंतर काहीच दिवसात आम्ही सगळे हॉटेलचे कलाकार नित्यानंदमध्ये चहा पीत बसलो होतो. अमरही होता. तर दिलीप तिथे आला आणि त्याने सर्वांसमोर माझ्या थोबाडीत मारली. मला खूप वाईट वाटले. पण मी काहीच करू शकत नव्हते. मला निसार-पासून दूर जायचे होते म्हणून मी अमरला जवळ करत होते. मी अमरच्या भावनांशी एका अर्थाने खेळतच होते पण त्यानेही त्याचा फायदा उचलायचा प्रयत्न केला. मी त्याच्या त्या शारीरिक चाळ्यांना थांबवले. माझे अमरवर प्रेम नव्हते.

एक दिवस निसारने मला खूप भेटायचा प्रयत्न केला पण मी बधले नाही. शेवटी त्याने *महानगर* पेपरच्या कोपऱ्यावर, ''उद्या संध्याकाळी साडेसहा वाजता भेटतो.'' असे लिहून दिले. तो पेपर दिलीपच्या हाती लागला. मी रात्री फुलटाइट होऊन घरी गेले होते. दिलीप हात धुवून माझ्या मागे लागला. त्याचाही संशय निसारवरच होता. मी त्याला दाद दिली नाही. हे अक्षर निसारचं नाही असंच मी म्हणत राहिले. खरं बोलण्यात काहीच अर्थ नव्हता.

मी दुसऱ्या दिवशी रंजूताईशी बोलले, ''मी घर सोडणार आहे.'' रंजूताई म्हणाली, ''तू कधीही घरी ये. माझा दरवाजा तुला सतत उघडा आहे.'' मला कसली चिंता नव्हती. फक्त झोपायला सुरक्षित स्थान हवे होते. हॉटेलला जेवण मिळत होते. पगार व्यवस्थित होता. मुलं गावी होती. त्याच रात्री मी घरी गेल्यावर सांगितले, ''मला तुझ्याबरोबर एक क्षणही राहायचे नाही. मी उद्या सकाळी घर सोडणार आहे.'' मी माझा निर्णय सांगितल्यावर दिलीप विनवण्या करू लागला.

मी त्याच्या भूलथापांना बळी पडले. पण पुन्हा चारच दिवसात दिलीपने मल त्याचे आमच्याकडे नुकत्याच ठेवलेल्या कामवालीशी त्याचे संबंध आहेत असे सांगितले. सुमनला मी चार-आठ दिवसांनी माझे कपडे धुवायला बोलवत असे कारण रोजच्यासाठी कामवाली ठेवणे मला परवडणारे नव्हते. पण त्या बाईला जाळ्यात ओढून दिलीप असे करेल हे मला वाटले नव्हते. त्यांच्या संबंधांपर्यंत ठीक होते, परंतु तो त्याची अश्लील वर्णनं करत घाण बोलत होता, ते ही ताठ मानेने मला हिणवत.

पुन्हा भांडणं सुरू झाली. आता दिलीप मला सांगत होता, ''तुला लिहून द्यावं लागेल. मी उद्या दुसरे लग्न केले तर तुझा हस्तक्षेप नसेल.'' मी म्हणत होते, ''काय लिहायचे ते लिहून घे. माझा रस्ता मोकळा कर.'' मी लिहून दिले. खाली सही केली.

-१६-

दुसऱ्या दिवशी सकाळी आठ वाजल्यापासून मी तयारीला लागले. रंजूताईला सांगून ठेवले की मी दहा-अकरा वाजेपर्यंत येते. गल्ल्यात जमवलेले सगळे २२०० रुपये व बँकेतले सात हजार रुपये काढून दिलीपच्या स्वाधीन केले. घरातून फक्त एक ट्रंक घेतली. त्यामध्ये थोड्या साड्या आणि थोडे गाडीभाड्याचे पैसे. मी घेतलेल्या सगळ्या नव्या जुन्या वस्तू सर्व सोडून दिले. टीव्हीच्या हप्त्याचे सहाशे रुपयेही मी त्याच्या हातात दिले. मी निघाले. दिलीप मला म्हणाला, ''मी तुला सोडायला येतो.'' त्याला वाटत होते, ही अमरकडे निघाली. मी म्हणाले, ''ठीक आहे, मला फक्त वडाळ्यापर्यंत सोडा. त्याच्या पुढे अजिबात यायचे नाही.'' तो शहाण्या मुला-सारखा निघून गेला. मला मनोमन वाटत होते की दिलीप आज नाहीतर उद्या, पाच-सहा महिन्यात शांत होऊन माझ्याकडे येईल.

मी ताईकडे आले. तिने हसतमुखाने माझे स्वागत केले. थोडा वेळ आम्ही दोघी बोललो आणि एकत्रच कामावर गेलो. दिवस भरला. सर्व सुरळीत चालू झाले. अमर बारमध्ये येतच होता. त्याच्याशी मी बोलायचे पण भेटत नव्हते कारण मला ताईच्या घरातही कुणाला त्रास होऊ द्यायचा नव्हता.

बारमध्ये एक दिवस एक मुस्लीम आला होता. जरा उंच, रंगाने काळासावळा, दिसायला बऱ्यापैकीच होता. त्याने मला पहिली फर्माईश दिली. 'दो घूँट मुझे भी पिला दे शराबी'. झाले, मी गायला लागले. तो खूप कलेक्शन देत होता. पुन्हा पुन्हा त्याच गाण्याची फर्माईश करत होता आणि मलाच गायला लावत होता. दुसरे कुणीच काही गायचे नाही ही त्याची जिद्द. सचिन, निसार सर्वजण ''वैशाली नाईट'', ''वैशाली मॅन ऑफ द मॅच,'' असे म्हणून मला चिडवत होते. त्याने किती कलेक्शन दिले ते माहीत नाही पण भरपूर पैसे देत होता.

दुसऱ्या दिवशीही तेच. तिसऱ्या दिवशीही तो आला. तो सलग तीन दिवस आला. चौथ्या दिवशी तो आला नाही. पाचव्या दिवशी मी हॉटेलवर पोहोचले. तर सर्वांनी मला अचानक सांगितले, ''वैशाली तू तुझी बॅग उचल आणि निघ. पुन्हा इथे कामाला येऊ नको.'' मला आश्चर्यच वाटले. त्याच काळात कुणा नगरसेवकाला

मारून त्याचे तुकडे करून ते स्टेशनजवळ टाकले होते. मला वाटले त्याबद्दल काहीतरी दंगल उसळतेय की काय?

इतक्यात मला ताई म्हणणारा गुरू म्हणून एकजण होता. तो घाबऱ्या घाबऱ्या म्हणाला, "ताई, तू लवकर लवकर निघ. तुझी बॅग घेऊन जा." कुणीही काहीही सांगायला तयार नाही. शेठला विचारले तर तोही "तू आधी निघ" इतकेच म्हणाला मग मीही निघाले तर गुरू माझ्यामागून स्टेशनवर आला. तो म्हणाला, "तुला मारायला काही माणसं चॉपर व हत्यारे घेऊन आली होती."

मी विचारले, "पण का?" "तो मुस्लीम मुलगा घरातून पैसे चोरून तीन दिवस येऊन हॉटेलमध्ये उडवत होता. त्याच्या आईबापाने माणसं पाठवली होती," गुरूने खुलासा केला.

मला काहीच कळत नव्हते. कळत होते ते इतकेच की माझी नोकरी गेली. आता मला पुन्हा हॉटेल, हॉटेल भीक मागायला लागणार होते. मी चरफडत घरी परत आले. रात्री परत रंजूताई घरी आली, तीही सांगत होती, "पांढऱ्या गाडीतून बरीच मुलं आली होती. हत्यारं घेऊन." मला हसू आले. एका स्त्रीला मारायला इतकी माणसं आणि हत्यारे! मी काय टेररिस्ट होते का?

मी निराश झाले होते पण दोन तीन दिवसांत रंजूताईची छोटी बहीण मंदाताईने मला तिच्या ओळखीने हॉटेल इट्समध्ये कामाला लावले. हे हॉटेल सायन कोळीवाड्याला होते. इथे मोहन आचरेकरांचा बँड होता. चांगले कलाकार होते. या हॉटेलमध्ये कमाईही चांगली होती. मोहनदादांचे चेंबूरला बुलबुल, संत पंजाब, महाराजा या हॉटेल्समध्येही बँड होते. ते मात्र म्हणायचे की, सर्वांत चांगली कमाई मात्र बुलबुलमध्येच होते. आचरेकरदादांची पत्नी साधनाही हॉटेल इट्समध्येच गायची त्यामुळे ते स्वत: इथे जातीने लक्ष घालीत. मला त्यांनी तिथे कधीही मी इथे नवखी आहे, असे जाणवू दिले नाही.

या हॉटेलमध्ये साधनाताईंमुळे मी खूप छान गाणी शिकले व गायला लागले. 'नदीया किनारे आजा, चली आ पुकारे आजा', 'सुबह और शाम, काम ही काम, क्यों नही लेते पिया प्यार का नाम', 'बांधी रे काहे प्रीत पिया के संग, अनजाने में', 'पलभर में ये क्या हो गया' ही गाणी गायले. मला 'माधवी', 'बसेरा' हे चित्रपट कधीच पाहायला मिळाले नव्हते पण त्यातली गाणी मी गायची. अजूनही ही गाणी ऐकली की साधनाताईच डोळ्यांसमोर येतात. त्या गायला लागल्या की सृष्टी पावसात न्हायल्यासारखे वाटे.

मी तिथे आठवडाभरच काम केले कारण रंजूताईकडे एक नदीम नावाचा ऑर्गनायझर आला. (बारमध्ये ऑर्केस्ट्रा संचालकांना बँडलीडर किंवा ऑर्गनायझर म्हणतात.) त्याचा कॅप्री हॉटेलमध्ये बँड होता. त्याने आम्हाला कॅप्रीत येण्याची

विनंती केली. आम्ही दिवसा कॅप्रीत गेलो. आम्हाला तिथे वातावरण अजिबात आवडले नाही. आम्ही दुसऱ्या दिवशी कॅप्रीत गेलो नाही.

मी ताईला म्हणाले, "आता काय? मी घरात बसणार नाही. मी पुन्हा खंडहरला जाते." मी खंडहरमध्ये पुन्हा जायला सुरुवात केली. चार-पाच दिवसांनी मला नटूभाई रस्त्यात भेटले. ते मला म्हणाले, "तू कधी घर सोडून गेलीस हे मला माहीत नाही" मी त्यांना इतकंच म्हणाले, "मी खूप त्रस्त आहे." बस्स. नटूभाई "मी दिलीपला समजावतो." म्हणाले.

नटूभाई भेटल्याच्या चौथ्या, पाचव्या दिवशी वासुदेव हळदणकर, माझे सासरे खंडहर हॉटेलच्या बाहेर उभे होते. मी पूर्वी खंडहरला काम केले होते. त्यामुळे माझ्या सासऱ्यांना ते हॉटेल नीट माहीत होते.

मी बाबांना विचारले, "काय झाले? तुम्ही इथे कसे?"

"टीव्हीचा हप्ता भरायचा आहे. ते लोकं म्हणाले की नाही भरला तर ते टीव्ही उचलून नेतील."

"दिलीप कुठंय?"

"घरी जाऊन बघ."

मी सरांना अर्ध्या तासात येते असे सांगितले. त्यांनी मला अर्ध्यातासाची सुट्टी दिली. बाबांबरोबर घरी गेले. पाहते तर कल्पनाने माझ्या हातात सर्टिफिकेट ठेवले आणि म्हणाली, "वहिनी, दादाने दुसरं लग्न केलं." माझ्या पायाखालची जमीनच सरकली. उंबरठ्यालगतच तो कागद पाहिला. उभ्या उभ्या निघून आले. हॉटेलला आले. तो पहिली फर्माईश आली. 'हुई आँख नम और दिल मुस्कुराया'. मी दुसऱ्या दिवसापासून कामाला गेले नाही.

मी सैरभैर झाले. रडत राहिले. एक दिवस अमर आला. तो समजावत राहायचा. शेवटी म्हणाला, "आपण एकत्र राहू." मी ऐकण्याच्या मन:स्थिती नव्हते. मी इतकेच म्हणायची, "मला वाटलं तो येईल सहा महिन्यांनी." मी रंजूताईच्या घरातून बाहेर पडायची. कोळीवाड्यातून कुर्ल्याला यायची. अमर माझ्या मागेमागे असायचा. कुर्ला स्टेशनवर तासन्‌तास बसून राहायचो. मग ट्रेन पकडायची. ह्या ट्रेनमधून त्या ट्रेनमध्ये. त्या ट्रेनमधून ह्या ट्रेनमध्ये. प्रत्येक स्टेशनला बसायचो. अमर वेड्या-सारखा माझ्यामागे यायचा. शेवटी मी त्याला म्हणाले, "कुठेतरी खोली असली तर सांग." माझी अवस्था बिकट होती. मी ताईला पैसे देऊ शकत नव्हते. मी आधी साठवलेले पैसे दिलीपला दिले होते. नंतर साठवलेले पैसे टिप्सीत असताना एका भिशीत लावले होते. टिप्सी सोडायला लागले आणि ते पैसेही बुडाले. मी अक्षरश: कंगाल होते. मी या अवधीत दारूला हातही लावला नव्हता.

पण मला काही सुचत नसल्याने मी कामावरही जाऊ शकत नव्हते. अमरच्या मागेमागे येण्याने वैतागले होते. मला तो आवडत नव्हता. त्यात त्याची भुणभूण 'एकत्र राहू'. मनात यायचे, ह्याला आहेत त्या दोन बायका सांभाळता येत नाहीत आणि हा काय मला सांभाळणार? मी गप्प होते. माझी इतकेही बोलायची मन:स्थिती नव्हती.

एक दिवस अमर म्हणाला, ''एक खोली आहे. पाच हजार डिपॉझिट आहे. तू पैसे भर. मी येईन.'' आता मला मदत करायची सोडून हा सांगतोय, ''तू पैसे भर, मी येईन.'' मी त्याला सांगितले, ''तू इथून पुढे मला भेटू नकोस.'' सरळ कोळी-वाड्याला ट्रेनमधून उतरून गेले. मी रंजूताईच्या घरी आले. मी प्रचंड थकले होते. त्याच रात्री सणकून ताप भरला. मी दहापंधरा दिवस पडून होते. ताई व भावोजींनी खूप काळजी घेतली.

एक दिवस ताईबरोबर एक मुलगी आली. तिचे नाव राजश्री होते. ती खूप हसरी, खोडकर होती. पण तिची कहाणी भयंकर होती. तिने मला खूप समजावले. ती खूप चांगली डान्सर होती. तिच्या हॉटेलच्या मॅनेजरशी तिचे प्रेम होते. त्याचे नाव धनंजय शेट्टी. तिची दोनदा ॲबॉर्शन्स झाली. तो तिच्या सर्व टिप्स काढून घेई. तिला पट्ट्याने मारे. तिच्या पैशात त्याने एक हॉटेल चालवायला घेतले. मग हिलाही लाथ मारली. ती मला भेटायला दोन-तीनदा आली. मला हळूहळू हुरुप आला. मी कामाला जाण्याइतपत मनाची तयारी केली. ताईने मला चेंबूरला प्रीतीबारमध्ये लावले. तिथे मी डेला जायला लागले. पण तिथे दिवसा काही व्यवस्थित ॲव्हरेज नव्हते. तितक्यात शंतनूभाऊंचा निरोप आला. त्यांनी कांदिवलीला व्हाईट हाऊसमध्ये बँड लावला होता. मी नाईटला व्हाईटहाऊसला जायला लागले. पेमेंट रोजचे तीनशे पन्नास रुपये फिक्स. मग डेला प्रीती बार, नाईटला व्हाईट हाऊस.

-१७-

आमच्या इंडस्ट्रीत फार चित्र-विचित्र प्रकार आहेत. स्टाफमध्ये आपापसात आम्ही या इंडस्ट्रीला 'बारलाईन' म्हणतो. लोकं आम्हाला 'बारवाली' म्हणतात. पोलीस आम्हाला 'बारबाला' म्हणतात. आता 'बार/हॉटेल इंडस्ट्री' हे नाव बहुदा 'फिल्म इंडस्ट्रीच्या' च्या धर्तीवर रूढ होऊ लागले होते. बरेचदा लोक बारलाईन, बारलाईन म्हणायचे. पण कधी कधी आम्ही आपापसातही इंडस्ट्री, इंडस्ट्री म्हणायचो. अर्थात असे म्हटल्याने बरेच फुशारल्यासारखे व्हायचे. पण या सगळ्यांमध्ये कधीच एकजूट नव्हती. नस्त्या कंड्या पिकवायची सवय.

आम्ही ऑर्केस्ट्रावाले इतरांपासून लांबच असायचो. हॉटेलच्या स्टाफमध्ये वेटर, स्ट्युअर्ड, कॅप्टन, मॅनेजर, वॉचमन, बॉडीगार्डस (बाऊंसर्स) छोटू, मोरीवाला, किचन-मधले स्वयंपाकी या सगळ्यांशी आमचा कमीतकमी संबंध यायचा.

बाहेरच्या समाजात 'लेडिज बार' अशी ओळख हॉटेलमधल्या महिला वेटर्समुळे होती. महिला वेटर नाहीत असा एकही ऑर्केस्ट्रा बार नव्हता आणि आताही नाही. त्यामुळे सगळीकडे जास्त बोलले जाणारे नाव होते, 'लेडिजबार' किंवा 'लेडिज-बिअर-बार'. त्या काळात लेडिजबारमध्ये ऑर्केस्ट्रा लावल्यावर बारमालकाला जास्त आमदनी व्हायची पण पैशाचे गणित कधीकधी प्लस-मायनस व्हायचे आणि मग 'बँड उडायचा'. बँड उडाला की आम्ही उडायचो. पोलिसांचाही ससेमिरा असायचा. कुणाच्या परमिटची, लायसन्सची भानगड, कुणाची टाईमची भानगड, कुणी टी.पी.चा माल विकायचे, कुणी डुप्लीकेट तर कुणी दमणचा माल विकायचे. कधीकधी बारच्या आसपास फायरिंग होई तर कुठे लोकल नेत्यांच्या भानगडी. सगळे चालू असायचे.

मला बहुतेकदा ह्या कोणत्याही गोष्टी माहीत नसायच्या. माझ्या आत्ता आत्ता ऑर्गनायझर्सशी ओळखी व्हायला लागल्या होत्या. वादक, गायक, गायिका आणि क्वचित महिला वेटर याही ओळखीच्या झाल्या असल्या तरी मैत्री होणे खूप कठीण जायचे. हॉटेलमध्ये बोलायला चोरी. बाहेर रात्रीची वेळ असल्याने ट्रेन, बस, रिक्षा, टॅक्सी पकडायची घाई. रात्री बेरात्री भेटणार कुठे, भेटून फिरणार, बसणार कुठे?

आम्हाला ड्राय डे शिवाय सुट्टी असतच नाही. वर्षभरात असे कितीसे ड्राय डे येतात? आठवड्याची सुट्टी नाही. रोजचा पगार रोज मिळणार. त्यामुळे सुट्टी म्हणजे पगार नाही. त्यामुळे स्वत:हून सुट्टी घ्यायला कुणीही तयार नसायचे.

इथे काम करायला येणाऱ्या महिलांना एकतर आधीच समाजात प्रतिष्ठा नसायची. त्यातून त्या बीअरबारमध्ये कामाला लागल्या की मग बारवाली म्हणून त्यांची अजूनच हेटाळणी सुरू व्हायची. बारमध्ये जास्तीतजास्त संपर्क पुरुषांशी यायचा. ग्राहक म्हणून येणारे पुरुष व्यसनपूर्ती आणि मनोरंजनासाठी यायचे. त्यामुळे त्यांच्याशी मैत्री होणे अशक्य. अनेकदा खरी प्रेमंही झाली. त्याचे रूपांतर विवाहात आणि सुखी संसारातही झाले. बरेचदा प्रेमं तुटायची, पुन्हा जुळायची, असेही योगायोग पाहायला मिळायचे. कधीकधी कुटुंबातली स्वत:ची माणसंही बारमध्ये काम करणाऱ्याकडे सोन्याची अंडी देणाऱ्या कोंबडीसारखी पाहायची.

या व्यवसायात जो पैसे देतो त्याचा आदर करण्याकडे भर दिला जातो. सर्वजण बोलण्या, वागण्यातून त्याची सवय लावतात. मग पैसे देणारा ग्राहक जसा आदराला पात्र असतो तसेच टिप्सच्या रूपाने जास्त पैसे मिळवून देणारी बारबालाही. एकदा का जास्त पैसे मिळवून बारमध्ये, घरी वाहवा मिळायला लागली की आम्ही जास्तीतजास्त पैशाच्यामागे लागतो. एखाद्याकडून जास्त पैसे मिळवायचे असतील तर त्याच्याशी गोडगोड हसणे, त्याच्या नजरेत नजर घालून पाहणे, त्याच्या येण्याने आपल्याला खूप आनंद झाल्याचा अभिनय करणे हे सगळे आम्ही धंद्याचा ऊसूल म्हणून शिकतो.

पण या सगळ्या अभिनयाचा अनेक ग्राहक गैरअर्थही लावतात. आमच्या व्यवसायिकतेला ते सत्य समजू लागतात. अशा पुरुषांमध्ये बरेचदा टोकाचा भावनिकपणा असू शकतो. ही भावनिक कमजोरी त्यांच्यात कुठून निर्माण झाली याचा आम्हाला थांगपत्ता लागणे शक्यच नसते. येणारा ग्राहक दारूच्या व्यसनामुळे बारपर्यंत पोहोचलेला असतो. पैसा, सत्ता, निराशा, यश-अपयश, नातेसंबंध, अहं, रिक्तपणा. त्याला माहीतही नसते की तो किती न्यूनगंडाने किंवा अहंगंडाने पछाडलेला आहे. त्याला त्याची भडास काढायची असते. तो घरात, ऑफिसमध्ये, धंद्यात ही भडास काढू शकत नाही. मग तो इथे येतो.

बारमध्ये काम करणाऱ्या मुलीही शिक्षित-अर्धशिक्षित, अशिक्षित असतात. उच्च-शिक्षित मुलीही अपवादाने येतात. पण भरणा जास्तीतजास्त अर्धशिक्षित मुलींचा. ऑर्केस्ट्रामध्ये अगदी निरक्षर मुली खूपच कमी असत. पण जवळजवळ नव्व्याण्णव टक्के मुलींच्या घरी काहीना काही विचित्र समस्या असतात. सिंगर मुली किंवा महिलांमध्ये मी पाहिलंय, वयाने वीस-पंचवीसच्या पुढच्याच मुली येतात आणि अगदी पन्नास पंचावन्न वर्षांच्या महिलाही येतात. मला संगीत विशारद

झालेल्या किंवा मोठमोठ्या सिंगर्सबरोबर कार्यक्रमात गाणाऱ्या मुलीही माहीत आहेत ज्या आमच्यासोबत बारमध्ये गायच्या.

एकेका कुटुंबातल्या बहिणी-भाऊ, आई-मुलगी, नवरा-बायको असेही एकत्र एका बारमध्ये किंवा एकाच वेळी वेगवेगळ्या बारमध्ये काम करायचे. कधी बायको काम करायची, नवरा पोहोचवायला-आणायला जायचा. कधी मुलगी काम करायची, आई नेण्या-आणण्याचं काम करायची. काही मुस्लीम मुली बारपर्यंत बुरख्यात यायच्या. सुटल्या की पुन्हा बुरखा घालून घरी जायच्या.

काहीजणी याच व्यवसायातल्या पुरुषांकडे आधारासाठी संबंध ठेवतात. त्यांना वाटतं की हा पुरुष आपल्याला म्हातारपणी तरी आधार देईल. नाही दिला तर कमीतकमी शरीरसुख तरी देईल. पण बरेचदा होते वेगळेच. तिला टोचून बोलणे, टोमणे मारणे, शारीरिक संबंधांमध्ये वाईट वागवणे हे तर होतेच पण तिच्या पैशांवरही तो पुरुष हक्क सांगू लागतो. त्या आधीच गांजलेल्या अवस्थेतून आलेल्या असतात. मग त्यांना आस फक्त प्रेमाची असते. हळूहळू प्रेम करणे हेच त्या स्वत:चे मनोरंजन समजू लागतात. कुणी बोलतात, कुणी बोलत नाहीत पण काळाचे फटके आम्हा सर्वांनाच बसतात. तेव्हा सर्व अंगाचा थरकाप होतो.

माझे हॉटेल प्रीती आणि व्हाईट हाऊसमध्ये काम करणे सुरू होते. जमीरभाईच्या ओळखीचे नईम म्हणून बँडलीडर होते. त्यांचा बँड अंधेरीच्या सोनीज् हॉटेलमध्ये होता. ह्याच हॉटेलमालकाचे वरळीलाही हॉटेल सोनीज् होते. त्यामध्ये मी पूर्वी काम केले होते. नईम व त्याची पत्नी शबनम हे दोघेही गायक होते.

जमीरभाईंनी मला नईमकडे सोनीज्मध्ये पाठवले. या सोनीज्मध्ये तेव्हा एक तास ऑर्केस्ट्रा व एक तास डान्स चाले.

याच हॉटेलमध्ये मी आयुष्यात प्रथमच पैशाचा पाऊस पडणे म्हणजे काय ते पाहिले. एकदा इथे दोन ग्राहक आले होते. एकाने सत्तेचाळीस हजार व एकाने बावन्न हजार रुपये डान्सर्सवर उडवले. पैसे संपले तर त्यातल्या एकाने हातावरचे हिरेजडित घड्याळ काऊंटरवर गहाण ठेवले व त्याचेही पैसे घेऊन ते उडवले.

इथला शेठ लहरी होता. त्याच्या केबिनमध्ये सी.सी. टीव्हीवर तो हॉटेलमध्ये काय चालतंय ते पाहायचा आणि त्याला गाणे आवडले नाही तर सरळ स्वत: बाहेर येऊन गाणे बंद करायला लावायचा. त्यामुळे मला ते वातावरण आवडायचे नाही. सारखे त्या शेठचे दडपण वाटायचे. तिथे उडविल्या जाणाऱ्या पैशांमुळेही कसेतरीच व्हायचे. मी अर्थातच ते हॉटेल सोडले. या हॉटेलमध्ये नईमच्या बायको – शबनमकडून मला एक शिकायला मिळाले की गाण्यांचा स्टॉक भरपूर असला पाहिजे आणि गाताना गाण्यांचे सिलेक्शन चांगले असले पाहिजे. शबनमचा आवाज

गोड किंवा पातळ नव्हता, ती दिसायलाही खूप सुंदर नव्हती; पण कपडे, राहणीमान आणि तिचा गोरा रंग बाजी मारून जायचे. तिच्याकडे गाण्यांचा खूप म्हणजे खूप स्टॉक असल्याने आजही तिचे इंडस्ट्रीत नाव आहे. तिला अर्थातच त्यामुळे पगार आणि टिप्सही भरपूर मिळतात. ती काही शास्त्रीय गायिका नाही, हलकीफुलकी गाणी गाते, पण प्रसंगानुरूप गाते हेही तिचे वैशिष्ट्य होते. असो. इथला बँडही थोड्याच दिवसात उडाला आणि तिथे फक्त नृत्य सुरू राहिले. असे बऱ्याच ठिकाणी त्या काळात सुरू होते. सर्वत्र 'डान्सबार' सुरू व्हायला लागलेहोते.

मी नाईटला व्हाईट हाऊसमध्ये काम करतच होते. तिथले ऑर्केस्ट्रा संचालक शंतनू यांचा छोटा भाऊ हॉटेल शमामधला बँड सांभाळायचा. त्याचे नाव प्रदीप. प्रदीप व त्याची बायको सुप्रिया हे दोघे शमातला बँड चालवायचे.

व्हाईट हाऊस हे हॉटेल एका मोठ्या नेत्याच्या मालकीचे आहे असे बोलले जायचे. तेव्हा बँक्वेट व व्हाईट हाऊस ही दोन्ही हॉटेल्स त्यांचीच आहेत असं जरी लोकं म्हणाली तरी मला ते स्वत: किंवा त्यांचे कुणी तिथे आलेले दिसले नाहीत. मात्र बड्या बड्या नेत्यांची तिथे ये जा असायची.

व्हाईट हाऊसमध्ये मला साडेतीनशे रुपये रोज पगार होता. शंतनूभाऊंना फिल्मी संगीतामध्ये भरपूर गती होती, पण शास्त्रीय संगीताचा गंधही नसावा. त्यात त्यांनाही त्या काळातल्या इतर संचालकांसारखे पाणी लागत चालले होते. अलका नावाची सिंगर होती. तिच्याकडे ना गाण्याचा स्टॉक व्यवस्थित, ना ती गायची धड. पण दिसायला गोरीपान, राहणीमान टीपटॉप त्यामुळे तिला पगार सहाशे रुपये. पण ती स्वभावाने एकदम गोंडस, भोळी. मलाही ती आवडायची. दुसरी मनिषा, काही गाणी ती छान गायची. 'लटपट लटपट तुझं चालणं मोठ्या नखऱ्याचं' हे गाणं तर ती मस्तच गायची. राहणीमान साधे, तिचा पगार तीनशे.

शरद नावाचा पुरुष सिंगर होता, हा दिसायलाही छान आणि गायचाही छान. चुकले तर तो कुणाचीही पटकन माफी मागायचा. अगदी कान धरून. या हॉटेलमध्ये कृष्णाभाऊ म्हणून एक आगरी समाजाचे वादक होते. सरळ, साधा, सभ्य गृहस्थ. त्यांची बायको सुगरण होती. रोज भाऊंना डबा द्यायची. जवळजवळ दोन महिने आम्ही इथे एकत्र कामाला होतो. भाऊंच्या डब्यात कधी झिंगा, सुकट, जवळा, चवळीची भाजी, चपात्या असायच्या. भाऊ न चुकता मला डबा खायला बोलवायचे. रोजचा त्यांना दीडशे रुपये पगार होता. नलिन वर्मा नावाचा गायक होता. तो माझ्या वडिलांचा शिष्य होता. मोहम्मद रफीचे अनुकरण करायचा. माझ्या दारू पिण्यावरून मला उपदेशाचे डोस पाजायचा.

व्हाईट हाऊसला असताना पूर्ण सप्ताह गांधीजयंतीनिमित्त म्हणून ड्राय वीक

होता. आम्ही सगळे मिळून शिर्डीला गेलो. दिलीपच्या मी खूप मागे लागायची साईबाबांच्या दर्शनासाठी; पण त्याने कधीच नेले नाही. मला शिर्डीत गेल्यावर मात्र असे वाटले की बाबा शिर्डीतून गेले, राहिल्या फक्त पाऊलखुणा.

व्हाईट हाऊसमध्ये हळूहळू जाणवायला लागले की धंदा नावाची गोष्ट फार कमी झाली आहे. आणि शंतनूभाऊंनीही एकदा सांगितले की त्यांना पंच्याहत्तर हजार लॉस भरावा लागला आहे. तात्पर्य बँड उडाला. अवघ्या दोन महिन्यांत.

अशातच माझे प्रीतीमधले डेला ॲव्हेरज काही ठीक नव्हते. रंजूताई तेव्हा क्राऊन पॅलेसमध्ये काम करत होती. तिने माझी ओळख इसाकभाईंशी करून दिली. इसाकभाईंनी मला लगेच दुसऱ्या दिवशी लीनात बोलावले.

या बार इंडस्ट्रीत कित्येक बँडलीडर होते. शंकरभाऊ, एम.आर.एस., मोहन आचरेकर, दिनेश, भरत, शंतनूभाऊ. पण मोहनदादा आणि इसाकभाई कलाकारांकडून काम करवून घ्यायचे. कठीण गाणी सेट करवून घ्यायचे. इसाकभाईंनी कितीतरी नवीन कलाकार तयार केले. काही वेटर सर्व्हिसमधल्या स्त्रियांनाही त्यांनी प्रशिक्षण देऊन गायिका केले. त्यांच्याकडे तयार झालेले कित्येक गायक, वादक आज बाहेरगावी, परदेशात स्थायिक झाले आहेत. नवीन लोकांना इसाकभाई स्वत: फी भरून जनता संगीत विद्यालयात पाठवित. त्यांच्याकडे संगीतविशारद झालेले कलाकार असायचे. ते स्वत: सुंदर गायचे, ऑर्गन छान वाजवायचे.

बरेचदा ग्राहक हॉटेल आणि मुली बघून हॉटेलला येतात. पण इसाकभाईंचे वैशिष्ट्य होते की, काही ग्राहक असे होते जे इसाकभाईंचा बँड असेल त्या हॉटेलमध्येच जायचे. इसाकभाईंना मेकअप फासणे, रंगरंगोटी करणे फारसे आवडायचे नाही. ते म्हणायचे, "नीटनेटके राहा. गायनावर लक्ष केंद्रित करा." त्यांचा स्वत:चा दृष्टिकोन वेगळाच होता. नेहमी म्हणायचे, "अल्लाह ने दिया है। रोटी तो चल रही है ना?" पूर्वी दिवसाचे साऊंडचे पैसे वेगळे काढत नसत. त्या काळी धंदा तरी होता. आता तर कधी कधी रात्रीही धंदा नसतो पण हे आत्ताचे बँडलीडर कलाकारांना पैसे मिळो वा न मिळो स्वत:ची दमडी खर्चू देणार नाहीत. तो काळ आठवला व इसाकभाईंना पाहिले, त्यांचे गाणे ऐकले की कसे काळजात तीर टोचतात.

लीनामध्ये काम करत असताना मी हॉटेल टारझन, हॉटेल ईश्वर आधार, हॉटेल तमाशा, हॉटेल यात्रिक इथेही थोडे थोडे दिवस काम केले. कधी तिथे कलाकार कमी आहेत म्हणून तर कधी डेला कामाची मला गरज असे म्हणून. इसाकभाईंशीही कधी वाद व्हायचे. त्यांनी सुरुवातीला लीनामध्ये मला अर्ध्या टिप्सवर ठेवले. एकदा हॉटेलमधून तमाशा झाला. कमी पगारात ठेवूनही नंतर अचानक काढून टाकले, कधी मी एक गाणे विसरले म्हणून काढून टाकले. ते असे

वागले की मी कोलमडून जायचे पण माझा त्यांच्यावर, त्यांच्यातल्या विद्रोही कलाकारावर पूर्ण विश्वास होता. एकतर इसाकभाईंकडे एकाहून एक वरचढ गायिका होत्या. तरीही ते मला संधी देत राहिले. माझ्या कामाची, माझी स्तुती करत राहिले.

इसाकभाईच नव्हे तर त्यांच्याकडच्या कलाकारांकडूनही खूप शिकण्यासारखे होते. इसाकभाईंच्या बँडमध्ये संगीताताई होत्या. त्यांचे नाव विजया तगरसे. त्या लग्नाआधी दीदारसिंगच्या ऑर्केस्ट्रात गायच्या. संगीताताईंनी पं. वसंतराव कुलकर्णी ह्यांच्याकडे संगीत विशारद केले होते. ताईंनी बँक्वेट, सनशाईन हॉटेलमध्येही काम केले होते. त्या माझ्याशी खूप जवळीकीने बोलायच्या. डब्यातली चपाती-भाजी माझ्यापुढे करायच्या. कधी एकदम टाकूनही बोलायच्या. वयस्कर होत्या पण त्यांचे असे चाहते ग्राहक असायचे. विरार वरून दादरला डे-नाईट कामाला यायच्या. त्यांचा आवाज एकदम ज्योत्स्ना भोळेंसारखा होता. त्याकाळी वयस्कर असून संगीताताई या इंडस्ट्रीत टिकल्या. आत्ताचा काळ असता तर त्या उपाशी मेल्या असत्या. आत सच्च्या कलाकाराची जाण ह्या इंडस्ट्रीला उरलेली नाही. सगळ्या कचकड्याच्या बाहुल्या हव्या आहेत. गोऱ्यागोमट्या असल्या की झाले. गाण्यात इकडेतिकडे काहीही चालते हल्ली.

हॉटेल लीनामध्ये गायिका सर्वच चांगल्या होत्या. प्रिया गुप्ते, कविता, डॉली, सुजाता, मोनिका, अनिता या सगळ्या माझ्याशीही चांगल्या वागायच्या. गाण्यात काही खूप चांगल्या तर काही थोड्या नवख्या, शिकाऊही होत्या. त्यात डॉली ही एक पंजाबी बाई होती. तिची काहीतरी सदैव कूटनीती चालायची. प्रचंड आव आणायची, जणू एकदम सतीसावित्री. पण मी नाही त्यातली, कडी लाव आतली असा प्रकार. त्यांना पैसा आणि तरुण यांच्यात फार रस होता. दुसरी मोनिका बरी गायची. दिसायलाही नाकीडोळी ठीकठाक होती. हिने ऑस्ट्रेलियन माणसाशी लग्न केले. प्रिया गुप्ते यांची सर्व गाणी तोंडपाठ असायची. शास्त्रीय संगीतापासून पाश्चिमात्य संगीतापर्यंत काहीही छान गायच्या. एका मागे एक खूप पान खायच्या. दारूही खूप प्यायच्या. आशाबाईंची गाणी तर एकदम सही गायच्या.

इसाकभाईंनी एकदा मला फर्माईश दिली. 'मेरी बीना तुम बीन रोए हे गाणे गा.' मला बाबांची खूप आठवण आली. ते त्यांच्या आवडीचे गाणे होते. मी खूप घाबरत घाबरत गायले. आलापामध्ये स्वर लागता लागत नव्हता, त्यात तालाची भीती वाटत होती. तरीही मी गायले. मनात आले, संत मीराने, संत कबीराने भक्तीगीते लिहिली, अभंग लिहिले कशासाठी? आणि ती माझ्याकडून कोण, कधी व कुठे गाऊन घेत आहे? यातना होत होत्या. पोटाची भूक माणसाकडून काय काय करवून घेऊ शकते? आतल्या आत मी रडत होते.

लीनामध्ये राणा नावाच्या गायकाबरोबर मी ‘आके तेरी बाहों में’, ‘साथिया ये तुने क्या किया’ ही गाणी मस्त गायची. महानंदा सिनेमातले ‘मागे उभा मंगेश, पुढे उभा मंगेश’ हे माझे गाणे तर सर्व कस्टमर्सना आवडत असे. त्या काळात ‘केव्हा तरी पहाटे उलटून रात्र गेली’, ‘मलमली तारुण्य माझे’, ‘तरुण आहे रात्र अजुनी’, ‘जिवलगा राहिले दूर घर माझे’ अशी मराठी भावगीते खूप ऐकली जायची. मीही गायची. साधनाताई म्हणायच्या, “ही गाणी तू कधीच गाऊ शकणार नाहीस.” पण मी ही गाणी गायला लागले. पुढेपुढे तर पुणे, नाशिकवरून माझी ही गाणी ऐकण्यासाठी खास करून कस्टमर्स यायचे. इथे प्रियाताईंनी मला खूप मदत केली. त्या मला गाण्याचे बोल देत असत. मी त्या गात असताना घाईघाईने गाणी उतरवून घ्यायची मग त्या त्यातले चुकलेले शब्द दुरुस्त करून देत. त्यांच्यामुळे आशाबाईंची खूप जुनी गाणी मला माहीत झाली. मला आशाबाई म्हणजे जीव की प्राण. प्रियाताईही म्हणत, “आशा ती आशा.” आमच्या नशिबात आशाबाई कुठे होत्या? मग प्रियाताईच ‘आमची आशा’ बनून राहिल्या.

ह्या बारमध्ये पुरुष सहकाऱ्यांकडून नव्याच गोष्टी अनुभवायला मिळाल्या. आपापल्या कामात एकदम व्यवस्थित असलेले काहीजण वागायला, बोलायला खूप अश्लील होते. प्रदीप जाधव नावाचा एक गायक नागराणीवाला होता. पूर्ण अंग झाकलेले, डोक्याला रुमाल, पायात मोजे, कपाळावर टिळा अशा वेशातच बारमध्ये गायचा. तो डे-नाईट काम करायचा. रोजचे हजार रुपये तरी कमवायचाच. नाकावर बोट घासून विचारायचा, “मग काय? आज हूं?” एकदा मला विचारले. “काय गं तुला खूप सेक्स आहे ना?” नेमकी त्याच दिवशी मी माझ्या पाखरांच्या आठवणीने कासावीस झाले होते, मला रडूच कोसळले. खरं तर प्रदीपचे लग्न झालेले असून त्याचे कुणा गायिकेशी संबंध होते. त्याचे जे मित्र कमलेश वगैरे त्याच्या ह्या अश्लील वागण्याला साथ देत. तेच त्याच्या पाठी आम्हाला ही माहिती पुरवित असत.

दिलीपपासून विभक्त झाल्यामुळे या काळात मी रंजूताईच्या घरीच राहायचे. मी सर्व विसरून कामावर लक्ष केंद्रीत करत होते; पण मला दिलीपची, माझ्या बाळांची आठवणही येत असे. कधीकधी मी फार हळवी बने, तर कधी खूप कंटाळा येत असे. डे-नाईट काम आणि रात्री रंजूताईच्या घरी जाऊन झोप काढणे हेच माझे आयुष्य होते. कुणाशी मैत्री नाही, बाहेर फिरणे, जाणे-येणे नाही, सिनेमा नाही. अनिल शेट्टी नावाचा ड्रमर होता. छान वाजवायचा. डे ला लीनामध्ये होता आणि नाईटला वैभवला जायचा. मंदाताई, रंजूताईची बहीण तिथेच कामाला होती. त्यामुळे याच्याशी मी हसून खेळून राही. अशातच अनिलने मला जेवायला येतेस का विचारले. मी कधीकधी त्याच्यासोबत चहा वगैरे प्यायला जायची. तो खूप गोड

बोलायचा. मी त्या गोड बोलण्याला फसले.

आम्ही सकाळी अकरा वाजता व्ही.टी.ला भेटलो, जेवलो आणि निघालो. गप्पा-गप्पांमध्ये तो सांगत होता, "मुली त्याला हिजडा म्हणतात. असे का म्हणतात?" इत्यादी तो बोलत होता. आम्ही ज्या हॉटेलमध्ये जेवलो तिथेच मी व दिलीप पूर्वी एकदा जेवायला आलो होतो. मी त्या आठवणीत नुसतं हूं हूं किंवा हो का असं काहीतरी बोलत होते.

बोलण्याच्या नादातच त्याने मला एका रूमवर नेले आणि मी आत बसल्यावर त्याने दरवाजा लावून घेतला. माझे कपडे काढले. माझ्याशी संबंध केले. मला त्रास होत होता. पण ओरडणे शक्य नव्हते. मी फक्त रडत होते. अचानक हा मला घाई करू लागला, मला धड साडीही नेसू देईना. "कुणालाही काही सांगू नकोस." तो वारंवार मला बजावत होता. मलाही माझ्या कामाची काळजी होती. नंतर तो थेट मला घेऊन स्टेशनवर आला. मला तिथेच सोडून निघून गेला. मी गुपचूप हॉटेलला आले. त्याने त्याच दिवसापासून माझ्याशी बोलणे बंद केले. पुढे काही वर्षांनी वैभव बारमधल्या एका वेटर मुलीने सांगितले की अनिल व तिचे चार वर्षं संबंध होते. त्याने तिला फसवले. लग्न केले नाहीच पण त्या चार वर्षांत तो लिंगपिसाटासारखा तिच्याशी वागला.

अनिलने माझ्याशी बोलणे बंद केले पण तो इतरांना माझ्याबद्दल, त्या प्रसंगाबद्दल बोलत असावा. मी मूग गिळून गप्प बसले. कोणाला बोलणार? एकतर माझा इतिहास असा, मी नवऱ्यापासून वेगळी राहाते. राहायला स्वतःचे, भाड्याचेसुद्धा घर नाही. कामाची शाश्वती नाही. दिसायला साधारण. मला सर्व सहन करणे भाग होते. तक्रारीला जागा नव्हती. केली तरी कोणी विश्वास ठेवणार नव्हते. त्यात तो कमलेश आणि प्रदीपशी हातवारे व नजरेने काहीतरी इशारे करायचा. मला मेल्याहून मेल्यासारखे व्हायचे. ह्या अनिलशी माझे ना मैत्री, ना प्रेम असे काही संबंध, साधे आकर्षणही नाही. त्याने खरेतर माझी फसवणूक केली होती.

-१८-

त्या प्रसंगानंतर माझे दारू पिण्याचे प्रमाण वाढायला लागले. कमलेश मला विचारायचा, "तुमच्या घराण्यात हेच संस्कार आहेत का?" आणि अंगठा तोंडाला लावून दारूची ॲक्शन करे. कधी नाकपुडीला हात लावून "हूं?" असे म्हणे. मी मान खाली घालून पुढे निघून जाई. त्या टिंगलटवाळीतून नवीन नवीन गोष्टी मला समजायला लागल्या. अश्लील, घाणेरड्या, किळसवाण्या. त्यातलेच एक म्हणजे, 'नळी साफ करणे'. अंगावर काटा उभा राहायचा. मी दुःख, वेदना, रितेपणा, एकटेपणा सगळे विसरायचा प्रयत्न करायची तर ह्यांची ही टिंगल सहन करावा लागायची.

मी दारूचा आधार घ्यायची. दिवसाही दोन पेग प्यायची. रात्रीतर कधी कधी तीन-चार पेग होत. हॉटेलमधले शर्माजी कस्टमर नसतील तेव्हा रिकाम्या वेळेत म्हणायचे, "बैठ वैशाली. पेग मारेगी?' की मी लगेच हो म्हणायची. सर्वांना माझे पिणे माहीत झाले होते. पण माझ्या मागे त्यांची टिंगल चालूच असे.

त्यातल्या त्यात तोपर्यंत मायकेल म्हणून एकजण जो माझ्याशी चांगला वागायचा, माझ्याबरोबर नाश्ता करायला यायचा. ब्रेकमध्येही आम्ही एकत्र बाहेर जाऊन खाऊन यायचो. एक दिवस मायकेल म्हणाला की उद्या ड्राय डे आहे. आपण सिनेमाला जाऊ. आम्ही चंदन थिएटरला सिनेमा पाहिला. 'आज का गुंडाराज'. सिनेमानंतर तो म्हणाला, "मी खिशातून दोन बाटल्या आणल्यात. आपण लॉजवर जाऊन पिऊ आणि आराम करू." मलाही सुट्टीच्या दिवशी रंजूताईकडे घरात राहून त्यांना त्रास द्यायचा नव्हता. मी तयार झाले. दारूही प्यायची होती. लॉजवर आम्ही प्यायलो. त्यानंतर आमचे शरीरसंबंध आले.

हॉटेल लीनामधले इतर पुरुष गायक, वादक खरंतर खूप चांगलेही होते. आनंदसागर म्हणून होते ते तर संगीत विशारद. मला स्वतःहून त्यांच्याबरोबर गायला लावायचे. दत्तादादाही छान वाजवायचे. जॉन, रणजित वगैरे कोणाच्या अध्यातमध्यात नसायचे. काही गायिका स्टॉक नसलेल्या. नवशिक्या यायच्या, जायच्या त्यांची गणतीही नसायची. रूबी, नीलू कित्येक आल्या आणि गेल्या.

लीनामध्ये येणाऱ्या कस्टमर्सपैकी काही लक्षात राहण्यासारखे होते. करमरकर

नावाचे गृहस्थ नेहमी भावगीतांची फर्माईश करायचे. दारू चढायला लागली की कुणी गात असताना मध्येच बोट नाही नाही या अर्थी हलवत पुढे यायचे, माईक हातातून काढून घ्यायचे आणि स्वत: गाऊन दाखवायचे. कधी उठून उभे राहायचे. स्टेजच्यासमोर येऊन म्युझिक डायरेक्टरसारखे हातवारे करायचे. कधीकधी राग यायचा पण बरेचदा त्यांच्या त्या वेगवेगळ्या लकबीने आवाज काढण्याच्या पद्धतीची गंमत वाटायची.

जोग नावाचे बिल्डर भरमसाठ पैसा उडवीत. दर दिवशी दुपारपासून रात्रीपर्यंत बसत. खूप पांचटपणा करायचे. सदान्कदा कुणाला तरी पटवण्याच्या चक्करमध्ये असायचे. ते प्रियाताईच्या गाण्याचे चाहते होते. जोगळेकर, मांजरेकर ही मराठी मंडळी भावगीतांचीच चाहती होती. शांतीशेठ नावाचे एक कस्टमर डोंबिवलीत राहायचे. मी नवी होते.

बारमध्ये एक पद्धत आहे. नवीन लोकांची परीक्षा घेण्यासाठी एकामागोमाग खूप गाणी देऊन त्यांना हैराण केले जाते. मलाही त्यांनी अशी खूप गाणी लिहून पाठवून हैराण केले होते. ते माझ्याकडून तीन-चार गाणी ऐकत. त्यांच्या डोळ्यांत मला नेहमी 'ओळख आहे आपली' असे भाव दिसत. नंतरही अनेक वर्षांनी भेटले, ओळख खरेच विसरले नाहीत. आजही डोळ्यांत जिव्हाळा जाणवतो.

एकजण यायचे, त्यांना सर्वजण डॅडी म्हणायचे. खूप कमी टिप्स द्यायचे. पण ते मला महानंदामधले 'मागे उभा मंगेश, पुढे उभा मंगेश...' हे गाणे गायला लावायचे. त्यामुळे मला पैशाचे महत्त्व वाटायचे नाही. त्यांनी त्यांच्या दुकानाचा पत्ता दिला आणि खरेदीला ये सांगितले. त्याच दुकानात मी बऱ्याच साड्या घेतल्या. प्रत्येक साडीवर त्यांनी मला भरपूर डिस्काऊंट दिला.

लीनामध्ये मी जवळजवळ सहा महिने काम केले पण हळूहळू व्यसन वाढत गेल्याने आजारी पडायला लागले. घसा दुखू लागला. मी काही दिवस कामावर गेले नाही. हेही काम सुटले. पुन्हा कामाची शोधाशोध. यावेळी ईश्वर आधारला पंधरावीस दिवस काम केले. ते चिंचपोकळीला होते. हॉटेल तमाशात फक्त दहा दिवस काम केले. सगळीकडे धंदा बसत चाललेला जाणवत होते. आजूबाजूला काय काय घडतंय याची बाकी सगळ्या आर्टिस्टना जाणीव होती की नव्हती हे मलाही कळत नव्हते. बरेच जण आपल्याच तंद्रीत होते, हे मात्र जाणवायचे. मला खूप निराशा यायची. कधी आई, बाबा, भाऊ, दिलीप, माझी दोन बाळं सगळ्यांची आठवण यायची. मी त्या आठवणी दारूत बुडवून टाकायची. मला सर्वांत झटकन मिळणारं ते एकमेव औषध वाटायचे. सर्व दु:खांवर एकच इलाज.

अशीच एकदा मी रात्रीची ईश्वर आधारमधून निघाले. निघण्यापूर्वी एक क्वार्टर

प्यायले होते. सायनच्या ब्रीजवर टॅक्सी पकडायला आले तर ब्रीजवर ड्युटीवर असणारे पोलीस त्याच टॅक्सीत बसले. त्यांनी टॅक्सी सरळ अँटॉप हिल पोलीसस्टेशनला आणली. एक तर पोलिसांनी केलेली दमदाटी आणि अशाप्रकारे पकडून आणले म्हणून मला वाईट वाटत होते. पण पोलीसस्टेशनमध्ये माझ्या अगोदर दहा मुली आणल्या होत्या. त्यातल्या काही मुलींना त्यांनी आत नेले. मग बाकीच्यांना आत नेले. मी एकटी उरले. मी बंद दरवाजाच्या फटीतून पाहिले. आतल्या बाजूला त्या मुलींना ते पुरुष पोलीस जाड पट्ट्याने मारत होते. माझी क्वार्टर सगळी उतरली. अंगावर शहारे आले.

थोड्यावेळाने मला आत बोलण्यात आले. मी भानावर आले. राग, भीती सगळे गिळून प्रसंगावधान राखत 'नमस्ते' म्हणाले. त्यांनी विचारले, ''तू कुठे काम करते?'' मी म्हणाले, ''मी गायिका आहे.'' ''कुठेशी?'' मी खरेखरे सांगून टाकले, ''हॉटेल ईश्वर आधारला.'' मला फक्त १८०रु. भरायला लावले. रिसीट फाडून दिली आणि सोडून दिले. त्या बाकीच्या पकडलेल्या मुली कॉलगर्ल व वेश्या व्यवसायातल्या होत्या.

दुसऱ्यांदा एकदा खूप दिवसांनी पकडले होते, त्यावेळी नाकाबंदी होती. यावेळी मला आता काय होणार याची थोडी जाणीव होती पण त्यांनी मला लॉकअपमध्ये बसविले. मी त्यांना म्हटले, ''मला जाऊ द्या. तुमचा किती चार्ज आहे तो मी भरते.'' पण त्यांनी ऐकले तर नाहीच, माझे एकूण एक पैसे पर्समधून काढून घेतले. मला सकाळी साडेसातपर्यंत आत बसवून ठेवले. मग बाहेर काढून, अगदी प्रेमाने म्हणाले, ''तू जिथे राहतेस तिथे अशा काही मुली असतील तर तू त्यांची माहिती आम्हाला देत जा.'' मी ''हो, साहेब'' म्हणत पळाले. लोकांकडून टिपर, टिपर ऐकून होते. हे मला टिपर बनवायला निघाले होते. तेही स्त्रियांचे. 'मी का शाप घेऊ, त्या लाचार बायकांचे? तुमच्यापेक्षा ते दलाल परवडले.' मी मनात म्हणाले आणि निघून आले.

ईश्वर आधारला बरेचदा गँगस्टर यायचे. मी पहिल्यांदा इथेच टेबलावरती पिस्तुल ठेवलेले पाहिले होते. अमर नाईकचा एनकाऊंटर झाला त्याच्यानंतर ईश्वर आधार बंद झाले. मी ईश्वर आधार सोडले. त्यानंतर तमाशाबार मध्ये काम केले. तिथे इसाकभाईंनी दहा दिवसाचा पगार पाकिटात भरून दिला. मला म्हणाले, ''उद्यापासून येऊ नको.''

मग मला हॉटेल संतोषमध्ये काम मिळाले. या हॉटेलला वरच्या मजल्यावर ऑर्केस्ट्रा चाले व तळमजल्यावर ऑर्केस्ट्राचा हॉल एकदम छोटा होता. इथे एक अफजल म्हणून ढोलक प्लेअर होता. मला परदेशाचे अबुधाबीचे काम मिळण्यासाठी प्रयत्न करायचे होते. संतोषबार मधल्याच महेश या ऑर्गनप्लेअरच्या ओळखीतून

काम मिळणार होते. पण अफजलने मधल्यामधे त्या ऑर्गनायझरकडून माझ्या नावाने ॲडव्हान्स उचलला होता. मी अर्थातच पुढे न गेल्याने वाचले. नाहीतर तो ॲडव्हान्स मलाच भरावा लागला असता. हे माझ्याच बाबतीत नाही तर अनेकांच्या बाबतीत घडते.

आमच्या लाईनीत कलाकारच कलाकारांचे शोषण करतात. शारीरिक, मानसिक, आर्थिक आणि लैंगिकही. मी ऑर्केस्ट्रामध्ये तर पाहिले, पुरुष कलाकार हे वादक व गायकही असल्याने संख्येने महिला गायिकांपेक्षा नेहमी जास्त असत. त्यातून सगळे बँडलीडरही पुरुषच असायचे. त्यामुळे काम मिळविण्यासाठी, मिळालेले काम टिकविण्यासाठी आणि एक काम सुटले तर पुन्हा दुसरे मिळविण्यासाठी बरेचदा लैंगिक शोषणाला बळी हे पडावेच लागते.

लैंगिक शोषणाबरोबरच आर्थिक लुबाडणूकही ठरलेलीच होती. पगार, टिप्स सगळ्यात पैसे मारायचे. वरून भिशी चालवून, परदेशी हॉटेलमध्ये काम देण्याचं आमिष दाखवून ठकवायलाही हे कलाकारच पुढे असतात. ऑर्केस्ट्राचा बँड जर मॅनेजमेंटचा असेल तरच आमचा संपर्क बारशी डायरेक्ट यायचा पण त्याकाळी असे मॅनजमेंट चालवत असलेले बँड कमीच होते.

महिला वेटर्सशी मात्र माझे खूप जमायचे. ह्या लाईनीत माझ्या लक्षात आले होते की आपण वेटर्सशी संबंध चांगले ठेवावेत. एखादा कस्टमर जरी टिप्स देणाऱ्यातला नसला तरी महिला वेटर आपल्या आवडीचे गाणे लावायला लावून त्या कस्टमरकरवी थोडीफार तरी मदत करवताताच. सगळीकडे मला हा अनुभव येत होता. वेटरने गायकाला टिप्स द्या सांगितलंय आणि ग्राहकाने त्याला ती दिली नाही, असे कधीच झालेले नाही. सर्व कलाकार त्यांना म्हणायचे, ''तुम्ही आहात म्हणून धंदा आहे.''

इसाकभाईंकडे काम करताना काही हॉटेल्सच्या कडू आठवणी आहेत. तशाच एका घटनेमुळे माझे हॉटेल संतोष सुटले. पण मला हॉटेल अजंठामध्ये काम मिळाले. अजंठा बार ॲण्ड रेस्टॉरंटमध्ये, डान्सही होता आणि ऑर्केस्ट्राही होता. या हॉटेलमध्ये पहिल्यांदा माझा डान्सर्सशी संपर्क आला. माझे इथल्या डान्सर्सशी खूप चांगले संबंध असल्याने त्या कस्टमर्सना आमच्याकडे म्हणजे ऑर्केस्ट्रात पाठवीत.

अजंठाला लागले तोपर्यंत माझे दारूचे प्रमाण खूप वाढले होते. मी दुपारी सुरू करायची ती रात्रीपर्यंत पीतच राहायची. मला मेकअप करायला डान्सरच्या रूममध्ये जावे लागे. तिथे या हॉटेलच्या टॉपच्या डान्सर मुलीशी माझी मैत्री झाली. तिचे नाव हिना. तिलाही दारूचे व्यसन होते. मेकअपरूममध्ये मुली मला मेकअप करायला शिकवायच्या पण सिंगर्सना डान्सरइतक्या मेकअपची गरज नसायची. मी आपले फाऊंडेशन, पावडर, आयब्रो पेन्सिल, लिपस्टिक इतकेच करायची. ब्लीच, फेशियलची

मला तेव्हा माहिती नव्हती. मला हिनाने फेशियल, ब्लीचबद्दल माहिती सांगितली होती. ती एकदम गुबगुबीत लहान मुलीसारखी दिसायची. ती माझ्याहून दोन-तीन वर्षांनी लहान होती. मला दीदी म्हणत समजावत राहायची.

हिनासुद्धा माझ्याबरोबर प्यायची. सुरुवातीला एक-दोन वेळा तिने माझ्याकडे "क्वार्टर आहे का?" असे विचारले. माझ्याकडून क्वार्टर घेऊन ती प्यायली. पण त्यानंतर नेहमी तीच मागवायची. आम्हाला गप्पा मारायला वेळ नसायचा पण आम्ही डोळ्यांनीच खूप बोलायचो. ऑर्केस्ट्रा पहिल्या मजल्यावर होता. तिची एंट्री झाली की ती मला खालून पाहात असे, मी तिला वरून पाहात असे.

हिनाचे अशोकभाई म्हणून एक कस्टमर होते. ते हिऱ्यांचे व्यापारी होते. ते खूप कलेक्शन देत. अशोकभाई आले की हिनाचे नृत्य पाहायला प्रत्येकजण स्तब्ध होत असे. ती कमरेतून पाठी वाकायची, तेही कपाळावर ग्लास ठेवून. ती शास्त्रीय नृत्यही खूप छान करायची. ती अशोकभाईंना ऑर्केस्ट्रात माझे गाणे ऐकायला पाठवायची. ते मलाही चांगल्या टीप्स देत असत.

इथे येणाऱ्या कस्टमर्समध्ये गुज्जू आणि मारवाडी जास्त असायचे. थोडेसे मराठी लोकंही यायचे. काही जणांच्या फर्माईश पूर्ण करता आल्या नाहीत तर त्यांनी मला कॅसेट्स आणून दिल्या होत्या. एकाने तर मला आपणहून हृदयनाथ मंगेशकरांचा भावसरगम कार्यक्रम दीनानाथ नाट्यगृहात नेऊन दाखवला. एक कस्टमर मला खूप आवडायचे. मी त्यांच्यावर वेड्यासारखं प्रेम करायचे. त्यांचे आणि माझे एकदा संबंधही आले.

या हॉटेलमध्ये पोलिसांशी सेठची हमरीतुमरी झाली. आमच्या सेठने पोलिसांच्या खिशातून रिव्हॉल्व्हर काढून त्यालाच दम दिला. त्याच्या दुसऱ्या दिवशी हॉटेल बंद झाले. तिथे प्रत्येकी जवळजवळ तीन हजारापर्यंत कमाई व्हायची. एखादा दिवस हजार-बाराशे आले की आमचे बँडलीडर विलासभाऊ बडबडायचे.

त्यावर्षी मी रक्षाबंधनाला आई-बाबांच्या घरी गेले होते. बाबांनी दम दिला, "यापुढे तू इथे येऊ नकोस." मी परत कधीही रक्षाबंधनाला गेले नाही.

अजंठात असताना मी जीन पिऊ लागले होते. एका दिवसाला आठ आठ क्वार्टर प्यायची, चिकन चिली खायची. त्यात विलासभाऊ आम्हाला माहीमच्या दर्ग्यासमोरच्या हॉटेलात जेवायला घेऊन जात. आम्ही सगळे कॉन्ट्रिब्यूशन काढायचो. मी जेवढी दारू प्यायची, तितकाच मिल्कशेक प्यायची. बदाम, पिस्ता, ड्रायफ्रूटवाले मिल्कशेकच प्यायची. व्यवस्थित जाड होते. तब्येतही बरीच होती.

-१९-

इकडे ताईच्या घरी महाशिवरात्रीच्या आदल्या दिवशी वेगळीच घटना घडली. रंजूताई व भावोजींचे पूजेवरून भांडण झाले. ते पूजा एकमेकांना करायला सांगत होते. ताईचा हट्ट होता की भावोजींनीच पूजा करायची. भावोजींना कामावर जाण्याची घाई होती. ते त्या हॉटेलमध्ये नवीनच लागले होते. ते म्हणत होते, ''रंजू, तू पूजा कर व उपास सोड.'' ती ऐकेना. मग ते म्हणाले, ''ठीक आहे. जातो दहा मिनिट उशिरा.'' मग ती अधिकच चिडली. ''महाशिवरात्रीची पूजा दहा मिनिटांत कशी उरकणार?'' त्यांच्या भांडणात मी मध्ये एक वाक्य बोलले त्यासरशी ताईने भाऊंना सोडून मला सांगितले, ''ही सर्व भांडणे तुझ्यामुळे लागली आहेत. तू चालती हो. घर खाली कर.''

त्याचवेळी ताईचा मानलेला भाऊ अनिल तिथे आला होता. मी त्याला म्हणाले, ''मला कुठेही खोली असेल तर पाहून दे.'' त्याने ही खोली पाहिली. त्या खोलीचे डिपॉझिट पंधराशे होते. खोली पत्र्याची होती. पण पत्राही फाटका होता. या घराचा मालक अशोक. तो गँगवॉरमध्ये होता. त्याचा भाऊ उप्पा. मी रोज रात्री घरी आले की हा उप्पा येऊन माझ्या घरातच बसायचा. कधी कधी खूप डोकं खायचा. त्यात रोज रात्री पोलिसांचे फेरफटके असत. घरात बॅटरी मारून पाहायचे. एकदोन वेळा विचारले, ''तू काय करतेस?'' म्हटले, ''गायिका आहे.'' ह्या घरात पाठीमागे फाटक्या पत्र्यातून येण्यासारखी जागा होती. त्या फटीची मला नेहमी भीती वाटायची आणि नेमके माझ्या घरातून सोन्याची अंगठी आणि तेराशे रुपये चोरीस गेले. मला खूप वाईट वाटले. ही वस्ती वडार समाजाच्या लोकांची होती. लोकवस्ती मागासलेली होती, पण कोणीही कधीही मला त्रास दिला नव्हता.

त्याच घरात राहात असताना एकदा मी मालाडवरून येत असताना ट्रेनच्या दारात उभी होते. हातात ताईने दिलेली चणियाचोळीची पिशवी होती. गोरेगावच्या आसपास माझ्या हातावर दांडा मारण्यात आला. पिशवी पडली ते वेगळंच. माझा हात खूप दुखावला गेला. इथेच माझी मुलं आठ दिवस माझ्याकडे राहायला आली. इतक्या सगळ्या दुःखात तेवढेच काय ते सुख होते. मुलं इथे होती तेव्हा अनिलच्या आईने मुलांचा प्रेमाने सांभाळ केला. एकदा माझा बारका हरवला तर अनिलच्या आईने सर्वत्र

धावपळ केली. पोलीसचौकीपासून सगळीकडे शोधले आणि नंतर कुणी तरी त्याला आणून सोडले. त्यानंतर आई अगदी डोळ्यांत तेल घालून त्याच्यावर पाळत ठेवत.

हे घर रंजनाताईच्या घराजवळच होते. सायन कोळीवाड्यातली ही झोपडपट्टी होती. मला अनिल, त्याचा भाऊ मोहन, त्यांची बहीण साधना, तिचा नवरा शैलू सगळ्यांनी खूप चांगले वागवले. त्यांची आई तर दुपारचे जेवायला घालायची, गरम-गरम चपात्या वाढायची. माझा घरमालक अशोक आणि त्याची आईही माझ्याशी चांगलेच वागायचे. त्याचा भाऊ उप्पा रात्री येऊन डोकं खायचा. अशोक नेहमी वाँटेड असायचा. होता एकदम सुकड्या पण दहा माणसांना ऐकायचा नाही. मला नेहमी 'आक्का' म्हणून हाक मारायचा. पाणी मागून प्यायचा इतकीच ओळखदेख. त्याच्या आईशी माझी चांगली ओळख होती. त्यांचा दारू गाळायचा धंदा होता. अशोकला हिंदू-मुस्लिम दंगलीच्या वेळी कुणीतरी सोळा गोळ्या घातल्या. बऱ्याच जणांना त्याचा काटा काढायचा होता.

इथे राहायला आले तेव्हा मी अजंठा हॉटेलमध्ये जायची. दुपारी मी टॅक्सीने बारपर्यंत जायची. रात्री परत येताना मालाडपासून रिक्षाने सायनपर्यंत येऊन पुढे टॅक्सीने घरापर्यंत यायची. पण रिक्षा फाटकापर्यंतच आणता यायची त्यापुढे मला चालत घरापर्यंत यावे लागे. दोन महिन्यात अजंठा बंद झाले. मी हॅप्पी होमला ऑडिशन दिली होती. ती फेल झाली. त्यांनीही बँड लावलाच नाही. तिथे बहुधा ग़ज़ल सुरू केल्या. त्यानंतर मी कुठे कुठे एक-दोन, एक-दोन दिवस काम केले. आता त्या हॉटेल्सची नावंही आठवत नाहीत. तिथेही अशी परिस्थिती असायची की एकतर बँड उडायचा किंवा सिंगर जास्त व्हायचे. जिथे तिथे डान्सबार सुरू व्हायचे. मग बँड उडालाच समजायचं. अशीच परिस्थिती सुरू राहिली तर ऑर्केस्ट्रा कलाकारांनी पोट कसे भरायचे असा प्रश्न निर्माण होणार होता.

काही ठिकाणी ऑर्केस्ट्रांच्या गाण्यावरच डान्स होत होता. तिथे डान्समुळे ऑर्केस्ट्रा कलाकार आणि वेटर सर्व्हिसवाल्यांनाही चांगली कमाई सुरू व्हायची. मात्र रेकॉर्ड डान्सच्या तुलनेत लाईव्ह बँडवर डान्स फारच स्लो वाटायचा. ताल जुळायचे नाहीत आणि गाण्यांची मर्यादा पडायची. ज्यामुळे जास्तीत जास्त रेकॉर्ड डान्सच चालू झाले.

काही ठिकाणी फक्त डेलाच ऑर्केस्ट्रा ठेवण्यात आले. डेला अर्थात कस्टमर कमी. त्यामुळे कमाई कमी. बँडवाले किंवा मॅनेजमेंट डेला पगारही निम्मा द्यायचे. डान्सर्स सुंदर, त्यांचे कपडे सुंदर, मेकअप भारी. त्यातून डान्स खूप चांगला आला पाहिजेच असे नाही कारण ग्रुपमध्ये कमजोरी झाकून जायची. इथे गाण्याच्या ऑडिशन देऊन सिलेक्शन झाले तर ठीक. त्यातून रूपाने सुंदर असले, गोरा रंग असला तर इतर वैगुण्य झाकले जाते पण माझ्यासारख्यावर रंगरूपाची कृपा परमेश्वराने कमीच केलेली होती.

माझ्या नशिबी ह्या हॉटेलमधून त्या हॉटेलमध्ये भीक मागत फिरायचे होते.

फक्त भिकारी रस्त्यावर मळक्या कपड्यात भीक मागतात. आम्ही पॉश कपड्यात भीक मागतो. मी अशीच भीक मागत आगोशला पोहोचले.

हॉटेल आगोशमध्ये बलराज नावाच्या बँडलीडरचा बँड होता. बलराज स्वत:ही छान गायचा. पण एक नंबर छप्पन टिकली. या माणसाने माझ्याशी खूप खेळ केले. पगार व्यवस्थित द्यायचा पण एक हाथ दो, एक हाथ लो अशा प्रकारची कूटनीती त्याच्या ठायी होती. या हॉटेलचा बँड तसा चांगला होता. सगळ्यांच्या प्रेमकहाण्या, नातेसंबंध सगळे मला कळायचे. काहीजण पूर्वी माझ्याबरोबर वेगवेगळ्या हॉटेलमध्ये कामाला होते. तेव्हा जुजबी ओळख होती. त्या हॉटेलमध्ये त्यांच्याशी चांगली ओळख झाली. इथे ओनर पंजाबी होते आणि ते दोघं भाऊ-भाऊ हे हॉटेल चालवायचे. मोठ्या शेठचा मुलगा कधीमधी हॉटेलवर लक्ष द्यायला यायचा. या हॉटेलमध्ये सायलेन्स सर्व्हिसही होती. ज्याचे पुढे फ्री सर्व्हिसमध्ये रूपांतर झाले.

इथे माझ्या नशिबात खूपच वाईट अनुभव येऊ लागले. मी गायला उभी राहिले, की सरोज नावाची एक गायिका हळूच कस्टमरला डोळ्याने खाणाखुणा करणार की हिला पैसे देऊ नका. ती इतक्यावरच थांबली नाही. कस्टमर्सना चिठ्ठ्याही लिहून पाठवायची. माझीही स्थिती खालावत चालली होती. मी दिवसरात्र दारूच्या नशेतच असायची. त्यामुळेही मी सर्वांच्या चर्चेचा किंवा टीकेचा विषय बनायची. या हॉटेलमध्येही काही चांगले कलाकार होते.

त्यातलाच एक केतन म्हणून होता. तो दिसायलाही चांगला होता आणि गायचाही छान. त्याची मोठी बहीणही सिंगर होती. उत्कृष्ट गायची. केतन गाण्यात मस्त साथ द्यायचा. सदैव कलेबद्दल चर्चा करायचा. "हे गाणं सेट कर, हे गाणं चालतं हल्ली हॉटेलमध्ये" अशा सूचना करत राहायचा.

निलू म्हणून एक गायिका होती तीही लाजवाब गायची. जितक्या तन्मयतेने 'शंकराभरणम्' गायची तेवढ्याच उत्कृष्ट पद्धतीने पाश्चिमात्य गाणी गायची. निलूताईही परिस्थितीने त्रस्त होती. तिची मातृभाषा तमिळ होती. हिला हिंदी बोलता यायचं नाही, पण गंमत अशी की हिंदी गाणी गाता यायची. अंगावर खूप दागिने घालायची आवड होती तिला. या तिच्या दागिने घालून फिरण्याच्या सवयीमुळे खूप प्रॉब्लेम व्हायचे.

एकदा निलूला सायन-कोळीवाडा रेल्वे फाटकात लुटले. चांगला पन्नास-साठ हजार रुपयांना फटका बसला. एकदा तर आम्ही दोघीच रिक्षाने जात असताना पोलिसांनी रिक्षा अडवली."कुठून आलात? कुठे चाललात?" इत्यादी चौकशा करत करत एकदम "किती कमविले?" असे विचारायला लागले. आम्ही गयावया करत "आज काही टिप्स नाही झाल्या." इत्यादी म्हणायला लागलो. तर त्या पोलिसांनी तिची चेन मागितली. नशीब बाकीचे दागिने तिने पर्समध्ये काढून ठेवले होते. तरीही दीड-दोन हजारांचा फटका बसलाच.

इथे मीही निलूताईमुळे 'शंकराभरणम्' हे कन्नड गाणे शिकले. मी आनंद सागर या गायकाबरोबर 'कुहू कुहू बोले' हे गाणे गायची. त्यानंतर मी अनेकदा हे गाणी एकटी गायले आहे. अजूनही गाताना भीती वाटते या गाण्याची. लीनामध्येच या गायकाने मला ''जलद गतीची, उडत्या चालीची गाणी गात जा,'' असा सल्ला दिला व 'मुंगळा, मुंगळा', 'शीशी भरी गुलाल की', 'मेरी गलीयोंसे होगे' इत्यादी गाणी अक्षरशः गाऊन घेतली. केतन व योगेश मला म्युझिक स्टॉप न करता या तालातून त्या तालात अशी गाणी गायला लावत. नॉनस्टॉप.

इतरत्र असतात तशा इथेही वेटर सर्व्हिसमध्ये साऊथ इंडियन जास्त होत्या. विजया ही मल्याळी होती. ती सरळ, सुशिक्षित होती. माझी तिच्याशी चांगली मैत्री झाली. माधुरी नावाची मुलगी होती. ती बी.ए. झाली होती. तिचे वडील डॉक्टर होते. आई सावत्र होती. वडिलांच्या मृत्यूनंतर तिला घर सोडावे लागले. घर सोडल्यावर तिला अनेक प्रसंगामधून जावे लागले. त्यामुळे ती बरेचदा उग्र वागायची. तिला राहायला घर नव्हते म्हणून मी तिला माझ्या घरी राहायला बोलावले. माधुरी घरी राहायला आली खरी पण मग मला कळले की ती लेस्बियन आहे. ती मला छळू लागली की मी तिला घराबाहेर झोपायला सांगत असे, पण नंतर मलाच दया येई आणि मी तिला आत घेत असे. बरेचदा ती माझ्या घरातला नाश्ता पाण्याचा खर्च चालवी. कधी कधी रात्रीचे जेवणही आणत असे.

गोविंद नावाचा वेटर होता. जरासा टेरर होता. पण स्वभावाने मनमिळाऊ. तो मनमिळाऊ होता म्हणजे सभ्य होता अशातला भाग मात्र नाही. आम्ही एकत्र तंबीच्या गाडीवर रात्र-रात्र बसून गप्पा मारायचो. गोविंद कोकणी कुळवाडी होता.

या हॉटेलमध्ये तीन-चार कस्टमर्स चांगलेच लक्षात राहिले. एक पंजाबी गृहस्थ यायचे. हे मला कॅडबरीच्या पाकिटातून शंभर-दोनशे रुपये द्यायचे. नंतर माझ्या लक्षात आले की या हॉटेलमध्ये कस्टमर्स आणि स्टाफसाठी एकच टॉयलेट होते त्यामुळे येता-जाता हे कस्टमर्स स्टाफपैकी कुणाकुणाला पन्नास-शंभर रुपये द्यायचे. दर आठवड्याला दोनशे-अडीचशे रुपये या मार्गाने आम्हाला मिळायचे. गुपचूप गुपचूप.

याच बारमध्ये देवेंद्र नावाचा एक मुलगा यायचा. तो आम्हाला सांगायचा की त्याचे वडील घाटगे पाटील ट्रान्सपोर्टमध्ये पार्टनर आहेत. हा भरपूर कलेक्शन द्यायचा. नयना नावाच्या एका सिंगरवर त्याचे प्रेम होते. नयनाने माझ्याबरोबर आधी दोन-चार बारमध्ये काम केले होते. त्यामुळे देवेंद्र मला तिच्याबद्दल सांगत बसायचा की, ''तिने त्याला कसे बरबाद केले, त्याचे किती पैसे खाल्ले'' इत्यादी आम्ही गप्पा मारायचो पण हळूहळू हा माझ्या मागे मागे घरापर्यंत यायला लागला.

त्यानंतर मग रोजच घरी यायला लागला. माझ्याशी लग्न कर वगैरे म्हणायला लागला. त्याने माझ्याशी गोडीगुलाबीत शरीरसंबंधांची मागणी केली.

सुरुवातीला मी नाही म्हटले. माझे मन वळवायला देवेंद्रने सोन्याची चेन दिली, सारखे "माथेरानला जाऊ या, मी नवीन गाडी घेतली आहे. दूर दूर जाऊ" असे म्हणायचा. नंतर नंतर घरी येतानाच दारू घेऊन यायचा.

एकदा असेच खूप नशेत असताना त्याने माझ्याशी संबंध केले. मी इतकी नशेत होते की माझा विरोध तोकडा पडला. पण त्यानंतर तो नियमित घरी यायचा आणि शरीरसंबंधांना भाग पाडायला लागला. आता तो फिरायला जाऊ, दूरदूर जाऊ वगैरे काहीही बोलायचा नाही. मला नयनाच्या बाबतीत काय घडले असेल ते लक्षात आले. खरेच कोणी कोणाला फसवले असेल? एवढे मात्र खरे की माझी मन:स्थिती इतकी खालावली की मी अजून अजून दारूच्या आहारी जायला लागले.

त्याच दरम्यान मी आधीची खोली बदलली कारण तिथे फाटकापासून रात्रीच्या अंधारात खूप आतपर्यंत चालत जावे लागे. नवीन खोलीही छोटीशीच होती, सहा बाय सहाची. डिपॉझिट पाच हजार, अडीचशे रुपये भाडे होते. मालक लोखंडे खूप खायचे-प्यायचे. पण व्यवहाराला खूप चांगले. मला त्यांनी त्यांचा पलंगही खोलीत ठेवून वापरायला दिला होता. इथे या खोलीपर्यंत टॅक्सी येऊ शकायची. ही खोली पहिल्या माळ्यावर होती. शेजारी राहणारी लोकं कधी माझ्याबद्दल वाईट बोलायचे नाहीत. बीअरबारवाली म्हणून टोमणे मारणे किंवा पैसे मागणे, उधाऱ्या करणे असेही केले नाही. उलट तेच माझी काळजी घ्यायचे.

आमच्या बँडचा संचालक बलराज माझ्या आधीच्या खोलीवर एक दोनदा आला होता. त्याला बहुधा देवेंद्र आणि माझ्या संबंधाची माहिती मिळाली असावी. बलराज आधीच थोडासा चमडी होताच पण आता जसे काय त्याला खुला परवाना मिळाला होता. मी या नव्या खोलीत असताना हा घरी आला. माझे लक्ष नसताना याने स्वत:ची पँट काढली आणि अतिशय अश्लील शब्दात संबंधाची मागणी केली. मला काम टिकवण्यासाठी त्याला अक्षरश: शरण जावे लागले. मी वैतागत चालले होते, व्यसन वाढत चालले होते. मला महागडी दारू परवडत नव्हती. आमच्या वस्तीत एक बाई राहायच्या त्यांचा दारूचा धंदा होता. मी त्यांना आई म्हणायची. कधीकधी मी त्यांच्याकडे जाऊन गावठी प्यायची. पाच रुपयांचा एक ग्लास.

वस्तीत एक पानाची गादी होती, प्रदीपभाऊंची. त्याच्याच शेजारी तंबीची भुर्जी-पावची गाडी होती. मी कधीकधी रात्री दारू घेऊन यायची. बंद शोरूमच्या पायऱ्यांवर बसून दारू प्यायची आणि तंबीकडची भुर्जी खायची. त्यामुळे माझी व तंबीची मैत्री झाली. पहाटे तीन वाजेपर्यंत आम्ही दारू पीत पीत तिथेच गप्पा मारायचो. कधी-कधी माझ्याबरोबर आगोशचा वेटर गोविंदही तिथे यायचा. मग आमचे त्रिकूट जमायचे त्यात कधी कधी प्रदीपभाऊही येऊन बसायचे.

-२०-

या नव्या खोलीत असताना जवळजवळ सात महिन्यांनी अचानक दिलीप आला. तो एक जुलैचा दिवस होता. माझा वाढदिवस होता. दिलीप आला तोच खूप लाडात. फार मस्का मारत होता. मला त्याने त्याच्या हातावर डोके टेकवून झोपायला काय लावले, लाडेलाडे बोलत काय होता! त्याच्या घरी जाऊन मी नुकतेच टीव्हीचे सगळे हप्ते भरून आले होते. शिवाय येताना मी दिलीपच्या खिशात खर्चाला शंभर रुपये टाकून आले होते. नंतर मला कळले की मी त्याला दिलेले सात हजार रुपये मुलांकरिता बँकेत न ठेवता त्याने खर्चून टाकले. त्यामुळे मी प्रचंड रागावलेले होते.

दिलीप तीन महिने त्याच्या बायकोला – प्रभाला घेऊन गावी राहून आला होता. प्रभा गावीच होती. ती गरोदर होती. दिलीप दुसऱ्या दिवशी गेला आणि मी उठून चहाऐवजी दारू प्यायले.

मग रोजच असे होऊ लागले. मी उठल्यापासून झोपेपर्यंत दारू प्यायची. वस्तीतल्याच आईच्या अड्ड्यावरून खंबा घेऊन यायची. हॉटेलला जाता येता प्यायची. पाण्यासारखी दारू दिसायची. मी सगळ्यांसमोर प्यायले तरी लोकांना वाटायचे मी पाणी पितेय.

मी इतकी प्यायची की मला वाटायचे त्याला कंटाळून तरी दिलीप निघून जाईल, पण तो निर्लज्जपणे येत राहायचा. रात्री फुकटचे जेवायला, झोपायला मिळायचे. वर तो सकाळी उठून रात्रीच्या शरीरसंबंधांचे वर्णन करू लागला की मी लगेच तोंडाला दारूची बाटली लावायची. नालायक माणूस बायको बाळंत झाल्यावर यायचा बंद झाला. आधी मी टीव्हीचे हप्ते द्यायला म्हणून घरी गेले होते तेव्हा मला म्हणाला होता, ''प्रभा म्हणते मला स्वत:चे मूल नको. मी तुमची दोन मुले माझी समजून वाढवीन.'' त्यानंतर तीन-चार महिन्यातच याने मला ती गरोदर असल्याचे सांगितले होते.

मला माझ्या मुलांची काळजी वाटू लागली होती. आता त्यांना दिलीपकडून लवकरात लवकर आणले पाहिजे होते. त्याचवेळी वेटर गोविंदने मला सांगितले

की, अंबरनाथला सहा हजार रुपयांमध्ये खोली बांधायला प्लॉट मिळतोय. अर्धे पैसे लगेच द्यायचे होते. तोही तिथेच प्लॉट घेणार होता. मी त्याला माझ्याकडचे भिशीतून जमलेले तीन हजार रुपये दिले. तो मला एकदा अंबरनाथला घेऊन गेला. जशी ट्रेनने मुंबई सोडली तसे मला एकदम बरे वाटले. सगळीकडे हिरवंगार दिसत होतं. एकदम गावासारखे वाटत होते. मला मनातून वाटले की बरेच झाले आपण हा निर्णय घेतला.

डिसेंबरपासून बाबरी मशिदीचा वाद चिघळून मुंबईत दंगली सुरू झाल्या. सारखी जाळपोळ, कर्फ्यू. बार बंदच असायचे. त्यात घराबाहेरही पडायला मिळायचे नाही. माझ्या घरासमोर एक बस जाळली. जवळची दुकाने जाळली होती. नंतर त्याच दुकानातले कपडे त्या दुकानदाराने वीस-वीस रुपयाला विकले व लोकांनीही ते घेतले. एकदा रात्री आमच्या घरामागे गोळीबार झाला, एकदा मी सायन स्टेशनवर असताना गोळीबाराचा आवाज ऐकला. सगळं चित्रच पालटलं होतं. मी राहून राहून मनात रडायची. मला वाटायचं. हे सगळं कधी संपेल की नाही? एकाकीपणा यायचा. कुणी कुणाकडे जात नसायचे. मी मध्येच कधी कधी निर्लज्जपणे कोळी-वाड्यापर्यंत चालत चालत फिरून यायचे. आमच्या वस्तीतला सुनील मला मधेमधे येऊन वीस, तीस रुपये देऊन जायचा. आईच्या अड्ड्यावर जाऊन मी सर्व बेवड्यांमध्ये उभ्याने प्यायची.

दंगलीच्या काळात बीअरबार इंडस्ट्री पूर्ण थंड झाली. त्यावर्षीचा ३१ डिसेंबरही रडतच गेला होता. मी आगोशमध्ये काम करत राहिले. मी दारूच्या नशेत बुडाले. आई-बाबांची आठवण यायची. मुलांची आठवण यायची. दिलीपचा राग यायचा. एकटेपणाचाही वैताग यायचा. मग दिवसरात्र सोबत असायची दारू, फक्त दारू. या माझ्या व्यसनामुळे त्या काळात कितीतरी पुरुषांनी माझा गैरफायदा घेतला. त्यात दिलीप मध्येमध्ये येऊन त्रास द्यायचा. रंजूताईचे घर जवळ असल्यामुळे तिचा नवरा काहीतरी निमित्ताने मला भेटायला यायचे. रात्री कधीकधी प्रकाश भावोजी मी नशेत असताना माझ्या छातीला हात लावायचे. हॉटेलमध्ये कधीकधी पैसे नसले की हॉटेलमधला ड्रमर योगेश दारूला पैसे द्यायचा. त्या पैशासाठी मी त्याच्याजवळ जायची. कधी देवेंद्र, कधी बलराज हे ठरलेलेच होते. त्यात एकदा दिलीप नावाचा ड्रमर होता तो मला जेवणासाठी बरोबर घेऊन गेला. मला भरपूर रम पाजली. मला खूप किक लागली मग तो मला दादरला कुठेशी एका लॉजवर घेऊन गेला. मला उलटी झाली. मी त्याच्याशी खूप भांडले. मारामारी केली पण त्याने जबरदस्ती माझ्याशी संबंध केले आणि मला त्या लॉजवर सोडून तो निघून गेला. तो पुन्हा बारमध्येही आला नाही. तो सेव्हन कलर ऑर्केस्ट्रात काम करायचा.

एकदा रात्री मी टॅक्सी थांबवली. तितक्यात आमच्या वस्तीतला राजू नावाचा

दादा काही मुलं घेऊन आला आणि त्याने मला अडवले. मी कसाबसा त्यांना चकमा देऊन पळ काढला. याच राजूने व त्याच्या मित्रांनी (नरेश वगैरेंनी) सायनला भुयारी मार्गात एका भिकारणीच्या मृत देहावर बलात्कार केला. त्या भिकारणीच्या अंथरुणा-खाली काही लाख रुपये सापडले होते. त्या प्रकरणाचा वृत्तपत्रांमधून खूप गवगवा झाला होता. या राजूचे नाव त्यातल्या मुख्य आरोपीमध्ये होते. असेही त्रास होत असायचे.

त्यात या खोलीत आल्यावर एकदा माझे दागिने – बॉक्सचेन, अंगठी, कानातले, रोख रक्कम साडेचार हजार चोरीला गेले. नशीब साड्या ठेवल्या. खूप महागातल्या साड्या होत्या एक एक. पोलीस केस करूनही उपयोग झाला नाही. मी एका मागून एक संकटांनी वैतागून जायची. त्यात हॉटेलमध्ये काही कलाकारांचे सूचक हसणे, बलराजचे टोचून बोलणे, सगळ्यांसमोर टोमणे मारणे सुरूच होते. त्याने माझी गिनती चुतीयाच केली होती. वर घरी आल्यावर माधुरीचाही कधीकधी त्रास असायचा. ती सारखी माझे चुंबन घेण्याचा, माझ्या अंगाला पकडून रोमान्स करायचा प्रयत्न करी. मी अक्षरशः रडकुंडीला येत असे.

-२१-

मी महाशिवरात्रीच्या आसपास उर्वरित पैसे भरून अंबरनाथची जागा ताब्यात घेतली व अंबरनाथला जायचे ठरवले. अशाप्रकारे सायनची इतिश्री झाली. मी अंबरनाथला जागा घेण्याची अनेक कारणे होती. एकतर दिलीप, सहकलाकार, कस्टमर्स या सर्वांपासून दूर राहता येणार होते. मला मानसिक शांतता हवी होती. तमाशे घरापर्यंत न्यायचे नव्हते. सर्वांत महत्त्वाचे म्हणजे मी मुंबईत अनेक ठिकाणी जागा शोधायचा प्रयत्न केला होता. त्यांचे भाव प्रचंड होते, मला न परवडण्यासारखे आणि शिवाय या जागा अनधिकृत होत्या. मी अंबरनाथची जागा घेऊन खूश होते. वाईट इतकेच वाटत होते की ही जागा ज्या वेटर गोविंदमुळे मी विकत घेतली तो मात्र कुणावर तरी वार केल्याच्या आरोपाखाली अटकेत होता. त्या जागेच्या मालकाने त्याची वाट पाहून ती जागा दुसऱ्यांना विकून टाकली. माझी जागा माझ्या ताब्यात मिळाली तरी तिथे घर बांधून घेईपर्यंत जवळच भाड्याचे घर घेणे भाग होते.

मी अंबरनाथला जाताना दिलीप माझ्याबरोबर आला. तिथे मालक म्हणाले, "इथे कोण राहायला येणार?" मी म्हणाले, "मी राहणार आहे." तर लगेच विचारतात, "मग हे?" तेव्हा दिलीप म्हणाला की, "मी दुसरं लग्न केलंय." त्यावर जागामालक शिवाजी मेठल लगेच म्हणाले, "आमच्याही दोन आहेत." दिलीपची कॉलर एकदम टाइट झाली होती.

इतक्यात गायकवाडांनी मी राहायला येणार म्हणून मला विचारले, "तुम्ही काय करता?" मी म्हणाले, "मी बीअरबारमध्ये गायिका आहे."

दिलीपला ते चांगलेच झोंबले. ट्रेनमधून परतताना तो धुमसत होता. "तू का सांगितलंस की तू बीअरबारमध्ये काम करते. हॉस्पिटलला काम करते का नाही सांगितलं?" मी स्पष्ट शब्दांत उत्तर दिले, "हॉस्पिटलला सांगायचे, आणि रोज रात्री दोन-तीन वाजता घरी यायचे? ते लोक विचारणार नाहीत का असे कोणते हॉस्पिटल आहे जिथे तुम्ही पाच वाजता निघता आणि रात्री दोन वाजता परत येता?" मी म्हणाले, "हॉस्पिटलमध्ये शिफ्टस् असतात. रोज एकच आणि तीही नाईट शिफ्ट नसते." आयुष्यात प्रथमच दिलीप गप्प झाला.

मी विलासभावोजी आणि सुनीलच्या मदतीने सामान हलविले. ते दोघेही आले. घरातले फिटिंग वगैरे करून सुनील निघून गेला. विलासभावोजी दोन दिवसांनी गेले.

बलराजने नर्तकीत बँड लावला होता. मीही मग नर्तकीत जाऊ लागले होते. इथे आगोशमधलाच सर्व कलाकारांचा संच होता. थोडेच कलाकार नवीन होते. त्यातलेच एक म्हणजे बाळा देशपांडे. त्यांच्या पत्नीने अनुपमा देशपांडेंनी 'मेंदीच्या पानावर' कॅसेटमधली गाणी गायली होती.

स्वत: बाळा देशपांडे अतिशय चांगले कलाकार होते. ते दिवसा सर्व कलाकारांना खूप गाणी शिकवत. त्यांना शास्त्रीय संगीताचा पाया होता. कठीण गाणी सहज सेट करून घेत. बाळाभाऊंनी 'गगन सदन तेजोमय' हे गाणे शिकविले. उंबरठा चित्रपटातील ही प्रार्थना मी बारमध्ये गायची. बाळाभाऊ प्रत्येक गाणे फार जीव तोडून शिकवायचे. मला ते गुरूंच्या ठिकाणी होते. त्या आदरभावनेने मी त्यांना पत्र लिहिले. ते बहुधा त्यांच्या पत्नीच्या हाती पडले, असे त्यांनी केतनला सांगितले. हे केतनने मला प्रेमाचा आव आणत सांगितले. झाले, सगळे माझी टिंगल उडवू लागले. मला त्याची सवय झाली होती.

मी एकतर टाइट होऊन हॉटेलमध्ये जायची आणि तिथेही पीत राहायची. त्यामुळे बाळा देशपांडेंबद्दलचा आदर बोलून दाखवायला मला लाज वाटायची. फक्त एवढ्याच कारणाने मी ते पत्र लिहिले होते. मला आजही मी पत्र लिहिले ते गैर वाटत नाही. इथे काहीच दिवसांनी देशपांडेंनी बँड काढून घेतला. त्यामुळे दुपारचा बँड बंद झाला. त्या जागी हॉटेलने डान्स सुरू केला. मला पगार व टिप्स व्यवस्थित नव्हते. शिवाय दिवसा मोकळा वेळ असायचा. डोक्यावर घर बांधायची चिंता होती. मी अंबरनाथला येईपर्यंत मुलांना गावी नियमित पैसे पाठवायची. आताही मला पैसे गावी पाठवायची चिंता होती.

दिलीपचा भाऊ चंदूचे लग्न ठरले. त्याने मला लग्नाला बोलाविले. मला जावे वाटत होते परंतु नवीन नोकरीत सुट्टी घेता येत नव्हती. गावावरून सगळ्यांचा हाही दबाव होता की मुलांना घेऊन जा. त्यामध्ये इथे दिवसाचा बँड बंद झालेला. मी ठरवले की आपणही डान्स करायचा. किमान वीस रुपये मिळाले तरी चालेल. तेवढीच एखादी क्वार्टर सुटेल. मी साडी नेसूनच जायची. इथे एक पुष्पा नावाची वेटर मुलगी दिवसा नाचायची. ती फक्त पार्श्वभाग हलवत राहायची. मी तिला बघून नाचायची. ती टिप्स आणायला स्टेजवरून टेबलापर्यंत जायची. मला असे स्टेजवरून उतरून पैसे आणायला जाणे अवघड वाटायचे.

अनेक बारमध्ये दिवसा डान्स चाले आणि मुली चणियाचोळीतच नाचायच्या. मी आपली दोन महिने साडीवर नाचत होते. असेच थोडे चालून गेले. मला गाताना चेहऱ्यावर हावभाव करणे, थोडा थोडा डान्स करणे जमायचे परंतु रेकॉर्डेड म्युझिकवर

डान्स खूप अवघड वाटायचा. हळूहळू थोडं थोडं शिकलेच. परिस्थिती माणसाला सगळं शिकवते.

तेव्हा डान्सबारमध्ये जास्तीत जास्त आठ-दहा मुली असायच्या. त्या मुली सारख्या सारख्या एन्ट्री देऊन थकायच्या परंतु नाचायला पूर्ण स्टेज रिकामे मिळायचे. स्टेजवर समोर दोन, मागे दोन, मध्ये एक अशा त्या नाचत असत. मी या लाईनीत नवीन होते तेव्हापासूनच्या अनेक चांगल्या डान्सर मला माहीत आहेत. त्या दिसायला काही विशेष नसल्या तरी स्टेजवर त्यांचा हात कुणी धरू शकायचे नाही.

मला इथे एका गोष्टीचा खूप आनंद झाला होता. मला ब्रेकमध्ये कधी गडकरी रंगायतनला जायला मिळत होते. मी तिथे दुसऱ्यांदा हृदयनाथ मंगेशकरांचा भावसरगम आणि संध्याछाया नाटक पाहिले. कधी कधी मी दिलीपला नाटकं बघायला बोलावून घ्यायचे. पण तो तिथेही काहीतरी कुरापत काढायचा. त्यामुळे कंटाळा येई.

बरेचदा इथल्या नाटकातले कलाकार रात्री आमच्या बारचे कस्टमर्स असत. मला मजा वाटे की दिवसा मी नाटक पाहायला रंगायतनला रात्री नाटकातले कलाकार हॉटेलला यायचे. त्याकाळात 'अश्रूंची झाली फुले' नाटकाच्या प्रयोगात मध्यवर्ती भूमिका करणारे सुप्रसिद्ध कलाकारही यायचे. आठवड्यातून दोनदा वगैरे ते बारमध्ये यायचे. ते खूप प्यायचे. माझ्याकडून खूप भावगीते ऐकत. त्यांना गुजराथी नॉनस्टॉप माझ्याकडून ऐकायला खूप आवडे. दाद देत असत. ते स्वत: जागेवरून उठून मला पैसे देत. त्यावेळी त्यांची टेलिव्हिजवरची कमांडर सिरियलही खूप प्रसिद्ध होती. पण त्यांना 'ग' अजिबात नव्हती. ते खरे कलाकार.

दुसरे संध्याछायात मुलाची भूमिका करणारे एक नटही यायचे. हेही तेव्हा बऱ्यापैकी प्रसिद्ध होते. ह्या ग्रुपमध्ये मला ते सर्वांत सुंदर वाटायचे. त्यांनी मला त्यांचा नंबर लिहून दिला. दोन वेळा भेटायला बोलावले. मी येते सांगून गेले नाही. कारण यांच्या आजूबाजूला एवढा घोळका असायचा. आपली काय बिशाद?

या बारमध्ये कधीकधी एक ग्रुप यायचा. त्यामध्ये एक बिल्डर होते. एकूण सहाजणांचा ग्रुप होता तो. एक अख्ख्या बीअरचा क्रेट मागवून पीत असत. जवळजवळ सत्तेचाळीस, अठ्ठेचाळीस बीअर बाटल्या संपवत. सगळ्या मराठी गाण्यांची फर्माईश ते करत.

ठाण्यात टिंगल, टवाळी करणारे हलकट कस्टमर्स येत नसत. नर्तकीचे सेठ उदय शेट्टी यांनी ते हॉटेल दुसऱ्या कुणाला तरी चालवायला दिले. त्यांनी नर्तकीचे नाव बदलून उत्सव ठेवले.

नर्तकी सुटल्यावर पुन्हा हॉटेल ते हॉटेल भीक मागणे सुरू झाले. काही दिवस पुन्हा व्हाईटहाऊसला नाईटला जायला लागले. मग थोड्या दिवसांनी घाटकोपरच्या

वैशाली हॉटेलमध्ये डेलाही काम मिळाले. पुन्हा डे नाईट काम सुरू झाले. वैशाली मध्ये अनिल नावाचा ऑर्केस्ट्रा संचालक होता. या अनिलने माझा दीड महिन्याचा पगार बुडवला. वैशाली सोडले मग चार दिवस दादरला करिश्मामध्ये काम केले. ह्या हॉटेलमध्ये डेला काम मिळाले. मला ते हॉटेल पटले नाही, काम सोडले.

पुन्हा माझ्या नशिबी कामाची शोधाशोध होतीच. कुणीतरी सुधाभाईंचे नाव सुचवले. मी त्यांना भेटायला सी प्रिन्सला गेले तेव्हा कळले की निलू अजून तिथे आहे व सुधाभाईंचे आणि हिचे घट्ट नाते आहे. सुधाभाई म्हणाले, ''तू कॅनरात जा.'' मी लगेच कॅनरात गेले. सुधाभाई मागाहून आले. त्यांनी मला गुजराथी गाणे 'पंखीडा' गायला लावले. मी गायले. कलेक्शन झाले. मग सुधाभाई म्हणाले, ''ठीक आहे.''

मी कॅनराला जायला लागले. ट्रेनचा इतका लांबचा प्रवास प्रथमच मला करायला लागत होता. अंबरनाथ ते भायखळा असा लोकलचा प्रवास होता. अंबरनाथला माझे घर खुंटवलीला होते. खुंटवली ते अंबरनाथ स्टेशनपर्यंत रिक्षाने यावे जावे लागे व भायखळ्यावरून टॅक्सीने प्रवास करीत असे.

हॉटेलमधल्या कलाकारांमध्ये बऱ्याच गायिका या उत्तर प्रदेश, राजस्थान अशा राज्यातल्या होत्या. या सगळ्याजणी कोठ्यावर गाणाऱ्या. यांचे आवाज बसके आणि थोडेसे भसाडे होते. मात्र राहणीमान एकदम चांगले. बहुतेक जणी या गज़ल गाणाऱ्या होत्या. सौंदर्याच्या जीवावर ह्या कस्टमर्सना स्वत:मागे पळायला लावायच्या. कस्टमर्स त्यांना बरोबर पैसे मोजायचे. ऑर्गनायझर व मॅनेजमेंटला अर्थातच जास्त पैशांची हाव असायची. कोठ्यावरच्या गायिकांना मी कमी लेखत नाही, पण गायकीपेक्षा लक्ष कपड्यांकडे, मेकअपकडे जास्त असायचे. भारी भारी साड्या, हायफाय राहणीमान. मग आमच्यासारख्यांना कोण विचारणार?

पण सगळ्याच काही कोठ्यावरच्या नव्हत्या. इथे एक जयश्री नावाची गायिका खूप छान गायची. स्वभावही खूप छान होता. ती बी.ए. झालेली होती. घरी वडील आजारी. ते गिरणी कामगार होते. तिची लहान भावंडे होती. बिचारी अतिशय साधी राहायची. तिला तिच्या परिस्थितीची जाणीव होती. जन्मत: तिच्या हृदयात छेद होता. तिला सतत त्याचा त्रास व्हायचा. इतकी आजारी असून कामाला यायची. ही मुलगी चार वर्षांनी हार्टअॅटॅकने वारली.

कॅनरात असतानाही माझे पिणे चालूच होते पण आता ते बरेच आटोक्यात आले होते. मी मेकअप रुममध्ये जाऊन मेकअपला बसले की एकीकडे पिणे सुरू करायचे. मी कोठ्यावरल्या गायिकांकडे दुर्लक्ष करत स्वत:च्या गाण्यावरच लक्ष देत राहिले. कधीकधी या कोठ्यावाल्यांचे कस्टमर्सही मला फर्माइश द्यायचे आणि पैसेही द्यायचे.

-२२-

कॅनरामध्ये उंच धिप्पाड एक कस्टमर यायचा. तो बारमध्ये एंट्री घ्यायचा, एकदम दादा लोकांसारखा. एकदा मी मेकअपरूममध्ये मेकअप करत होते. बाजूला पाण्यात बनवलेला पेग तयार होताच. एक स्ट्युअर्ड आत आला. तो कुठलेसे गाणे तुला माहीत आहे का विचारत होता. मला ते गाणे माहीत नव्हते. तो माझ्यामागे रट लावत होता. "तू लवकर तयार हो. आणि बाहेर येऊन गायला सुरुवात कर."

मी त्याला म्हणाले, "फर्माईश करणाऱ्याचे नाव विचारून ये." तो विचारून आला. तो म्हणाला, "त्याचे नाव टारझन आहे."

मी पुन्हा स्ट्युअर्डला सांगितले, "त्याला विचार, टारझन सिनेमाचे टायटल साँग गाऊ का?" व तिथून होकार मिळाला. मी ते गाणे गायले आणि वातावरण निवळलं. मग तो रोज येऊ लागला. लवकर येऊन बसायचा. चांगले कलेक्शन द्यायचा. पण फर्माईशमध्ये 'मुंगळा' सारखी गाणी असायची. मला राग यायचा. मनात यायचं काय गाणी ऐकतो हा.

अनेकदा माझा अश्लील गाण्यांवरून वाद व्हायचा. 'डालूंगा, डालूंगा', 'दिन में लेती है', 'खटीया टूटी' मला अशी गाणी गाववायची नाही. गाणे कधी अश्लील नसते, शब्दही अश्लील नसतात. खरेतर त्यातला सेक्सचा भाग खूप घाणेरडे अर्थ प्रतीत करणारा असला की राग येतो. सुरुवातीला मी भांडायची. एकदा तर खलनायिका सिनेमातले 'कल रात सैंयाने ऐसी बॉलिंग की' हे गाणे ऐकल्यावर मी कॅसेटच तोडून टाकली होती. नंतरच्या काळात बाकी निव्वळ पोटासाठी गायला लागे म्हणून हीच गाणी मी कधी कधी गायची.

टारझन कधी कधी खूपच चांगल्या गाण्यांची फर्माईश करायचा, 'मुझे रब जो कहे मैं तुझे छोड दूँ', 'वो मेरी नींद मेरा चैन मुझे लौटा दो'. टारझनचे आवडते गाणे 'जिहाले मस्ती मुकूम बरंजिश' मी हमखास गायची. त्याने एकदा 'इस प्यार से मेरी तरफ ना देखो, प्यार हो जायेगा' या गाण्याची फर्माईश केली. मी टारझनसाठी 'आओ तुम्हे चाँद पे ले जाऊँ' हे गाणे म्हणायची.

कॅनरामध्ये प्रदीप किशोरकुमारची गाणी म्हणायचा. 'मैं शायर बदनाम' कस्टमर्सना

खूप आवडायचे. प्रदीपने मलाही खूप गाणी शिकवली. 'गंध फुलांचा गेला सांगून', सैलाब चित्रपटाचे 'हमको आज कल है इंतजार' ही गाणी मी कॅनरात प्रदीपमुळे गायला लागले. इथे 'इ बंधना...' हे कन्नड गीतही तुटकतुटक पण पहिल्यांदा गायला शिकले.

एकदा टारझनबरोबर राजेशभैय्या आले. मी त्यांना पाहून चपापले. खूप वर्षांनी मी त्यांना पाहिले होते. राजेशभैय्या पूर्वी ईश्वरआधार बारमध्ये काम करत असताना माझे कस्टमर होते. राजेशभैय्या लोकांच्या किडनी विकायचा धंदा करायचे. त्यांचा व माझा ईश्वरआधारमध्ये असताना बार पुरताच संबंध होता. मी जवळजवळ त्यांना विसरले होते. आता अनेक वर्षांनी राजेशभैय्या अचानक कॅनरामध्ये टारझनच्या-शेजारी बसले मी पाहिले. बार सुटायच्या वेळेपर्यंत टारझन व राजेशभैय्या थांबले होते. मी त्यांच्याजवळ गेले तेव्हा कुणा मुलीला पटवण्यावरून ते पैज लावत होते. मी दुर्लक्ष केले, कारण मला माहीत होते बारमध्ये सुंदर सुंदर सिंगर आणि वेट्रेसेस होत्या. त्यातलीच असेल एखादी. मला मनातून टारझन खूप आवडला होता. सहा फुटाहून उंच, भरदार छाती, सुळसुळीत केस. तो कपडेही खूप स्टाईलमध्ये घालायचा. जीन्स, टी-शर्ट. मला ही पैज माझ्यावर लावली जात होती याची कल्पनाही आली नव्हती.

भरपूर पैसे उडवित होता. टारझन जवळजवळ रोज येत होता. चार-पाच दिवसांनी त्याने वेटरकरवी विचारले. "तू काय करते?" मी मराठीत उत्तर पाठविले. "भाकऱ्या भाजते." त्याने त्या वेटरजवळ फोन नंबर लिहून पाठविला. काही दिवसांनी मी फोन केला. तो भेटण्यासाठी विनवण्या करू लागला. मी मनात म्हणत होते, एकतर 'हा नस्ता आगाऊ आहे'. पण मी त्याला भेटायचे कबूल केले. मला तो मनापासून आवडत होता. टारझनने मला महालक्ष्मी स्टेशनवर भेटायला बोलावले. मी येते सांगितले. कॅनरा हॉटेल, महालक्ष्मी आणि भायखळा स्टेशन दोन्ही बाजूने जवळ होते. मी भायखळा स्टेशनवरून सरळ हॉटेलला गेले. भेटायची वेळ साडेसहा ठरली होती. टारझन महालक्ष्मी स्टेशनवर वाट पाहून थकला. मी हॉटेलवर पोहोचले होते. थोड्यावेळाने टारझनही आला. रात्रीचे आठ वाजले होते.

टारझनने पुन्हा भेटण्यासाठी विनंती केली. यावेळी त्याला भायखळा स्टेशनवर यायला सांगितले. त्या दिवशी नेमका एक गायक मला अंबरनाथला भेटला. त्यामुळे गप्पा आणि चहामध्ये मला ट्रेन पकडायलाच उशीर झाला. पण भायखळ्याला उतरले तर मला टारझन दिसला. मी न पाहिल्यासारखे करत टॅक्सी पकडायला गेले तर हा मधेच येऊन उभा राहिला.

मग आम्ही दोघेही टॅक्सीत बसलो. मी म्हणाले, "कॅनराच्या जवळच एक हॉटेल आहे तिथे चहा पिऊ." हॉटेलमध्ये फॅमिलीरूममध्ये जाऊन बसलो. त्याने

"काय पिणार?" विचारले मी म्हणाले, "चहा किंवा कॉफी" तो म्हणाला, "ज्यूस पी." मी ज्यूस प्यायले. मी लगेचच त्याला म्हणाले, "मला दोन मुलगे आहेत. ते गावी असतात. 'टारझन म्हणाला, "मैं वाँटेड हूँ, मुझे हर दो महिने चार महिने भागना पडता है." मला वाँटेड शब्दाचा अर्थ कळला नाही. आम्ही काहीही मनोरंजक गप्पा मारल्या नाहीत. त्याच्याशी बोलताना मला लाज वाटत नव्हती, संकोच होत नव्हता. आम्ही तिथून निघालो. मला हॉटेलला पोहोचायला फक्त पंधरा ते वीस मिनिटे उशीर झाला.

त्याच काळात दिलीप घरी आला होता. टारझन मला दुपारी भेट म्हणत होता. मी त्याला स्पष्ट सांगितले की मला दुपारी वेळ नसतो. मी अनेकदा डेलाही काम करायचे. मात्र त्यावेळी मी करत नव्हते, पण मला टारझनला टाळायचे होते. इकडे टारझन रोज हॉटेलला येऊ लागला. पैसे उडवू लागला. बरोबरचे कलाकार मला चिडवू लागले. काहीजण म्हणायचे, "हं, बकरा कापला?" "कादरस पटवला?" मी प्रश्नार्थक चेहरा करायची मग शून्यात पाहात बसायची. कस्टमर्सला कादरस म्हणतात हे मला माहीत नव्हतं.

टारझन रोज मला भेटायला विनवत राहायचा. शेवटी एकदा त्याने मला दुपारी भेटायला बोलावले. आम्ही भेटलो. टॅक्सीतून खूप फिरलो शेवटी मला भूक लागली. टारझनने मला जेवायला नेले. आम्ही तिथून कॅनरात गेलो. रात्री टारझन मला म्हणाला की, मी तुला आज घरी सोडायला येतो. तो तिकीट आणायला गेला तोपर्यंत शेवटची ट्रेन सुटली आणि मी एकटी घरी आले.

घरी आले तर बाहेर टाळे होते. पण आत पाहते तर दिलीप झोपलेला होता. मला वाटले हा आताही माझा पिच्छा सोडणार नाही. मी घेतलेल्या नवीन प्लॉटवर मी घरासाठी फाऊंडेशन बांधायला घेतले होते. मग दिलीप त्याच्या घरून येताना माझ्यासाठी जेवणाचा डबा आणायचा. कामगारांवर लक्ष ठेवायच्या निमित्ताने तिथेच राहायचा. मी त्याला एकदा म्हणाले, "तुम्ही तुमच्या कुटुंबाला घेऊन इथेच येऊन राहा. मला एक छोटीशी खोली पुरेल. बाकी खोल्यांमध्ये तुम्ही राहा. मी महिन्याला पाच हजार जेवणाचे वगैरे देत जाईन." माझ्या मनात माझ्या पाखरांबरोबर राहण्याची आस होती. दिलीप मला सरळ शब्दांत म्हणाला, "अंबरनाथ खूप दूर आहे. माझा धंदापाणी अंधेरी, गोरेगावला. मला खूप लांब पडेल." मला राग येत होता. याची गरज असेल तेव्हा हा येणार, मग पुन्हा गायब होणार.

काही दिवस गेले. एकदा दिलीप आला. मला म्हणाला तुझा पासपोर्ट काढून देतो. मी त्याला तेराशे रुपये दिले. दिलीप ते पैसे घेऊन गेला. तो गेला तो गायब झाला. पंधरा दिवसांनी उगवला. तो आला व म्हणाला, "मी खूप आजारी होतो. त्यात ते तेराशे रुपये संपले." मला इतका राग आला मी शेजारच्या मुलाला म्हणाले,

“जा रे एक क्वार्टर आण.” त्याने दारू आणली. मी घरात दारू पित बसले.

त्या दिवशी दिलीप मला म्हणाला, “जेवून घे.” मी जेवणही भिरकावून दिले. संध्याकाळी कामावर निघाले तर दिलीप माझ्याबरोबर आला. ट्रेन दादरला आल्यावर मी त्याला म्हणाले, “तुम्ही उतरा.” तो म्हणाला, “तुझे काय काम आहे? तू नशेत आहेस. मी बरोबर येतो ना तुझ्या.” मी भांडू लागले. “आधी उतरता का नाही,” म्हणू लागले. तो उतरला. मी भायखळ्याला उतरले. प्लॅटफॉर्म नंबर चारच्या खांबाला टेकून रडरड रडले, एखाद्या बेवारशी कुत्र्यासारखी.

थोड्यावेळाने रडतरडत ब्रिजवरून पलीकडे गेले तर समोर टारझन उभा होता. आम्ही एकत्रच टॅक्सीत बसलो. टॅक्सी सुरू झाली तेव्हा मी बाहेर पाहिले तर दिलीप समोरच्या टेलिफोन बूथवर उभा होता. टारझनचे लक्ष नव्हते. असते तरी तो दिलीपला ओळखत नव्हता. त्या दिवशी रात्री मी घरी आले तर दिलीप पुन्हा घरी झोपलेला होता. त्याला त्या दिवशीही माझ्याबरोबर झोपायचे होते. मनात म्हणाले, ‘तू हद्द गाठलीस बाबा.’ सकाळी उठल्या उठल्या मी दिलीपला घराबाहेर काढले.

त्याच्या दुसऱ्या दिवशी रात्री टारझन घरी आला. तो भरपूर प्यायला होता. मला म्हणत होता. “माझ्याशी लग्न कर. मेरी बीवी बन. माझ्यावर बंधन घालणारे कोणी नाही.” तो उंबरठ्यातच उभा राहून माझ्याशी हुज्जत घालत राहिला. रात्री दोन वाजल्यापासून सकाळी साडेपाचपर्यंत तो हुज्जत घालत होता. सकाळच्या सहाच्या गाडीला तो निघून गेला. आमचे शेजारी सव्वासहाच्या सुमारास घरी आले. शेजारचे काका म्हणत होते, “कोण आला होता काल रात्री. तो म्हणतो ना लग्न कर. त्याला सांभाळणारं कोणी नाही तर कर ना. त्याला सांभाळ ना.” मी गप्प बसले. एका लग्नाची साडेसातीच संपत नव्हती अजून...

आता टारझन रोज हॉटेलमधून सुटले की ट्रेनने माझ्याबरोबर अंबरनाथला यायचा. रात्री मला सोडून लगेचच पहाटेच्या सव्वा तीनच्या ट्रेनने परत जायचा. त्याने माझ्या अंगाला हात लावला नाही. असे कित्येक दिवस चालले होते. टारझन हॉटेलमध्येही बसायचा आणि मला घरी सोडायलाही यायचा.

साधारण महिनाभर असेच चालले होते. मे महिना असावा. मी त्याला एक दिवस घरी थांबवून घेतले. त्या दिवशी माझे टारझनशी संबंध आले. माझ्या आयुष्यात प्रथमच कुणीतरी मला इतक्या प्रेमाने जवळ घेतले होते. मला आमच्या मिलनात जिव्हाळा जाणवत होता. आपुलकी जाणवत होती. आम्ही संपूर्ण दिवस एकत्र राहिलो. त्यानंतर तो गेला.

मी कामावर जात होते. तो दोन-तीन दिवस आला नाही. मी राजेशभैय्याला फोन केला. त्यानेही सांगितले की तो त्यांनाही भेटला नव्हता. हॉटेल सुटल्यावर राजेशभैय्याने त्यांच्या बाईकवरून मला आशियाना लॉजवर नेले. गवालिया टँकच्या

जवळ हे आशियाना लॉज होते. टारझन लॉजच्या रूमवर झोपून होता. तो आम्हाला पाहून आश्चर्यचकित झाला. मला म्हणाला, "तू इथे का आलीस?" राजेशभैय्या बाहेर गेल्यावर टारझन "तू त्याच्या मोटारसायकलवर बसून का आलीस?" म्हणत हुज्जत घालू लागला. मी "मला राहवले नाही" असं म्हणत उठले आणि निघाले. टारझनने माझ्या साडीचा पदर पकडला व म्हणाला, "कुठे जाशील?" मी म्हणाले. "बसेन स्टेशनवर, जाईन घरी." माझी शेवटची ट्रेन चुकली होती. राजेशभैय्याच्या सांगण्यावरून आशियाना लॉजमध्ये मला राहण्याची परवानगी मिळाली. तिथे स्त्रियांना राहू देत नसत.

काही दिवसांनी टारझन अंबरनाथला माझ्या घरीच राहायला आला. लॉजचे रोजचे भाडे भरावे लागत होते. त्यामुळे त्याला जास्त खर्च पडत होता. घरी येताना टारझन एक जोडी कपडे घेऊन आला होता. मी रात्री त्याचे कपडे धुवून ठेवायची. रात्री येताना हॉटेलमधून जेवण घेऊन यायची. तो मला स्टेशनवर, कधी हॉटेलला सोडायला, आणायला यायचा. आम्ही दोघेही खूप आनंदात होतो. प्रेम वाढत होते. मला हळूहळू त्याची वैयक्तिक माहितीही मिळत होती. टारझन मुसलमान होता. बारावी शिकला होता. त्याने मर्डर केले होते. पहिला मर्डर कसा केला, का केला हे त्याने एकदा सांगितले होते. टारझन मध्य प्रदेशचा होता. त्याचे आजोबा इंदौरच्या होळकरांच्या वाड्यात काम करायचे. त्याने प्रेमचंद वाचले होते. घरात गोदान सिनेमा पाहताना तो प्रेमचंदांची स्तुती करत ते सांगत होता.

टारझन पोलिसांपासून लपायला कामाठीपुराचा आसरा घेत असे. त्यात त्याचे तिथे काहीजणींशी संबंधही आले होते. कधी कधी टारझन मला जेलमधल्या आठवणी सांगायचा. एकदा म्हणाला, "तुला माया डोळस माहीत आहे? दाऊदचा शार्प शूटर होता. त्याला या पोलिसांनी एन्काउंटर म्हणत ठार मारले. त्याच्याबरोबर एकाच बरॅकमध्ये होतो." टारझन मग स्वयंपाकघरातले पातेले घेई व त्यावर वाजवत माया डोळसच्या आवडीची गाणी गायला सुरुवात करे. कधी 'मेरा दिल ये पुकारे आजा', तर कधी उजाला चित्रपटातले गाणे 'झुमता मौसम मस्त महिना, चांदसी गोरी एक हसीना, आँख मे काजल मूँह पे पसीना, या अल्ला या अल्ला दिल ले गया'. तो आणि माया डोळस जेलमध्ये ही गाणी एकत्र गायचे. टारझन तालासुरात गायचा, मोठ-मोठ्याने. त्याच्या आवाजाने शेजारीपाजारी यायचे. आक्का, वासू सर्वांनी मला त्याचे गाणे रेकॉर्ड करायला लावले.

टारझन इतर मुलींशी असलेल्या त्याच्या संबंधांबद्दल सर्व खरेखुरे सांगायचा. मला त्याबद्दल काहीही वाटत नसे. मला त्याच्या खरे बोलण्याची खूप मजा वाटायची. कधीकधी तो पूर्वी कसा इतरांशी वाईट वागायचा तेही प्रामाणिकपणे सांगायचा. त्याचे ते वागणे ऐकून कधी हसू यायचे कधी रागही यायचा. त्याचे

लहानपण गावात मध्यप्रदेशमध्ये गेले होते. तिथल्या होळीचे तो खूप रंगवून वर्णन करायचा. त्याला हिंदी सिनेमा बघायला आवडायचे. एक-दोन वेळा तर आम्ही अगदी फ्लॉप हिंदी पिक्चर बघायला गेलो होतो. अख्ख्या थिएटरमध्ये आम्ही दोघंच होतो. त्याला काळी पँट, काळे शर्ट घालायला आवडायचे. मी त्यामुळे बडबडायचे की हे काय काळे कपडे? तो हसून म्हणायचा, "अरे इससे पुलिसवालों को पता चलता है, मैं कौन हूँ।"

आम्ही दोघे घरात असलो म्हणजे चोवीस तास घराचे दरवाजे बंद ठेवायचो. शेजारच्या आक्का चिडवायच्या, "काय गं, चोवीस तास दरवाजा बंद, तुम्हाला कंटाळा नाही येत?" पण टारझन सोबत कंटाळा येऊच शकत नव्हता. आम्ही एकमेकांना मालिश करायचो. गप्पा मारायचो. मी स्वयंपाक करायला लागले की हा येऊन स्टोव्ह विझवायचा. म्हणायचा, "ओ डिअर, कम नियर." मी कामावर गेल्यावर टारझनला घरात बघण्यासाठी ब्लॅक अ‍ॅण्ड व्हाइट टीव्ही घेतला. जाताना मी त्याला क्वार्टरसाठी पैसे देऊन जायची.

एकदा पोलिसांनी टारझनला दोन दिवसांच्या मुदतीकरता बंद केले. साडेतीन हजार रुपयांवर सोडले. मुकेश म्हणून एकजण येऊन पैसे घेऊन गेला. टारझन परत आला तेव्हा त्याने मला ते साडेतीन हजार परत केले. टारझन आला तर आमच्या शेजाऱ्यांनी त्याला ओवाळले काय, त्याच्या कपाळावर कुंकू लावले काय, मला खूप आश्चर्य वाटले. माझ्यासमोर केवढा रुबाब करायचा, मी मुसलमान वगैरे वगैरे आणि आता ओवाळल्यावर अगदी वाकून काकूंच्या पाया पडला होता.

टारझन स्वभावाने खूप चांगला होता. सगळ्यांशी हसून खेळून राही. मला कामात मदत करी. दिवाळीत मी भाड्याच्या खोलीला रंग मारायला घेतला. टारझनने स्वत: सगळा रंग लावला. त्यावेळी आक्काच्या घरात जेवण करायला जायचो. टारझनचे जेवणाचे काहीएक चोचले नसायचे. आम्ही जेव्हा घर बांधायला घेतले तेव्हा मी नुसता डाळभात बनवायचे. टारझन तेही आनंदाने जेवायचा. मला तो माझ्या नावाने हाक मारायचा नाही. आम्ही खुंटवलीत राहायचो त्यामुळे तो मला 'ए खुंटवली' अशी हाक मारायचा.

अगदी सुरुवातीला मी आजारी पडले. माझ्या गुप्तांगाला जखम झाली. त्यानंतर फणफणून ताप आला. उलट्या सुरू झाल्या. मला टारझनने सांगितले की माझ्याशी संबंध ठेवायच्या आधी कामाठीपुरात जरीना नावाच्या मुलीशी त्याचे संबंध आले होते. मी डॉक्टरकडे गेले. त्यांनी मला अ‍ॅडमिट व्हायला सांगितले. टारझन पाच दिवस हॉस्पिटलमध्ये माझ्या उशापायथ्याशी बसून होता. रात्रीही झोपायचा नाही. सारखा शपथ घेई, "मी तुझ्याकडे आल्यापासून पुन्हा कधीही दुसऱ्या कुणाकडे गेलेलो नाही." मला त्याचा राग आला नाही. माझे प्रेम उलट वाढले

होते. टारझन सगळेच खरे सांगत होता हेच मला आवडत होते.

मी टारझनकडे पैसे मागायची. तो म्हणायचा, "पर्स पँट में है। तू ले ले उसमें से।" मी त्याला पँट आणून द्यायची. शेवटी तो म्हणाला, "उस पाकीट से तू तेरे हाथ से पैसे निकाल ले." पहिल्यांदाच मला हा विश्वास मिळाला होता. माझ्या लग्ना-नंतर मला दोन मुलं झाल्यावरही दिलीपने कधी त्याच्या पाकीटाला हात लावू दिला नाही. मला सक्त मनाई होती पाकिटाला हात लावायची.

टारझनने पावसाळ्यानंतर जेवणाच्या ऑर्डर्स घ्यायचे काम सुरू केले. लग्न, पार्टी, वाढदिवसाच्या ऑर्डर्स घ्यायचा. त्यामुळे त्याला घरी यायला जमायचे नाही. खुंटवलीतल्या अण्णा व अक्का या रेड्डी पती-पत्नींचा मुलगा वासू टारझनबरोबर मदतीला जायचा. टारझनला चार-पाच दिवस घरी येता आले नाही की मग तो वासूला माझी चौकशी करायला पाठवायचा. कधी कधी तो स्वत: थोडावेळ येऊन जायचा. एकदा असेच तो येऊन गेला आणि त्यानंतर वासूजवळ त्याने माझ्यासाठी पर्स आणि मच्छरदाणी पाठवून दिली. माझी पर्स तुटल्याचे आणि घरात खूप मच्छर असल्याचे त्याच्या लक्षात आले होते. टारझन कमवायला लागला आणि त्याचे राहणीमान सुधारले. जोपर्यंत तो घरात होता तोवर दोन कपड्यांवरच राहायचा. टारझन लाजाळू होता. मी मात्र अजिबात लाजायची नाही. मी खूप आनंदात असायची. आनंदात, सुखात न्हाऊन निघत होते ना. आमच्यामध्ये प्रेम वाढतच होते.

दिवाळीच्या आधी मला नवीन घड्याळ हवे होते. माझ्याकडे घड्याळ नव्हते. हातावर घड्याळ असले म्हणजे मला रात्री वेळेवर निघता येई, नाहीतर शेवटची लोकल चुकली म्हणजे माझी खूप पंचाईत होत असे. मी टारझनला घड्याळाबद्दल सांगितले. तो म्हणाला की मी घेऊन देतो. त्याचा केटरिंगचा सिझन चालू होता. त्याला संध्याकाळी येता आले नाही. मी रात्री दारू पिऊन नशेत भायखळा स्टेशनवर बसले. टारझन आला. माझी अवस्था पाहिली. मला म्हणाला, "तुला घड्याळ पाहिजे. थोडा सबर नाही का?" आणि खाडकन मुस्काटात मारली. माझा हात धरून मला खेचत टॅक्सीत कोंबले. मला घेऊन ड्रीमलँड लॉजवर नेले. मग रूमवर दार बंद करून दोन मुस्काटात ठेवून दिल्या. माझी शुद्धच हरपली. मी म्हणाले, "मी घेत होते तर तुम्ही म्हणालात मी घेऊन देतो. मला सोडा. मला घरी जायचेय." टारझनने मला जवळ ओढले. समजावले. जेवण ऑर्डर केले. मला जेवू घातले. त्याला खूप वाईट वाटत होते. सकाळी उठून तो मला घड्याळ घ्यायला घेऊन गेला. मी स्वस्तातले घड्याळ निवडले तर म्हणाला, "अच्छी चीज लेनी चाहिये। देख रात को तू नहीं पिती और हमे लॉज में नहीं रहना पडता, तो वही पैसे काम आते थे।"

त्याच्या दुसऱ्या-तिसऱ्या दिवशी त्याला कामानिमित्त राहावे लागले. तो

दिवसा, रात्री मला भेटू शकला नाही. मी हैराण झाले होते. सारखी वाट पाहात होते. तो चौथ्या दिवशी घरी आला. त्याला मी काय झाले म्हणून विचारले तर म्हणाला, ''मैं रातभर सो नहीं पाया। तू मेरे सपने में आती थी। तू आती थी मगर कोई तुझे मुझसे हाथ छुडाकर ले जाता था।'' मी विचारले, ''कौन था?'' तर आवेगाने म्हणाला, ''वहाँ अंधेरा था।'' आणि त्याने मला जोरात मिठी मारली.

दिवाळीसाठी टारझनने मला सातशे रुपयांची साडी घेतली. स्वत:ला फक्त चारशे रुपयांत पँट शर्ट घेतले. दिवाळीचा पहिलाच दिवस होता. आम्ही घरात फराळाचे काहीच बनवले नव्हते. मी धनतेरसची सगळी रात्र जागून काढली. मला वाटले टारझन येईल. तो सकाळीही आला नाही.

मी तडक सकाळी नऊला घराबाहेर पडले. त्याच्या मित्रांना गाठले. त्यांनी सांगितले, ''दादरला बसला असेल क्लबमध्ये.'' टारझनला जुगाराचे व्यसन आहे हे मला माहीत नव्हते. मी सरळ दादरचा तो क्लब गाठला. बाहेरच एका माणसाने अडवले. मी त्याला टारझनबद्दल विचारले, तो म्हणाला ''हो, आहे ना.'' त्याने आत निरोप दिला, ''तुमची बायको आली आहे.'' तर टारझनने निरोप पाठवला, ''वीस पंचवीस मिनिट थांब. मी आलो.'' मला इतका राग आला. थांबणे माझ्या अगदी जीवावर आले. मी तिथून निघाले. दादरच्या ब्रीजवर टारझन माझ्यामागे धावतपळत आला. मला थांबवू लागला. मी ऐकायला तयार नव्हते. एकतर सणाचा पहिला दिवस होता. त्यात ह्याचे हे वागणे. मी निघाले तर टारझनने माझा पदरच धरला. मी तरीही घरी निघून आले.

संध्याकाळी मी हॉटेलमध्ये गेले तर टारझन हॉटेलमध्येच बसलेला. त्याने दिलेली साडी नेसून मी गेले होते, फिक्या जांभळ्या रंगाची. टारझन सारखा चिठ्ठ्या पाठवू लागला. एकावर सॉरी, एकावर तू नीघ, एकावर सिनेमाला जाऊ, फिरायला जाऊ. मी सगळ्या चिठ्ठ्या धुडकावून लावल्या. तो रागाने हॉटेलबाहेर गेला. बाहेरून काउंटरवर फोन करू लागला. फोनवर एकच 'तू नीघ'. मी काहीच बोलत नव्हते. नुसती ऐकायची. रात्री तो पिऊन टाइट होऊन स्टेशनवर भेटला. त्याचा हात रक्ताने भरला होता. दारूची बाटली खिशातच फुटली आणि ती काढताना त्याचा हातच फाटला होता. तो मला सारखे सांगत होता, ''तेरे अरमान मैं समझता हूँ, पर मेरे भी कुछ अरमान है।''

टारझनने कधीही मला तुच्छतेने वागवले नाही, संशय घेतला नाही, भांडणं, तमाशे केले नाहीत. दीड वर्षं तो माझ्या सोबत राहिला, पण त्याने मला छळले नाही. दिला तो फक्त आनंद. कधीकधी थोडी कुरबूर होई पण ते वाद लगेच मिटत. पण मलाच काहीतरी होई. मी काहीबाही बोलले की म्हणे की मला तुझे विचार पटत नाहीत. आमच्या शेजारी पद्मजा नावाची छोटी पाच वर्षांची मुलगी राहत असे.

ती टारझन असताना सारखी घरात येत असे. टारझनने अंबरनाथच्या स्टुडिओत नेऊन तिचे फोटो काढले. ते स्टुडिओवाल्यांनीही शोकेसमध्ये लावले होते. त्या फोटो-वरून मी टारझनशी भांडले. तो म्हणत होता, "अरे वो बच्ची है। तू उसके उपर शक करती है?" मला माझे लहानपण आठवत होते. मला वाटत होते की मलाही पाचव्या वर्षात सेक्सबद्दल ठाऊक होते, तसेच पद्मजाचे आहे. मी आमच्या शेजारच्या सोळा-सतरा वर्षांच्या मुलीवर संशय घेतला नाही पण पद्मजावर माझा संशय होता. तिचे टारझनकडे पाहाणे, लाजणे पाहून मला संशय येत होता किंवा माझा भूतकाळ मला छळत होता की काय हे मला माहीत नाही. पण माझ्या त्या संशयामुळे टारझनने घर सोडले.

त्या भांडणानंतर तो हॉटेलवर आला नाही. रात्री भायखळ्याला स्टेशनवर भेटला. मी त्याला विनवले की घरी चल. त्याच्या शर्टाची बाही पकडली तर त्याने माझे हात झिडकारले म्हणाला, "मेरा शर्ट मत पकड. ऐसे वो लड़कियाँ पकडती है। फोरास रोडवाली।" मी त्याला खूप सांगायचा प्रयत्न केला की काही मुलींना लहान वयात हे सगळं कळतं पण तो अजिबात ऐकायला तयार झाला नाही. मी त्याचे मन वळवले. माझे म्हणणे सोडून दिले. त्याला घरी घेऊन आले. टारझननेही तिचे ते फोटो घरी आणले नाहीत.

-२३-

त्या वर्षीचा ३१ डिसेंबर कॅनरात झाला आणि आमचा बँड काढण्यात आला. तिथे डान्स सुरू झाला. ज्या दिवशी बँड काढून टाकण्यात आला त्या दिवशी सुधाभाईंनी आम्ही त्यांच्याकडे रोजचे पन्नास, शंभर असे जमा केलेले पैसेही आम्हाला वाटून टाकले. ते म्हणाले की ते आता हॉटेल टारझनमध्ये बँड लावणार आहेत पण तिथे तेव्हा ईसाकभाईंचा बँड होता हे मला माहीत होते. त्यांचे कॉन्ट्रॅक्ट संपल्यावर मग मॅनेजमेंट बदलणार व त्यानंतर नवा बँड लावायचा की नाही व कोणाचा बँड लावायचा याचा निर्णय होणार होता. तोपर्यंत घरी बसून मला चालणार नव्हते.

मी हॉटेल सदानंदला गेले. या वेळी तेथे राजूचा बँड. राजू मला धड गाऊही द्यायचा नाही. तो स्वत: दोन कुठलीशी गाणी गायचा. चांगली गायचा पण एक नंबर छिछोरेपणा, तो त्याच्या चालण्यातूनही जाणवे. सदानंदला लागल्यानंतर चार दिवसांनीच मला गुडघ्याला लागले होते. मी तरीही हॉटेलवर गेले. पण मग पाय खूपच दुखू लागला म्हणून तीन-चार दिवस जाऊ शकले नाही. पाचव्या दिवशी राजूने सांगितले, “माझ्याकडे खूप गायिका आहेत.”

मी पुन्हा बँडलीडर सुधाभाईंकडे गेले, त्यांनी मला सी प्रिन्सला ठेवले. तिथला सेठ कुणाचेही फोन केबिनमध्ये बसून आतल्या फोनवरून ऐकत असायचा. मला खूप राग यायचा. याच सेठने हॉटेल टारझन चालवायला घेतले होते. मला एका कमल नावाच्या गायकाने सांगितले की टारझनमध्ये ईसाकभाईंचा बँड होता. मला हॉटेल टारझनमध्ये काम करण्याची खूप इच्छा होती. मी हॉटेल टारझनला काम सुरू केले. इथे टिप्सचे ॲव्हरेज चांगले नव्हते. त्यात कमलने मला सांगितले की दिलखुशला गायिका हवी आहे. मी विचारले, “ॲव्हरेज काय आहे” तर तो म्हणाला, “पन्नास-साठ रुपये टिप्सचे होतात. तू जाऊन तर बघ.” मी दिलखुशला गेले. तिथे प्रवीणचा बँड होता. हा प्रवीण माझ्याबरोबर टीप्सीत होता.

दिलखुशला ऑर्केस्ट्रा होता पण हे हॉटेलही आता पिकअप पॉईंट झाले होते. इथे कस्टमर्सना दीडशे रुपये एंट्री फी होती. काही ठिकाणी मुली येतात. ज्यांना

कस्टमरबरोबर नाचून किंवा एकटे नाचून कमवायचे असते त्यांना तसे कमवता येते. ज्यांना कस्टमरबरोबर लॉजवर जायचे असेल त्यांना कस्टमरबरोबर जाता येते. याला पिक-अप पॉईंट म्हणतात. मला या हॉटेलमध्ये दोनशे रुपये पगार होता व वरती टिप्स ठेवण्यात आल्या होत्या. या हॉटेलमध्ये अरबी कस्टमर्स खूप यायचे. बलुची, ओमानी, सिंगापूर, मलेशियातले टुरिस्ट यायचे. त्यांची नावे कळायचीही नाहीत, पण ते गाणी खूप मन लावून ऐकायचे.

इथे पिक-अप-पॉईंट असला तरी मला बरे वाटू लागले. कारण एकतर मला दर काही दिवसांनी इथे तिथे फिरायचा कंटाळा आला होता. इथला बँड फिक्स होता. आणि इथले सर्वेसर्वा शब्बीरभाई माझ्यावर खूश असत. ते मला दोन पेग पाठवत व म्हणत, ''वैशाली मॅडम धमाल उडवा, सगळे आनंदित होऊ द्या.'' दिलखुशमध्ये स्लो गाणी खूप कमी गायली जायची. सतत नॉन स्टॉप गाण्यांची डिमांड, रात्री दहा वाजून गेले की छान माहौल तयार व्हायचा. काम संपले की प्रचंड भूक लागायची.

दिलखुशमध्ये सुरुवातीला ढोलकीवरची नॉनस्टॉप गाणी मी गाऊ लागले. कधीकधी सर्व गायक कलाकार हॉटेलच्या आतल्या खोलीत जाऊन दारू प्यायला लागले आणि बाहेर हॉलमध्ये अचानक कस्टमर आले की धावपळ व्हायची. एकही सिंगर स्टेजवर नसला तरी मी बेधडक माईक हातात घेऊन पुरुष सिंगर्सची गाणी गायची. वातावरण ताजेतवाने करण्यासाठी राहुलदेव बर्मनच्या गाण्यांचा फार उपयोग व्हायचा. त्यामुळे त्या वेळेची गरज म्हणून मी आर. डी. बर्मनची गाणी गायला लागले. आणि मग सगळी जबाबदारी माझ्यावर पडली. कधी कधी तर मी पाच ते सहा तास सतत गायची. उभ्या उभ्या जेवण मागवून जेवायची, उभ्यानेच पाणी प्यायची.

आमची ड्युटी संध्याकाळी ७.३०ला सुरू व्हायची पण ड्युटी संपायची वेळ ठरलेली नसायची. कायद्याप्रमाणे दीड वाजता बंद होणारे बार पहाटे पाच-साडेपाच-पर्यंत सुरू राहायचे. 'रेड्स' वाढल्या तरच बार वेळेवर बंद व्हायचे. एरवी पहाटे-पर्यंत हॉटेल सुरू असायचे. जेवणाचे खूप हाल व्हायचे. कधी कधी तर मी एक घास खायची मग अंतरा उचलायची पण गाणे सुरूच ठेवायची. त्यातून एक प्रकारची गाणीच गायला लागायची. फर्माईश स्लोची असेल तर स्लो, फास्टची असेल तर फास्ट, पण गाणी नॉनस्टॉप गायला लागायची. मग भूक सणकून लागायची, पण खायला वेळच मिळायचा नाही. थोड्या वेळाने भूक मरून जायची.

या काळात माझी परिस्थिती अशी होती की मी फक्त झोपण्यापुरती घरात असायची. जेवणही बाहेरच व्हायचे. नवीन गाणीही मी ट्रेनच्या प्रवासात वॉकमनवर ऐकत असे. आवडती गाणी घरी शांतपणे ऐकायलाही वेळ मिळायचा नाही.

हॉटेलमध्ये कस्टमर्स आले की तासन्‌तास गायचे. तेही फास्ट. डिस्कोमध्ये हा खरंच एक मोठा त्रास आहे. सारखे आपले 'फास्ट गाणी गा', 'फास्ट गाणी गा' नॉनस्टॉप रिमिक्स, पंजाबी, गुजराथी, इंग्लिश, बंगाली गीते, लावण्या, गरबागीते गायची. देशभरातली गीते नॉनस्टॉप गायची, भुकेने जीव कासावीस व्हायचा. शेवटी अन्नच गोड लागायचे नाही. असे वाटायचे कधी घरी जाऊन झोपून जाऊ एकदाचे.

दिलखुशला असताना टारझन आला होता. या दरम्यान कधी कधी माझे त्याच्याशी भांडण होई, पण मी त्याला विनवण्या करून परत घरी आणत असे. टारझन आला, हॉटेलमध्ये बसला तर एक मुलगी सारखी त्याच्या पायाला पाय लावून खुणवू लागली. टारझनने माझ्याकडे बोट दाखवून सांगितले, ''वो मेरी बीवी है।'' टारझन त्या दिवशीही हॉटेलची एंट्री फी भरून आला होता व बीअरचे पैसेही भरून गेला. दुसऱ्या वेळी ३१ डिसेंबरला आला त्यावेळीही चारशे रुपये एन्ट्री फी देऊन आला कारण ३१ डिसेंबरला एंट्री फी सर्वच ठिकाणी जास्त असायची. बीअरचे बिल देऊन झाल्यावर आम्ही एकत्रच गेलो.

दुसऱ्या दिवशी शब्बीरभाईंनी विचारले, ''वो कल तेरे साथ कौन था?'' मी सांगितले की माझा नवरा होता. शब्बीरभाईंनी त्याचे एंट्रीचे व बिलाचे पैसे असे सातशे तीस रुपये परत केले. मी ते टारझनला दिले तर त्याने मला सांगितले ''तू रख ले।'' मी त्या पैशातून मुहूर्तमणी आणि सोन्याचे पान घेतले आणि तेच गळ्यात घातले. नंतर लगेचच घर बांधताना ते गहाण ठेवावे लागले. चारशे पन्नास रुपयांत ते सोडवता आलेच नाही. पण दिलखुशमध्ये सगळे त्या प्रसंगानंतर टारझनची आठवण काढीत.

इकडे घरी शेजारचे सगळे ''घर बांधा आता'' म्हणायचे. शेजारच्या लाडके वहिनीही मागे लागल्या. ''अगं, फाऊंडेशन तयार होऊन पडलं आहे. आता तरी घर बांधायला घे.'' टारझनचे केटरिंग कॉन्ट्रॅक्टरचे काम चांगले चालले होते, पण ते सीझनलाच असे. तो घाटकोपरला भटवाडीतूनच त्याचा व्यवसाय सांभाळे. त्याचा पार्टनर मुकेश म्हणून होता. इतरही मित्र त्यात त्याची मदत करायचे. आमच्या शेजारचा वासूही त्याच्याकडे काम करायला लागला होता. त्यामुळे टारझनशी निरोप देणे-घेणे सोपे व्हायचे आणि त्याच्या कामाच्या ठिकाणी फोनही करता यायचा. माझा संपर्क हॉटेलच्या फोनवर होऊ शकायचा. अंबरनाथमध्ये आम्ही भाड्याच्या घरात राहात होतो. हे घर कारव्यांचे (कारवी झाडाच्या खोडांचे) होते. खुंटवलीच्या वस्तीमध्ये लोकं वाढत होती. नवे नवे लोकही राहायला येत होते. माझ्या घराचे फाऊंडेशन पडून होते. जमलेल्या पैशातून फाऊंडेशन टाकले. पण मी घर बांधायला पैसे जमवित होते, मुलांना गावी नियमित पैसे पाठवित असे.

खुंटवलीमध्ये टारझनला आजूबाजूची मुलं अंकल म्हणायची. आमच्या घरी टीव्ही होता. त्यामुळे मुले आमच्या घरी यायची. त्यामुळे सगळ्यांशी आमचे संबंध चांगले होते. पण एक दिवस लाडके भाऊंनी माझ्या हातून मार खाल्ला. मला त्यांनी कमरेत हात घालून विचारले, ''सिनेमाला येशील का?'' त्यावेळी टारझनही घाटकोपरलाच होता. मी चांगलेच मारले, वर लाडके वहिनींनीही चांगले फटके दिले.

कधी कधी काही कस्टमर्स जे डोंबिवली, बदलापूर साईडचे असायचे ते घरीही येऊन बसून जायचे तासभर. कधी टारझनचे मित्र यायचे. सगळे मला भाभी म्हणायचे. टारझनने त्यांना सांगितले होते, ''मैंने शादी कर ली।'' आमच्या शेजाऱ्यांनी त्या काळात माझ्याविरुद्ध पोलीसचौकीत दोनदा तक्रार केली की, यांच्या घरी कुणीकुणी येतात. मी पोलीस चौकीत गेले तर मला ते विचारू लागले की ''तुमच्या घरी कोण पुरुष येतात का?'' मी म्हणाले ''हो, येतात.'' एकावर माझे प्रेम आहे आणि दुसरे माझे मित्र आहेत.'' पोलिसांनी त्यापुढे काहीच विचारले नाही. मी कुणाची तक्रार आहे विचारले तर त्यांनी लाडकेंची असे सांगितले.

माझ्या शेजारचा राजू लाडके नाना उपद्व्याप करी. एकदा त्याने कारवीतली माती काढून कारवी मोडून ठेवली होती. माझ्या आणि टारझनच्या कामक्रीडा पाहण्यासाठी. एक दिवस आम्ही प्रेम करत असताना ती निघाली, नुसती निघाली नाही तर टारझनच्या डोळ्याला लागली. टारझन त्या राजूला मारायलाच धावला.

एकदा गणेश नावाचा मुलगा आमच्या मोरीत लपून बसला. टारझन नेहमीप्रमाणे अंगणात चकणा आणि दारू घेऊन बसला होता. मी मोरीत लघवीला गेले. गणेश अचानक माझ्यासमोर आला आणि ब्लेड दाखवत म्हणाला, ''गप्प बस, नाहीतर ठार मारीन.'' मी किंचाळले. टारझन धावत आला आणि त्याची चांगली धुलाई करून पोलीस चौकीत दिले. अटक झाल्यावर तो म्हणाला की मी राजूच्या सांगण्यावरून आलो होतो.

टारझन कधी भांडायचा पण त्यावेळीही मला त्याच्यातला एखादा नवाच गुण कळायचा. होळीच्या आदल्या दिवशी तो मला म्हणाला, ''उद्या पहिला रंग मी लावणार.'' दिलखुशमध्ये मी जिथे बसायचे त्याच्या वरच्या बाजूला कस्टमर्स बसायचे. एकाने बीअरमध्ये रंग टाकला व ती बाटली हलवली. माझ्यावर ही बीअर उडाली. काऊंटरवरून निघताना संजूने रंग टाकला. मी तो पुसला आणि बाहेर पडले. पण गालावर मानेवर रंग लागलेलाच होता. घाटकोपरला टारझन गाडीत चढला. तो पिऊन आला होता. त्याला तो रंग पाहून खूप राग आला, ''तेरे को रंग कैसे लग गया। तू क्यों खेली?'' मी त्याला परिस्थिती समजावून सांगत होते, की मी खेळले नाही रंग, मी जाणूनबुजून काही केलेले नाही वगैरे. मग तो म्हणाला,

"मुझे देख" खरंच त्याने पांढरा शर्ट पँट घातले होते पण एकही डाग नव्हता. मी समजावून थकले. शेवटी रंगपंचमीच्या दिवशी दिवसभर दरवाजा बंद ठेवून काढला. आजू-बाजूचे पन्नासवेळा दरवाजा वाजवून गेले. संध्याकाळी चार वाजता दरवाजा उघडला. मग जेवलो.

होळीच्यानंतर माझ्या मनाची कुतरओढ होऊ लागली. माझे नसबंदीचे ऑपरेशन झाले होते. टारझनचे तर लग्न झालेले नव्हते. मला घरात मुले हवी वाटत होती. मी टारझनला विचारले, "मी मुलांना घेऊन येऊ का?" गावावरून सारखे सांगत होते की तुझी मुले राहात नाहीत, त्यांना घेऊन जा. टारझनने खूप आनंदाने सांगितले, "मुलांना आणूया." मग काय मी पंख घेऊन भरारी मारून गावी निघाले. टारझन मला सोडायला आला. निघताना म्हणाला लवकर परत ये. मुलांना घेऊन आले. मुलं आल्यावर टारझनने घरी येताना खाऊ घेऊन यायला सुरुवात केली. कधी मिठाई आणायचा, कधी काय कधी काय. मी मुलांना समजावले "जे घरी राहातात त्यांना पप्पा म्हणायचे." माझी मुले समजूतदार होती. मोठ्याला थोडे न पटल्यासारखे झाले. पण नंतर तोही टारझनला पप्पा म्हणू लागला.

-२४-

जून महिना आला. मुलांची नावे शाळेत घातली. मुलं शाळेत जाऊ लागली. टारझनचे व माझे शरीर संबंधातले प्रेम कमी झाले नसले तरी आम्ही मुलांसमोर शांत राहायचो. टारझन मुलांचा अभ्यास घ्यायचा. एकदा आमचे वादविवाद झाले. मी जेवण बनविले नाही. तर टारझनने मुलांना उपाशी झोपू दिले नाही. मी रात्री कामावरून आले तर छानपैकी डाळ-भात तयार होता. लेकरं जेवून झोपी गेलेली.

मी खोली बांधायला घेतली. आयुष्यात पहिल्यांदा हे बांधकाम वगैरे काय असते ते कळायला लागले होते. त्यात दर आठ-दहा दिवसांनी पोलीस येऊ लागले. एकदा त्यांनी एका मुलाला आणले होते. त्याला गाडीतच बसवून ठेवले होते. नंतर कळले की पोलिसांनी मारून-मारून त्याच्या पायाच्या नसा तोडल्या होत्या. घाटकोपर का मुंब्राला कुठेतरी लॅट्रिनमध्ये फ्लशच्या टाकीत पिस्तुल सापडले होते.

इकडे मी घर बांधायला सुरुवात केली. लाडके वहिनींच्या सांगण्यावरून एका कडियाला काम दिले. त्याने पिलर वाकडे बांधले त्यामुळे तोडावे लागले. मला लाडके वहिनींचा खूप राग आला होता. या लोकांना वाटते बारवालीकडे भरपूर पैसा असतो. वर आमच्या टारझनसाहेबांचा रुबाब. मग काय विचारता? पण परिस्थिती मलाच माहीत होती. मी खरेतर कारव्यांचेच घर बांधणार होते. सहाशे रुपयांची कारवी विकतही घेतली होती. पण जागा मालक म्हणाले, ‘‘विटांचे घर बांधून टाक.’’ मग विटांचे घर बांधायचा निर्णय घेतला.

पैशांची जमवाजमव करताना जीव मेटाकुटीला आला. एकेका गोष्टीसाठी अडचणी यायच्या. टारझन होता होईल तेवढी मदत करायचा. माझे हॉटेल व्ही.टी.ला होते. प्रवासाने आणि इथे या बांधकामाने थकायला व्हायचे पण कामावर जायची. त्यामुळे रोजच्या रोज मजुरांना मजुरी देता येत होती. बरेचदा टारझन नसायचा. त्यामुळे आजूबाजूंच्यासकट सगळे शेंड्या लावायचे. लुटायचे तर लुटायचे वर ‘‘अहो, तुम्हाला काय कमी आहे?’’ असा टोमणा हाणायचे. शेवटी मला मारवाड्याचे कर्ज काढावे लागले. त्यात पुन्हा घरात कोबा, लाईटचे कनेक्शन

यासाठी खर्च आला होता.

एकदा अशीच मी घरी पोहोचले आणि पोलिसांची गाडी आली. सतरा-अठरा जण पोलीस आले होते. टारझन घरात नव्हता. दुसऱ्या दिवशी सकाळी मुकेश आला. मी त्याला सांगितले, ''टारझनला सांग, इथे पुन्हा पोलीस आले होते.'' तो म्हणाला, ''मला संशय होताच. मी काल रात्री त्याला बसमध्ये झोपवून आलो.'' मी दुपारी कपडे घेऊन ड्रीमलँडला गेले. तेव्हा कळले की पोलीस सकाळीच त्याला घाटकोपरला येऊन घेऊन गेले. त्यानंतर पाच-सहा दिवसांनी टारझनचा निरोप आला, ड्रीमलँडला भेट. मी गेले तर त्याने माझ्यासाठी मॅक्सी, चप्पल आणली होती. जेवायला तंदुरी चिकन मागवले. स्वत: हाताने अख्खे चिकन भरवले.

टारझन इतका त्रस्त असला तरी पंधरा दिवसातून एकदा तरी यायचा. आला की हजार रुपये तरी देऊन जायचा. टारझन घरी आला त्यावेळी सतत पाय व बोटांची हालचाल चालू असायची. मी त्याला ''काय होतंय?'' विचारले तर म्हणाला पोलिसांची देणगी! त्याने पोलिसांनी केलेल्या मारहाणीची भयंकर वर्णने सांगितली. ते सांगताना तो सारखा त्याचे खांद्यापर्यंतचे केस मान हलवून मागे झटकायचा. कदाचित त्याला जेलची आठवण येत असावी. त्याच्या पायाच्या दुखण्यापायी तो रात्र रात्र झोपत नसे. मी त्याचे पाय गरम पाण्याने शेकायची. कामावरून आल्यावरही पाणी तापवून त्यात त्याचे पाय सोडायची. पाणी कमी असले तर तेच पाणी मगातून ढोपरापर्यंत सोडून पाय शेकवत राहायची.

एकदा मुकेश आला. टारझन त्याला स्वत:चा मुलगा मानत होता. त्याचे एका मुलीवर प्रेम होते. ती मुलगी कामाठीपुऱ्यातली होती. ती कामाठीपुऱ्यातून एका मुलीबरोबर पळून घाटकोपरला मुकेशकडे आली. तिच्याबरोबरची मुलगी स्वत:च्या गावी निघून गेली. मुकेश मला विचारत होता की त्या मुलीला ''मी इथे आणू का?'' मी विचारले, ''तू तिच्याशी लग्न करणार आहेस का?'' तो ''हो'' म्हणाला. मग काय, आणले तिला घरी. आमच्या खुंटवलीत एकच गहजब झाला. कोण नवीन पाखरू आलंय. त्यांना फार सोस.

त्या मुलीचे नाव अमृता होते. ती नेपाळी होती. नेपाळमधल्या छोट्याशा खेड्यात राहायची. बापाने दुसरे लग्न केले. तो हिला व आईला, भावंडांना सांभाळायचा नाही. अमृता खूप सुंदर होती. तिला एका दलालाने मुंबईत चित्रपटात काम देतो सांगून आणले व एका दलाल स्त्रीला विकले. अमृताला कामाठीपुऱ्यात धंद्यावर बसवले गेले. इथे स्त्रियांचे काय हाल होतात ते माहीतच आहे. तेच अमृताचे झाले. अमृताने दोनदा पळून जाण्याचा अयशस्वी प्रयत्न केला. तिसऱ्यांदा ती यशस्वी झाली. अमृता पळून आली आमच्या घरी. मुकेश व ती जवळजवळ दीड महिना आमच्या घरात राहायचे. मुलं, आम्ही दोघे व ती दोघे. खोली दहा बाय

दहा. मग मी व टारझन बाहेर रेतीवर जाऊन झोपायचो. टारझनने कधीही तक्रार केली नाही. तो व मुकेश भागीदारीत केटरिंगचा धंदा करीत. पैसे आल्यावर प्रथम टारझनने मुकेशला भाड्याची खोली घेऊन दिली.

त्यात माझी परिस्थिती खालावली होती. मी घर बांधायला घेतले होते. त्याही कामात खूप व्यत्यय यायचा. एकदा मोठ्या मुलाच्या बबलूच्या हातून एक रुपया हरवला तर तो घाबरून लपून बसला. त्याला शोधायला मी सगळे अंबरनाथ उलथेपालथे घातले. टारझन शांतपणे म्हणाला, "भूक लागल्यावर येईल परत." झालेही तसेच पण माझे हृदय फार धडधडायचे.

त्यानंतर तीन-चार वेळा पुन्हा पोलीस आले. टारझन नेमका त्यावेळी घरात नसायचा. मी रात्ररात्र जागत बसायची. पोलिसांनी टारझनचा पिच्छा सोडला नव्हता. तो कधी कधी म्हणायचा, "अब पुलिस की मार से तंग आ गया हूँ। अब बरदाश्त नहीं होता।"

माझी खोली बांधल्यावर आम्ही तिथे राहायला लागलो. टारझन एकदा खोली बघायला आला. नंतर अनेक दिवस आला नाही. त्यानंतर एक दिवस आला. त्याला खूप अशक्तपणा आला होता, पण वागण्यात अजूनही गोडवा होता. इंग्लिश गाण्यांची कॅसेट लावून त्याही अवस्थेत तो माझ्याबरोबर नाचला. सारखा म्हणे, "तू जीन्स आणि टॉप घालून माझ्याबरोबर वाडीत ये. नव्याने बांधलेल्या घरावरही खूप खूश असायचा. त्याला वाटायचे इथे चांगले फर्निचर करू, घर सजवू. मी शेजारी जाऊन गप्पा मारत बसले की बबलूला बोलवायला पाठवायचा, आल्यावर रागाने म्हणायचा, "तेरे को कुछ नहीं लगता की मैं घरपर अकेला हूँ?"

टारझनच्या छोट्या भावाचे लग्न ठरले. तो लग्नाला गेला. त्याने वडिलांचे घर सोडल्यावर तो सतरा वर्षांनी गावी गेला होता. तो आईचा लाडका मुलगा होता. टारझन ज्यादिवशी गावी जाणार होता त्याच दिवशी कर्जाचा हप्ता मागायला मारवाडी दारात आला होता. टारझनला खूप वाईट वाटले. त्याने मुकेशला सांगून ठेवले की बिलाचे पैसे आले की पहिले हिला आणून दे. मुकेशने मला घाटकोपरला गाडीवर येऊन पैसे दिले. टारझन पंधरा दिवसांकरता गावाला गेला होता पण पाचच दिवसांत परत आला. आल्यावर खूप रडला.

मारवाड्याच्या कर्जाचे हप्ते आणि बारीकसारीक कर्ज द्यायचे बाकी होते. मी पहिल्यांदा पैशासाठी कस्टमरबरोबर गेले. दामजी नावाचा एकजण दिलखुशचा रेग्युलर कस्टमर होता. तो कागद व्यापारी होता. दामजी मारवाडी होता. बारमध्ये पैसे देताना खूप छळ करायचा. नोटा फिरवून फिरवून काय द्यायचा, कधी नोट वर वर न्यायचा आणि आम्ही ती घ्यायला उडी मारायचो. असे आपण कुत्र्यांना बिस्कीट

खायला घालताना करतो ना तसे. हा दामजी खूप दिवस माझ्या मागे मागे होता. मला म्हणाला, "तू मागशील तेवढे देतो. मग तर येशील?" मी म्हणाले "पाच हजार." मला कर्ज फेडायला तेवढे तरी हवेच होते. तर ×××ने साडेतीन हजार दिले. वर चित्रविचित्र प्रकार करवून घेतले. त्या दिवशी मी रात्रभर दामजीबरोबर लॉजवर होते. घरी आल्यावर टारझनने विचारले, "तू रातभर कहाँ थी?" मी म्हणाले, "मी धावत येत होते, गाडी सुटली."

पोलिसांचे येणे वाढले. टारझन काहीतरी कुरापत काढून माझ्यापासून दूर राहायचा प्रयत्न करे. मी त्याच्या आठवणींनी वेडीपिशी व्हायची. त्याहीवेळी टारझन भेटला नव्हता. तो घाटकोपरला मातृ नावाच्या बाईकडे राहायचा. तो जेलमध्ये गेला की तीच त्याच्या जामिनाचे वगैरे बघायची. मी मातृच्या घरी व मातृ माझ्या घरी अंबरनाथला येऊन गेली होती. मला टारझनला भेटायचे होते पण जवळ पैसे नव्हते. मी पुन्हा दामजीला विचारले, "येणार का?" यावेळी दामजी म्हणाला "आठशे रुपये देईन" झाले. पैसे घेतले. दामजी, हलकटच तो. शिसारी आणणारे प्रकार करायचा आणि करायला लावायचा. मी पैसे घेऊन तडक मातृचे घर गाठले. टारझनला घेतले आणि तरंग लॉजवर जाऊन राहिले. त्या दिवशी टारझनचे तळमळणे पाहिले. जीवन जगण्याची त्याची धडपड ऐकली. माझ्या आतमध्ये कालवाकालव झाली. माझ्या मनात मी केलेल्या पापाने मलाच शरम वाटत होती.

टारझन काही दिवसांनी घरी राहायला आला. तो घरातही आता बरेचदा शांतच बसे. पूर्वीसारखा बोलत नसे. मध्यंतरी तो जुगारात पस्तीस हजार हरला होता. त्यामुळे त्याला स्वत:चाच राग आला होता. त्यात तो गावठी दारू पिऊ लागला. परिस्थिती असेल तसा तो वागायचा. माझ्यावर स्वत:चा खर्च त्याने कधीच लादला नाही. घरी असला की मुलांना स्वत: मटण बनवूनही खायला घाली. पैसे असले की मुलांसाठी खाऊ आणे. केटरिंग चालू असले की वाडीतून भरपूर बर्फी, मिठाई, इडल्या आणत असे. टारझनची तब्येत पुन्हा थोडी थोडी बरी होऊ लागली.

मी घरात कामाला बाई ठेवली होती. एकदा तिने मला सांगितले की, "तुम्ही नसताना अमृता येते आणि साहेब तिच्या मांडीवर डोके ठेवून टी.व्ही. बघतात." मी टारझनला समजवायचा प्रयत्न केला की तुमच्या मनात नसले तरी लोकं गैर अर्थ काढतात. पण तो म्हणे की, "मी मुकेशला माझा मुलगा मानतो. तू असे कसे बोलतेस?" भांडणा भांडणात शेवटी टारझन म्हणाला, "लगता है तेरा जी भर गया है मुझसे।" मला खूप वाईट वाटले. टारझन निघून गेला. त्याने मला दोन-तीन दिवसांनी घाटकोपरवरून फोन केला. "तू अंबरनाथ छोड सकती है क्या? दुसरी जगह रूम लेंगे।" मला शक्य नव्हते. मुलांची शाळा सुरू होती. घर नुकतेच

बांधले होते. मी काहीच बोलले नाही.

अमृता गरोदर होती. तिला मुलगा झाला. दिवाळी जवळ आली होती. मला सतत दोन दिवस ताप येत होता. हातपाय थरथर कापायचे, उभे राहण्याची शुद्ध नव्हती. कशीबशी डॉक्टरकडे जाऊन इंजेक्शन घेऊन आले होते. मुकेश आला आणि म्हणाला, ''भाई नहीं आया?'' मी म्हटले नाही. थोड्या वेळाने टारझन दारात लडखडत येऊन उभा राहिला. तो खूप प्यायला होता. त्याला उभेही राहता येत नव्हते. तो ज्या कुत्र्यांना रोज बिस्किटे, पाव खायला घाली ते कुत्रे त्याच्या अंगावर खेळत होते.

मी पडल्या जागेवरून पाहात होते. टारझन मला विचारत होता ''इनको टोस्ट खिलाई क्या?'' मी म्हणाले, ''नाही, मी आजारी आहे. इंजेक्शन घेऊन आलेय. मुलं उपाशी आहेत.'' तर तो मुलांना म्हणाला, ''ए, जारे टोस्ट लेके आ। तूने क्यों नहीं खिलाई।'' मुकेश धावतच परत आला. मुकेशला पाहून म्हणाला, ''चल निकाल।'' मुकेशने साडी आणि पैसे आणून दिले. अकराशे रुपयांची साडी आणि खर्चाला चोवीसशे रुपये. मी खूप थकले होते. टारझनने माझ्या अंगालाही हात लावला नाही. मला जवळ घेतले नाही. सारखे एकच, ''इनको टोस्ट क्यों नहीं खिलाया?''

मी टारझनला बाजूला सारले. तो नशेत होता. जराशा धक्क्याने हेलपाटला. मला म्हणाला, ''मुझपे हाथ उठाती है?'' मला त्याने जे भिरकावले. मी भिंतीवर आपटले. माझा हात खरचटला. सगळी लोकं तमाशा पाहात होते. ''मेरे पे हाथ उठाती है। तेरा घर तुझको मुबारक। बस्स, मुकेश चल।'' मी म्हटलं, ''ठीक आहे, मुकेश ती साडी आणि ते पैसे घेऊन जा.'' मुकेश ते सर्व घेऊन गेला. तासाभराने परत आला. मी विचारले, ''टारझन नाही आला?'' तर मुकेशने सांगितले, ''वो नहीं आना चाहता।'' मुकेशने त्याची बॅग घेतली, त्याचे सर्व कपडे भरले. आणि तो निघून गेला. त्यानंतर टारझन कधीच आला नाही.

मी स्वत:ला सावरू शकले नाही. एकीकडे मनात आपण पाप केले ही अपराधी भावना होती. दुसरीकडे सगळ्या जुन्या जखमा पुन्हा भळभळून वाहू लागल्या. मी दारूचा आधार घेतला. सारखे वाटायचे टारझन एकदा तरी भेटायला येऊ देत. मी त्याला भेटण्याचा प्रयत्न करायची. त्याला फोन करायची. एकदा तर तो म्हणाला, ''तू पाऊल तर ठेव घाटकोपरमध्ये, जिवंत कापेन.''

असेच काही दिवस गेले. मी त्याला पत्रं, चिठ्ठ्या पाठवत राहायची. एकदा कळले की त्याला अटक झाली. अटक झाल्यावर पोलिसांनी त्याला विचारले की तुझे कुणी आहे का? त्याने ''कुणीच नाही'' असे उत्तर दिले. मी मातृला भेटायला

गेले की त्या सांगायच्या त्याला सोडविण्यासाठी त्याच सगळी धावपळ करत होत्या.

त्यानंतर एकदाच अमृता-मुकेशचा मुलगा वारला तेव्हा टारझन घरी आला होता. मला रडू येत होते. मी त्याच्या हाताला धरले तर तो म्हणाला, ''दूर हो, अंगाला हात लावू नको.'' त्यानंतर काही महिन्यांनी मला मुकेशने सांगितले, ''टारझनच्या घरचे त्याच्यासाठी मुली पाहात आहेत. ते त्याचं लग्न करणार आहेत.'' हे ऐकल्यावर मला धक्का बसला नाही, पण लक्षात आले की आता हे सगळं संपलंय. माझे आयुष्य जणू वारा येईल त्या दिशेला झोकून देणाऱ्या पालापाचोळ्यासारखे झाले होते. आधार फक्त दारूचा होता.

मी कामावर जात होते. इतकी दारू प्यायची की सगळे 'बेवडी', 'बेवडी वैशाली' म्हणून मला ओळखू लागले. लोकं मला कामावर ठेवायलाही घाबरत होते. मी अखंड टारझनच्या विचारात असायची. त्याने मला किती वेळा वेगवेगळ्या प्रसंगांमधून वाचवले होते. माझा रक्षक म्हणून उभा राहिला होता. नेहमी काही झाले की म्हणायचा, ''तुम लोग इस बुड्ढीको सताके तो देखो ×××। तुम्हारी माँ की ×××।''

एकदा मला ट्रेनमधून एका वेटर मुलीने फेकून देण्याचा प्रयत्न केला होता. त्या झटापटीत मला खूप मार लागला, तेव्हापासून टारझन मला कामाला जाता-येताना सोबत करी. त्याचे काम संपवून घाटकोपर स्टेशनवर येऊन थांबे. घाटकोपर स्टेशनला गाडीत चढला की एक विशिष्ट शीळ वाजवे, मला ती ऐकू आली की मी त्याच्यापाशी जायची. ती खुणेची शीळ माझ्या अंगवळणी पडली होती.

अंबरनाथला उशिरा रात्री उतरल्यावर मला रिक्षानेच घरी जावं लागे. तो नेहमी सांगे की रिक्षात दुसऱ्या कुणाला शेअरसाठी घेऊ नको. माझी ठरलेली रिक्षा असे. त्या पोरांनाही टारझन माहीत होता. त्यामुळे कोणी छेडछाड करण्याचा किंवा मला त्रास द्यायचा प्रयत्न केला नाही. टारझनवर काही मुलं त्यामुळे खार खाऊन होती. टारझनही मला पटकन म्हणे, तो मुलगा चांगला नाही आणि खरंच अशा मुलांचा मला मधूनमधून टारझन वारंवार जेलमध्ये असायचा त्याकाळात वाईट अनुभव आला होता.

मी एकेका आठवणीसोबत एक एक पेग मारायची. घरची परिस्थिती खालावलेली. त्यात मुलं घरात असल्यामुळे खर्च होणारच होता. मी नवटाक सुरू केली. सत्तावीस रुपयाला खंबा.

-२५-

टारझनची भेट कुठेतरी होईल या आशेने, मी जास्तीत जास्त घाटकोपरमधली हॉटेल काम करायला शोधू लागले. मी हॉटेल शिवकृपामध्ये दहा दिवस काम केले. जॉलीचा बँड होता. तो माझा आदर करायचा. त्याचाच बँड कमल पंजाबमध्ये होता. हॉटेल शिवकृपा व हॉटेल कमलपंजाब समोरासमोर होते.

त्यात मला घाटकोपरला सुनील बारमध्ये काम मिळाले. तिथे शरदचा बँड होता. मी जीवाचे रान करून घाटकोपरमध्ये काम मिळवायचा प्रयत्न केला होता. आणि खरंच एकदा टारझन हॉटेल सुनीलमध्ये आला. त्याला कसे कळले कुणास ठाऊक? टारझन आला. थोडावेळ बसून त्याने बीअर प्यायली, पैसेही उडवले आणि तो निघाला. त्याच्या पाठीपाठी मीही गेले. पण त्याने मला झिडकारून लावले. मी अजून प्यायला लागले.

हॉटेल सुनील रात्री उशिरापर्यंत चालायचे. त्यामुळे माझी रात्रीची ट्रेन चुकायची. मग नशेच्या अवस्थेत मला स्टेशनवर थांबणेही मुश्कील व्हायचे. मी शरदच्या भावाला आनंदला एकदा सांगितले की मला इथे कुठे रात्री झोपायला मिळाले तर बरे होईल. तो म्हणाला ''ठीक आहे, माझ्या मित्राचे घर आहे, तिथे तू झोप.''

त्याच रात्री मला तो अमृतनगरच्या झोपडपट्टीत घेऊन गेला. त्याचा मित्र अंगणात झोपला होता. आनंदने झोपण्याचा गैर अर्थ काढला होता. मी नशेत होते. आनंदने मला उपभोगले. मला तसेच स्टेशनला आणून सोडले. माझा पदर खाली लोळत होता. ब्रेसियर सोडलेली होती ती लटकत होती. मी पहाटेची अशा अवस्थेत घाटकोपर स्टेशनवर पडलेली होते. मला कसलीच शुद्ध नव्हती. मी दुसऱ्या दिवशी शुद्धीवर आले. घरी पोहोचले होते. मी कामावर गेले नाही. हॉटेल सुनील सुटले.

मी क्राऊन अँकरला गेले. पूर्वी तिथे माझा पगार दोनशे व टिप्स असा होता. तेव्हा माझा रुबाब होता. आता माझी अवस्था दीनवाणी होती. मला त्यांनी डेला ठेवले. पगार पन्नास रुपये. माझ्यासमोर पर्याय नव्हता. दोनच दिवस क्राऊन अँकरला होते. मला वॉकइनमध्ये काम मिळाले. हा डिस्को होता. क्राऊन अँकर

डिस्को नव्हता, पण पिक-अप पॉईंट होता.

या इंडस्ट्रीत त्याकाळात ऑर्केस्ट्रावाल्यांची वाट लागली होती. पूर्ण वाताहत. कुणीच ऑर्केस्ट्रा ठेवायला तयार नव्हते. सगळे उठसूट डान्स-बारच्या मागे लागले होते. आता कुणी 'लेडिज बार' म्हणत नव्हते. सगळे आपले, डान्सबार, डान्सबार करत होते. रेकॉर्ड डान्सचा जमाना, डान्सबार जणू टांकसाळ झाले होते. छापखाने नोटांचे छापखाने. लोकं गोणत्यात पैसे भरायचे, इतक्या नोटा उडायच्या. त्याकाळी पाच, पाचच्या नोटा चालायच्या. खच पडत होता.

ऑर्केस्ट्रा मात्र दोन दिवस, आठ दिवस, दहा दिवस की बँड उडाला. मग काय आमच्या नशिबी उरले डिस्को आणि पिक-अप पॉईंट. त्याच काळात कित्येक वेटर मुली चांगल्या चांगल्या बारमधून काढून टाकल्या गेल्या. सेठ लोकांना नाचणाऱ्या, तरुण चिकन्या पोरी मिळाल्या. पाच-दहा वर्षं काम केलेल्या जुन्या, काळ्या जाड्या पोरी कुणालाच नको होत्या. अशा मुलींनी जावं कुठे? कुणी डिस्कोचा, कुणी पिक-अप पॉईंटचा तर कुणी पार फ्री-सर्व्हिसचा आधार घ्यायचा. पर्याय नव्हता. घर चालवायचे तर काम करावेच लागणार होते.

संसाराची धूळधाण उडाली तरी पदरात पोरे होती. बीअरबारच्या कामात बऱ्याच जणांना दारूचे व्यसन लागले होते. त्यातून नैराश्य येत चालले होते. त्या निराशे-पोटी पुन्हा दारूचाच आसरा होता. दारू तरी फुकट मिळेल या आशेने ते पुन्हा बारमध्येच कामाची भीक मागत फिरायचे. मुलींची तरी अवस्था बरी होती. पण पुरुष कलाकार अगदी कंगाल झाले होते. कला राहिली बाजूला, भडेवगिरी करत फिरावे लागत होते. बरेच पुरुष कलाकार स्वत:च्या बायकोला डिस्कोत आणि पिक-अप पॉईंटमध्ये सोडून जात असत.

अशातच पोलिसांचे छापे वाढले होते. अनेक मालक स्वत: बारमध्ये बसायचे नाहीत. मालक वेगळा, चालक वेगळा. छापा पडला की बारचे नाव बदलायचे, चालक बदलायचा, स्टाफ बदलायचा. परत जर आमच्यासारखे काम मागायला गेले की कोण तुम्ही? अशा प्रश्नार्थक नजरेने सगळे पाहायचे.

वॉकइनवर पोलिसांची रेड पडली. आम्हाला सगळ्यांना पोलिसांनी पकडून नेले. सेठ आम्हाला सोडवायलाही आला नाही. हा सेठ एक टॅक्सी ड्रायव्हर होता, बारच्या पोरींना नेण्याआणण्याचे काम करायचा. त्याने त्या बळावर पाच टॅक्सी घेतल्या. त्यानंतर त्याने स्वत: हॅप्पी नाईट बार उघडला, त्यानंतर वॉक इन बार उघडला होता. एक लग्नाची बायको होती आधीची. मग त्याने चार बायका केल्या. त्यांची तोंडे बघून कोणीही सांगेल त्या कुठल्या आहेत. याचे नाव राजू बत्रा. त्याच्याकडे काम करणाऱ्यांच्या तोंडी त्याची खूप वर्णने ऐकली होती. तो साईभक्त होता. मला वाटायचे हा साईभक्त कसाई कसा काय? तो स्टाफला बुटांनी

तुडवायचा म्हणे.

हा साधारण १९९६-९७ चा काळ असावा. हळूहळू डिस्को व पिक-अप पॉईंटवर रेडस् पडायच्या बंद झाल्या. सगळ्या रेड्स, पोलिसांचे छापे डान्सबारवर पडू लागले होते. कसे काय झाले कुणास ठाऊक. पण त्यानंतर इतक्या बातम्या यायच्या. कुणी कुणी सांगायचे पण त्यात फ्री-बार, डिस्को, पिक-अप बारची नावं नसायची. फार क्वचित यांच्यावर छापे पडत आणि पुन्हा सगळे सुरळीत सुरू होई. अर्थात फ्रीबारमध्ये ऑर्केस्ट्रा नसायचे. तिथे तर इतका अंधार की डोळ्यांत बोटं घातली तरी दिसायचे नाही. डिस्को आणि पिक-अपमधले बँड नीट चालायचे कारण दाखवायला म्हणून गायक-वादक कलाकार मिळायचा. कलेच्या नावाखाली मग बाकीचे धंदे सुरळीत चालायचे. एक मात्र होते इथल्या मुली मनाने खूप चांगल्या असल्यातरीही त्यांचा दर्जा सजवलेल्या वेश्यांचाच होता. डान्सबारच्या मुली मात्र हवेत असायच्या. भाव खायच्या. सदान्‌कदा यांची नाकं वर. डान्सबारचा स्टाफ, मॅनेजर, सेठही आखडूच असायचे.

काही काही डान्सबारचे सेठ दिवसा बँड ठेवायचे. त्यामुळे तिथे काम करण्याची संधी मिळायची. पण तिथले काम एकदम हाय-फाय. डान्सर पोरींची यायची वेळ झाली की स्टाफची नुसती पळापळ सुरू असायची. सगळे त्यांच्या पुढे पुढे करायचे. त्यांना 'बाबू-बाबू', 'मेरा बच्चा' असं स्वत: सेठ म्हणायचे. माझ्यासारख्यांना तर एकदम अस्पृश्यांसारखे वागवले जायचे. मी या निर्णयाला आले की काम करायचं तर डिस्कोतच करायचं. तरीही बँडलीडरचा बँड एखाद्या डान्सबारमध्ये असला व तिथे गायिका नसेल तर ते पाठवायचे. दोन-चार दिवसांसाठी तो भाग वेगळा.

माझ्या या निर्णयाला कारण होते. ध्यानेश, पंजाब, हॉटेल सचिन, हॉटेल लक्ष्मी, दुर्गा, हॉटेल श्रीराम, हॉटेल गायत्री, हॉटेल सी फिशर सगळीकडे दोनचार दिवसात बँड उडाले होते. अर्थात त्याचवेळेला जे कलाकार थोडेसे बऱ्या मन:स्थितीत किंवा आर्थिक स्थितीत होते ते सर्व पासपोर्ट काढून परदेशी वाऱ्या करायची स्वप्न बघायला लागले होते. ट्रेनमध्ये दुबई, मस्कत, सिंगापूर, बहारीनच्या चर्चा व्हायच्या. नाहीतर डिस्को, पिक-अप पॉईंटच्या.

-२६-

मला दिवस आठवत नाही, मी असेच दुपारच्या कामासाठी निघाले होते. अंबरनाथ स्टेशनवर, तीन नंबर प्लॅटफॉर्मवर एक स्टॉल आहे. मी तिथे नेहमी वर्तमानपत्रं, मासिके विकत घ्यायची. स्टॉलवर विजय म्हणून मुलगा असायचा. तो असला की थोड्या गप्पा मारायची. त्याचे वडील असले की गप्प राहायची. त्या दिवशी मी दुपारीच दारू पिऊन निघाले होते. माझ्या तोंडात पान होते. स्टॉलवर विजयला पाहून मी गेले. पुस्तके पाहात होते. माझी नजर *संभोग से समाधी की ओर* या पुस्तकावर पडली. चांगले जाडजूड पुस्तक. आई नेहमी आचार्य रजनीशांबद्दल बोलायची. मी ओशो, रजनीश, संन्यास असे तिच्या तोंडून ऐकले होते. मी ते विकत घेतले. जवळ पैसे होते ते अपुरे होते. विजय म्हणाला, ''घ्या हो मॅडम, मी तुम्हाला काही बोललो का? नंतर द्या पैसे.''

मी ट्रेनमध्ये ते पुस्तक वाचायला घेतले. सुरुवातीला मला काहीही कळत नव्हते. मी वाचत होते. सारखी सारखी वाचत होते. मला काय लिहिलंय, त्यांना काय म्हणायचंय याचा अर्थच लागत नव्हता. मी ओशोंचा फोटो पाहायची. मला खूप रडू यायचे. हातात, छातीत जखमा आहेत, त्या भळाभळा वाहत आहेत असे वाटायचे. मी रडायची. रात्र रात्र छातीवर पुस्तक ठेवून झोपायची. मला पुस्तक वाचता वाचता आराम मिळू लागला, मग एका मागोमाग एक पुस्तक घेऊन वाचू लागले. *प्रेम है द्वार सत्य का, मैं मृत्यू सिखाता हूँ* पुस्तक एके पुस्तक.

सुरुवातीला पुस्तक वाचायची. टारझनला पत्र लिहायची. पाचसहा पत्रं लिहिली असतील. त्याला ती पत्रं मिळाली की नाही, त्याने ती वाचली की नाही मी हा विचारच सोडून दिला होता. मी आपली पुस्तकात रममाण झाले. टारझनचे विचार मागे पडू लागले. रात्री कामावरून आले की घराबाहेर खुर्ची मांडून बाहेरचा बल्ब लावून बसायची, ती सकाळ होईपर्यंत वाचतच राहायची.

अमृता रात्री स्वयंपाक बनवून पोरांना जेवू घालून झोपवायची. घरात हाल चालले होते पण मी दिवसरात्र पुस्तके वाचायची. पुस्तके वाचता वाचता कवितेच्या ओळी सुचू लागल्या. मी दोन-चार ओळींच्या कविता लिहू लागले, पण मनाला शांतता नव्हती.

एकदा विजयच्या स्टॉलवर एक गृहस्थ उभे होते. विजयने ओळख करून दिली, "हे ओशोप्रेमी आहेत." त्यांनी त्यांच्या गळ्यातली माळ दाखवली. माझा आनंद गगनात मावत नव्हता. धरती, आकाश सर्व एक झाल्यासारखे वाटू लागले. मग काय ओशोंचाच विषय.

ते गृहस्थ कधीकधी माझ्या ट्रेनला असत. त्या काही दिवसात माझे दारू पिणे एकदम कमी झाले. पान खाणे थोडे चालूच होते. पुस्तकांच्या मागे पत्ता असायचा. मी त्यांना विचारले, "या जागेवर मला न्याल का? फक्त कोरेगाव पार्क कुठे आहे ते तरी सांगा. खर्च किती येईल?" ते म्हणाले, "तिथे जाता येईल. हजार रुपये तरी खर्च येईल."

त्यानंतर लगेच १ मेला महाराष्ट्र दिन होता. हॉटेलला सुट्टी. मी विचार केला बाहेर फिरून येता येईल. पण पैशाची जुळवाजुळव झाली नाही. मी ओशो संन्यासीना (त्यांचे नाव विजय मोहन होते) विचारले, "कधी व कसे जायचे पुण्याला? तुम्ही कसे जाता?" ते म्हणाले, "माझा पास आहे. पण तुला आधी तिकीट काढावे लागेल." मी तारीख नक्की केली. हातात शंभर रुपये होते. रिझर्व्हेशन केले. तिकीट मिळाले. ते तिकीट हातात आल्यावर मी अक्षरशः आनंदाने पळत सुटले. मला विजय मोहन कर्जतला भेटणार होते.

मधले दोन दिवस मी अधीरतेने घालवले. कर्जतला मी एक तास आधीच पोहोचले. कामावर तीन दिवसांची रजा टाकली. पुण्याला पोहोचलो. प्रवेशद्वारापाशीच ओशोंचा मोठा फोटो होता. प्रवेशाची वेळ संपली होती. पण पास काढून आश्रम पाहायला देत होते. मी अक्षरशः प्रवेशद्वारासमोर लोटांगण घातले. त्या क्षणी मी कोण होते? एक लाचार, बेबस, अनाथ होते, जिच्या नशिबी फक्त अश्रू आले होते. मी घळाघळ रडत होते. आश्रम पाहिला. त्यांनी सांगितले की मेंबरशिपसाठी लवकर यावे लागेल. रेशनकार्ड वगैरे लागेल. मी काहीच नेले नव्हते.

संध्याकाळी येरवड्याला विजय मोहनच्या मित्राच्या घरी गेलो. ते मित्र जेवण आणायला बाहेर गेले. मी विजय मोहनच्या गळ्यात पडून ढसाढसा रडले. मला एक एक क्षण असह्य होत चालला होता. आम्ही रात्री पॅसेंजरने परत आलो. घरी पोहोचले तर मुलं झोपलेली व गॅस चालू होता. दोघांनाही उठवले आणि पट्ट्याने मारत सुटले. माझं नैराश्य, राग, भीती मी त्यांच्यावर काढत होते. त्यांच्याच शाळेच्या पट्ट्याने त्यांना मारत होते. मुलांच्या अंगावर वळ उठले. दुसऱ्या दिवशी खूप वाईट वाटले.

मी कामावर जात होते पण माझे लक्ष कशात लागत नव्हते. विचार एकच आश्रमात जायचे आहे. नेमकी त्याच वेळी रात्रीची सिंगर आजारी पडली. त्यामुळे

मला चांगले कलेक्शन मिळू लागले. माझ्या अंगावर कर्ज होते. मी आठवड्याच्या आत ते कर्ज फेडले. माझी दारू कमी झाली होती. त्याचे पैसे वाचत होते. कर्ज फिटून वर दीड-दोन हजार रुपये उरले. मी पुन्हा आश्रमात गेले. संन्यास घेतला. माझे नाव ठेवण्यात आले, 'माँ आत्मो अमीरा'. दिवस होता १ जून १९९६. मला दिल्या गेलेल्या ओळखपत्राच्यामागे माँ आत्मो अमीराचे इंग्रजी नाव Inner Most Reachest असे लिहिले होते. मला संन्यास देणाऱ्या संन्यासी होत्या माँ शून्या.

मी ओशोंची माळ घालून कामावर जाऊ लागले. काही संन्याशांच्या ओळखी झाल्या. ते घरी येऊ लागले. ते माझ्या हॉटेललाही येऊन गेले. मी मुलांना पुन्हा गावी पाठवले. मला वेळ मिळाला की आश्रमात जायची. अनेकदा पैसे नसत किंवा असलेले पुरत नसत. मी कधी देवळात, कधी कुणा संन्याशाच्या घरी राहात असे. मी आश्रमात गाणी गात फिरायची. आश्रमात काम करणारी एक मुलगी मला कचऱ्यातून चोगे शोधून काढून द्यायची. आश्रमात जेवण, नाश्ता, राहणे खूप महाग होते. मला जेवणासाठी, आश्रमात राहण्यासाठी, पैशासाठी संन्याशांबरोबर झोपावे लागले. कुणीही माझ्याशी विकृत चाळे केले नाही. पण संबंध करून कार्ड किंवा पैसे देऊन जायचे. मी एकदा पाच महिने आश्रमात राहिले. अनेक फिल्मस्टार्स, संगीतकार यायचे. सगळे वरून रंगलेले पण आतून कोरडेच राहिले.

मी आश्रमात असताना एकदम मुग्धावस्थेत असायचे. बाहेरच्या जगात भयंकर अनुभव माझ्या वाट्याला आले होते. इथे एक शांतीचा सुस्कारा टाकला होता. माझ्याकडे पैसे नव्हते. माझी रात्री झोपण्याची सोय नव्हती. मी मंदिरात झोपायची किंवा स्मशानात लपून झोपायची. मंदिरात रात्री जोगवा मागणाऱ्या स्त्रिया राहायच्या त्या रात्री आपापसात जोरजोराने भांडायच्या. मला फक्त रात्री लपण्यासाठी जागा हवी असायची. एकदा पहाटे पोलीस आले, त्यांनी टॉर्च मारून मला उठवले व विचारले, "तुम्ही कोण?" मी स्पष्ट सांगितले, "ओशोंची शिष्या. मला ध्यानासाठी जायचे आहे." मग मात्र ओळखून अल्लाहू म्हणून संन्यासी होते त्यांच्या घरी माझी सोय केली. आश्रमात मला प्रत्येक जण अडवित की तू गाणे गा आणि माझे चालू व्हायचे. तिथे आलेले फॉरेनरसुद्धा नाचू लागायचे. ध्यानाची वेळ टळून गेली तरी सर्व तिथेच असायचे. मग मी सर्वांदेखत म्हणायची, "बुद्धे, तू भी इसलिए जल्दी भाग गया ना, क्योंकी मेरा गाना सुनने के लिए या तो तू ध्यान छोडके आता, या ध्यानही नहीं कर पाता?" सर्व हसायचे. कालांतराने माझ्या गाण्यावर बंदी आणली. कुणालाच गाऊ देत नसत.

सर्व स्त्री-पुरुष एकत्र कपडे बदलत, एकत्र अंघोळ करत. सुरुवातीला काही दिवस मला खूप संकोचल्यासारखे व्हायचे. नो डायमेशन, डायनामिक कुंडलिनी

सर्व केले. कुंडलिनीतील नृत्य करायला खूप आवडायचे. नृत्य करायला मात्र माझ्याकडे व्यवस्थित मित्रच नव्हता. ओशोदर्शन, संन्यास उत्सव मी सगळ्यात भाग घ्यायची. पण माझे जेवणाचे हाल व्हायचे. झोपण्याचे हाल व्हायचे. मग विजय मोहन यांचे (आश्रमातले नाव ध्यान आधार) त्यांच्या ओळखीने अल्लाहू नावाच्या संन्याशांच्या घरी मी झोपायला जाऊ लागले. ते उरळी कांचनला राहायचे पण पुण्यात त्यांनी भाड्याने एक फ्लॅट घेतला होता. मग मी त्या फ्लॅटवर झोपायला जायची.

आश्रमात माझी ओळख अनाथ नावाच्या संन्याशाशी झाली. त्याने मला स्वत: अल्लाहूंच्या घरून स्वत:च्या घरी नेले. रात्री तो सारखा मला स्पर्श करू लागला, मी विरोध करू लागले. माझ्या मनात एकच वादळ उठले. मी सरळ उठले आणि अल्लाहूंच्या घरी निघून गेले. काही दिवस अल्लाहूंकडे राहिले. आश्रमात मला बरेचदा लोकं स्टीकर, कार्ड देऊन जायचे, ज्याने माझी कॉफी, जेवणाची सोय व्हायची. काही लातूर, उदगीरचे प्राध्यापक होते. त्यांनी माझ्यासोबत संन्यास घेतला होता. आम्ही खूप गप्पा मारायचो. श्रीरामपूरचे बोधी अतुल्य व त्यांची पत्नी नियती माझ्याशी खूप चर्चा करायचे. त्याने ज्ञानात भर पडायची, माहिती मिळायची. मी त्याला गप्पा ध्यान म्हणत असे.

एकदा कपडे बदलून निघताना मला एका गोऱ्या संन्याशाने दोनशे रुपये दिले व म्हणाला, ''कधीही माझ्याकडे निर्धास्तपणे ये.'' हा ओशोंचा सतरा वर्षं जुना संन्यासी. त्याचे नाव निर्मल. तो न्यूझीलंडचा होता. त्याचे आजोळ हॉलंडचे होते. मी त्याच्या घरी राहायला गेले. त्याचा फ्लॅट मुठा नदीच्या काठी मीरानगरमध्ये होता. त्या घरात नदीचे संथ संगीत जणू ऐकू यायचे. आम्ही दोघे रात्री गाडीवरून फिरायला जायचो. मी आयुष्यात पहिल्यांदा त्याच्यासोबत कँडल लाईट डिनर घेतले. निर्मलचे केस खूप लांब होते. डोळे निळे होते.

माझे व निर्मलचे संबंध होते. एकदा त्याने विचारले, ''तू बारमध्ये काम करतेस, तिथे तर खूप प्रकारची लोकं येतात ना?'' तो मला नेहमी सांगे, ''तू तुझ्या मुलांना इथेच घेऊन ये. मी तुला पैसे देईन. तू त्यातून एखादं दुकान, शोरूम सुरू कर.'' मी त्याचे सर्व काम करीत असे. कपडे धुणे, फ्लॅट साफ करणे, घर टापटीप ठेवत असे. आमचे शरीरसंबंध असले तरी आम्ही वेगवेगळ्या खोल्यांमध्ये झोपायचो. मी कधी कधी दोन-दोन दिवस त्याच्या घरी जायचीच नाही. मंदिरात जाऊन, स्मशानात जाऊन झोपायची.

निर्मल सगळ्या प्रकारचे ध्यान करायचा. निर्मलबरोबरच्या संबंधात मला बरेचदा टारझनची आठवण यायची. पण निर्मल वेगळा होता. एकदा त्याने सेक्स करताना वाघासारखी डरकाळी फोडली. तो बरेचदा ओशो म्हणून किंचाळत असे

व त्यानंतर तो बराच शांत राहायचा. निर्मल सकाळी माझ्याआधी उठून निघून जाई. जाताना माझ्या कार्डाखाली तीनशे रुपये ठेवत असे. निर्मलला माझे बिडी पिणे, तंबाखू खाणे पटायचे नाही.

मी पाच महिन्यांतले साडेतीन महिने निर्मलकडेच राहिले. शेवटी शेवटी मला कळले की त्याच्या एकूण चार मैत्रिणी आहेत. मी विचार केला आपण इथे थोड्या कालावधीसाठी होतो. कुणाचे बनून राहण्यात काय दुःख वाट्याला येते हे पाहिले होते. मला तसे परत जीवनात घडायला नको होते. मला त्याच त्याच दुःखाचा, जगण्याचा कंटाळा आला होता. ओशो म्हणायचे की तुम्ही चूक दुसऱ्यांदा करू नका.

मी आश्रमातून पाच महिन्यांनी परत आले. त्यानंतर मी दर आठ दिवसांनी आश्रमात जायला लागले. एकदा असेच पैसे नव्हते. माझ्याजवळ एक मराठी संन्यासी आला. त्याने रात्रीच्या जेवणाचे आमंत्रण दिले. मी गेले त्याने मला स्टेशनवर जेऊ घातले, लॉजवर नेले, संबंध केले व जाताना शंभर रुपयांचे कार्ड देऊन गेला. त्याने नंतरही दोनदा असेच मला जेवणाचे कार्ड दिले होते.

कधी कधी मी नुसते केळी व चपात्या खाऊन राहायची. कधी कोणी स्वतःहून काहीही अपेक्षा न करता कार्ड, स्टिकर द्यायचे. पण एकदा एकाने मला स्पष्टपणे सांगितले की त्याला स्त्री हवी आहे. मला आश्रमातून त्यावेळी गावी मुलांकडे जायचे होते. जवळ पैसे नव्हते मग मीच स्वतःहून गेले. त्याने मला सहाशे रुपये दिले पण दुसऱ्यावेळेला त्या माझ्या चुकीमुळे मला भयंकर प्रसंगातून जावे लागले. अकरा डिसेंबर हा ओशोंचा जन्मदिवस. आश्रमात उत्सव असायचा. पुण्यात मरणाची थंडी होती व माझ्या अंगात ताप. मी जागेच्या शोधात होते तर नेमका हा पंजाबी संन्यासी फिरदौस माझ्याजवळ आला. मला म्हणाला, "आमच्या इथे येऊन झोपा." मी गेले. माझे डोके थंडी तापाने दुखत होते. मी त्यांच्या रूममध्ये जाऊन झोपत नाही तोपर्यंत एक एक करून ते आले आणि त्यांनी माझ्याशी संभोग केला. त्या पंजाबी संन्याशाला धरून ते पाचजण होते.

मला परितोष नावाचा संन्यासी म्हणाला, "इथे स्कॉलरशिपचा अर्ज कर." मी अर्ज केला. तोंडी प्रश्नोत्तरांची परीक्षा होती. परीक्षक एक फॉरेनर, एक भारतीय असे होते आणि एक भारतीय दुभाषी होता. त्यांनी दोन प्रश्न विचारले. पहिला, "तू इथे का आलीस?" माझ्या डोळ्यांतून अश्रू वाहू लागले. मला उत्तर देता आले नाही. काय उत्तर देणार? दुसरा प्रश्न "तू ओशोंना काय समजतेस?" पुन्हा तेच, फक्त डोळ्यांमधून घळाघळ अश्रू. माझ्याकडे खरंच या दोन्ही प्रश्नांची अश्रूंशिवाय उत्तरे नव्हती. मला नापास करण्यात आले, मला बाहेर काढले.

मी त्या पाचजणांनी केलेल्या अत्याचारानंतर निर्णय घेतला होता की आश्रमात राहायचे नाही. मी रात्री कामावरून सरळ पॅसेंजरने पुण्याला जायची, पहाटे आश्रमात पोहोचून मागच्या मंदिरात झोपायची. सकाळपासून संध्याकाळपर्यंत थांबायची आणि रात्री परत जायची. प्रवेशद्वारावर ध्यानेश नावाचा संन्यासी असायचा. त्याने मला आठ वेळा चौकशीसाठी बोलावले. प्रत्येक वेळी, "तू इथे कशी येतेस?" मी प्रत्येक वेळेला सांगितले, "मी हॉटेलमध्ये गायिका आहे. जेव्हा महिन्याला पगार चांगला होतो. तेव्हा मी आश्रमात येते."

मला या लोकांचे हसू येते. हे ओशोंसारखी दाढी वाढवतात, त्यांच्यासारखे चोगे घालतात. ओशो अनुकरणाच्या विरोधात होते. ओशो कबीरांवर प्रवचन द्यायचे, हे गरीब शिष्यांकडे ढुंकून पाहात नाहीत. ओशो सुंदरतेवर प्रवचन देत. हे सुंदर सुंदर मॉंच्यामागे धावतात. ओशो किती तऱ्हेने टोमणे मारायचे त्या टोमण्यांवर हे हसतात. ओशो म्हणायचे, "कल एक सज्जन मेरे पास आये।" यातल्या 'सज्जन' ह्या टोमण्याने हे शिष्य अंतर्मुख नाही होत हॅ हॅ हसतात? मला मनात चीड यायची. ओशो आता सेवनस्टार गुरू झालेला आहे. मी निघाले.

-२७-

आश्रमातून घरी आले. हॉटेलमध्ये कामाला जाण्याची इच्छाच होत नव्हती. आश्रमात जाताना मुकेशला खोली भाड्याने दिली होती. मुलांना गावाला पाठवले होते. मुकेशने पंधरा दिवसांनी खोली खाली केली. मग मी ठरवले की इडल्या विकायचा धंदा सुरू करायचा. वंदना टॉकीजपाशी जागा ठरवून आले. बोलणे झाले. स्टुलावर डबा ठेवून सुरुवात करायची. दिवसाचे भाडेही ठरवले. मी सगळी तयारी केली. सकाळी उठून शंभर इडल्या बनवल्या, चटणी बनवली आणि एकाने निरोप दिला की तिथे हप्ता मागत आहेत. हप्ता दिल्याशिवाय धंदा लावू देणार नाहीत. मी इतकी निराश झाले. सगळ्या इडल्या शेजाऱ्यांना वाटून टाकल्या.

मी एकटी राहात होते. वाचन सुरू होते. पण एकटेपणाचा कंटाळा यायला लागला. मी दिराला – चंदूला फोन केला. त्याची बायको दुसऱ्यांदा बाळंतपणाला ॲडमिट होती. मी तिथे जाईपर्यंत तिला दुसरी मुलगी झाली होती. चंदूने माझ्या गळ्यातील ओशोंची माळ पाहिली, लगेच पहिला टोमणा मारला, ''ओशो म्हणजे ओपन शो?'' मी आपली परत पूर्वीसारखी गप्प. काहीच बोलले नाही. मनात आले मी एकतर स्त्री. नरकाच्या दारात सोडलेली, वर बेवडी, भटकी कुत्री. कुणीही यावे दगड मारून जावे. वाटले होते की कमीत कमी ओशो रजनीशांची माळ घातली तेव्हा आता तरी लोकं शांत होतील. थोडाफार आदर या गुरूंपायी आपल्याला मिळेल. जे पूर्वी व्हायचे ते आपल्या अवगुणांपायी, आपल्या पार्श्वभूमीपायी असे वाटायचे. ते सगळे बदलेल अशी खोल कुठेतरी अपेक्षा होती पण या जगात कदाचित असे होतच नसेल तर?

मी पाच दिवस जावेची सेवा करून निघाले. आदल्या रात्री दिलीप भेटायला आला होता. त्याने शंभर रुपये दिले. दुसऱ्या दिवशी सकाळी मुलुंडला उतरले. मी तत्काळ सुरेश देसाई नावाच्या ऑर्गनायझरला फोन केला. ते म्हणाले, ''आलीस तू? उद्या कामावर ये.'' घरी गेले. आराम केला. संध्याकाळी वाशीच्या बाबा पॅलेसला काम सुरू केले. मनातून बारमध्ये काम करण्याची इच्छा मरून गेली होती.

सारखे काहीतरी लिहावे वाटे. लिहिणे सुरू केले. तहान वाटायची शब्दांची आणि ओशोंचे शब्द कसे, तर एकदम फसवाफसवीचा खेळ. ओशो इथूनही मारायचे तिथूनही मारायचे.

बाबा पॅलेस बारमध्ये काम सुरू केले खरे पण मन कशातच नसायचे. मे महिन्यापासून डिसेंबरपर्यंत माझा बारशी संबंध आश्रमापायी खूप कमी झाला होता. सगळे वेध आश्रमाचे असायचे. मुलांना गावाहून आणले होते. वारंवार त्यांच्या शाळेचे नुकसान होत होते. मुलं व माझ्या खर्चापायी मला काम करणे भाग होते.

पूर्वी बेवडी वैशाली म्हणून चिडवणाऱ्या लोकांना आता मला चिडवायला नवीन कारण मिळाले होते. माझ्या गळ्यातली ओशोंची माळ व बॅगेतली पुस्तके ते पाहायचे. सुरेश देसाईंनी मला चारशे रुपये कबूल केले होते. पण हे हॉटेल म्हणजे तात्काल सेवा प्रकारातले हॉटेल होते. त्याकाळी अशा हॉटेल्समध्ये काम करायला स्टाफलाही एंट्री फी द्यावी लागायची. त्यामुळे हातात शंभर रुपये, दोनशे रुपये शिल्लक राहताना मुश्कील होऊन जायचे.

घरात खाण्यापिण्याचे वांदे चालले होते. पण मी त्यातही समाधान मानून घ्यायला शिकत होते. माझे वाचन सतत सुरू असायचे. आश्रम आणि संन्याशांपेक्षा माझा विश्वास माझ्या ओशोंवर होता.

हेमंत नावाचा एक वादक मला सारखे सूचकपणे म्हणायचा, "अगं, हल्ली तुमचा आश्रम खूपदा टीव्हीवर दाखवतात." मी लक्षच द्यायची नाही. पण हळूहळू त्याचे थट्टा उडवणे वाढू लागले, "काय गं, ओशो आश्रमात फार मोठमोठे ××× असतात ना?" "मग काय हॉलंड, न्यूझीलंड मोठे मोठे ××××?" वर ह्यांना काही बोलायला गेले तर माझ्यावर वसकन ओरडणार, "तू क्या बात करती है ओशो के बारे में? ऐसा होईच नही सकता, वहाँ खुल्ला सेक्स चलता है। अभी तेरे को क्या कमी है? ए सुनो रे, अभी ओशो बडे मजे में लेती है।"

ही लोकं मला वैशाली म्हणायचे सोडून ओशो म्हणायला लागली होती. खूप अश्लील थट्टा उडवायचे, "क्या रे ओशो तेरे आश्रम में ××× तो बडे होंगे? आगे से पीछे से, ले धमाल." मी ध्यानावर वगैरे बोलायचा प्रयत्न करायची. भक्षकांपासून सुटका मिळवायला, समाजात मान मिळवायला किती धडपड केली पण सगळे प्रयत्न निष्फळ ठरले शेवटी.

माया पॅलेस बारचा मॅनेजर एक नेपाळी माणूस होता. याचे राजकारणी नेत्यांच्या चमच्यांशी, सरकारी अधिकाऱ्यांशी चांगले सूत जमलेले त्यामुळे त्याला जग मुठीत आल्यासारखे वाटायचे. मुलींना दमात घ्यायचा, "तू माझ्याबरोबर नाही आलीस तर उद्यापासून एन्ट्री बंद." जिचे कस्टमर्स आसपास राहणाऱ्यांपैकी असतील किंवा ज्यांना हा बार येण्या-जाण्याच्या मार्गात असल्याने सोयीचा असायचा

त्या मुली हे हॉटेल कसे सोडणार? मग मुलींनी म्हणावं, "हो बाबा हो, तू एक रात्र वापर."

तात्काल सेवेतल्या मुलींचे हे नेहमीचे रडगाणे की ह्या कस्टमरला हे हॉटेल दूर पडते. कस्टमरच्या मागे मुली फिरायच्या. डान्सबारमधल्या मुलींच्या मागे कस्टमर तडफडायचे. त्यांची मजा होती. त्यामुळे त्या खूप शेफारायच्या. डिस्कोत तसे नव्हते. मुली खूपच वाईट स्थितीत असायच्या. त्यामुळे मॅनेजर, स्टाफमधल्या पुरुषांचे चांगलेच फावत होते. त्यांना फुकट मजा मारायला मिळायचे. डिस्कोत पिक-अप पॉईंटमध्ये पुरुष स्टाफ वर्षानुवर्षं याच कारणामुळे टिकत असावा. पण मुली बाकी या डिस्कोतून त्या डिस्कोत फिरत राहायच्या. एका बारमध्ये फारतर फार महिना, दोन महिने. बरेचदा एखादी मुलगी जास्त टिकलीच तर त्या एरियातले खाकी वर्दीवाले कधी स्टेशनला बसण्यावरून, कधी रस्त्यात टॅक्सी अडवून पैसे काढणार नाहीतर पाच-पाच जण तिला ×××. मी हे सगळे पाहिले, अनुभवले आहे.

ओशो आश्रमामुळे, माझ्या वाचनामुळे जी दारू पूर्ण सुटत आली होती ती पुन्हा जोरदार सुरू झाली. मी दारू पिऊ लागले. आमच्या हॉटेलचा वाढदिवस होता. हो, हल्ली हे वाढदिवस प्रकरण जोरात होते. डान्सबारपासून त्याची सुरुवात झाली होती. मुलींचे वाढदिवस; ते तर वर्षातून दोन-दोन वेळाही व्हायचे. मग खास कस्टमर्सचे वाढदिवस, मग हॉटेलचा वाढदिवस. ३१ डिसेंबरच्या सेलिब्रेशननंतर मग असे वाढदिवसाच्या सेलिब्रेशनच्या निमित्ताने कस्टमर्सना लुटता येते.

या डान्सर्स आणि यांचे डान्सबार कस्टमर्सना लुटायचे विविध मार्ग शोधून काढायचे. न झोपता, झोपण्याची लालूच देत टांगत ठेवणे सोपे नसते. खूप नखरे, नाटकबाजी करावी लागते. ह्यांच्यातल्याही कधी काही प्रेमाच्या नावाखाली तर कधी मजबुरीच्या नावाखाली झोपतात. कमावलेला सगळा पैसा यारांच्या मागे उडवायचा आणि मग धरायचा डिस्कोचा मार्ग. त्यानंतर मग अधोगतीला सुरुवात. निराशा नशेत डुंबवताना ह्या संपणार. शेवटचा मार्ग फ्री बारचाच उरतो. फ्री-बारमध्ये फ्रेंच (मुखमैथुन) पासून सगळे करायला लागते. रोज कस्टमर्सकडून चोळून चोळून घेऊन अंगाची लाही लाही होते.

मी फ्रीबार, डिस्कोबार, पिक-अप पॉईंटमधून मुलींना डान्सबारपर्यंत पोहोचलेले पाहिले आहे. डान्सबारमधून डिस्को व फ्रीबारपर्यंत पोहोचलेले पाहिले आहे. मला नेहमी डिस्कोतल्या मुलींची दया वाटायची. डान्सबारमधल्या मुली स्वत:ला एकदम फाईव्हस्टार समजायच्या. त्यांच्याबरोबर झोपायचे तीस हजार, चाळीस हजार आणि डिस्कोतल्या मुलींबरोबर दोनशे-पाचशे. जसे काय त्या मुलींना हिरे, मोती जडलेत.

अनेकदा डान्सर मुली एखाद्याला लटकत ठेवायच्या, मागे पुढे झुलवायच्या. बरेचजण निराश होऊन नाद सोडून द्यायचे.

पण एखादा असाही सापडायचा जो ती मुलगी हातात नाही आली की निराशेपोटी बदला घ्यायचा. कधी चेहऱ्यावर ॲसिड फेकले, कधी सुरा भोसकला अशा अनेक घटना कानावर यायच्या. अर्थात चूक त्यांचीही नसायची. एक तर डान्सबारमधल्या मुलींना कस्टमरबरोबर जायची परवानगी नसायची. आमचा कस्टमर तुटतो अशी सेठ, मॅनेजरची तक्रार. ज्याच्याने त्यांचे मुलींवर बरोबर लक्ष असायचे. ते कस्टमर्सवरही लक्ष ठेवायचे.

डान्सर म्हणजे सोन्याची अंडी देणारी कोंबडी. तिला ते तळहाताच्या फोडासारखे जपायचे. डान्सरलाच नाही तर तिच्या आईलाही जपायचे. सारखे बाबू, बाबू, बाबू. या सगळ्यात मुली कस्टमर्सना 'जानू' म्हणायच्या आणि सेठ, आई, जानू या सगळ्या नजरकैदेतूनही मुलींना प्यारवाला सापडायचाच. मग इतर मुली म्हणायच्या, "बाबू लगाके गयी साबू."

आमच्या हॉटेलचा वाढदिवस होता. सगळ्यांसाठी पार्टी होती. सगळा जुना स्टॉक बाहेर काढला. त्यामुळे सगळे कॉकेटल झाले. मी प्यायचे नाही असे ठरविले होते पण सगळा स्टाफ एक सिप, एक सिप करत मी अनलिमिटेड प्यायले. पार्टी संपली आम्ही रिक्षात बसलो. माझ्याबरोबर सलीम नावाचा वेटर आणि त्याचा एक स्ट्युअर्ड मित्र होता. त्या दोघांना आम्ही चंगूमंगू म्हणायचो, ते दोघे होते. आमच्यात काहीतरी भांडण सुरू झाले असे अगदी अंधुकस आठवतेय. इतकेच लक्षात आहे की ते दोघे माझ्याबरोबर होते. त्यानंतर त्यांनी मला हॉटेलच्या दरवाजासमोर टाकले व ते पळून गेले. त्यांनी माझ्यावर बलात्कार केला किंवा काय मला हेही आठवत नाही. माझ्या छातीवर, अंगावर नखांनी ओरबाडलेले होते. सर्व अंगावर माती, धूळ चिकटलेली होती. झाडीत पडल्यासारखी पाने चिकटलेली, मांडीत तार घुसलेली होती.

मी माझा पासपोर्ट काढायचे ठरवले. एकतर इथे कामाचाही त्रास होत होता. परदेशी जाऊन पैसे कमवायला हवेत असे वाटत होतेच, त्यात आश्रमातले संन्यासीही त्यांच्या देशात आमंत्रण देत होते. दिलीपला एकदा पैसे देऊन पाहिले होते. पुन्हा द्यायची इच्छाच नव्हती. एजंटही कसे मूर्ख बनवतात हे ऐकून होते. मी सरळ पासपोर्ट ऑफिस गाठले. प्रयत्न करावे लागले, पण एकही पैसा लाच न देता मी माझा पासपोर्ट मिळविला. माझे रेशनकार्ड होते, स्वत:चे घर होते, मी खूश होते. आता बाहेरगावी जाण्याचे माझे मार्ग खुले झाले.

एवढ्यात त्यावर्षीचा ३१ डिसेंबर आला. त्यावर्षी गाण्यांचा कार्यक्रम रात्री साडेबारापर्यंत ठेवला होता. त्यानंतर ऐकले होते की काही कॅब्रे डान्सर्स येणार आहेत. रात्री एकच जण आली. तिच्याबरोबर एक म्हातारा व एक बाई आली होती, तिचे दलाल असावेत. बारमधल्या माझ्यासकट सर्व मुलींना बाहेर काढण्यात आले. आत फक्त पुरुष स्टाफ व कस्टमर्स होते. मी एका दरवाजातून निघून दुसऱ्या दरवाजातून जाता येता सर्व पाहात होते. त्या मुलीचे पहिले नृत्य सुरू झाले. दूर बसलेले सर्व गिऱ्हाईक एकदम घोळका करून बसले. तिथपर्यंत माझी एक क्वार्टर पिऊन संपली होती. पण नंतर रात्रीचा रंग एकदम बेधुंद झाला होता. ती कॅब्रेडान्सर एक एक कपडा उतरवू लागली. कस्टमर्स तिच्या छातीच्या बोंडाला हात लावत होते. काही मांडीला धरत होते. सगळे तिच्या अंगाशी एकावेळी झटायच्या प्रयत्नात होते. माझ्या अंगाचा तिळपापड झाला. मला एकेकाचा मर्डर करावासा वाटत होता. मला दारूही खूप झाली होती. मी अशा अवस्थेत बाहेर आले.

आमच्या ऑर्गनप्लेअर आमिनने मला समजवण्याच्या हेतूने हॉटेलच्या मागे नेले. तिथे काळोख होता. समजावता समजावता त्याने एकदम माझ्या अंगावर हात फिरवायला सुरुवात केली. उभ्यानेच माझ्याशी संबंध केले. त्यानंतर म्हणाला, ‘‘हेमंतलाही हवंय.’’ हेमंत काळोखातून पुढे आला आणि त्यानेही तिथेच उभ्याने संबंध केले. इतके झाले तरी आम्ही कुणी कुणाशी काही बोलले नाही. सगळे गप्प होतो. नंतर आमिन कपड्यांवरून, मेकअपवरून मला सारखे हिणवून बोलू लागला.

काही दिवसांनी आमिन बाहेरगावी गेला. त्याच्या ओळखीच्या माणसाने सांगितलं, ‘‘तिकडे आमिन, अरबी कस्टमर्सबरोबर जातो.’’ आमिनचा अन्नू नावाच्या मुलीशी प्रेमविवाह झाला होता. ती कुणा कस्टमर बरोबर त्यांच्याच घरातल्या बेडवर झोपली म्हणून ह्याने तिला सोडले. आमिन मला नंतरही फोन करून सगळं सांगायचा. कधी फोनवर म्हणायचा, ‘‘यार बहुत हो गया। हर तरह का मजा चख लिया, हर बार आखरी बार.’’ तो हल्ली स्वत:च्या मूर्खपणावर हसतो, म्हणतो, ‘‘कोई नहीं चाहिए। तू शादी करेगी क्या? चल कहीं दूर भाग जायेंगे।’’ मी हेमंतशीही नीट बोलते.

माया पॅलेसमधला एक कस्टमर कैलास रावत. ह्याचा चेहरा एकदम मगरीसारखा दिसे. खूप उंच, राहणीमान टापटीप. कैलास सुशिक्षित होता. बारमध्ये तो यायला लागला तेव्हा सुरुवातीला चार-सहा दिवस हा पैसे उडवायचा. त्यानंतर एकदा तो आला आणि त्या दिवशी बारमध्ये बसायला जागाच नव्हती, तर हा सरळ जाऊन जमिनीवर बसून पैसे उडवू लागला. त्याने मला फर्माईश घ्यायला जवळ बोलावले मी गेले तर तो मला म्हणाला, ‘‘*संभोग से समाधी तक* ऐकले आहेस का?’’ मला

खूप धक्का बसला. मी म्हणाले, "हो." तर त्याने विचारले, "त्यातले काय समजले?" मी होते तिथेच उभी राहिले. काही एक बोलले नाही. थोड्यावेळाने मुकाट माईकसमोर जाऊन आपली गाणी गाऊ लागले. थोड्यावेळाने विचारले, "उद्या सुटी आहे. भेटशील का?"

दुसऱ्या दिवशी २६ जानेवारी म्हणजे ड्राय डे. आम्हाला ड्राय डेला सुट्टी असते. त्याने मला दुसऱ्या दिवशी चार वाजता एका ठिकाणी बोलावले. मी तिथे पोहोचले. तो मला घेऊन एका लॉजवर गेला. तिथे थोड्या वेळात एक अनिल नावाचा कस्टमर आला. याचा केबलचा धंदा होता. अनिल पंजाबी होता आणि आमच्याच बारमधल्या एका अर्चना नावाच्या मुलीचा हा मित्र होता. त्याला पाहून मी घाबरले. तर तो मला म्हणाला, "तू मुझसे इतना डरती क्यों है? मैं तुझे चिढाता हूँ और सब लडकीयोंसे मस्ती करता हूँ इसलिए? अगर तू नंगी भी खडी हो जायेगी ना तब भी मुझे कुछ फर्क नही पडेगा, समझी?" आणि खरंच तो दोन तास गप्पा मारत बसला आणि निघून गेला.

अनिल गेल्यावर कैलासने नाटक सुरू केले. मला फ्रेंच करण्याकरता सांगू लागला. वारंवार त्रास देत राहिला. मला म्हणाला, "यापेक्षा आंटीलोक चांगले करतात. मद्रासी मुलीही एकशेतीस रुपयात बॅक सेक्स चांगल्या देतात." हा माणूस कुठे कुठे जातो मला कसे माहीत असणार? मी रागारागातच जायला निघाले तर तो माफी मागू लागला.

कैलास हॉटेलवर यायचा. हळूहळू तो घरीही येऊ लागला. माझ्या छोट्या मुलाला तो अजिबात आवडायचा नाही. पण मी कैलासला कटवू शकत नव्हते. तो मला हॉटेलमध्ये चांगले कलेक्शन द्यायचा. कैलासबरोबर त्याचा मित्र महेंद्र आणि दीपक येऊ लागले. तेही मला असाच अनैसर्गिक संभोग करायला लावून त्रास देत असत. मी या गोष्टी असह्य होऊन खूप दारू ढोसायला सुरुवात केली. त्यातच कैलास 'माझ्या या मित्राला ही मुलगी पटवून दे, मला ती मुलगी पटवून दे' असा मागे लागायचा. त्यात त्याने माझा चांगलाच गैरफायदा घेतला. हेमाला व मेरीला याने व याच्या एका मित्राने पटवले.

कैलास माझ्याबरोबर पुण्याला ओशो आश्रमात आला. आश्रमातही तो या माँला पटवून दे, त्या माँला पटवून दे करीत राहायचा. पण हळूहळू आश्रमातल्या वातावरणाने हा फारच इम्प्रेस झाला. माझ्याशी परदेशी संन्यासी बोलायचे, मला आदराने वागवायचे हे पाहून तो फारच खूश झाला. तो आश्रमात माझ्याशी खूप चांगला वागू लागला. सर्वांदेखत तो माझे फोटो काढायचा. एकांतात मात्र माझ्याशी विचित्र चाळे करायचा. त्याला माझे टारझनवरचे प्रेम कळले होते. कधी कधी तो म्हणायचा "तू बहोत प्यार करती है ना उससे? चल फोन करते हैं उसको, मैं बात

करता हूँ।'' कैलास हिमाचल प्रदेशचा होता. तो एका केमिकल फॅक्टरीत काम करायचा. मला कैलासच्या वागण्याचा कंटाळा येऊ लागला होता. तो हेमाला व त्याचा मित्र महेंद्र मेरीला खेळवत होतेच. पण महेंद्रचं लग्न ठरले. मला त्याने लग्नाला बोलावले. मी लग्नाला जाऊन आले. मेरी त्याच्या प्रेमात पडली होती. ती खूप तळमळत राहायची. शेवटी मेरी निघून गेली आणि मग मीही कैलासला डच्चू दिला.

मेरी एक चांगली मुलगी होती. पण सावत्र आईच्या कटकटींना कंटाळून घरातून पळून गोव्याहून मुंबईला आली आणि एका दलालाच्या कचाट्यात सापडली. तो तिला मारत असे. चटके देत असे. तिच्या पूर्ण पाठीवर इलेक्ट्रिक शॉक दिलेले होते. ती कुठे जाते, काय करते यावर त्याचे लक्ष असायचे. मेरी त्याच्या कचाट्यातून सुटली आणि तिने बार लाईनीत काम मिळवले होते. ती इतक्या प्रसंगातून जाऊनही हसतमुख असायची. मेरीचे वडील दुबईत राहायचे. कैलासच्या मित्राने, महेंद्रने लग्न केल्यावर ती दुबईला निघून गेली.

-२८-

हॉटेल लाईनीत बरेचदा ज्या मुली येतात त्यांचे भडवे, त्यांचे नवरे, भाऊ किंवा बाप असतात. त्यांना बारची कमाईही हवी असते व तिच्या चमडीची दमडीही ते सोडत नाहीत. हे घरचे भडवे बाहेरच्या दलालांपेक्षा जरा बरे असतात. जे दलाल मुलींना वेश्याव्यवसायाकरिता पकडून किंवा फसवून आणतात ते त्या मुलींचा सगळ्या प्रकारे छळ करतात. कस्टमर्सबरोबर झोपावे तर लागतेच व दलालही वापरून घेतो. पैसे कमी मिळतात वरून उपाशी पोटी मार खावा लागतो. हा मारही साधासुधा नसतो. हातापायांवर सिगरेट, इलेक्ट्रिकचे शॉक दिले जातात. सतत मुलींना दडपण व दहशतीखाली ठेवले जाते. हळूहळू मादक पदार्थांची सवय लावली जाते. नशेच्या पूर्ण जाळ्यात अडकलेल्या मुली मग दलालांचे म्हणणे ऐकू लागतात.

मी माझ्या बारच्या आयुष्यात अशा काही मुली पाहिलेल्या आहेत. अनेकजणी स्वत:ची सुटका करून घेऊन बारपर्यंत पोहोचतात. आधीच आयुष्य बरबाद होऊन बसलेले असते. त्यातून कुणाचा आधार नाही. परतीचा मार्ग बंद झालेला असतो. मग उरते फक्त बारलाईनची वाट. मारहाण, शारीरिक छळ संपतो आणि स्वत:च्या कमाईवर हक्क सांगता येतो म्हणूनच या मुली बारलाईनमध्ये येतात.

आमची लाईन आधीच बदनाम असल्याने या बहिष्कृत मुलींना स्वीकारले जाते. डिस्को व पिक-अप पॉईंटमध्ये अशा मुली येतात. त्यांच्याकडे सुरुवातीला चांगले कपडे नसतात. राहण्याची सोय नसते. कधीकधी इतर मुली किंवा मॅनेजर, एखादा वेटर तिला मदत करतात. बारच्या आमदनीवर ती झटपट या पायऱ्या ओलांडून डान्सबारपर्यंत पोहोचते. डान्सबारसाठी लागणारे कपडे व मेक-अप सर्व महागडे असते. वर रंग, रूप व वय याकडेही विशेष लक्ष दिले जाते. डान्स येणे हीही एक अट असते. या सगळ्या गोष्टींकरता थोडेतरी मानसिक, आर्थिक स्थैर्य लागते. कुणी मैत्रीण, बहीण, नातेवाईक मार्गदर्शक असावा लागतो.

डिस्को, पिक-अप पॉईंट व सायलेन्ससाठी मार्गदर्शक असण्याची गरज नसते. त्यामुळे डिस्को व पिक-अपच्या पोरींमध्ये कोणत्याही पोरी खपून जातात. काही

मुली जास्त कमवतात, काही कमी. पण रस्त्यावर उभे राहून धंदा करण्यापेक्षा डिस्कोत पिकअपमध्ये कमावणे अधिक सुरक्षित वाटते.

सायलेन्स व फ्री-बारमधली परिस्थिती तशीच असली तरी वेटर मुली दारू-सोबत चकण्यासारख्या 'परोसल्या' जातात. इथे मुलींच्या आवडीचा किंवा इच्छेचा प्रश्न नसतो. तरीही इथल्या मुली या रस्त्यावर फिरून किंवा रेडलाईट एरियातल्या कुंटण-खान्यांपेक्षा जास्त सुरक्षितता अनुभवतात. ज्या मुली वेश्या व्यवसायातून बार लाईनीकडे येतात किंवा दलालांच्या तावडीतून सुटून बारलाईनीकडे येतात, त्यांना बारलाईनचे विशेष अप्रूप असते. इथला मानसिक, आर्थिक छळ त्यांच्या लेखी फारच क्षुल्लक असतो. दलालांकडे, कुंटणखान्यातील नरक यातनांच्या मानाने त्यांना इथे फारच सुख मिळते.

मला या लाईनीबद्दल नेहमीच चित्र-विचित्र भावना तयार होत आल्या आहेत. सिंगर व डान्सर स्त्रिया किंवा मुली या कलेच्या दृष्टीने बारलाईनकडे पाहतात. आम्ही तर स्टेजच्या पाया पडून स्टेजवर पाय ठेवतो. कमी पैसे देणारा एखादा कस्टमर कलेचा कदरदान आहे हे समजले तर त्याच्या मनोरंजनातच आमचे समाधान होते. बरोबर काम करणारे कलाकार एखादं सुंदर गाणे गाऊ लागला किंवा डान्सर एखादा पदन्यास छान करू लागले की सगळे स्तब्ध होऊन तिच्याकडे पाहात बसतात. मी खूप चांगले गायक, वादक, नृत्यांगना या लाईनीत पाहिल्या आहेत.

सर्व धंद्यात चांगले वाईट लोक असतात आणि सर्व धंद्यातल्या मालकांमध्ये चोर, काळाबाजार करणारे असतात. तसे आमच्याही व्यवसायात असतात. काहीजण हे मजबुरीपोटी करतात तर काही सवयीमुळे करतात. काही जण तर जाणूनबुजून वाईटपणा करतात. काहीही असले तरी दलाल ते दलालच. त्यांच्याइतके अमानुष दुसरे कुणीही होऊ शकत नाहीत.

या दलालांचे काम राजरोस सुरू असते. जीव जातो तो स्त्रियांचा. पोलीसही स्त्रियांनाच पकडतात. हजार स्त्रिया पकडल्यावर एक तरी दलाल पकडला जातो का? आणि पकडला गेलाच एखादा तर नंतर त्याचे काय होते? सरकार, पोलीस, दलाल आणि कस्टमर्स सगळ्यांमध्ये पुरुषच पुरुष. सर्वत्र पुरुषांचे राज्य. बायका मात्र बळीचे बकरे.

आम्ही बाया भरडल्या जाताना इतर बायाही आम्हाला नाके मुरडणार. त्यांनी आम्हाला नावे ठेवली नाही तर त्यांचे पुरुष त्यांना जिणं हराम करतील या भीतीने. शेवटी काय आमचेच मरण.

वेश्यांना बिनधास्त वेश्याव्यवसाय करते असे म्हणतातरी येते. बारबालांना तर तोही दर्जा नाही. आम्ही मनोरंजनही केले पाहिजे, दारूड्यांना दारूही पाजली

पाहिजे, वर इतर स्त्रियांसारखे सती-सावित्रीचे वाणही जपले पाहिजे. मला तर सर्व समजत, उमजत असून आयुष्य बंद मुठीतल्या वाळूसारखे सरकून जात होते. मी किती प्रयत्न केला तरी मुठीत काहीच शिल्लक राहत नव्हते. कधी स्वत:ला तर कधी नशिबाला दोष देण्यापलीकडे मी बरेचदा काहीही करत नव्हते. मी एका चक्रव्यूहात अडकले होते. रोज त्या चक्रव्यूहाशी झगडण्याचा सर्व शक्तीनिशी प्रयत्न करतच होते. माझ्यासारख्या स्त्रिया ज्या मुलं झाल्यावर या व्यवसायात आल्या व रूपाने थोड्या डाव्या होत्या, त्यांचे वेगळ्या प्रकारचे हाल व्हायचे. कामाशी काम ठेवणे अशक्य असायचे. कौटुंबिक पातळीवर हालहाल सुरू झाले की मग कामाच्या जागेवर जास्त हाल होतात स्त्रियांचे. घरचा पाठिंबा मजबूत असला की स्वत:ला सावरता येते. माझे कलेचे नाणे खणखणीत होते. मी कशाही अवस्थेत असले तरी ऐकणाऱ्याला नाराज केले नाही. क्लासिकल, सेमीक्लासिकल, उडत्या चालीची सर्व गाणी मी गायची. बरोबरचे गायक स्त्री-पुरुष माझ्याकडून गाणी उतरवून घेत. पुरुष गायक माझा गाण्याबाबत आदर करीत. मला कलेच्या बाबतीत नाव ठेवायला मी जागाच ठेवली नाही.

माझ्या सोबतचे कलाकार, पुरुष बरोबरच्या स्त्रियांबद्दल, मुलींबद्दल अत्यंत अश्लील बोलायचे, घाण घाण वर्णनं करायचे. मला आश्चर्य वाटायचे, वापरून झाल्यावर कसली तिची वर्णनं करतात? त्यांची निंदानालस्ती कशासाठी चालायची? तिच्याबद्दल ते इतरांना माहितीच देत असायचे. या बोलण्यातून तिच्याशी कोणी कसेही वागले तर चालेल असा एका पुरुषाचा दुसऱ्या पुरुषाला संदेश असायचा तो. मग दुसराही तिच्याशी वाईट वागायला मोकळा, मग तिसरा, मग चौथा. अशाप्रकारे सगळे मिळून हिंस्त्रपणा करायला, अत्याचार करायला मोकळे. एकाने एक प्रकार केला, तर दुसरा त्याच्या पुढचा प्रकार करणार. स्त्रियाही आपापसात दुसऱ्या स्त्रियांबद्दल बोलतात. पण सवय असते एकमेकींबद्दल बोलायची म्हणून किंवा मनोरंजन म्हणून. मात्र त्यामुळे कोणाला इजा नाही होत. फार फार तर एखादे वेळी एखादी अडचणीत यायची पण आयुष्याच्या चिंधड्या नाही उडत स्त्रियांच्या चर्चांमुळे.

-२१-

मी माया पॅलेस सोडलं. मग डोंबिवलीच्या सदानंदमध्ये लागले. इथे तात्काल सेवा नव्हती. फक्त सेवा होती. पूर्वी मी आठ-दहा दिवस काम केलं होतं. त्यावेळचे फक्त प्रकाशभाई यावेळी होते. बाकी बरेच नवीन होते. प्रल्हाद शिंदेंचा मुलगा संघराज इथे गायचा. संघराज जॉलीच्या बँडलाही होता. तो व सूरज ह्या लाईनीत आले तेव्हा संघराज शिकत होता. त्याने माझी एकदा प्रल्हाद शिंदेंशी ओळख घालून दिली. ते मला म्हणाले, ''ह्याला सांभाळून घे.'' मला लाजल्यासारखे झाले. एवढे मोठे व्यक्तिमत्त्व! त्यांची मूर्ती अजूनही डोळ्यांसमोर आहे. कमी उंची, पिवळा झब्बा, पांढरा लेंगा.

सदानंद बारमध्ये ऑर्केस्ट्रा आणि लेडिज सर्व्हिस होती. पण हा तशा गैर-प्रकारातला बार नसल्याने बरीच बंधने यायची. इथे सगळ्या गोष्टी कडक असत. डिस्को, पिक-अप मध्ये मी गाताना फर्माईशचे कागद घ्यायला किंवा टिप्स घ्यायला कस्टमरच्या जवळ जायची. त्यावेळी ते कानात बोलायचे किंवा फर्माईश घेताना त्यांचा मोबाईल नंबर द्यायचे. इथे मात्र फर्माईश जागेवरूनच वेटरच्या हाती लिहून पाठवावी लागे. त्यामुळे वेटर आपोआपच ती तपासून आम्हाला स्टेजवर आणून द्यायचा. गायक, गायिकांना स्टेजवरून उतरून कस्टमरजवळ जाण्याची बंदी असायची.

या हॉटेलमध्ये प्रसाद कानडे हा सुरुवातीला कस्टमर म्हणून आला. पण नंतर ह्याच्याशी माझी मैत्री झाली. प्रसादने माझ्याकडून ओशोंची पुस्तकं नेली आणि नंतर तो माझ्याबरोबर पुण्याला येऊ लागला. प्रसादने आश्रमात संन्यास घेतला त्याचे नाव बोधिजागरण. प्रसादचं आणि माझं नातं शरीरसंबंधाच्या पलीकडे होतं. त्याला माझ्याशी लग्न करायचं होतं.

हा काही कस्टमर नव्हता. मी आश्रमातून आल्यावर खूप बदलले होते. वय तीस वर्षांचं होतं पण संन्यास घेतला होता. मी बारमध्येही माझं वाचन सुरूच ठेवायचे. कस्टमर्सकडे पाहणं सोडून दिलं होतं. फर्माईश आली की मात्र ते गाणं जीव ओतून गायची. इथे तिथे पाहाण्याची सगळी शक्ती वाचनात वापरायची. निंदा

करणे, वाकुल्या दाखवणे, हिणवणे अशा सगळ्या आसपास चालणाऱ्या उपद्रवापासून स्वत:ला वाचवण्याचा हाच उत्तम मार्ग होता.

आमच्या बारमध्ये आलेल्या एका नव्या गायिकेचा शायनर मित्र होता. हा मित्र मला म्हणाला की माझा मित्र ओशोंना खूप मानतो. त्याला तुला भेटायचे आहे. मग ती गायिका आणि ते दोघेजण माझ्या घरी आले. या गायिकेच्या मित्राचा मित्र एकदम गोरा, बोलक्या डोळ्यांचा मुलगा होता. त्याचे नाव गौरव होते. ताजमहाल हॉटेलमध्ये त्याला काही आरोपावरून नोकरीतून काढून टाकले होते. बायको सोडून गेली होती. हळूहळू गौरव एकटा माझ्या घरी राहायला लागला. काहीच महिन्यांनी त्याचे व माझे शरीरसंबंध येऊ लागले. तो खूपच विक्षिप्त होता. आमचे शरीरसंबंध असले तरी पण त्याचे चित्रविचित्र खेळ पाहून मी कंटाळायचे. तो हातावर ब्लेड मारून घ्यायचा. कधी जळती सिगारेट तोंडातून पोटात सरकवायचा. त्याला रोज दारू लागे. दररोज किमान एक देशी दारूचा खंबा. हळूहळू तर तो आमच्या घरी येणाऱ्या ओशो संन्यासांकडून पन्नास, शंभर रुपये मागू लागला होता. कधी माझ्या पर्सवरही हा डल्ला मारत असे. माझ्या मुलांना तो आवडत नसे. त्याच्या नादाने त्याचा मित्र माझ्या घरी येऊन शरीरसंबंधांची मागणी करू लागला. मी त्याला स्पष्टपणे नकार दिला.

गौरव खरंतर सुशिक्षित, मध्यमवर्गीय पंजाबी मुलगा होता. पण एक नंबर फ्रॉड. कुठून कुठून टोप्या फिरवून पैसा कमवायचा. त्याच्या पैशाशी माझा कधीही संबंध आला नाही. क्वचित एखादेवेळी मी जेवण केलेले नसले किंवा संपवलेले असले की हा जेवण विकत आणे. त्याच्या माझ्या घरात राहण्यावर मी वैतागले होते. पण त्याला बोलून काही उपयोग नव्हता. तो हातावर ब्लेड मारून रक्तबंबाळ होऊन मला खूप ब्लॅकमेल करे. ज्यामुळे मी गप्प राही.

सदानंदमध्ये राज नावाचा एक कस्टमर येत असे. हा तरुण मुलगा होता. तो त्याच्या मित्रांसोबत येत असे. तो सुरुवातीला अनिता म्हणून वेट्रेसेस होती तिच्या टेबलवर बसत असे. मी ओशोंच्या आठवणीत एक गाणे गायची,

बिछडे अभी तो हम बस कल परसो,
जिऊँगी मैं कैसे इस हाल में बरसो?

त्याला हे गाणं खूप आवडत असे. राज मला खूप छान, छान गाण्यांच्या फर्माईशी देत असे. माझ्या गळ्यातली माळ जेव्हा त्याने पाहिली तेव्हा हा मोठ्याने ओरडला, "ओशो". राज पुढे माझ्या घरीही येऊ लागला ते आजतागायत येत राहिला. अनेक प्रसंग घडले पण त्याचं आणि माझं नातं अतूट राहिलं.

राज आगरी समाजाचा होता व कॉलेज वगैरे शिकलेला होता. त्याचे वडील

लहानपणीच वारले होते. त्यामुळे त्याच्यावर घराची जबाबदारी लवकर पडली. राजच्या अनेक मैत्रिणी होत्या. त्यातल्या काही माझ्या घरीही यायच्या. माझे व राजचे शरीरसंबंध आमची ओळख झाल्यावर पाच वर्षांनी आले. या सर्व मधल्या काळात राज व मी एकमेकांच्या घरी जात येत असू पण आमचे कधी शरीरसंबंध आले नाही.

सदानंदमध्ये एक मुलगी, अनिता कामाला होती. मला कळले की तिची राहण्याची काहीच सोय नव्हती. मी तिला माझ्या घरी राहण्यासाठी बोलावले. अनिता मला आई म्हणायची. अनिताच्या वडिलांनी दुसरे लग्न केले त्यानंतर काहीच वर्षांत ते वारले. अनिता हुशार विद्यार्थिनी होती पण सातवीतच तिला शाळा सोडावी लागली होती. सावत्र आईच्या भांडणापायी तिने घर सोडले. वयाच्या तेराव्या वर्षांपासून तिला लोकांनी वापरले. रात्री झोपायला जागा नसायची म्हणून ती वेगवेगळ्या पुरुषांसोबत रात्रभर राहायची. लहानग्या वयात तिने खूप सहन केले. अनिता मला घरात जेवण बनविण्यापासून सर्व मदत करायची. तिचे एका कस्टमर-बरोबर प्रेम जुळत होते. तो हरामखोर वाटायचा मला. जातीने ब्राह्मण पण वागायला हलकट होता. जेव्हा तेव्हा डोळ्यात डोळे घालून बघायचा काय, बोलायचा काय. मला तो आवडत नसे.

मी अंबरनाथला राहायला आल्यापासून इतक्या प्रसंगातून जात असतानाही घर बांधले होते. आजूबाजूची वस्ती सुधारत चालली होती. कुणाचे फाऊंडेशन बांधून पडले होते. कोणी फाऊंडेशनवर घर बांधत होते. असेच आमच्या शेजारीही घर बांधले होते. त्यामध्ये दोघं नवरा-बायको व त्यांची दोन मुलं राहात असत. एक मुलगा व एक मुलगी. ह्या नवरा-बायकोत नेहमी भांडणे होत.

एक दिवस यांची दिवसभर भांडणे चालू होती. मी व अनिता कामावर गेलो होतो. श्रीधर व श्रीकांत घरात होते. माझी दोन्ही मुलं चौदा-पंधरा वर्षांची. या शेजाऱ्यांच्या भांडणात ओढली जातील, याची आम्हाला कल्पनाही नव्हती. शेजारी ह्यांची भांडणं सुरू असताना त्या बाईने मुलाला घेऊन घर सोडले. ती जात असताना माझा मोठा मुलगा बबलू तिला भेटला. बबलू दुकानातून सामान आणायला बाहेर पडला होता. तिने त्याला सांगितले, "माझ्या मुलीला निरोप दे की पप्पांची काळजी घे." बबलू तिचा निरोप सांगायला घरी गेला तर ह्या माणसाने माझ्या मुलाला घरात घेतले व बांबूने मारले. त्यामुळे छोटू मध्ये पडला तर त्याला हा माणूस "तुझे माझ्या बायकोशी काय संबंध आहेत का?" असे विचारत मारू लागला.

इकडे मी व अनिता बारमध्ये होतो. रात्री दहा वाजल्यापासून अनिता 'आपण लवकर घरी जाऊ' म्हणून मागे लागली होती. मी तिला 'थोडे थांब. असेही साडे-

अकरा वाजता निघायचेच आहे.' म्हणत होते. पण शेवटी आम्ही घरी आलो, पाहतो तर दोन्ही मुलं ओशोंचा फोटो घेऊन रडत होती, "ओशो आम्हाला वाचवा," असं म्हणत ती दोघं ओक्साबोक्शी रडत होती. शेजारी चादरी, टॉवेल सगळे रक्ताने भरले होते. मी हातातले सर्व सामान फेकून दिले. रिक्षा शोधून आणली. रात्रीचा पाऊण वाजला होता आता यावेळी मी त्यांना कुठे नेऊ? माझ्या ओळखीचे एक मधुभाऊ होते. लोकं त्यांना गुंड म्हणायची पण तेच माझ्या मदतीला धावून आले. आम्ही मुलांना दवाखान्यात नेले तर ते म्हणाले ही पोलीस केस आहे. तुम्ही पोलीस-स्टेशनला जा. आम्ही पोलीसस्टेशनमध्ये गेलो.

छोटू व बबलूला शेजाऱ्याने मारले. त्यानंतर त्याची बायको लगेच घरी परत आली. त्यांच्यात काय झाले माहीत नाही पण तिने चौकीत जाऊन बबलूवर केस केली होती. पोलिसांनी आम्हाला मुलांचे रक्त पडून लादी खराब होईल सांगून बाहेर थंडीत उभे केले. डिसेंबरचा महिना होता. आमची त्यांनी फक्त एन.सी. नोंदवून घेतली आणि सेंट्रल हॉस्पिटलला पाठवले. बबलूला तीन टाके घातले. मधुभाऊंनी त्यांच्या ओळखीच्या चौधरी हॉस्पिटलमध्ये बबलूला ॲडमिट केले. माझ्याकडे पैसे नव्हते. डॉक्टरांनी सकाळी पंचवीसशे रुपये भरायला सांगितले.

एवढ्या रात्री अचानक अनिता गायब झाली होती. ती पोरगी सकाळी सातच्या आधी हॉस्पिटलला आली. तिने मला अठ्ठावीसशे रुपये दिले. मागे ती सारखी एका कस्टमरबद्दल सांगत होती. तो तिच्या खूप मागे लागला होता. ती त्याला सतत नकार द्यायची. त्या रात्री अनिता त्याच्याबरोबर गेली होती.

पुढे अनिताबरोबर दोघंतिघं एकदोन वेळा घरी आले त्यावरून मी तिला घराबाहेर काढले. तिने तिच्या ब्राह्मण प्रियकराबरोबर लग्न केले. आता तिला दोन मुले आहेत. ती सुखी नाही. नवऱ्याला नोकरी नाही. माझ्याकडे येते पण दुःख काही सांगत नाही. एकदा म्हणाली होती की सासरा तिच्याशी वाईट वागायचा प्रयत्न करतो.

राजची मैत्रीण वृषाली ही इंजिनियर मुलगी होती. लहानपणी तिच्या मामाने तिला वापरले होते. राजला तिने बराच काळ आशेवर झुलत ठेवले होते. तिने घर सोडले तेव्हा ती माझ्या घरी येऊन राहिली होती. त्याच काळात मला राजबद्दल खूप प्रेम वाटू लागले होते. मी त्याला लग्नाबद्दल विचारणार होते. त्याने प्रगतीवर त्याचे प्रेम असल्याचे सांगितले. इकडे वृषाली माझ्या मोठ्या मुलाकडे बबलूकडे आकर्षित होत होती. ती राकेश नावाच्या एकाला भेटायला जात असे. ती एकदा त्याच्यासोबत पुण्याला गेली. मग ती बाहेरूनच बबलूला फोन करून तासन्तास बोलायची. मी त्यावरून बबलूला म्हणायची, "मला तुझी काळजी वाटते." तो मला म्हणायचा,

"आई, तुला माझा भरोसा नाही का?" पण पुढे पुढे बबलूला वाटू लागले की आईला स्वत:ला मजा मारायला पाहिजे आणि ती माझ्या मार्गात अडथळे निर्माण करते. नंतर वृषाली भाईंदरला एका संन्याशाच्या घरी जाऊन राहिली.

राजची मैत्रीण प्रगती माझ्याकडे यायची. तिचे व राजचे संबंध होते. राजला ती आवडायची पण राज तिच्याशी त्या काळात लग्न करू शकत नव्हता. त्याच्या घरातली परिस्थिती खूप अडचणीची झाली होती. आईला मध्येच ॲटॅक यायचा. बहीण लग्नाची होती. प्रगती ग्रॅज्युएट होती पण स्वभावाने खूप भोळी होती. घर सोडून पळून आली पण राजने तिला समजावून पुन्हा स्वत: घरी नेऊन सोडले.

त्या काळात माझी घरची परिस्थिती बरीच चांगली होती. मी घरात फोन घेतला होता. खाण्यापिण्याची भ्रांत नव्हती. लाईट, पाणी व्यवस्थित होते. चांदीबाई कॉलेजची एक मुलगी, ओशोंच्या आश्रमात जाणाऱ्या एका मुलाबरोबर यायची. तिला दिवस गेले आणि त्याने तिला सोडून दिले. तिला ती गरोदर असल्याचे आठव्या महिन्यात कळले. त्यामुळे तिला ते मूल जन्माला घालावे लागले व ते तिने ॲडॉप्शनला दिले. तिला मी सांगत होते की मूल स्वत:कडे ठेव, त्याचा सांभाळ कर. नोकरी कर. पण तिची तयारी नव्हती.

मी मधेच एकदा आईवडिलांच्या घरी जाऊन आले होते. भावाचे आईवडिलांशी विचित्र वागणे पाहून मी अस्वस्थ झाले होते. मी स्वत: आई-बाबांसाठी काहीही करू शकत नव्हते कारण त्यांना माझ्याकडून काहीही घ्यायचे नव्हते व लक्ष्मीकांत – त्यांचा मुलगा त्यांचा छळ करीत असूनही ते तो मुकाट सहन करीत होते. माझ्या डोक्यात सारखे हेच विचार घुमत होते. त्याच दिवशी राज घरी आला. राज हा 'एक कस्टमर' या नात्याच्या पुढे गेला होता. त्याच्या घरी मी गेले होते, राहिले होते. मी त्याला मित्र मानत होते. त्याच्याशी बोलून मला मनमोकळे रडायचे होते. राज व राजचा मित्र आले तसे टीव्हीवर मॅच पाहात बसले. माझ्या मनातले वादळ त्याला समजलेच नाही. राजच्या मित्राला माझ्याशी संबंध करायचे होते. त्यादिवशी तो पैसे देऊन माझ्याबरोबर झोपायच्या तयारीतच आला होता. मला वाटत होते हे सगळे खड्ड्यात जाऊ दे. मला राजने त्याच्या कुशीत रडायला जागा द्यावी. पण त्याला काही कळत नव्हते. मी मनातून पोखरली जात होते.

राज व राजचा मित्र मला घेऊन एका हॉटेलवर गेले. आम्ही तिथे खूप प्यायलो. मी तर दारू पिताना लघवीलादेखील उठले नाही. बीअर व बीअरवर क्वार्टर प्यायले. त्यानंतर काय झाले मला काही आठवत नाही. काही गोष्टी अंधुक आठवत आहेत. राज मला बहुधा उचलून नेण्याचा प्रयत्न करीत असावा. त्याला मला सावरता येत नसावे. त्याने माझ्या मुलांना घरी फोन केला. "आई दारू पिऊन पडली आहे. तिला घेऊन जा."

त्यानंतर माझे एकदा डोळे उघडले गेले तेव्हा मी पोलिसांच्या गाडीत होते. दुसऱ्यांदा मी डोळे उघडले तर मी हॉस्पिटलमध्ये होते. सकाळचे सहा वाजले होते. धड कुणीही काहीही सांगेना. मला संशय आला. ते आपापसात म्हणत होते, ''सकाळी गाडी येऊन घेऊन जाईल.'' मी माझ्या पायातली चप्पल तिथेच सोडली आणि सर्वांची नजर चुकवून धूम ठोकली.

घरी आले तर छोटू सांगत होता, ''आई तू रात्री दारू पिऊन कुठे पडली होतीस. राज तुला सोडून गेला तेव्हा त्याने आम्हाला फोन केला होता.'' दिवसभर माझे अंग दुखत होते. तोंडावर, पाठीवर पोलिसांच्या बुटांचे वळ होते. मला कुणी, कुणी मारले काही आठवत नव्हते. त्यानंतर बरेच दिवस राज आला नाही. त्याने एक चिठ्ठी पाठवली. खूप उपरोधाने त्याने त्यात मला टोमणे मारले होते.

त्यानंतर बरेच दिवसांनी मी स्वत:हून त्याला फोन केला. म्हणाले, ''तू यायचे का बंद केलेस? आपले काही भांडण झाले नव्हते.'' मनात आले, चूक आपली मग जग लाथा घालणारच. पोलीस तर वाटच पाहत असतात कोण पडतो आणि आम्ही त्याला कधी लाथ घालतो, तुडवतो याची. त्यादिवशी माझे सगळे सामानही विसरले होते. काही दिवसांनी ते सर्व सामान मला ओशो सेंटरमध्ये गेल्यावर परत मिळाले, कोणीतरी ते सेंटरमध्ये पाठवून दिले होते.

- ३० -

सदानंद हॉटेलमध्ये भरत पवार म्हणून यायचे. मी कितीतरी वाईट कस्टमर्सना पाहिले होते. काही चांगलेही असायचे, मात्र हे खूपच चांगले होते. घरी बायकोला सांगून बारमध्ये यायचे. कुणावर पैसे उडवले तेही तिला सांगायचे. मला म्हणायचे, "मी तुमच्यावर दोन हजार उडवतो तेव्हा मला धंद्यात दोन लाख मिळतात." खूप कमी लोक अशी असतात. पुढे एकदा मस्कतमध्ये मला भरत नावाचा एक गुजराथी कस्टमर भेटला होता. ह्याने मला चिठ्ठी पाठवली. त्यात लिहिले होते की तुम्ही मेलेल्यांना हसवाल. मरणारा पण क्षणभर थांबेल. आज माझ्याकडे ताज असता तर तो मी तुम्हाला भेट दिला असता.

सदानंदमधला बँड उडाला. मी सदानंद हॉटेल सोडले आणि भिवंडीला कुबेरा-मध्ये काम करू लागले. इथे नेहमी वीज जायची. वीजचोरच खूप होते, काय करणार? इथे डान्स चाले. ह्या हॉटेलला व्हीआयपी हॉल होता. तिथे सर्व सुंदर मुलींचा डान्स चाले. त्या खूप छान मेकअप करायच्या, सुंदर कपडे घालायच्या. त्यांना कुणाला गर्व नव्हता. त्यांच्याही व्यथा माझ्यासारख्याच होत्या. कायद्याचे संरक्षण नाही, पुरुषांकडून आदराची वागणूक नाही. आपले, परके सगळे सारखेच, प्रत्येकीचे जीवन संघर्षमय.

या हॉटेलचे पूर्वी खूप नाव होते. आम्ही काम शोधताना जेथे धंदा व्यवस्थित होईल, कस्टमर्स खूप नियमित व चांगले असतील आणि रेड पडणार नाही अशी खात्री करून घ्यायचो. माझ्या वाटणीला मात्र जास्तीत जास्त वेळा रेड पडणारीच हॉटेल्स जास्त आली. याही हॉटेलला पोलिसांची रेड पडायची. त्यांचा त्या वेळी काहीतरी लायसन्सचा प्रॉब्लेम होता. एक दिवस इथे रेड पडली. सर्व मुलींना उचलून नेले. पण नंतर गायिकांना सोडून दिले. एका ऑफिसरने मला जोरात कानाखाली मारले. मला खूप वाईट वाटलं. सर्व स्टाफ, सेठ पाहात होते. पण खाकी कावळ्यांसमोर कोण आवाज करणार? त्या ऑफिसरने मला डान्सर समजून मारले असे नंतर बाकीचे सर्व मला सांगत होते. दीड महिन्यात कुबेरा बंद पडले.

त्यानंतर मी विठ्ठलवाडीचे श्रीराम, ठाण्याचे सी-क्वीन, नाईट क्वीन, मानसी

पार्क, चांदनी पॅलेस, या हॉटेल्समध्ये एक दिवस कधी दोन दिवस असे काम केले. कुठे बँड उडाला, कुठे हॉटेल बंद झाले असे प्रकार सुरू होते. ईसाकभाईंचा हॉटेल लीनामध्ये बँड होता. मी तिथे काम मागायला गेले. ईसाकभाईंनीही पाचव्या दिवशी येऊ नको म्हणून सांगितले. मग पुन्हा नवीन हॉटेल 'शीतल बार अॅण्ड रेस्टॉरंट' इथे शोभना राजूचा बँड होता. पाठक म्हणून एक जण होते, तेच वेगवेगळे बँड लावायचे, ते कलाकारांना परदेशीही पाठवायचे. मी त्यांना मलाही परदेशी जायचे आहे हे सांगितले पण ते मनावर घ्यायचे नाहीत. काहीबाही कारणं सांगायचे. पण खरे कारण माझे बदसुरत रूप हेच होते. काहीच दिवसांनी पाठकने शोभनाचा बँड शीतलमधून उडवला आणि सुरेश देसाईंना चालवायला दिला. बँड बदलला तरी कलाकार तेच ठेवले.

या हॉटेलमध्ये एक चांगली गोष्ट होती. मुली कस्टमरबरोबर जायच्या नाहीत. नाचून त्यांना पाचशे दोनशे कमवता यायचे. सेठही कधी जबरदस्ती करत नसत. जिला कमाई नाही तिला स्वत:च्या खिशातून पैसे देऊन घरी पाठवत. कुणाची हाय घेत नसत. या हॉटेलमध्ये हिजडेही येऊन नाचून जायचे. इथले मॅनेजर सेठ माझे खूप चांगले मित्र होते, मला जवळ बसवून पेग पाजायचे. शीतलमध्ये माया पॅलेसचे कस्टमर्सही यायचे. म्हणायचे, ''आता पूर्वीची वैशाली राहिली नाही.'

संजय नावाचा उडिया कस्टमर होता. तो त्याला ओशोंकडे जायचेय म्हणू लागला. त्याला मी एक पुस्तक दिले व म्हटले वाच. मग जाऊ. तो सारखाच पुण्याला जाऊ म्हणून मागणी करू लागला. अनायसा ओशोंचा वाढदिवस होता. आदल्या रात्री मी हॉटेलवर सुट्टी टाकून निघाले. मला म्हणाला 'रात्री वाशीत राहू.' त्याच्या गाडीवरून निघालो. तो गाडी स्पीडने चालवित होता.

कोपरखैरणेच्या आधी मोठा ब्रीज लागला. त्याचे काम सुरू होते. मोठ्या डांबराच्या थप्प्या टाकल्या होत्या. आजूबाजूला खूप अंधार मिट्ट होता. त्या थप्प्यांवरून धडके घेत गाडी उडाली. मी मागच्या मागे उडाले. मला वाटले संपले. आपण मेलो. पण नाही. उठले, मला चालता येत नव्हते. नेमके काय होत आहे मला काहीच कळत नव्हते.

मी संजयला शोधत होते. मला एका रिक्षाच्याजवळ गाडी पडलेली व त्याखाली संजय पडलेला दिसला. अंधारात काहीही समजत नव्हते. एका बाजूला मोठेमोठे ट्रक होते. पलीकडून दोन मुलं आली म्हणाली, ''आम्ही हॉस्पिटलला नेतो'' संजय हट्ट धरून बसला, ''नाही, मी घरी जातो'' मी त्याला कसेबसे समजावले. हॉस्पिटलमध्ये गेलो तर डॉक्टर अॅडमिट करेनात. संजयने घरी फोन लावला तेव्हा कुठे आम्हाला अॅडमिट केले.

माझा डावा हात पूर्ण जळला होता. नाक पूर्ण खरचटले होते. दात ओठांमध्ये घुसले होते. वरच्या दोन दातांचे तुकडे पडले होते. संजयला कपाळाला खरचटले होते आणि पायाला मुका मार लागला होता.

रिक्षावाल्या मुलांनी गाडी हॉस्पिटलला आणून लावली. थोडेसे प्रथमोपचार करून आम्ही लगेच निघालो. रिक्षा करून त्याच अवस्थेत मी संजयला त्याच्या घरी ठाण्याला सोडायला गेले. हा सारखा "माझी गाडी कुठे आहे?" विचारू लागला. त्याला मी सांगितलं, "दवाखान्याच्या खाली पार्क केली आहे." मला राग आला होता. त्यात मला घराच्या मागे संजयने रिक्षा थांबवायला लावली व हा उतरून सरळ चालत निघून गेला. मला संजयने रिक्षा भाड्यासाठी फक्त दीडशे रुपये हातावर टेकवले. उरलेले पैसे मलाच भरावे लागले.

मी घरी गेले तर मुलं खूप घाबरली. मी तिसऱ्या दिवशी ड्युटीवर हजर झाले. हातपाय ठणकत होते. स्वयंपाक करताना तर तो जळलेला हात खूप दुखे. पण मी सर्व घरातले करून हॉटेलला जाऊ लागले. मी ह्या घटनेने खूप हादरले होते. गाडीच्या आवाजानेही थरथर कापायची. प्रसाद कानडे मला औषधे आणून देत होता.

संजय हॉटेलच्या बाहेर एकदा भेटायला आला. लगेच निघून गेला. त्यानंतर दोन दिवसांनी पुन्हा तो आला तेव्हा त्याच्याबरोबर दोन मुलं होती. त्यातल्या एकाने मला, "माझ्याबरोबर येतेस का?" असे विचारले. दुसरा दादागिरीच्या स्वरात, "तुम्हाला माहीत आहे का संजयची अंगठी, चेन, घड्याळ गेले?" म्हणू लागला. मी लगेच संजयकडे वळून म्हणाले, "माझीही सोन्याची अंगठी गेली. तुम्ही ह्यांच्याकडून का चौकशी करून घेता? सरळसरळ मला एकट्यात घेऊन विचारू शकत नाही का? मी तुमची बॅगही त्यादिवशी तुमच्यासोबत पोहोचवली ना?" तर तेव्हा म्हणतो की, "अगं, त्या बॅगेत एक लाख पासष्ट हजारांची कंपनीची मॉडेल्स होती. ती गेली असती तर माझी नोकरीही गेली असती."

संजय पुन्हा दोन-तीन वेळा आला. प्रत्येकवेळी मला आश्रमात जायचेच आहे म्हणायचा. एक दिवस पुन्हा त्या मुलाला घेऊन आला. हा मुलगा माझ्याजवळ येऊन म्हणतो, "तुझ्या ओळखीत कुणी मुलगी आहे का?" मी हॉटेलमध्ये तमाशा नको म्हणून संजयबरोबर बाहेर पडले. संजयच्या गाडीवर बसले तर संजय मला म्हणाला, "तू फार उड्या मारते ना? चल बघतो तुला रूमवर." मी रूमवर गेल्यावर रडून आकांडतांडव केला. त्याला संबंधच करू दिले नाहीत.

संजय पुन्हा पाच-सहा दिवसांनी आला म्हणाला, "आजच जाऊ आश्रमात." आम्ही गेलो. रात्री पोहोचलो. त्यामुळे हॉटेलवर गेलो. याने मला जबरदस्तीने फ्रेंच करायला लावले. दुसऱ्या दिवशी याला आश्रमात परमिशन मिळवून देण्यापुरतेच

मी आश्रमात गेले. त्यानंतर मी रूमवर बसून राहायची. खूप रडले. खूप रडले. हा तीन दिवसच गेला. मला म्हणाला, "तू जा" पण मी गेलेच नाही. शेवटी चौथ्या दिवशी परत आलो.

मी कामावर गेले तेव्हा कळले की संतोष शेट्टीला एनकाऊंटरमध्ये मारले. तो माझा जीवाभावाचा मित्र होता. त्याच्यावर रॉबरी व मर्डर केसेस होत्या. एकूण बेचाळीस केसेस होत्या. तो सुशिक्षित होता. नीच माणूस नव्हता तो. दोन नंबरच्या धंद्यातील जास्तीत जास्त माणसं माझ्याशी खूप सात्त्विकतेने वागली, उलट स्वत:ला सुसंस्कृत म्हणवणारे नीच व धोकेबाज निघाले. मला संतोष मेल्याचे खूप वाईट वाटले. मॅनेजर म्हणाले, "संतोष तुझ्या ओळखीत होता ना? तुझेही नाव पेपरला आले होते." मागच्याच महिन्यात पोलीस मागावर असतानाही माझ्या अपघातानंतर तो दोन तास घरी येऊन माझ्याजवळ बसून, विचारपूस करून गेला होता.

हॉटेल शीतलमधला बँड काढला. मी बेरोजगार झाले. माझी परिस्थिती खालावलेली होती. त्यात माझा चेहरा खराब झाला होता. मला कोण कामावर घेणार? अशातच मी तुर्भ्याला एका फ्री सर्व्हिसमध्ये गेले. हॉटेलमध्ये एकदम अंधार होता. सगळ्या मुली एका एका टेबलावर बसून होत्या. मुलींनी सांगितले की इथे फ्रेंच करावे लागते. सगळे काम टेबलवरच होते. इथे म्युझिक, मनोरंजन काहीच नसते. एक कस्टमर आला. माझ्या बाजूला बसला. त्याने बीअर मागवली. काहीबाही बोलत तो बीअर पित होता. त्याने थोडी बीअर पिऊन माझ्या तोंडात टाकली. तो सांगत होता तो मुस्लीम आहे. मला त्याचा चेहराही दिसला नाही. त्याने माझ्याकडून हस्तमैथुन करून घेतले. मधेमधे तो माझ्या तोंडात बीअरची चूळ टाकत होता. खूप वेळ बसून त्याने मला पन्नास रुपये दिले व तो निघून गेला. मी जाताना मॅनेजरने मला पन्नास रुपये दिले व म्हणाला, "उद्या ये हं." माझा हा पहिल्याच दिवसाचा अनुभव इतका भयंकर होता. मी पुन्हा गेले नाही. मग कळव्याला एका डिस्कोत काम केले पण मला तेही पटले नाही.

मी सायन कोळीवाड्याला हरदीप पंजाबमध्ये कामाला जाऊ लागले. इथले मॅनेजर सरदार होते. स्वभावाने खूप चांगले होते. पण या हॉटेलला मला तेव्हा टिप्स व पगार खूप कमी होते. जेमतेम शंभर रुपये हातात पडत होते. एकदा मला टी.सी.ने पकडले. माझ्याकडे पास नव्हता. त्याने स्टेशनला वरच्या बाजूला ऑफिसमध्ये नेले. मी पूर्ण तयारीत होते. म्हटले आता काय हाही वापरणार पण त्याने तासभर

दुनियाभरच्या चौकशा केल्या, गळ्यातली माळ दाखवत सर्व विचारून ऐकून घेतले. माझ्याकडचे *संभोग से समाधी के ओर* पुस्तक काढून घेतले व मला सोडून दिले. या घटनेनंतर मी सायनला न जाता, कोळीवाडा गुरू तेग बहाद्दूररोड स्टेशनवरून जायची. तेही बरंच होतं म्हणा, माझे टॅक्सीचे वीस रुपये वाचायचे.

एकदा मी धावतपळत ट्रेन पकडायला कोळीवाडा स्टेशनजवळ गेले. मी जिना चढणार इतक्यात सहा-सात मुलांनी घेरले. सगळी मुलं सोळा-सतरा वर्षांची. मी त्यांना म्हणाले, ''अरे तुम्ही माझ्या मुलासारखे.'' तर ते म्हणायला लागले, ''काय आंटी?'' एकाने मला धरले व आपटले. मी खांबावर आदळल्याने नाकाला जबरदस्त जोरात लागले. दुसऱ्याने धरून फेकले. मी जोरात 'हरीश' म्हणून ओरडले. हरीश माझ्याबरोबर काम करायचा. तो माझ्या थोडा आधी निघाला होता. त्यावेळीच व्ही.टी.ला जाणारी गाडी आली. त्या आवाजात त्याला माझी हाक ऐकू आली नाही पण एक बरे झाले त्याच ट्रेनने काही माणसं उतरून ब्रीजवरून खाली उतरत होती. ही मुलं मला ब्रीज चढून देत नव्हती. पण त्या माणसांना बघून ते सर्व पळाले. ती मुलं सर्व मद्रासी असावीत. तिथेच गॅरेजमध्ये काम करणारी. मला स्टेशनवर हरीश भेटला. त्याला मी सर्व सांगितले. दुसऱ्या दिवशी मॅनेजर विचारत होता ''ते कोण होते?'' मी जाऊन दे म्हणाले. त्यानंतर आशा नावाची गायिका माझ्याबरोबर प्रवास करू लागली.

एकदा आशा स्टेशनवर एका वेटरला हात दाखवायला दारातच थांबली व मी खिडकीत बसले तर एकाने येऊन माझी छाती आत हात घालून जोरात दाबली. मी किंचाळले. तेव्हा खिडक्यांना बारीक जाळ्याही नसत. मी खूप वैतागले होते. घरीही गौरव वारंवार येऊन-जाऊन त्रास द्यायचा वर पैशाची मारामार चालली होती.

हे सर्व पुरे नव्हते म्हणून की काय साधारण आठवडाभरातच मी कुर्ल्याला उतरून गाडी पकडण्यासाठी धावत होते तर पाठून ऑर्गनप्लेअर श्यामभाऊंनी हाक मारली, ''ओशो, वैशाली.'' मी थांबले. आम्ही मागची गाडी पकडली. मी ठाण्याला लेडिजमध्ये बसले. श्यामभाऊ कल्याणला उतरून गेले. त्यात एक मुलगा प्रत्येक स्टेशनला उतरून ''वैशू, आय लव्ह यू.'' असे ओरडून ट्रेन पुन्हा पकडे. असे अंबरनाथपर्यंत चालले होते. एक मुलगी म्हणाली, ''वो तेरे पहचान का है क्या?'' मी ''नहीं'' म्हणाले.

तो अंबरनाथला उतरून माझ्या मागेमागे येऊ लागला. असे कोणी मागे लागले की मी सरळ त्यांना स्वत:हून घरी घेऊन येत असे. मग घरी मुलांना पाहिले की ते आपणहून पाठच्या पाठी निघून जात. त्यांना मुलांसमोर काहीही बोलता येत नसे. तसेच मी ह्यालाही घरी घेऊन आले. तो गप्पपणे रिक्षात बसला.

घरी आलो तर घरात गौरव झोपला होता. तो उठला, याच्याबरोबर बोलत

बसला. त्याने ओशोंचा फोटो पाहिला. मी त्याला 'जेवणार का?' विचारले. 'नाही' म्हणाला. मी कपडे बदलले. हा अचानक 'मी निघतो' म्हणाला. मी त्याला सोडायला रस्त्यापर्यंत आले. अचानक एका ठिकाणी हा वळला आणि त्याने मला मारायला सुरुवात केली. पोटात गुद्दे मारले, माझा गळा आवळला. मला म्हणाला, "तो घरात आहे तो कोण आहे तुझा?" मी कशीबशी म्हणाले, "प्रेम करतो." तो आणखीनच चिडला. मी घाबरलेले दाखवले नाही. त्याला म्हणाले, "चल." पण तो धडपणे चालूही देईना. सारखा वळून मला आवळून धरायचा. मी ओरडले देखील नाही.

माझ्या अंगावर तेव्हा फक्त गाऊन होता. मी त्याला एका कोपऱ्यात नेले, गाऊन काढला, चड्डी काढली. त्याला काम करू दिले. तो इतका तापला होता की, त्याचे अंग संपूर्ण जळत असावे. क्षणार्धात त्याचे स्खलन झाले. मी त्याच्याशी खूप बोलले. त्याला लाज वाटली. त्याला रोडवर नेऊन सोडले व मी घरी आले. तो मला घरी यायच्या अगोदर म्हणाला होता, "मी तुझ्या दोन महिने पाळतीवर होतो. तू मला खूप आवडलीस."

मी घरी आले तेव्हा मला जखमा झाल्या होत्या. अंथरूणावर पडले तर गौरवने उठून माझ्याशी संभोग केला. मला भयंकर चीड आली होती पण मुलं घरात झोपली होती. आरडाओरड करणार तरी कशी? सकाळी उठून गौरवला हाकलून काढले. दोन दिवस मी कामावर जाऊच शकले नाही.

तिसऱ्या दिवशी तो पहाटे घरी आला. क्षमा मागायला लागला. मी त्याला विचारले, "त्या दिवशी काय झाले होते? तुला तुझी प्रेमिका भेटली होती का?" त्याने त्याचा किस्सा सांगितला. त्याचे नाव शेरॉन. तो बदलापूरला राहायला होता. त्याचे शिक्षण एम.एस्सी.पर्यंत झालेले. त्याचे एका मुलीशी अडीच वर्षं प्रेम होते. घरच्यांना ते मान्य नव्हते म्हणून याने घर सोडले. नोकरी मिळाली, दोन वर्षं नोकरी करून तो तिला मागणी घालणार होता. पण दोन वर्षं संपायला आठ दिवस असतानाच तिचे लग्न झाले. त्यानंतर तो कुठल्याशा गँगमध्ये गेला. आता तो वाँटेड होता. आज इथे, उद्या तिथे करत तो लपत फिरत होता. ज्या रात्री त्याने मला छळले त्याच रात्री साडेआठच्या सुमारास त्याला ती दिसली होती. अडीच वर्षांनंतर. त्याने विचारायचा प्रयत्न केला की तू थांबलीस का नाही, लग्न का केलेस? पण ती त्याच्याशी बोलली नाही.

तो मला म्हणाला, "मला बाहेर सोडायला चल." मी निघाले. बाहेर नाल्यापर्यंत आल्यावर म्हणाला, "वैशू, मला एक किस दे." सहा-साडेसहाची वेळी होती. लोकं लॅट्रीन वगैरे करता रस्त्यावर आलेले होते. मला घाबरायला होत होते. त्याने मला किस केले व तो निघून गेला. तो मला पुन्हा कधीही दिसला नाही. त्या

घटनेनंतर मी दीड महिना कामावर गेलेच नाही. श्यामभाऊंना म्हणाले, “तुम्ही हाक मारली, पण त्या दिवशी मी खूप मोठी किंमत चुकती केली.”

मी काहीतरी कामधंदा शोधत होते पण मला साधे घरकामही मिळेना. शेजाऱ्या-पाजाऱ्यांना सांगितले तर टोमणे मारायचे, “इतक्याशा पैशात तुमचे कसे भागणार?” मी गप्पपणे ऐकून घेत असे. आमच्या इथे जवळच भाडोत्री असणाऱ्या एका भाडेकरू नर्सने मला एका हॉस्पिटलमध्ये काम सुचविले. मी हो म्हणाले, विचार केला डाळ-भात खाऊन दिवस काढू पण हॉटेलमध्ये काम करायचे नाही. हॉस्पिटलमधले काम कसले तर आयाबाईचे. महिना सातशेतीस रुपयांचे. पण मी तरीही तयार होते.

हे हॉस्पिटल एक सिंधी डॉक्टरचे होते. त्यांची पत्नीही डॉक्टर होती. पुढे डिस्पेन्सरी व मागे हॉस्पिटल. ते त्यांच्या वडिलांचे होते व आता हे पती-पत्नी ते चालवत. मला इथे कामावर निळ्या काठाची सफेद कॉटनची साडी नेसावी लागे. सिस्टर केरळी होत्या. मी सुरुवातीलाच चांगले काम करत असल्याने मला लगेचच आठशे पन्नास पगार करण्यात आला होता. मला तरीही पैशांची अडचण वाटत असे म्हणून मी घरकामे धरली. एका घरी कपडे धुवायचे तीनशेवीस तर दुसरीकडे एकशेवीस रुपये मिळत. घरकामे व ही हॉस्पिटलची नोकरी मिळून तेराशेच्या आसपास मिळत. मी खर्चही कमी केले होते. कामं दिवसा असल्याने मी स्टेशन ते घर चालत येत जात असे. खर्च फक्त ट्रेनच्या प्रवासाचा होई. हॉस्पिटलमध्ये बरेचदा पेशंटचे उरलेले जेवण मिळे. घरकामातही एका घरी काही ना काही शिळंपाकं मिळतच असे. कपडे व मेकअपचा खर्चही संपला होता. मी बरेचदा हॉस्पिटलला अनवाणीच जात असे.

या हॉस्पिटलमध्ये मी दहा महिने काम केले. या दरम्यान ३१ डिसेंबरला पेणला व १४ एप्रिल डॉ. बाबासाहेब आंबेडकर जयंतीला कल्याणला शो केला त्याचेही हजार, पाचशे मिळाले. मी हॉस्पिटलमध्येही कोणाकोणाला गाणे म्हणून दाखवत असे. मला तिथल्या कामाची हळूहळू सवय झाली व शब्दांचीही खूप नवीन माहिती मिळाली. सुरुवातीला काहीच कळले नाही तरी मी खूप अंगमेहनत करायची त्यामुळे सर्वांना आवडायची. पेशंटकडून, त्यांच्या नातेवाईकांकडून कधीही पैसे मागायची नाही. ते खुशीने देतील ते स्वीकारायची. वरकमाईचा आग्रहच ठेवला नाही.

सुरुवातीला दुसऱ्या तिसऱ्या दिवशीच सिझेरीयनची केस होती. मला पाणी तापवायला सांगण्यात आले. मी ते पाणी घेऊन ऑपरेशन थिएटरमध्ये गेले. ऑपरेशन सुरू होते. त्यांना पोटावर चिरा मारला, तसे माझे हातपाय लटलट कापायला लागले. पातेलं ठेवताना पाणी सांडले. माझ्या मनाला खूपच धक्का बसला. नंतर

सवय झाली. ते ग्लोव्हज्, सुऱ्या त्याला ते हत्यारेच म्हणत. मला वाटायचे जणू डॉक्टरांची पदवी नावाला, आणि काम मात्र कसायाचेच. ॲबॉर्शन्सच्या केसेस दर दोन दिवसांनी यायच्या, कधी विष पिऊन आत्महत्येचा प्रयत्न करणाऱ्यांना आणलं जायचं. कधी ॲक्सिडेंटच्या केसेस यायच्या.

मी एकूण एक रूमचा कचरा काढायची, मग लाद्या पुसणे, टाकीत पाणी भरणे, डॉक्टर मॅडमचीही कामे करावी लागत. कधी कपडे धुणे, भाजी आणणे. नवीन पेशंट आला की ही धावपळ, एकीकडे नळ चालू केलेला असायचा. तर कोणी इंजेक्शन, ग्लोव्हज, हत्यारे मागवीत. पेशंटला लघवी, संडासला पॉट देणे, नाना तऱ्हेची कामे असत. श्वास घ्यायलाही वेळ नसे. आत्महत्येची केस असली की पोलिसांची वर्दळ सुरू असे.

एकदा पगार झाल्यावर कुणातरी सिस्टरच्या पगारातून कुणीतरी तीनशे रुपये काढून घेतले. तिथल्याच एका म्हाताऱ्या सिस्टरला चोऱ्या करायची सवय होती. पण तिने माझ्यावरच अचानकच चोरीचा आळ घेतला. मला खूप राग आला होता. तिने मला बायबलवर हात ठेवून शपथ घ्यायला लावली. मी शपथ घेतली. ती नंतर म्हणत होती की जिने चोरी केली तिची पाळी बंद होईल. मी खूपच वैतागले होते. हॉस्पिटल सोडायचा निर्णय घेतला. डॉक्टर सांगत होते. अजून दोन महिने काम केल्यावर मी तुला सर्टिफिकेट देऊ शकीन. तू काम सोडू नकोस. डॉक्टरांचा व मॅडमचा खूप जीव होता माझ्यावर.

मी पुन्हा कामाच्या शोधात फिरू लागले. त्यात कुणीतरी प्रकाश आश्रमाचे नाव सुचवले. हा एक प्राकृतिक चिकित्सा आश्रम होता. आमच्या ओशो आश्रमातल्या माँ तिथे होत्या. त्यांनी मला तिथल्या फ्रूट ज्यूस सेंटरमध्ये कामाला लावले. पगार एक हजार रुपये. इथले मालक होते दादाजी. त्यांची एक साबणाची फॅक्टरी होती. त्यांनी हा आश्रम बांधला होता. इथे नाना तऱ्हेची भजने होत. सर्व प्रकारचे हकीम येत. तिथल्या उपचार पद्धतीही खूप छान असत. स्वस्त व मस्त. सहा माळ्यांचा आश्रम. फी फक्त पन्नास रुपये होती. राहण्याची सोयही चांगली होती. स्वयंपाकापासून सर्व कामे करायला तिथे फक्त स्त्रियाच होत्या. मी दिलीपलाही इथे उपचारासाठी ये म्हणून सांगितलं. त्याचा आतड्यांचा अल्सर बराच झाला नव्हता, पण त्याने ऐकले नाही.

इथे काम करताना खूप बरे वाटायचे. ध्यान, योग सर्व शिकवले जायचे. माझा पेशंटशी संबंध फक्त ज्यूस देण्याइतकाच असायचा. पेशंट व डॉक्टर्स माझा आदर करीत. दुपारी दोन तास सुटी असे. माझे घर दूर असल्याने मी तिथेच थांबे. मला त्यामुळे दुपारचे जेवण मिळायचे. मी त्या वेळेत मग भाज्या साफ करून ठेवी. या

आश्रमाचे मालक दादाजी खूप चांगले होते. नियमांबाबत ते एकदम सरळ होते. साठी उलटून गेली तरी आश्रमासाठी लागणारी सारी फळे व भाजीपाला स्वत: खरेदी करून आणत. पण इथे अनेकजण त्यांच्या चांगुलपणाचा फायदा घेत. एक बाई होत्या. त्या मला वारंवार वाईट बोलायच्या. काहीतरी उणिवा शोधायच्या. या बाईने माझे जिणे हराम करून टाकले. ती मला जगूही देईना, मरूही देईना. रोज काहीना काही आरोप करे. मी हॉटेल लाईनकडे वळायचा निर्णय घेतला व आमचा मोर्चा पुन्हा बार लाईनकडे वळवला.

-३१-

चार दिवस घरीच बसले. मग व्ही.टी.च्या दिलखुश बारमध्ये फोन केला. प्रवीण म्हणाला, "अगं कुठे होतीस तू? तुला आम्ही शोधतोय." अर्थात हे सगळे सोपस्कार होते. लगेच तो पुढे म्हणाला, "सेठ बाहेरगावी गेलेत. दोन दिवसांनी फोन कर. ते आल्यावर त्यांच्याशी बोलून कळवतो." मी पुन्हा दोन दिवसांनी फोन केला. मला कामावर बोलविण्यात आले. ऑर्केस्ट्रातला सर्व स्टाफ बदललेला होता. हॉटेलची रचनाही बदललेली होती. जेवणाचे कपार्टमेंट काढून टाकले होते. तिथे आता व्हीआयपी हॉल करण्यात आला होता. तिथे खरेच परदेशी ग्राहक येत. ते मुलींना घेऊन नाचत असत. इथे येणाऱ्या कस्टमर्सना आम्ही त्यांच्या कामाच्या ठिकाणावरून किंवा काही शॉर्टफॉर्म करून बोलावत, ओळखत असू. जसे उल्हासनगरच्या कस्टमर्सना आम्ही यू.एस.ए. म्हणत असू किंवा बी.पी.टी मध्ये काम करणाऱ्यांना बी.पी.टीच म्हणत असू. मंत्रालयात काम करणाऱ्यांना मंत्रालय म्हणायचो. त्यावेळी मला दिलखुशमध्ये रोज चारशे रुपये पगार होता. इथे येणाऱ्या मुलींमध्ये काही मुली इथे काही नाही मिळाले तर दुसऱ्या हॉटेलमध्ये डान्स करायला जात व डान्सबार-मधल्या काहीजण चार-पाच दिवसांकरीता इथे येऊनही उभ्या राहात. ज्यांच्याकडे सुडौल शरीर नव्हते किंवा ज्यांचे वय वाढले होते त्यांना इथेच यावे लागे. त्यांना डान्सबार मध्ये कोण ठेवणार? डिस्को व पिक-अप पॉईंटमध्ये हे एक बरे असते, खूप मुलींना काम मिळते."

ठाण्याला मी काम करत असताना तिथे नाटक संपल्यावर सुप्रसिद्ध मराठी विनोदी नट येत असत. ते याही हॉटेलला यायचे. मनापासून भावगीत ऐकायचे. ते मला चिडवायचे, "तू गंध का लावत नाहीस? मराठी मुलगी तू. एक छोटीशी टिकली तरी लाव." एकदा मी त्यांना म्हणाले, "मी विधवा आहे." तर लगेच म्हणाले, "मी तुझा नवरा आहे. अगं, मला मंगळ आहे म्हणून लग्न करू शकलो नाही." ते कुठेशी भायखळ्याला राहायचे. त्यांच्याबरोबर त्यांची आई राहात होती. मी 'शुक्रतारा मंदवारा' गायला लागले की तेही माझ्याबरोबर गात असत. पूर्वी ते खूप छान दिसायचे पण आता ते मनाने थकले होते. बाबामध्ये काम करत होते

तेव्हा तिथे विनोद कांबळीचा भाऊ, जॉनी लिव्हरचा छोटा भाऊ हे दोघे मित्र येत. ते आता दिलखुशलाही येत असत.

एकजण होते ते आले की सर्वांना कॅडबरी वाटत. त्यांना आम्ही 'चॉकलेट अंकल' म्हणत असू. ते डोंबिवलीवरून यायचे. एक अनिवासी भारतीय होते. ते लंडनला राहात. भारतात आले की हॉटेलला यायचेच. त्यांना संगीतातले ज्ञान होते. त्यांना आम्ही 'लंडनवाले' म्हणायचो. ते कधी मुलींच्या मागे नसत. एक हिंदुजा हॉस्पिटलमधले डॉक्टर यायचे. एक अॅक्टर यायचा. त्याने जो जिता वोही सिकंदर, क्या कहना या सिनेमात काम केले होते व तेव्हा त्याची 'शूऽऽ कोई है' ही टीव्ही सिरियलही सुरू होती.

मंत्रालयातील मोठ्या हुद्यावरचे अधिकारी, त्यांचे अनेक मित्र यायचे. कोळीगीते, भावगीते ऐकत. एक थ्रीस्टार ऑफिसर येत. एकदा मला म्हणाले, "माझ्या बायकोशी माझे चार वर्षं शरीरसंबंध नाहीत, ती होऊच देत नाही संबंध." मी त्यांना म्हणाले, "एखाद्या मनोवैज्ञानिकाकडे न्यायचे. डॉ. राजन भोसले चांगले सायकिअॅट्रीस्ट आहेत." तर म्हणाले, "राजन भोसले! हंऽऽ!"

एकजण पुण्यावरून येत असे आम्ही त्याला पुणेकरच म्हणत असू. ते मारवाडी होते. त्यांचे नाव राकेश जैन होते. पुण्यात एम.जी.रोडवर त्यांचे दुकान खूप प्रसिद्ध होते. चांगले कलेक्शन द्यायचे. सुरुवातीलाच आय लव्ह यू म्हणता म्हणता माझा पाठलागही करायला लागले. आमचे शरीरसंबंध आल्यावर ते माझी या व्यवसायातल्या इतर मुलींशी तुलना करू लागले. पण हळूहळू माझ्यावर हक्क सांगू लागले. कित्येकदा मी त्यांना पुण्यापर्यंत सोडायला जाऊ लागले. मला अर्थातच, पुन्हा कामावर यायचे असायचे. एकदा पुण्याला त्यांनी मला लॉजवर नेले व फ्रेंच करायचा आग्रह धरला. मी नकार दिला तर मूर्खासारखे म्हणाले, "माझी बायकोही करते." पण नंतर त्यांनी माफी मागितली. माझ्या घरी येऊन राहिले. उशी नव्हती तर तांब्या उशाला घेऊन झोपले व माझ्या डोळ्यांकडे पाहात म्हणाले, "मी ह्यासाठी येतो." एकदा चौपाटीवर मला सांगितले की "हा खांदा तुझ्यासाठी आहे." फोन वरूनही म्हणे, "वो कंधा तो मैं वहीं छोड आया."

राकेशचे प्रेम फार वाढत चालले होते. ते मला पाहण्यासाठी कुठून कुठून येत असत. यांचा साड्या व ड्रेसमटेरियलचा धंदा होता, त्यांच्याबरोबर दोघजण यायचे – एक मोहन व एक अशरफ. राकेशचे प्रेम वाढत होते, पण त्यातून सुटण्याचे त्यांचे प्रयत्नही सुरू झाले. मग ते माझ्यासमोर डिस्कोतल्या मुली घेऊन जायला लागले. मुली उघडपणे "क्या इसका बॉयफ्रेंड...?" असं माझ्या तोंडावर बोलू लागल्या. त्यांच्यात पैशावरून होणारी भांडणं मला सोडवावी लागत होती. मी फार प्रतिक्रिया देत नसे. मग मी इतर मित्र-मैत्रिणी-कस्टमर्समध्ये जीव गुंतवायला लागले.

असेही राकेशचे व माझे दोघांचेही आपापले संसार होते. एकमेकांपासून दूर जावंच लागणार होतं. पण दूर जाताना ते माझ्या फिक्स डिपॉझिटचे पैसे घेऊन गेले. वीस हजार रुपये घेऊन गेला. वारंवार त्याच्या धंद्यासाठी तो पैसे मागू लागला आणि मी शेवटी कंटाळून हे फिक्स डिपॉझिट तोडून त्याला पैसे दिले. २००६ साली त्याचे मला तेहतीस हजार मिळणार होते. मी ते भविष्यासाठी गुंतवले होते. पण त्यानंतरही त्यांना काहीही बोलले नाही.

महाराष्ट्रातल्या खूप प्रसिद्ध दागिन्यांच्या दुकानाचे मालक येत असत. त्यांनी एका मुलीला या लाईनीतून बाहेर काढून घर वगैरे घेऊन दिले पण ती पूर्णपणे त्यांच्यावर अवलंबून राहू लागली आणि त्यातून झगडे सुरू झाले. त्यांनी तिला सोडून दिले. ते हॉटेलमध्ये भरपूर पैसे उडवत असत. एक यू.पी.चा पप्पू म्हणून कस्टमर होता. हा तिथल्याच माझ्या एका मैत्रिणीचा कस्टमर. हा तिच्या सांगण्यावरून मला शंभर, दोनशे रुपये देऊन जायचा. तो कधीही अश्लील बोलायचा, वागायचा नाही. मी बरेचदा कस्टमरने दिलेली वैयक्तिक टीपही डब्यात टाकायची. कस्टमर्स त्यावरून मला बोलायचेदेखील. पण पप्पूने दिलेले पैसे त्या मैत्रिणीखातर मी स्वत:जवळ ठेवून घ्यायची.

इथे बलुची, ओमानी, अरबी कस्टमर्स खूप यायचे. यामध्ये हुसेन, इब्राहिम, अली, रहिम असे सर्वजण यायचे. कधी त्यांच्याबरोबर दोन-तीन मित्रही यायचे. एकदा मी या ओमानींबरोबर प्यायले. अशीही मी दिलखुशला लागल्यापासून पुन्हा प्यायला लागले होते. त्यात सहकलाकारांबरोबरचे, कस्टमर्सचे कानात, फोनवरचे अश्लील बोलणे ऐकून, अश्लील वर्तन सहन करून माझा रागाचा पारा चढायचा आणि मी दारूचा आधार घ्यायची, हॉस्पिटल व चिकित्सा आश्रमातला अनुभव मला निराश करून गेलेला होता. हॉटेल लाईनपासून लांब जाण्याचा माझा प्रयत्न अयशस्वी ठरला होता. त्यामुळे ही मधली एक-दीड वर्षांची उपासमारही मी भागवत होते.

त्या दिवशी मी या ओमानींबरोबर एकतर खूप प्यायले, पिताना सारखी रडत होते. त्यानंतर आम्ही दादरला फिरायला गेलो. रात्री मी त्यांच्याबरोबर त्यांना सोडायला हॉटेलवर गेले. पण मला खूप चढली होती, म्हणून तिथेच हुसेनच्या रूमवर झोपले. माझ्या त्या नशेच्या अवस्थेत हे ओमानी एकएक करून माझ्याशी संबंध करू लागले. मी काहीच करू शकले नाही, माझे हातपाय गार पडले होते. सकाळी उठून घरी गेले. यांच्यात एक रहीम होता. त्याने माझा त्या अवस्थेत फायदा घेतला नाही. तो सुशिक्षित होता. त्याचे एकच लग्न झाले होते. या बाकीच्यांची दोन, तीन लग्नं झालेली होती. वर इथे भारतात येऊनही त्यांना मजा मारायची असे.

आमचा बँडलीडर प्रवीणही काही कमी नव्हता. अनेकदा टीप्सचे पैसे मारायचा. कधीही आमच्यासमोर पेटीतले पैसे मोजायचा नाही. लाख, दीडलाख रुपये आले तरी आमच्या हातात हजार, बाराशेच्या वर त्याने कधी दिले नाही. एकदा सगळे मिळून जेवायला व प्यायला गेलो होतो. याने बायकोला फोन करून जेऊन घ्यायला सांगितलं. मी सहज म्हणाले, "वहिनी जेवायला वाट पाहात होत्या का?" तर खूप बढाया मारायला लागला. पत्नी, संसार, माझ्या घरी असंतसं. नंतर बरोबरच्या मुलींना म्हणजे आम्हा सर्वांना उद्देशून म्हणाला, "ह्या? ह्या रांडा आहेत." मी प्रवीणला म्हणाले, "प्रवीण, काय बोलतोस हे?"

या रांडांच्याच पैशांवर हे जगत होते. ह्यांच्या घरातल्या बायका, स्त्रिया आणि आम्ही रांडा? इथे डिस्को व पिक-अप पॉईंटमध्ये मुली पुरवणारे दलालही मुलींवर उपकार केल्याच्या आविर्भावात फिरायचे. सत्य हे होते की तेच मुलींच्या दानावर जगत होते. असं वाटायचं एकदा यांच्या नशिबाचं दान उलटं पडावं मग बघू कशी गम्मत येते, पण तसं कधीच होत नाही.

पुरुष पुरुषाला सामील असतात. त्यांना मजबूर स्त्रियांवर मदत करायचं मोठेपण हवं असतं आणि मदत करताना त्या स्त्रीने वर मान करून पाहिलेलंही त्यांना आवडत नाही. अधिकाराची भाषा जर अशा स्त्रीने केली तर मग संपलंच समजायचं. अशा स्त्रियांना बदनामी, बहिष्काराची भाषा सहन करावी लागते. स्त्री फुकट किंवा कमीत कमी पैशात झोपली तर त्यांना ती मजबूर वाटते. पण तिने जास्त पैसे मागितले किंवा त्यांना अश्लीलपणे वागू दिलं नाही तर ती वाईट, खलनायिका.

-३२-

इकडे माझ्या घरी मुलं थोडी ठीक होती. पण मी बरेच महिने आई-बाबांना भेटायला गेले नव्हते. ते मिरारोडला आल्यापासून माझ्याशी जरा बरे वागायला लागले होते. पाच महिन्यांपूर्वी गेले होते, तेव्हा बाबा खूप आजारी होते व आईही थोडीशी भ्रमिष्टासारखी वाटली होती. निघताना बाबा "येत जा" म्हणाले होते.

दिलखुशला कामावर होते. रात्रीच्या वेळी सुमारे दहा वाजता माझ्या मुलाचा फोन आला, "आई, तुझे बाबा वारले." मी क्षणभर थबकलेच. बरोबरचे कलाकार म्हणाले, "काय झाले?" मी गप्पच बसले. मी मिरारोडला फोनही केला नाही की काय झाले, बाबा कसे गेले? मी साधी रडलेही नाही. आम्हाला कामावर रडायला बंदी असते. फक्त हसा, नाचा, गा. फक्त प्रदर्शन करा. एखाद्या विदुषकासारखे.

मी कामावरून सुटले. व्ही.टी. स्टेशनवर जायच्याऐवजी चर्चगेटवरून शेवटची विरार पकडून मिरारोडला आले. मुलं पुढे गेली होती. मी पोहोचले तेव्हा घरात मुलं, आई व लक्ष्मीकांत होते. घरात पणती, अगरबत्तीही पेटवली नव्हती. दारंखिडक्या बंद, खिडक्यांवरही चादरी लावलेल्या. मी विचारले तेव्हा आई म्हणाली, "बाबा वीस तारखेलाच गेले. रात्री झोपेतच प्राण गेला."

मी लक्ष्मीकांतला म्हणाले, "बाबा जाऊन तीन दिवस झाले. तुम्ही मला आज सांगताय?" तर तो म्हणाला, "तुझी काही गरज नव्हती. आमची खूप धावपळ सुरू होती. त्यात तुझा नंबर सापडत नव्हता. बाबांचे विद्यार्थी आले होते." मी चिडले तर मला म्हणाला, "जास्त बोलू नकोस." मला एकदम त्याचा उग्र दर्प आला. पूर्वी तसाच वास बाबांचा जाणवायचा. आई काहीबाही बोलत होती. लक्ष्मीकांतपायी पोलीसस्टेशनला जावे लागले. त्याने फ्लॅट त्याच्या नावाने करवून घेतला. त्याचा सारखा तगादा होता.

तो म्हणाला, "बाबांच्या तोंडी शेवटपर्यंत तुझे नाव होते. म्हणायचे माझ्या मुलीचा मी चांगला बाप झालो नाही. ना माझे जावईबापू चांगला नवरा झाले. आता तीही अर्ध्या वयाची झाली. तीनतीनदा तोच प्रश्न विचारायचे, एकच शब्द सारखा सारखा बोलायचे. सारखं तुझं नाव घेत होते."

सकाळी चार साडेचारला माझी मुलं, "आई, घरी चल" म्हणायला लागली. त्यावरून लक्ष्मीकांत म्हणाला, "जा तू, तुला खूप लांब जायचे आहे." त्याला मी तिथे अजिबात थांबायला नको होते. मी निघाले तर मला म्हणाला, "बाहेर अस्थि-कलश आहे. पाया वगैरे पड." मला अशी चीड आली. काय बोलू? काय करू? माझ्या बाजूने कोण बोलणार? निघालो.

मी सायनला राहात असताना, बाबांनी मला येऊ नको सांगितल्यावर त्यांच्या-कडे जायचेच नाही असे मी ठरवले होते. पण एकदा हॉटेलमध्ये गाताना मी बेशुद्ध पडले. माझ्या एका विक्की नावाच्या मित्राने मला आईच्या घरी पोहोचवले. बाबा एकच बोलायचे, "हिला फेफरे येते." मला आश्चर्य वाटत होते मला हा आजार कधीच झाला नाही. मग बाबा असे का म्हणत होते? लक्ष्मीकांत माझ्याशी बोललाही नाही. त्याला मी बाबांच्या इस्टेटीत वाटा मागीन असे वाटत असावे. पण मला त्यांच्याकडे काय इस्टेट आहे हेदेखील माहीत नव्हते. माझी राहण्याची धड सोय नव्हती. सायनला राहत होते. माझे हालहाल होत होते.

मी असेच एकदा दिवसभर आईकडे गेले होते. आईला म्हणाले, "माझी राहण्याची सोय नाही. मी तुमच्या गॅलरीत झोपत जाईन. महिन्याकाठी चार-पाच हजार रुपये देत जाईन." बाबा म्हणाले, "तुझे पैसे आम्हाला नकोत." लक्ष्मीकांत तेव्हा बारावीला होता. बाबा त्याच्या बारावीच्या वर्षाबद्दल बोलत होते व बोलता बोलता म्हणाले, "तिथे दादरला गोकुळ लॉज आहे. किंवा इतरही कितीतरी लॉज आहेत तिथे राहा. ऐंशी, शंभर रुपयात राहता येते." स्वतःचे जन्मदातेच त्यांच्या मुलीला लॉजवर राहायला सांगत होते. मी काय बोलणार? गप्प बसले, विषयच सोडून दिला. मला माझ्या परिस्थितीचे रडगाणे गायचे नव्हते त्यांच्यासमोर. माझे हाल त्यांना दिसत नव्हते का?

मी त्यानंतरही मध्येमध्ये त्यांच्याकडे जात असायचे. त्यांचेही हालच सुरू होते. लक्ष्मीकांतचे शिक्षण सुरू होते. पण तो खूप शायनिंगने राहायचा. वेगवेगळे कपडे, केसही वाढवलेले. तो गिटार वाजवायला लागला होता आणि अगदी मायकेल जॅक्सनसारखा राहायचा प्रयत्न करे.

इकडे त्यांची आर्थिक परिस्थिती काही चांगली नव्हती. बाबांना त्यांचे विद्यार्थीच मदत करत असत. अनेकदा विद्यार्थी बाबांसाठी ब्रेड वगैरे घेऊन यायचे. बाबांनी माझ्याकडून कधीही पैशाची अपेक्षा केली नाही. ते मला स्वतःहून मी हॉटेल लीनामध्ये काम करत असताना दोन-तीन वेळा भेटायला आले होते. मी त्यांना चहा प्यायला नेत असे व त्यावेळी ब्रेड, बिस्किटे इ. खायला घालत असे इतकंच. त्यांना माझी कोणत्याच प्रकारची सेवा नको होती.

खरे तर ह्या तिघांनी मला स्वीकारले असते तर माझ्या आयुष्याला इतकी घसरणच लागली नसती. मी व्यसनाच्या आहारी गेले नसते. भरकटले नसते. छोट्या छोट्या गोष्टींसाठी तळमळले नसते, पण तसे झाले नाही. त्यांना मी कधीच हवीशी नव्हते.

माझ्याकडे अजंठामध्ये काम करत असताना बरे पैसे यायला लागले होते. मी स्वत:साठी चांगल्या चांगल्या साड्या घ्यायला जायची. मला आईसाठी साड्या घ्यायची इच्छा झाली. मी तिच्यासाठी दोन साड्या घेतल्या. दुपार होती. भूकही लागली होती. मी मनात म्हणाले आईकडे जाऊन थोडा चहा घेईन. मी अंधेरीला गेले. दरवाजा वाजवला. लक्ष्मीकांतने दार उघडले. तो दारातच आडवा उभा राहिला. मी उंबरठ्यावरच उभी होते. बाबांनी आतूनच मला पाहिले. मी बाबांना म्हणाले, "मी आईसाठी साड्या आणल्यात." बाबा तोंड फिरवून लक्ष्मीकांतला म्हणाले, "तिला म्हणावं ज्या पावली आलीस तशी निघून जा." मी म्हणाले, "बाबा साड्या आणल्या आहेत त्या तरी ठेवा." बाबा रागाने म्हणाले, "त्या साड्या घेऊन निघून जा. परत येऊही नकोस." मी परत माघारी वळले.

त्यानंतर मी अंबरनाथला राहायला गेले. संन्यास घेतला. सगळ्या घटना घडत होत्या. माझ्या आयुष्याबद्दल यांना काहीएक माहीत नसायचे. संन्यास घेतल्यावर काही काळानंतर एकदा ओशो स्वप्नात आले होते. मी खूप कासावीस झाले. मला काही त्या स्वप्नाचा अर्थ कळत नव्हता. मी त्या स्वप्नाबद्दल एका संन्याशाशी बोलले तो म्हणाला, "तू तुझ्या आई-बाबांना भेटून ये."

मी त्यांच्या घरी गेले. परिस्थिती खूप बदलली होती. घरात फोन आला होता. लक्ष्मीकांत फारच बदलला होता. आता तो ग्रॅज्युएट झाला होता. त्याची पैशाची मागणी वाढत चालली होती. त्याच्या खूप श्रीमंत मित्र-मैत्रिणी होत्या. त्याला बाबांकडून बाईक हवी होती, तो सारखा तगादा लावायचा. निघताना बाबा म्हणाले, "येत जा."

मग मी मधूनमधून जायला लागले. रात्री आठ-नऊच्या सुमारास फोन करायचे ते दोघं लक्ष्मीकांत घरात असताना खूप दबकून दबकून बोलायचे. मला खूप राग यायचा, पण मी गप्प बसे. आईला विचारायची, "का दबकून बोलता?" पण आई मुलाची बाजू पडू देत नव्हती. त्याच्याबद्दल बोलताना ती खूप जपून बोलायची. ती एकदा म्हणाली, "लक्ष्मीकांत आठ वाजता बाहेर फिरायला जातो तासभर." माझ्या लक्षात आले. मग मी आठ वाजता फोन करायला लागले. काही दिवस ठीक होते पण नंतर तो बरोबर फोनच्या वेळेवर टपकायचा. त्याने माझ्याशी समोरासमोर भांडण केले नव्हते, कारण त्याला हे माहीत होते की, आईबाबांचाही मला पाठिंबा

नाही. पण नुसते ते माझ्याशी बोलतात याचाही त्याला राग येत असावा.

लक्ष्मीकांत आणि माझ्या परिस्थितीमध्ये जमीनअस्मानाचा फरक पडला होता. लक्ष्मीकांत सुशिक्षित होता. त्याला कायम आई-बाबांची छत्रछाया लाभली होती. लहानपणी कदाचित त्याच्या मनात माझ्याबद्दल राग निर्माण झाला असावा असे वाटून मी त्याच्याशी संवाद साधू शकत नव्हते. आमच्या वयात खूप मोठे अंतर नव्हते तरीही तो माझा छोटा भाऊ होता. कधीतरी 'ताई' म्हणून तो हाक मारून जिव्हाळ्याने माझ्याशी बोलेल अशी खूप आशा वाटे. पण तसे कधीच होऊ शकले नाही.

बाबांना मी एकदा अंबरनाथला येता का विचारले तर बाबा म्हणाले, "तुझ्या घरात संडास-बाथरूम बांध. मग येतो." तरीही मी त्यांना घरी घेऊन गेले. बाबांना रजनीशांच्या कॅसेट ऐकवल्या. बेसन लाडू व मटण ऑर्डर देऊन आणून खायला घातले. त्यांना खूप बरे वाटत असावे. ते म्हणाले, "तुझ्याकडे किती शांत वाटतंय." मला खूप बरे वाटले. ते दोघे तीनच दिवसात परत गेले. घरात टॉयलेट नव्हते. त्यांना सार्वजनिक संडासात जायला त्रास व्हायचा. पण ते तीन दिवस माझ्या घरी राहिले याचा मला खूप आनंद वाटत होता.

मी आईबाबांना नेहमी फोन करायचे. माझ्या घरीही मी फोन घेतला होता. त्यामुळे त्यांच्याशी निवांत बोलता यायचे. एकदा मला खूप मोठा धक्का बसला. आईने फोनवर सांगितले की लक्ष्मीकांतने बाबांना मारले. पाठीत गुद्दे घातले. मला वाईट वाटले. मी बाबांना भेटायला गेले. सोबत सफरचंद नेली होती. ती कापून त्यांना खायला समोर ठेवली. लक्ष्मीकांत अस्वस्थ होऊन फिरत होता. त्यांना म्हणाला, "अरे भडव्या, खा ना." मी बाबांना न्याहाळून पाहात होते. बाबा, माझे बाबा शास्त्रीय गायक, कितीतरी विद्यार्थ्यांना त्यांनी संगीत शिकवले. त्यांनी लक्ष्मीकांतला शास्त्रीय संगीताचे धडे दिले होते. विद्यार्थी त्यांना सन्मानाने सर, गुरुजी म्हणायचे आज तेच माझे बाबा स्वतःच्या मुलाच्या तोंडून म, भ, चच्या शिव्या खात आहेत? बाबा गप्प घुम्यासारखे बसले होते. पण त्यांच्या जीवाला नक्कीच यातना होत होत्या.

त्यानंतर एकदा अंधेरीच्या आमच्या कॉलनीत मी गेले असताना तेथे कार्यक्रम होता. मी कार्यक्रम बघायला गेले होते. लक्ष्मीकांत त्या कार्यक्रमात गात, वाजवत होता. कार्यक्रम म्हणावा तसा उचलला जात नव्हता. प्रेक्षकांचा प्रतिसाद मिळत नव्हता. मी त्याला म्हणाले, "मी एक गाणे गाऊ का?" तर म्हणाला, "नको." मी हॉटेललाईनमध्ये होते. माझी गाणी सेट झालेली होती. मी गायला लागल्याने जरा गर्दी शांत झाली असती एवढाच माझा हेतू होता, पण लक्ष्मीकांतला तेही

मान्य नसावे. त्याला शिक्षणाचाही थोडासा गर्व झाला होता.

त्याकाळात मी अंधेरीला आईबाबांकडे जायचे तेव्हा लक्ष्मीकांत रजनीशांचे कुठेलेसे मोठे इंग्रजीतलं पुस्तक किंवा अॅगाथा ख्रिस्तीचे रहस्यमयी पुस्तक वाचत असायचा. तो बाबांना मारहाण करायचा, म्हणायचा पैसे द्या. कुठूनही द्या, पण द्या. आई दबक्या आवाजात सांगायची. तो नंतर नंतर घरीच बसायला लागला होता. तो घराबाहेरच पडत नसे. फोनवर आई-बाबा दचकत घुसमटल्यासारखे बोलायचे.

अचानक एकदा फोनचे कनेक्शनच बंद पडले. मी त्यांना त्यानंतर एकदा मुलांना घेऊन भेटायला गेले तेव्हा कळले की त्यांनी ती जागाच विकली. मध्ये जवळजवळ पाच महिने उलटले होते. मला काहीच कळविले नव्हते. मी वॉचमनकडे चौकशी केली. त्याने मला सांगितले की तुमच्या नितीन सेठ नावाच्या विद्यार्थ्याने त्यांना हा फ्लॅट विकायला व नवीन फ्लॅट घ्यायला मदत केली. मी नितीनचा नंबर मिळवला व त्याला फोन करून आई-बाबांचा पत्ता मिळविला.

आई-बाबा व लक्ष्मीकांत आता मिरारोडला राहायला गेले होते. मी मिरारोडचा पत्ता शोधत गेले. बाबांची तब्येत खालावली होती. त्यांना खूप जुलाब होत होते. आईही गप्प गप्प झाली होती. लक्ष्मीकांत त्यांना खूप जाच करत होता. आईच्या बोलण्यातून एवढेच कळले की त्याला दोन लाख व गाडी हवी होती. त्यासाठी तो छळतो, धाक दाखवतो व माझे म्हातारे आई-बाबा त्या धाकाच्या छायेत अजूनच थकून चालले होते. त्याच्या मारहाणीला बाबा घाबरत होते. तो धडधाकट व तरुण होता.

मला काय करावे हे सुचत नव्हते. मी मध्यस्थीही करू शकत नव्हते. माझा तिथे काहीच अधिकार उरला नव्हता. या लोकांनी माझे नाव रेशनकार्डावरून कमी केले होते व स्वत:चे नाव देवाडे वरून दिवाडकर करून घेतले होते. बाबांनी, आईने व लक्ष्मीकांतने स्वत:चे गॅझेटमध्ये नाव दिवाडकर असे करून घेतले. आता मीच पूर्वाश्रमीची चित्रा राम देवाडे उरले होते. हे सगळे दिवाडकर झाले होते. त्यांनी आडनाव का बदलले हेही कळत नव्हते. त्यांना त्यांची जात लपवायची होती किंवा काही अंधश्रद्धा होती की भूतकाळापासून स्वत:ला वेगळे करायचे होते कोण जाणे? मला फक्त वाईट वाटले. पण मी गप्प बसले.

-३३-

बाबा वारले. माझी मन:स्थिती ठीक नव्हती. एका मागून एक घटना घडतच होत्या. संन्यास घेतल्यानंतर खरंतर या संसारिक गोष्टींमधून बाहेरच पडायला पाहिजे होते. पण जन्मदात्याचा मृत्यू स्वीकारणे सोपे नव्हते. माझे मन कशातच लागत नव्हते.

तशातच दिलखुशला असताना दिवाळी आली होती म्हणून पप्पू नावाच्या यू.पी.च्या कस्टमरने मला पैसे दिले ते मी खिशात ठेवले. माझ्यावर चोरीचा आरोप केला गेला. राम नावाच्या वेटरने माझ्या खिशातून ते पैसे काढले. मला ती नोट पाचशेची आहे हेही माहीत नव्हतं. पप्पू मला शंभर, दोनशे तर नेहमी द्यायचा त्याच्यामुळे मी न बघताच खिशात ठेवले होते. झाले सगळ्या कस्टमर्ससमोर प्रवीणने माईकवर अनाऊन्स केले की, ''वैशाली चोरी करते.'' त्या दिवशी हॉटेल-मध्ये फुल कस्टमर्स होते. मला कामावरून काढून टाकले.

पप्पू ज्या मुलीचा कस्टमर होता तिला हे नंतर कळले. तिने सर्वांना दम दिला, ''त्या कस्टमरने तिला दिवाळी दिली होती आणि तुम्ही तिचा हक्क डब्यात टाकलात?'' त्यानंतर ती आणि तो पप्पू दोघांनीही त्या हॉटेलला जायचे बंद केले. काही वर्षांनी ती भेटली तेव्हा ती सगळं सांगत होती, पण जाताजाता म्हणाली, ''पाण्यात राहून माशाशी वैर करू नये.'' मी त्याप्रमाणे वागायचा खूप प्रयत्न अद्याप करते आहे.

माझे दिलखुशचे काम सुटले होते. घरात हाल सुरू झाले. अंबरनाथपासून कामाच्या शोधात मुंबईपर्यंत रात्रीचा प्रवास म्हणजे हाल ठरलेलेच होते. रात्री प्रवासात गर्दीचा त्रास नव्हता पण पुरुषांचे छळ सहन करावेच लागत. त्यात मी तर बारवाली, वरून गळ्यात ओशोंची माळ. मग तर कुणीही बोलायला मोकळे. मला कधी कधी फार असह्य व्हायचे. एकदा रस्त्यात एकजण खूप छळत होता. मी म्हणाले, ''काढू का टी-शर्ट?'' घरी वेगळा, पण छळवाद होताच. मुलांची चिंता होती, त्यात पुणेकर फोन करून छळायचा. शेजारी-पाजारी बारवाली म्हणून बदनामी झालेलीच होते.

मी दिलखुशमध्ये असताना एकाने निरोप आणला होता की दुबईला गायिका हवी आहे. मला भेटायला बोलावले होते. ज्याने निरोप आणला तो अरुण नावाच्या ढोलक वादकाच्या ओळखीचा होता. ह्या मुलाने मला एका कलाकाराचा पत्ता दिला. मी शोधत शोधत गेले. माझ्याकडे एकच चांगला ड्रेस होता, तोही दुसऱ्या मुलीचा.

त्या कलाकाराने मला तिथून एका दुसऱ्या रूमवर नेले. तो दुसरा कलाकार स्वत:चीच रट लावून होता. तो सर्पमित्र होता. त्याचेच सारखे वर्णन करत होता. सापांचे वर्णन संपल्यावर मग मैत्रिणी, गाड्या, त्यांची मुलं, त्याचा बाप तेही वर्णन संपले. मग बायकोचे वर्णन सुरू झाले. त्याने दुसऱ्या रूमवर आणले तेव्हाच मी मनातून ओळखले होते. पुरुष सगळे असेच विषय बायकोवर आणून मग संबंधाची मागणी करतात. मी मनातल्या मनात म्हणत होते जी किंमत चुकवायची ती चुकवूनही चालेल, पण आता संधी मिळवायचीच. मी खूप मुश्किलीने पासपोर्ट बनवला होता. ह्याची स्टोरी संपतच नव्हती. हा रडायला लागला!

मला खूप भूक लागली होती. तिथे साधे प्यायला पाणीही नव्हते. खरंतर याला मी ऑडिशनसाठी दिलखुशलाच बोलावले होते पण ह्याने मला इथे बोलावून घेतले होते आणि मी पोहोचलेही होते. मी मग सिगरेट काढून प्यायला सुरुवात केली. म्हटलं काय व्हायचं ते होऊ देत. ह्याचे रडून झाल्यावर मग संबंध आले. संबंध झाल्यावर मला त्याने ऑक्टोपॅड (इलेक्ट्रॉनिक ड्रम)चे पॅचेस वाजवून दाखवले. ते छान बसवलेले होते. त्यानंतर आम्ही खाली आलो. मग नाश्ता केला. तर हा म्हणाला, "नंतर पुन्हा एकदा ये." पुन्हा गेले तर पुन्हा संबंध केले. मी कामाच्या आशेने गेले होते. काम झालेच नाही.

हॉटेलवर वेटर जगन मला चिडवायचा, "काय गं, तुझे फ्लाईट क्रॅश झाले का?" राम वेटर म्हणायचा, "काय राकेशने शेंडी लावली?" एक वेटर मुद्दाम छातीला कोपराने चोळून जायचा. त्यातच तेव्हा एका कस्टमरने दहाची नोट छातीवरून ओवाळून दिली. मी ती नोट घ्यायला गेले तर गच्च धरून ठेवली. ती नोटच फाटली. मी मारायलाच धावले होते. मला कामाचीच किळस आली. दिलखुश सोडल्यावर मी माझ्या एका जुन्या मित्राकडे काम मागायला गेले तेव्हा त्याने मला सांगितले. "अगं, तो सगळ्यांना सांगतो की मी तिला दोन शॉट लावले." मला खूप वाईट वाटलं.

मी मनात म्हणायची अपमानाने मिळत असलेल्या मिठाईपेक्षा सन्मानाने मिळालेली मीठ भाकर बरी हे जरी खरं असलं तरी आपल्या देशात, आपल्या राष्ट्रात अपमाना-शिवाय काहीही मिळालं नाही. आता परदेशात तो मान मिळेल का हे तरी पाहू याकरता मी परदेशात जाण्यासाठी प्रयत्न करायचे मनावर घेतले होते, अनेक कलाकार परदेशात जाऊन आले की खूप तोऱ्यात मिरवायचे. शिवाय थोडा आर्थिक

हातभार लागायचाच. मग मी थोडी बिनधास्त होऊन काम करू शकीन. या सगळ्या अपेक्षा घेऊन मी परदेशात काम मिळविण्याच्या प्रयत्नाला लागले होते. उपाशीपोटी राहून ऑडिशन द्यायला जात होते. फोटोंच्या खर्चापायीसुद्धा हैराण झाले. एक एक फोटो चाळीस ते साठ रुपयांना पडत होता. छोटे फोटो तर किती झाले याचा हिशोबच नव्हता.

-३४-

राजूने मला जयेशचे नाव व जयेशला माझे नाव सुचविले. मी ऑडिशनला दादरला गेले. एक क्लासिकल व एक फास्ट गाणे गाऊन घेतले गेले. मी गायले व ऑडिशन पास झाले. जयेश सरळ वागला पण त्याची बहीण मस्कतवरून यायची होती. ती आल्यावर मला बोरीवलीला बोलावून घेतले. मी एक वाजता गेले, ही तीन वाजता आली. मी काळवंडून गेले होते. चांगला ड्रेस घालून गेले होते पण तिने मला पाहिले व कपाळाला आठ्या घातल्या, म्हणाली, "जरा भारी भारी कपडे घे."

या मॅडमचे नाव सुनीता होते. ती कोकणी मराठी होती. तिने मला चाळीस हजार दिले. त्यातले लगेच तिच्या भावाने पाच हजार काढून घेतले. अरुणने सांगितले, "तिकडे जाताना पाच जोडी चांगले कपडे घेऊन जा." हजार हजार रुपयांचे पाच ड्रेस घेतले. झाले, त्यातच पाच हजार गेले. थोडी कर्जे परत केली. घरात तीन महिन्याच्या घरखर्चाचे पैसे वेगळे काढून ठेवले. घरात मी गेल्यावर असाव्यात याकरता स्वयंपाकाला एक व घरकामाला एक अशा दोन कामवाल्या ठेवल्या. त्यांना पगार अॅडव्हान्समध्ये देऊन ठेवला. मेकअपचे सामान विकत घेतले. आयुष्यात प्रथमच लेन्सही विकत घेतल्या. जवळजवळ तेवीस हजार तर इथेच खर्च झाले होते. दहा हजार बँकेत टाकले. त्यावर्षी रमझान नंतर फ्लाइट होती.

मी सर्व तयारी केली. आदल्या दिवशी माझी मैत्रीण कुठून तरी देवासारखी आली. तिनेही तयारी करायला मदत केली. माझी बॅग छोटीच होती. पण कॅसेट व गाण्यांच्या पुस्तकांची बॅगच मोठी होती. आम्ही विमानतळावर जाण्यासाठी सुमो बुक केली होती. विमानतळावर जाताना ट्रॅफिक पोलिसांनी अडवली. रहादारीचे नियम वगैरे सांगू लागला. मग विजय मोहनने त्याला लाच दिली तेव्हा सोडले. आम्ही साडेचार वाजताच सहारा आंतरराष्ट्रीय विमानतळावर पोहोचलो. ऑर्गनायझर मॅडम सहा वाजता आल्या. सोबत अजून तीन मुली होत्या. त्यापैकी दोन मुलींनी बॉलीवूडमध्ये काम केले होते. बिग बीच्या मुलाबरोबर काम केल्याचे खूपच कौतुक

त्यांना वाटत होते. सगळे पिक्चर फ्लॉप झाले होते ही गोष्ट निराळी.

मी पहिल्यांदाच विमानात बसले. विमानात बसल्यावर पट्टे बांधणे वगैरे सगळंच नवीन होतं. मला सुरुवातीला गरगरल्यासारखं झालं, पण विमान हवेत जाऊन सरळ झाल्यावर थोडे बरे वाटले. मला भूक लागली. मी विचारले, ''विमानात जेवण मिळते का?'' तर त्या दोघी बॉलीवूडवाल्या मला हसायला लागल्या. माझ्या गरीबीचे, भुकेचे प्रदर्शन झाले होते व त्याची टिंगल उडवली जात होती. मला खूप रडू यायला लागले पण मी आवरले. अश्रू बाहेर नाही पडू दिले. माझ्या सोन्या-सारख्या पाखरांकडे मी ते सोडून आले होते ना? विमानात जेवण आले मी ते खाल्लेच पण या दोघींनी त्यांचे जेवण न खाता माझ्या पुढ्यात टाकले तेही खाल्ले. निर्लज्जपणाने. जेवल्यावर जीवात जीव आला. झाले ओमान ओमान करत एकदाचे ओमान आले. ओमानचा विमानतळ मस्कत. उतरलो.

मस्कत विमानतळावर उतरल्यावर एकच नाचानाच सुरू झाली. इथे तपासणी, तिथे तपासणी, तपासणी एके तपासणी. मला तिथल्या कोणत्याच सिस्टिम माहीत नव्हत्या. पिण्याच्या पाण्याचा नळ कसा सुरू करायचा हेही माहीत नव्हतं. सोबत आलेल्या मुलींनी बाहेरगावी काम केलेले असल्याने त्यांना हे सर्व सरावाचे होते. त्या मला हसत होत्या. रात्र बरीच झाली होती. आम्हाला तिथूनही पुढे दोन अडीच तास प्रवास करावा लागणार होता. मस्कतवरून पुढे आम्हाला सोहारला जायचे होते. ओमानच्या बॉर्डरवर समुद्रकाठचे शहर 'सोहार'. त्याच्याच पुढे दुबईची बॉर्डर लागते. आमची मॅडम जी.एम.च्या गाडीत पुढे निघाली. आम्ही पाठच्या गाडीत. पहाटे पहाटे आम्ही पोहोचलो. प्रवासात मी संपूर्ण वेळ झोपले होते. मला सारखे विमानात बसल्यासारखे वाटत होते.

जाताना मनात वाटले होते तीनच महिने राहायचे आहे. असे निघून जातील दिवस. पण तिथे तर एक एक क्षण युगायुगासारखा वाटू लागला. आम्हाला एका खोलीत ठेवण्यात आले. चोवीस तास एसी चालू असायचा. त्या खोलीला एक छोटीशी खिडकी होती. तीही बंद. दाराला तर नेहमी टाळे असल्यासारखे असे. अर्थात एवढ्या बंदोबस्ताला कारण होते. पूर्वी मुली कस्टमर्सबरोबर पळून गेल्याच्या, मुलींना जंगलात नेऊन पाच-पाच जणांनी बलात्कार केल्याच्या घटना घडल्या होत्या. कधी कधी बलात्कार केल्यानंतर तिने तोंड उघडू नये म्हणून तिला ठार मारून फेकून दिल्याचेही प्रसंग घडले होते. एकदा तर आमची मॅडम सांगत होती की शेकहँड करायला एका मुलीने खिडकीतून हात बाहेर काढला तर नाना तऱ्हेच्या कस्टमर्सनी तिला ओरबाडून काढले होते. शॉपिंगच्या निमित्ताने बाहेर जाणाऱ्या मुलींशीही कस्टमर्स विचित्र वागायचे.

या सर्वांमुळे मस्कत, बहारीन इथे या सर्व प्रकारांवर बंदी होती. तिथे फक्त फोनवर बोलू दिले जाई व फोनही टॅप होण्याची भीती असायची. अर्थात फोनवर फार अश्लील बोलणे ऐकावे लागायचे. गल्फ कंट्रीत राहणारे व वर्षानुवर्षं घरी न गेलेले पुरुष हपापल्यासारखे वागायचे. मात्र गायिकेकडे खूप गाणी व डान्सर उत्तम नृत्यांगना असेल तर तिला कलेवरच कलेक्शन भरपूर मिळते. रूपाने खूप सुंदर असण्याची गरज नाही.

आम्ही पहिल्या दिवशी हॉटेलमध्ये गेलो. हॉटेलचे नाव होते 'हॉटेल अलवादी'. तिथली सिस्टिम भारतातल्या हॉटेलपेक्षा खूप वेगळी होती. इथे स्टेज उंच होतं व हॉटेलमध्ये येणाऱ्या लोकांपेक्षा लांब होते. इथे कस्टमर्सना 'गेस्ट' म्हटले जाते. कलाकारांवर पैसे उडवले जाण्यावर बंदी आहे. गेस्टला पैसे द्यायचे असतील तर ते विविध रंगांच्या माळा पाठवित असत. या माळा हॉटेलमध्येच उपलब्ध होत असत. माळांचे रंग हा विशिष्ट पैशांच्या मोबदल्याचे प्रतीक असे. जसे निळी माळ म्हणजे दहा रियाल, लाल माळ म्हणजे पन्नास रियाल, हिरवी माळ म्हणजे शंभर रियाल. या नायलॉनच्या फुलांच्या माळा घेऊन फिरणारा जो कर्मचारी असे त्याला 'फ्लॉवर बॉय' म्हटले जाई.

एका वेळी फक्त दोन ते तीन मुलीच स्टेजवर नाचू शकतात. जास्त मुलींना नाचायला परवानगी नसते. मात्र भारतात जसे मुली चणियाचोळी घालतात तसे इथे नाही. इथे मुली कोणत्याही प्रकारचे फिल्मी कपडे घालू शकतात. इथे रेकॉर्ड डान्सला परवानगी नाही. डान्स हा लाईव्ह बँडवर होतो. इथले बॉडी गार्ड हे अरबी सांड असतात. त्यांना पाहूनच भल्याभल्यांची टरकते. गेस्टशी शेकहँड करायचीसुद्धा मनाई आहे. नुसते नख लागले तरी बरेच रियाल फाईन म्हणून भरावे लागतात. या आखाती देशातल्या शिक्षाही खूप भयंकर असतात. अर्थात म्हणून गुन्हे घडत नाहीत, शोषण होत नाही अशातला भाग नाही. पण मर्यादेत राहिले तर सुरक्षित राहता येते हे नक्की.

इथले 'गेस्ट' हे वेगवेगळ्या देशातून आलेले असत. अगदी ट्रक ड्रायव्हरपासून डॉक्टर, इंजिनियअर्सपर्यंत सर्व स्तरातले लोक. घरापासून, कुटुंबापासून दूर आपल्या मातृभूमीपासून दूर फक्त कामधंदा एके कामधंदा. त्यांना मनोरंजन हवे असते. मनोरंजनासोबत मायबोली व मातृभूमीची आठवण कोणी जागृत करणारे असले तर 'सोने पे सुहागा'च. त्यामुळे फिल्मी गीतांमध्ये प्रेमगीतांबरोबर आम्हाला देशभक्तीच्या गाण्यांचीही फर्माईश येत असे. अनेकदा पाकिस्तानी, बांगलादेशी किंवा पंजाबी, ओमानी गाण्यांची फर्माईश येत असे. माझे खूप वांदे व्हायचे. मी गाण्यांच्या कॅसेट ऐकत बसे, जेणेकरून मला ती गाणी गाता यावीत. हॉटेलमधून मला वॉकमन

देण्यात आला होता. त्याच्यावर मी गाणी ऐकून ती गाणी म्हणायचा प्रयत्न करायची.

हॉटेल अलवादी हे एक मजली हॉटेल होतं. तळमजल्यावर अरेबियन बँड होता व पहिल्या मजल्यावर इंडियन म्हणजे आमचा बँड होता. अरेबियन बँडमधल्या मुली खूप उंच, गोऱ्या व सुंदर होत्या. आम्ही जिथे राहायचो त्याच इमारतीत त्या खालच्या मजल्यावर राहात असत, पण आम्हाला त्यांच्याशी बोलायची अजिबात परवानगी नव्हती. त्यामुळे त्यांच्याशी कधीच बोलायचा प्रसंग आला नाही.

अलवादी हॉटेलमध्ये हॉलही खूप मोठे मोठे होते. एका वेळी किमान शंभर ते दोनशे कस्टमर बसू शकतील असे ते हॉल होते. मुंबईमध्ये एकावेळी जेमतेम पन्नास कस्टमर कसेबसे दाटीवाटीने बसू शकतील अशी रचना असते. त्यामुळे एवढे मोठे हॉल पाहूनच घाबरायला होत होतं. खूप जास्त चकचकीतपणा व स्वच्छता प्रथम दर्शनीच लक्षात येते. स्टेजची रचनाही वेगळी असते. कस्टमर्समध्ये व गाणाऱ्या मुलींमध्ये जवळजवळ पंधरा फुटांपेक्षा जास्त अंतर असे. मला सुरुवातीला हे वेगळे वाटले तरी चांगलेही वाटले होते.

आमच्या सुनीता मॅडम सारख्या आमच्यावर ओरडत असायच्या. तिने अक्षरशः आम्हाला रडविले होते. ती एक घास सुखाचा खाऊ देत नव्हती. आज काय लिपस्टीक बरोबर नाही, हे काय कपडे आहेत का, हे असे का, ते तसे का? तिचा आवाज चांगला लागत नसे; पण तरीही ती एकोणीस वेळा मस्कतमध्ये आली होती, याचाच तिला खूप गर्व होता. बेचाळीस वर्षांची होती पण स्वतःला तीस वर्षांची समजायची. आम्हाला सांगायची कसे नजरेनेच कस्टमरला गरम करायचे. ती डोळ्यानेच अश्लील इशारे करून दाखवायची. तिकडे कपडे भरपूर घालायला लागत होते पण हिची त्या कपड्यातूनही शरीर प्रदर्शनाची इच्छा जाणवायची.

मुंबईत ती खूप सतीसावित्रीचा आव आणायची. पण इथे तिला कस्टमर्स माईक सोडून नाचायला सांगायचे आणि ती नाचायची. तिच्या स्वतःमधेच इतका न्यूनगंड होता की त्यामुळे ती इतर मुलींना छळायची. कलेक्शन कमी झाले की हिचा छळ सुरू. एकतर पहिल्या महिन्यातल्या कलेक्शनमधून विमानाचे येण्याजाण्याचे तिकिटाचे पैसे कापून घेतले जायचे. सुरुवातीला सांगितले की सर्वांना सारखा शेअर मिळेल पण खरे तसे काहीही नव्हते, जसे ज्याचे कलेक्शन त्याच प्रमाणात त्याला पैसे दिले जायचे.

आमच्या खोलीत दोन फोन लावलेले होते. त्या फोनवर कस्टमर्स फोन करायचे. ते फोन आम्हाला घ्यावे लागायचे. फोनवर कस्टमर्स खूप अश्लील बोलायचे, आम्हीही त्यांच्याशी सेक्सी-सेक्सी बोलावे अशी त्यांची अपेक्षा असायची. दिवसभर व रात्री हॉटेलमधून परतल्यावरही फोन वाजतच असायचे. झोपही नीट

व्हायची नाही. एक तर फोन वाजत राहायचे, नाहीतर कुणी ना कुणी फोनवर बोलत असायचे. चार मुलींमध्ये दोन फोन असल्याने आलटून पालटून कुणी ना कुणी फोनवर असायचेच. कस्टमर्स तासन्तास फोनवर बोलायचे. आधी येऊन गेलेल्या मुलींच्या नावानेही फोन यायचे.

सुरुवातीला उत्सुकता वाटली पण नंतर खूप कंटाळा यायचा. रिसिव्हर काढून ठेवला की लगेचच जी.एम. सुनीता मॅडमला फोन करे. मग त्या येऊन आम्हाला ओरडत, ''फोन का काढून ठेवला?'' कधी कधी मुलीही खूप टवाळक्या करायच्या. तिथे आमच्या खोलीतही एसी सुरू असायचा. माझ्या घशाची पार वाट लागायची. आजारी पडले तर डॉक्टरकडे नेलं जात नव्हतं. मॅडमच तिथल्या तिथे गोळ्या द्यायच्या. मी तर सारखी ॲक्शन फाईव्ह हंड्रेड खात असायची. पण दिवसाला दोन, तीन गोळ्या खाल्या की झोपच उडायची.

इथे जेवण साधे पण छान असायचे. भाजी, डबल रोटी, डाळ-भात, कोशिंबीर जेवणात असायचे. पण जेवायला लागले की सुनीता मॅडम येऊन म्हणायच्या, ''तू जरा रोज हिरव्या पालेभाज्या खात जा म्हणजे जरा रंग उजळेल.'' आमच्या रूममध्येही फ्रीज होता व फ्रीजमध्ये मस्का, ब्रेड, फ्रूट्स, पेप्सी ठेवलेले असे. मी ॲक्शन फाईव्ह हंड्रेड खाऊन वर पेप्सी प्यायची. इतका पेप्सी प्यायची की शेवटी आवाज बसायचा.

तसे तर मला खूप वर्षं माणिकचंद खायची सवय लागली होती. नंतर ते व्यसन सुटले तर सिगरेट, बिडीची सवय लागली. तेही मी सोडले. मग फक्त तंबाखू मळून खायचा. इथे येताना मी तंबाखूच्या थोड्या पुड्या नेल्या होत्या. अजून एका मुलीनेही आणल्या होत्या पण आम्ही दोघींनीही त्या खाऊन संपवल्या. स्टेजवर जाताना मी थोडा तंबाखू मळून यायचे व नंतर तो तोंडात टाकायचा. मी तो तोंडातला तंबाखूही पुन्हा नॅपकिनमध्ये काढून ठेवायची आणि परत तोच पडल्या वेळेला वापरायची. त्यावरून सुनीता मॅडम ओरडायची. आम्हाला जिथे राहायला जागा दिली होती तिथे दारू, ड्रग्ज इत्यादी न्यायला परवानगी नव्हती. असे काहीही पदार्थ नेले की लाल दिवा पेटायचा. मग तिथल्या एका भारतीय स्वयंपाक्याला हेरले. तो मला तंबाखू पुरवायचा. मी त्याला दोनशे रुपये द्यायचा प्रयत्न केला, कारण माझ्याकडे तिकडचे पैसे नव्हते. पण त्याने ते घेतले नाहीत.

सुरुवातीला मी किचनमध्ये जाऊन गाण्याची प्रॅक्टीस करायचे. मुली मला हसायच्या. म्हणायच्या, स्टेजवर गाऊन मन नाही का भरले? मी दुर्लक्ष करायची. फर्माईशवर गाणे व स्वत:साठी किंवा रियाजासाठी गाणे यात खूप मोठा फरक असतो. या मुलींमध्ये खरंतर काही मेहनती होत्या. बॉलीवूडमधल्या तिथे थोड्या कमजोर ठरल्या पण दुसऱ्या दोघी छान नाचायच्या आणि स्टेजवर एकावेळी दोन

तीनच जणींना नाचायला परवानगी असल्याने सारखेच नाचावे लागायचे. त्यामुळे त्या खूप दमायच्या.

तरीही मुली सर्वस्व पणाला लावून नाचायच्या पण अनेकदा वाजवणाऱ्यांचे दोष काढून दाखवायच्या. मग मी त्यांना सांगायची, ‘‘त्यांचे दोष काढू नका. आपले दोष दुसऱ्यांच्या माथी थोपायचे. जरी ऑर्गनमधले सगळे पीस नाही वाजले तरी परदेशात ढोलक वादक खूप तगडा असतो.’’ मग मुलीही माझं ऐकायच्या. मी त्यांना कामातही मदत करायची. माझ्याकडे कपडे जास्त नव्हते. मग मुली मला कपडे द्यायच्या. तिथे लाँड्रीवाला यायचा नाही. त्यामुळे हातानेच कपडे धुणे, वाळवणे व इस्त्री करणे इत्यादी करावे लागे. त्यात मी दुसऱ्यांचे कपडे वापरले की धुवून, इस्त्री करून देई. त्यामुळे सगळ्या मुली त्यांचे कपडे मला वापरायला देऊ लागल्या.

मी माझ्या रूप, रंग व गरिबीमुळे सगळ्यांच्या टवाळीचा विषय झाले होते. तो विरोध हळूहळू निवळू लागला. त्यात मी एकदा एका बांगलादेशी कस्टमरच्या फर्माईशीवरून नृत्य केले. तिथे ‘लागा चुनरी में दाग’ व नगीनातले नागीन नृत्य खूप लोकप्रिय आहे. मी या दोन्हीवर नाचले. एक नाच एकदम शास्त्रीयनृत्यासारखा व दुसरा एकदम प्राकृतिक. मी जीन्सवरच नाचत होते. सुरुवातीला सगळे हसू लागले. पण हळूहळू मला दाद मिळू लागली. खूप कलेक्शन झाले. कधीही न देणाराही देऊन गेला.

गाण्याच्या बाबतीतही असेच झाले. तिथे मराठी गाण्याची फर्माईश आली. त्या गायकाला मराठी गाणी येत नव्हती. तिथले कस्टमर्स जे डोंबिवली, अंबरनाथचे होते. त्यांना मराठी गाणी ऐकायचीच होती. मी दादा कोंडकेंच्या आवाजाची नक्कल करत गाणी गायले. मुंबईत बंगाली गीते मी गायची पण इथे बांगलादेशी गीतेही गायला लागले. ग़ज़ल मी पूर्वी गायची पण इथे खास पाकिस्तानी ग़ज़ल गायला लागले. मस्कतमध्ये गुलाम अली, मेहंदी हसनच्याही ग़ज़ला गायची. बंगाली गाण्यांची मला गंमत वाटायची. एक गाणे होते, ‘रोमगीला, रोमगीला, रोमगीला रे ओ ऽऽ होऽऽ’ दुसरे एक असेच गाणे होते, ‘ऑमॉय भाषा इली रे, ऑमॉय डुबाई इली रे.’ शब्द चुकत असले तरीही गाणी गाऊन मी धमाल उडवायची.

हिंदीत आनंदमठ सिनेमातले ‘आन मिलो आन मिलो शाम सांवरे’, काबुलीवालामधले ‘ओ गंगा आये कहाँसे रे, गंगा जाये कहाँ रे’ ही गाणी तिथे गेस्टना फार आवडायची. इथे एक चांगले होते. मला डान्स करणाऱ्यांसाठी गायला लागायचे. त्यामुळे नॉन स्टॉप गायला लागत नसे. एका गाण्यावरचे नृत्य संपले की दुसऱ्या नृत्यापर्यंत विश्रांती मिळत असे. मी अगदी दादा कोंडके ते किशोरदा आणि अल्बम्स ते शास्त्रीय संगीत सगळी गाणी गायचे.

तिथे मी मध्येमध्ये नृत्यही करू लागले. गाण्यातला आत्मविश्वास आधी वाढला होताच, आता नृत्यातलाही वाढला. त्यातच मी स्टेजवर चढायच्या आधी सुनीता मॅडमच्या पाया पडायची. मी खूप मनापासून पाया पडायची. सुरुवातीला थोडे अवघडल्यासारखे झाले पण नंतर तीही खूप मनापासून आशीर्वाद द्यायची. तिला माझे पाया पडणेही खूप आवडत असावे. ती खूश व्हायची. त्यामुळे तिचाही छळ कमी झाला. मी सर्वांचे मन जिंकण्यात यशस्वी झाले.

इथे माझ्याबरोबर शबनम, करीना, पूजा, रेश्मा, मोना, डॉली, दीपा या काम करायच्या. तिथला फ्लॉवरबॉय, नरेश, एक मारवाडी मुलगा होता. सुरुवातीला माझ्याबरोबर शबनम, करीना, पूजा व रेश्मा याच आल्या होत्या. बाकीच्या नंतर आम्ही निघायच्या आधी आल्या होत्या. डॉली, रेश्मा, दीपा या मराठी मुली होत्या. करीना पंजाबी तर शबनम गुजराथी होती. दीपा गायिका होती. करीना आली तेव्हा गरोदर होती. सुरुवातीला ते समजले नाही पण शेवटी शेवटी जेव्हा तिला पाचवा महिना लागला तेव्हा पोट दिसू लागले. त्यामुळे तिला परत जावे लागले. ती मानेपासून पोटापर्यंत एका बाजूने भाजलेली होती. नंतर कळले की करीनाला जुळे झाले. ती तिथे असताना खूप खायची. आता वाटते, बिचारी तीन जिवांची होती. ही करीना बॉलीवूडमध्ये ग्रुपमध्ये डान्स करायची. रेश्माही बॉलीवूडमध्ये नाचायची. 'तेरी उंची शान है मौला' या अदनान सामीच्या गाण्यातही ती दिसते. ती 'छैंय्या छैंय्या' गाण्यात ट्रेनच्या टपावर बसलेल्या स्त्रियांमध्ये होती. तिच्या तोंडी सदा बॉलीवुडच्याच गप्पा असायच्या. सावळी होती पण चेहरा एकदम नितळ, तिचे केसही खूप छान होते. मला नेहमी म्हणायची, ''तू बुड्ढी हो गयी ना, तो मेरे पास आ जा. मैं तुझे संभालूँगी।''

मला तीन महिन्याने येताना काही रियाल मिळाले ज्याचे भारतात तेरा हजार रुपये आले. भारतात आल्यावर मी खूप अस्वस्थ झाले. मला पुन्हा परदेशात जायचे होते. मी या ऑर्गनायझरकडून त्या ऑर्गनायझरकडे फिरत होते. पूर्वी फोटो काढायलाही माझ्याकडे पैसे नसायचे. आता ती परिस्थिती नव्हती. शिवाय सोहारावरून येताना मला सरकारी लेटरहेडवर सुल्तानच्या सहीचे प्रशस्तीपत्रक मिळाले होते व एका परदेश दौऱ्याचा अनुभवही माझ्याकडे होता. पण इथे सर्वांना सुंदर देहाचे आकर्षण होते. गुणांची कदर नव्हती. मी वेगवेगळ्या एजंट्सना भेटत होते. एकाने तर शबनमसाठी ऐंशी हजार द्यायची तयारी दाखवली पण मला मात्र नंतर भेट म्हणाला. मीही कंटाळले होते.

मी अशीच पंधरा ऑगस्टला आईला भेटायला गेले. मी तिच्यासाठी काही नेले

नव्हते. आई मला अचानक म्हणाली, ''काय गं ही हल्लीची पोरं? आण्टी वगैरे काही म्हणत नाहीत.'' मी संभ्रमात पडले. थोडावेळ थांबून मी परत आले.

दुसऱ्याच दिवशी मला उमरग्याच्या एका बारमध्ये काम आहे असे जयेशने सांगितले. जाताना मी आणि शरद एकत्र निघालो. जाताना खूप सुखदु:खाच्या गप्पा मारल्या. हे हॉटेल उमरग्याला होते. उमरग्याच्याही पुढे हायवेवर गावापासून खूप लांब होते. सोलापूरवरून आम्ही बसने पुढे गेलो. हॉटेलच्या वर राहण्याची सोय होती. तिथे भरपूर डान्सर्स होत्या. सिंगर मात्र मी एकटीच होते. इथे खाणे, पिणे ठीक होते, पण कस्टमर्समध्ये भरणा हा जास्त राजकारण्यांचा होता. नगरसेवक, आमदार, खासदार, नेते मंडळींचा भरणा जास्त होता. मॅनेजमेंट उडपी लोकांचे होते. बँड शरदचा होता. डान्सर मुलींमध्ये बंगाली, राजस्थानी, मराठी व मुस्लीम अशा जवळजवळ सोळा-सतरा मुली होत्या. मुलींची अवस्था खूप चांगली नव्हती. एक दोघी खूप चांगल्या डान्सर होत्या पण सगळ्या परिस्थितीच्या बळी. बऱ्याच जणींचे दलाल त्यांचे नवरे, त्यांची आई किंवा बापच होते. माझ्या तिथल्या गाण्यावर खूप कलेक्शन व्हायला लागल्यावर त्या मुली माझ्यापाशी तुटक वागायला लागल्या. त्यात शरदही मुलींची टिंगल उडवायचा. मला खूप राग आला. मी तिथे कमावलेले पैसे त्याच्या उशाखाली ठेवून निघून आले. उमरग्याच्या या हॉटेलमध्ये मी दोन आठवडे काम केले.

-३५-

मी परत आल्यावर शुक्ला म्हणून जो एक जण होता त्याने माझे सर्व डिटेल्स घेतले होते. याने वीस हजार ॲडव्हान्स देऊन मला मस्कतच्या हॉटेल हॉलिडे इन साठी काम आणले होते.

व्हिसा आल्यावर आम्ही निघालो. यावेळी दिवसाचा प्रवास होता. आता मला विमानप्रवासाची माहिती होती. दिवसा उजेडीही खूप छान वाटत होते. मी जातानाच खूप व्यवस्थित तयार होऊन गेले होते. मस्कतच्या विमानतळावरून आम्हाला न्यायला गाडी आली होती.

आम्ही मस्कत विमानळावरून 'घाला' या शहरात आलो. घालामधील आमच्या हॉटेलचे नाव होते 'हॉटेल हॉलिडे इन'. संध्याकाळी आठच्या सुमारास हॉटेलवर पोहोचलो. हे हॉटेल खूप मोठे होते. सोहारचे अलवादी त्यामानाने खूप छोटे होते. पण पंधराव्या मिनिटाला आम्हाला बोलावण्यात आले. होतो त्याच कपड्यांवर थोडासा मेकअपचा हात फिरवून आम्ही तयार झालो. हॉलमध्ये पोहोचलो तर स्टेजवर एक पाकिस्तानी मुलगी गात होती. समोर गेस्टची खूपच गर्दी होती.

त्या मुलीचे गाणे आम्ही गेल्यावर दोन मिनिटांत संपले. मी स्टेजवर गेले. आधी स्वत:ची ओळख करून दिली व आम्ही आत्ताच पोहोचलो इत्यादी सांगितले व थकवा न दाखवता जोशात गाणे सादर केले. मी सगळ्यांचे मन वळवण्यात यश मिळवले. त्याच दिवशी पहाटे तीन वाजेपर्यंत मी गात होते. खूप वेगवेगळ्या प्रकारची गाणी गायले.

तीन वाजता हॉटेल बंद झाले. भयंकर भूक लागली होती. थकवा आला होता. पाय मी म्हणत होते, पोट मी म्हणत होते. दोघं बाजूनं छळत होते. जेवून रूमवर गेलो. सर्व कलाकारांची ओळख करून देण्यात आली. इथे कबीरसरांचा बँड होता. त्यांची तेव्हा भेट झाली नाही. फक्त नाव सांगण्यात आले. मीना, प्रिया, मोना, दीपा, रितू, राखी, सिमरन या मुली होत्या. यातल्या बहुतांश खानदानी डान्सर्स होत्या.

या हॉटेलमध्ये तीन मजले होते. तळमजल्यावर अरेबियन बँड होता. पहिल्या

मजल्यावर भारतीय बँड व दुसऱ्या मजल्यावर पाकिस्तानी बँड होता. आमच्या बँडमध्ये आम्ही 'ऐ मेरे वतन के लोगों', 'दमा दम मस्त कलंदर' ही गाणी गायचो तेव्हा तिथले भारतीय गेस्ट रडायचे, खूप वाईट वाटायचे. मीना खूप चांगली गायची. त्यामुळे धंद्याला एकदम जोर यायचा. माझ्यात व तिच्यात एक प्रकारची स्पर्धा होती. तिची खूप गाणी पाठ होती व ती मलाही गाताना सांभाळून घ्यायची.

इथेही जो मॅनेजर होता तो कलेक्शनवरून छळायचा. राहण्याची, जेवणाची सोय खूप चांगली होती. आमच्या कलाकारांचे आपापसात बरे होते. पण दिल्लीवाले, मुंबईवाले, पंजाबवाले असा भेदाभेद चालायचा.

या वेळी मी जवळजवळ सव्वा महिना राहिले. यायच्या आदल्या दिवशी कबीरसरांनी येऊन सगळ्यांचा हिशेब केला. कबीरसरांनी मला सांगितले, "मी तुला पुन्हा फोन करीन तू घरी गेल्यावर. तू तुझा बँड घेऊन ये." येतानाचे विमान अहमदाबादवरून दिल्लीला जाणार होते. आम्ही अहमदाबादला उतरलो. तिथून सुरत व सुरतवरून लक्झरीने ठाण्याला आलो.

घरी आले तर प्रवासाचा शीण राहिला बाजूला. माझा छोटा मुलगा सांगत होता की ते दोघे भाऊ दिलीपला भेटून आले. दिलीप त्यांना म्हणाला की मी तुमच्या आईला सोडले म्हणून एवढा यशस्वी झालो. माझे अंग रागाने थरथरत होते. डोके भणभणत होते. मला आश्चर्य याचे वाटत होते की मुलं हे सगळं ऐकून कशी घेतात.

काही दिवस मी घरात होते कबीरसरांच्या फोनची वाट पाहात होते. दिलीपच्या घरचा निरोप होता. तो आजारी आहे. दिलीपला दुसऱ्या बायकोपासून दोन मुलं झाली होती. ते दोघंही अंधेरीला राहात होते. दिलीपचा आजार एवढा बळावला असतानाही तो मुलांना उलट-सुलट माझ्याबद्दल बोलला त्यामुळे मला त्याचा खूप राग आला होता. दिलीपला त्या रागामुळे मी भेटायला गेले नाही.

इकडे कबीरसरांचा फोन आला की तयारीला लाग. डिसेंबरमध्ये इकडे बँड घेऊन यायचे आहे. माझी एकच धावपळ सुरू झाली. खरंतर फोन आला तेव्हा जुलै महिनाच सुरू झाला होता. माझ्याकडे वेळ होता, पण मला अनुभव नसल्याने माझी घाबरगुंडी उडाली होती. त्या धावपळीत मी मिरारोडला आईकडे गेले, ४ जुलै आईचा वाढदिवस होता. मी बाकरवड्या घेऊन गेले होते. आईने माझ्यासाठी चहा केला. मला मेदूवडा खायला घातला. ती माझ्याशी त्या दिवशी खूप वेगळे, खूप चांगले वागत होती. तिने माझ्या चेहऱ्यावरून हात फिरवला. बाबांचा तिने ध्यास घेतला होता. बाबा जाऊन तीन वर्षं होत आली होती. ती मला अचानक म्हणाली, "अगं बिल्डिंगचा वॉचमन मला विचारतो की तुम्हाला सेक्स नाही का?" मला

पुन्हा विचित्र वाटले. आई बरोबर काय घडत होते? ती कोणत्या दहशतीखाली होती? ती बोलली नाही. मला तिची काळजी वाटत होती. ती मला ट्रेनपर्यंत सोडायला आली. ट्रेन जाईपर्यंत ती प्लॅटफॉर्मवर उभी होती. त्यावर्षी नागपंचमीच्या दिवशी मी पासपोर्ट घेऊन मस्कतच्या कामासाठी दिवसभर फिरत होते. गाडीत गर्दी होती. मला अंधेरीच्या ब्रिजवर पडलेली किरणं दिसली आणि आईची खूप आठवण आली. पाच-साडेपाच वाजले होते. मी गाडी सोडली नाही. तशीच घरी परत आले.

सकाळी सात वाजता काशीमीरा पोलीसस्टेशनमधून फोन आला. सकपाळ साहेब बोलत होते, ''रात्री अडीच वाजता फोन केला पण रात्र खूप झालेली. आम्ही पुन्हा फोन केला नाही. तुमच्या आईच्या शवाचे पोस्टमार्टेम झाले आहे. आता बॉडी ९ वाजेपर्यंत तुमच्या हातात मिळेल.'' मला खूप धक्का बसला.

मी विचारले, ''किती खर्च येईल?''

ते म्हणाले, ''दोन हजार.''

मी म्हणाले, ''दोन हजार तर माझ्याकडे आता नाहीत.''

सकपाळ म्हणाले, ''थोडे मी टाकतो.''

पुन्हा थोड्यावेळाने फोन आला ते म्हणाले, ''तुमच्या भावाकडे पैसे आहेत. फक्त तुम्ही या. कारण तुम्ही आल्याशिवाय आम्ही बॉडी हातात देणार नाही.'' मग मी माझ्या घरात राहणाऱ्या सुनीता नावाच्या मैत्रीणीकडून आठशे रुपये घेतले. माझ्याकडे सहाशे रुपये होते. मी काशीमीरा पोलीसस्टेशन गाठले. लक्ष्मीकांत एकदम गप्प बसलेला. साहेब मला घेऊन म्युन्सिपल हॉस्पिटलला गेले. जाताना त्यांनी बरीच चौकशी केली. त्यांनी आईच्या मृत्यूची माहिती दिली, ''ही बाई काल संध्याकाळपासून रस्त्यावर मरून पडलेली होती, अंगाला मुंग्या लागल्या होत्या. तुमच्या शेजाऱ्यापाजाऱ्यांनी, बिल्डिंगच्या लोकांनी बॉडीला हात लावायला नकार दिला. त्यामुळे पोलीसस्टेशनमध्ये तक्रार करून तुमच्या भावाची चौकशी केली. तुम्हाला तुमच्या भावाबद्दल काही संशय वगैरे काही सांगण्यासारखे आहे का?''

मला काही एक सुचत नव्हते. मी काहीच बोलायच्या मन:स्थितीत नव्हते. मनात येत होते मी काल आले असते तर? माझी आई बेवारशासारखी मरून पडली. तिला मुंग्या लागल्या.

सकपाळ साहेब विचारत होते, ''तुमच्या वडिलांनी बँकेत सहा लाख रुपये ठेवले आहेत. त्यावरून तुमच्या आई व भावात काही वाद होता का?'' मी म्हणाले, ''त्यांचे व्यवहार मला काही माहीत नव्हते.''

मनात आले, एवढे पैसे होते तर ह्यांनी जिवाला का मारले? त्यांनी खाण्या-पिण्याचे हाल का केले? आई तर मला बरोबर घेऊन धाके कॉलनीला भाजीवाल्यांच्या कडेला पडलेली भाजी गोळा करून आणत होती. पण त्यांनी मनीषनगरचे घर नऊ

लाखाला विकले व मिरारोडला दोन लाख ऐंशी हजारात घर घेतले. उरलेले पैसे बँकेत टाकले. माझ्यासमोर खूप दृश्यं येत होती. नक्की काय घडले होते. मी त्यांच्या एका पैशाची अपेक्षा ठेवली नाही, कधी संपत्तीची चौकशी केली नाही. मला तर फक्त त्यांचे प्रेम हवे होते.

म्युन्सिपल हॉस्पिटलमध्ये कागदपत्रांवर सही करून आईचे प्रेत ताब्यात घेतले. आईने एकदा बिल्डिंगमधल्या एका बाईला ओळख करून देताना सांगितले होते, ''ही माझी मोठी मुलगी, अंबरनाथला राहते.'' त्या शेजारणीमुळे पोलिसांना माझी माहिती मिळाली. नाहीतर याही वेळी बाबांच्या मृत्यूच्या वेळी झाले तसेच झाले असते. लक्ष्मीकांतने परस्पर सगळ्या गोष्टी आटोपल्या असत्या.

मला बरेचदा आई-बाबांकडे जाताना कानकोंडे व्हायचे. वाटे आपण काय निर्लज्जासारखे यांच्याकडे वारंवार जातो. त्यांनी कधी प्रेमाने एखादी साडी माहेरवाशीण म्हणून घेतली नाही की माझे कधी माहेरपण केले नाही. पण आज कमीत कमी आईच्या मृत्यूचा दाखला माझ्या सहीने मिळाला. माझा हक्क मला मिळाला.

आता मात्र मला वाटले कमीत कमी यासाठी तरी मी जात राहिले हे बरं झाले. आईचे अंत्यविधी तरी माझ्या नशिबात आले. लक्ष्मीकांतला प्रेताला अग्नी द्यायची हिंमत होत नव्हती. मग मीच सुनीताच्या मदतीने हिंमत करून अग्नी दिला, प्रदक्षिणा घातल्या. बाहेर प्रचंड पाऊस पडत होता, वारा सोसाट्याने वाहत होता. स्मशानात माझ्या ओळखीचे एक संन्यासी, मी, सुनीता, लक्ष्मीकांत व सकपाळ साहेब एवढेच लोकं होतो.

अग्नी दिल्यावर मला खूप हसू येऊ लागले. मी जोरजोरात हसत म्हणत होते, ''जा, म्हाताऱ्याकडे जा. हनिमून करा आज. जा.'' मला हसू येत होते. मी हसत होते. आईच्या शववाहिनीचे पैसे द्यायचे होते. ते मी दिले. म्हणाले, यांना माझे पैसे नको होते ना. आज घ्यावे लागले. एवढे तरी माझे पैसे कामी आले शेवटी.

स्मशानातून निघालो तेव्हा मी एकदम लक्ष्मीकांतच्या हाताला धरले. आयुष्यात पहिल्यांदाच चालत आलो. मला खूप भूक लागली होती. सगळ्यांना घेऊन हॉटेलात गेले. भरपूर नाश्ता केला. सगळे माझे तोंड पाहात होते. मी अंघोळ न करताच खाऊन घेतले. मी घरी गेले. म्हणाले, ''घर स्वच्छ करून जाते.'' पण लक्ष्मीकांत मला थांबू देईना. ''मी स्वच्छ करीन,'' म्हणायला लागला. पोलिसांनी आईचे सोन्याचे कानातले माझ्याकडे दिले होते. ते मी लक्ष्मीकांतला दिले. त्याला ''अंबरनाथला येतोस का?'' विचारले. तो ''नाही'' म्हणाला. मी निघाले. ''त्याला म्हणाले, अस्थी घेऊन ये.'' तिसऱ्या दिवशी सहज म्हणून गेले तर लक्ष्मीकांतने अस्थी आणल्याच नव्हत्या. मी आता पूर्ण पोरकी झाले होते.

माझी मन:स्थिती काबूत ठेवून मी कशीबशी कामाला लागले. मला सतत

कबीर सरांचा, शुक्लांचा फोन येत होता. इथे जी जी तयारी मी करत होते. त्यांना रिपोर्ट करत होते. ऑडिशन्सही घेत होते. एकीकडे घरातली स्थिती काहीशी अस्थिर झाली होती.

वृषाली प्रकरणानंतर सुनीता नावाची जी मुलगी माझ्याकडे राहायला आली होती. तिच्यामुळे माझ्या मुलांमध्ये काहीतरी बदल घडत होते. आईच्या मृत्यूच्यावेळी मुलं माझ्याबरोबर आली नव्हती. त्यांची शिक्षणं अर्धवट सुटली होती. मोठा श्रीधर काही ना काही नोकरी करायचा प्रयत्न करायचा. तो सोशिक होता. श्रीकांतही सोशिकच होता. पण आता दोघेही वयात आले होते. घरात येणाऱ्या, जाणाऱ्या बारलाईनच्या लोकांमुळे ते चिडत असत. लहानपणापासून त्यांच्यावर वेगवेगळे आघात झाले होते. त्यात मी माझ्या असुरक्षिततेमुळे त्यांना पित्याचे छत्र सुटू नये म्हणून दिलीपकडे, दिलीपच्या गावी गोटीवऱ्याच्या संपर्कात राहू दिले होते.

त्याचा ते लोक गैरफायदा उचलायचे. ते मुलांची आर्थिक जबाबदारी न उचलता माझ्याबद्दल त्यांचे मन कलुषित करायचे काम करत राहायचे. दिलीपही माझ्याबद्दल त्यांच्याजवळ वाईट बोलायचा, माझी अश्लील वर्णने करायचा. लहानपणी त्यांना ते कळत नव्हते पण नकळत त्यांच्या मनावर परिणाम होतच असावा. आता तर ते जाणते व्हायला लागले होते.

माझ्या मोठ्या मुलाला लहानपणापासून दम्याचा त्रास होताच, आता त्याला अर्धशिशीचा त्रास सुरू झाला. मोठ्याने आठवीत शिक्षण सोडले पण तोपर्यंत तो वर्गात पहिला येत असे. छोट्याने सातवीतून शिक्षण सोडले. तोही वर्गात पहिला नंबर पटकावत असे. घरकामातही ती दोघं खूप मदत करीत. त्यांची ती कामं करतानाची चिमुकली रूपं आठवली तरी जिवाची काहिली होते. मी वारंवार त्यांना गावी राहायला पाठवे. आजोळ, आजी-आजोबा, मामा ही नाती त्यांना जवळजवळ नव्हतीच. माझी माहेरची बाजू अगदीच कमजोर होती. तिथला बडेजाव सांगावा तर त्यांचा विश्वास तरी कसा बसणार होता. उलट मी कधीकधी सांगू लागले तर त्यांना वाटे मग हे आमच्याशी का असे वागतात? आम्हाला या मोठेपणाचा काय फायदा?

श्रीधर व श्रीकांतला अंबरनाथला मी आणले तेव्हा टारझन घरात होता. मी दोघांना त्याला पप्पा म्हणायला सांगितले. ते दोघांनी कबूल केले पण मनापासून नाही. टारझन मोठ्याला 'घुमश्या' म्हणे. तो त्याच्याशी जास्त बोलायचा नाही. टारझनच्या प्रश्नांची हूं हूं म्हणून उत्तरे द्यायचा. टारझन त्याला 'हूं हूं' म्हणून चिडवे.

मी संन्यास घेतल्यावर संन्यासी घरी येत असत. दोन्ही मुलं त्यांचे स्वागत करीत. त्या दोघांनीही संन्यास घ्यायची इच्छा दाखवली. माझ्या मोठ्या मुलाचे श्रीधरचे नाव संन्यास घेतल्यावर 'प्रेम कीर्ती' ठेवले गेले. तर छोट्या श्रीकांतचे नाव

'अमनो निसर्गम्' असे ठेवले.

माझ्या मुलांना शेजाऱ्यांनी मारले तेव्हा मोठ्याचे खूप रक्त वाहिले होते तर तो मला हॉस्पिटलमध्ये ॲडमिट असताना म्हणाला होता, ''बरं झालं, बापाचे वाईट रक्त वाहून गेले.'' मला तेव्हा वाईट वाटले व बरेही वाटले. आपल्या मुलाला आपल्या दु:खांची जाणीव असेल अशी आशा निर्माण झाली होती.

पण या मारामारीच्या घटनेनंतर मी खूप हबकले होते. एक तर मला पुरुषाचा आधार नाही. पुन्हा काही घडले, कुणी काही घाटले तर? मी त्यांना घरातच ठेवायची. बाहेर पाठवायचीच नाही. त्यामुळे ते सारखे टीव्ही बघायचे. ते दोघंही मनातून घाबरलेले होते. त्यात त्यांना माझ्यामुळेही दबकून राहावे लागायचे. माझे कस्टमर्सही घरी यायचे. ते दारू प्यायचे. त्यांच्या दारू, सिगरेट, सोडा आणायला मुलांना अरेरावीने पाठवित. नशेत ते मुलांशी चढ्या आवाजात बोलत. बरेचदा शहाणपणा शिकवत. पुन्हा झोपताना 'बत्त्या बंद करा रे, बत्त्या बंद करा रे' अशी ऑर्डर सोडत. मुलांची काय अवस्था होत असेल?

तरीही माझी मुलं कोणत्याही दुसऱ्या स्त्रीशी, मुलीशी टिंगल टवाळीने, अश्लीलतेने बोलत नव्हती. गौरव, राकेश, राज खूप अहंकाराने मुलांशी बोलायचे, त्यांना तुच्छ लेखायचे. मला माझी चूक समजायची पण माझी खूप गरज असेल पैशाची की मग मला पर्याय नसायचा. मुलांची जेवणाखाण्याची आबाळ तर व्हायचीच. वरून त्यांना रात्री झोपही नीट मिळायची नाही. रात्र रात्र मी घरी येईपर्यंत ते जागायचे. मनात सतत काही ना काही भय असायचे.

श्रीधर वृषालीच्या प्रकरणापासून तुटक वागायला, बोलायला लागला होता. ती माझ्याशी भांडायची. त्याच्याशीही भांडायची. श्रीधरची व तिची शारीरिक जवळीक होती पण शरीरसंबंध नव्हते. ती घर सोडून गेल्यावर एक दोनदा तिची चौकशी करणारे पोलिसांचे धमकीवजा फोन येत होते. त्यामुळे मी एकदा-दोनदा श्रीधरच्या हातून तिचा फोन हिसकावून घेतला तर तो माझ्यावर रागावला. मला तो नंतर हिणवायला लागला. टी.व्ही.वर कुसुम सीरियल लागल्यावर तो म्हणायचा, ''तू स्वत:ला कुसुम समजतेस का?'' तो वारंवार मला टोमणे मारायला लागला. एकदा मला म्हणाला, ''तू मस्कतवरून गन आणलीस की नाही? मी त्या दिलीपला मारून टाकतो. बापाचा मर्डर करतो.'' घरात सुनीताने किंवा ठेवलेल्या कामवालीने सतत पसारा न आवरणे, पाचपाच दिवसाचे कपडे तसेच न धुता ठेवणे यानेही माझा पारा वाढत चालला होता.

एक दिवस सगळ्याचा अतिरेक झाला. श्रीधर जेवत होता. मी ताट उधळून लावले. जेवता जेवता उठवले. सातशे रुपये काढून त्याला दिले. त्याला म्हणाले, ''मी एवढे दिवस तुझी बडबड ऐकते आहे. मला काही ऐकायचे नाही. तुझ्याजवळ

काही बोलायचे नाही. तू इथून जातोस का बोलावू पोलिसांना?'' मी पोलिसांना फोनही केला. ते आले नाहीत पण हा निघून गेला. पाचव्या दिवशी गावी पोहोचला. तिथून फोन आला तो पोहोचल्याचा. मग मी पुन्हा माझ्या तयारीला लागले. मला मस्कतला बँड न्यायचा होता.

ऑगस्ट महिना संपत आला होता. मला डिसेंबरमध्ये बँड न्यायचा होता. मी कलाकारांना संपर्क करायला धावाधाव करत होते. त्यांचे पासपोर्ट व त्याचे डिटेल्स पाठवावे लागायचे मग त्यांची मेडिकल होणार. त्यांना ॲडव्हान्स द्यायचा. सकाळी आठ वाजता घर सोडायची ते रात्री अकरा वाजता घरी यायचे. अंबरनाथ ते बोरीवली, सांताक्रूझ, खार असे फिरत होते.

त्यातच दिलीप जास्त आजारी असल्याचे कळले. त्याला सायन हॉस्पिटलमध्ये ॲडमिट केले होते. त्याच्या मानेतून पाणी काढावे लागत होते. त्यामध्ये माझे तीन दिवस गेले.

एकदा रस्त्यात शुक्ला भेटला. मला म्हणाला, ''तू माझे काम खराब केले.'' त्याच्याऐवजी मी कलाकार पाठवण्याचे काम मिळवले. त्याचा त्याला राग आला होता. कलाकारांच्या मेडिकलसाठी पैसे लागणार होते. इथे वेस्टर्न युनियन मधून कबीरसर पैसे ट्रान्सफर करणार होते. ती बँक शोधण्यात पूर्ण दिवस गेला.

बरेचजण मदतही करत होते. राजेश माझ्याबरोबर होता. पण नंतर मी मुलींना दिलेल्या ॲडव्हान्समधले याने पैसे काढून घेतल्याचे कळले. मेडिकललाही तेच. तिथेही जास्त पैसे मागायला लागले. हातापाया पडून कमी करून घ्यायला लागले होते. हरीश वगैरे चिडायचे. कारण माझ्यामुळे त्यांना दलाली खाता येणार नव्हती. तेव्हा रमजानचा महिना असल्याने कबीरसरांचा फोन तीन तीन तास बंद असे. माझ्याकडे मोबाईल नव्हता. घरातून फोन करावा लागे तो आय.एस.डी. शेवटी एकदाची कलाकारांची निवड झाली. ॲडव्हान्स देऊन झाले, व्हिसा आला. आम्ही निघालो.

- ३६ -

डिसेंबरची चोवीस तारीख. मुंबईतच समस्या उभ्या राहिल्या. कलाकारांपैकी दोघी विमानतळावर पोहोचल्या नाहीत. त्यामुळे विमान चुकले. तिकीटे कॅन्सल करून घेतली. रात्र विमानतळावर काढली. दुसऱ्या दिवशी विमानतळाबाहेर थांबलेले कलाकार येऊ शकले नाहीत.

शेवटी तिसऱ्या दिवशी सगळे आले आणि त्यांना घेऊन आम्ही दिल्लीला गेलो. मुंबईत तिकीट कॅन्सल करणे, कलाकारांना विमानतळाजवळ बाहेर राहण्याची सोय करणे, सामान क्लोक रूमला ठेवणे यातही खूप खर्च झाला होता. दिल्लीतून पुन्हा सकाळची मस्कतची फ्लाईट होती. रात्रभर थंडीत बसून राहिलो. सकाळी फ्रेश व्हायला गेलो तर पोलीस चौकशी करू लागले, पैसे मागू लागले. कशीबशी सुटका करून घेतली. दिल्लीहून एकदाचे मस्कतला पोहोचलो.

हा विमानप्रवास छान झाला. एकतर सकाळ असल्याने सर्व पाहता येत होते आणि विमानही खूपच छान होते. मस्कतच्या विमानतळावर पुन्हा एका मुलीच्या बॅगेत झोपेच्या गोळ्या सापडल्याने तिची बॅग अडकविण्यात आली.

घाला इथे पोहोचल्यावर आम्हाला हॉटेल अलराह व हॉटेल हॉलिडे इन या दोन्ही हॉटेलमध्ये कलाकार पाठवायचे होते. आमच्याबरोबरच्या पाच डान्सर्स हॉलिडे इनला कबीरसरांकडे गेल्या, दोघीजणी आमच्याबरोबर हॉटेल अलराहला आल्या.

आम्ही हॉटेलवर गेलो, पण आराम राहिला बाजूला. फर्मान आले की दुपारीच स्टेजवर जायचे आहे. आमच्याबरोबरच्या पुरुष गायकांपैकी एकजण आजारी होता. हॉटेलमध्ये प्रचंड गर्दी. बांसी ईद होती. त्यामुळे ती सुटायची म्हणून जवळजवळ गेस्टची संख्याच पाचशेच्या आसपास होती. सगळे दबून गेले, साऊंड बरोबर नव्हता. गर्दीने आवाज ऐकू जायला साऊंड नीट लागायला हवा होता. तो न लागल्याने खूप त्रास व्हायला लागला.

त्यावरून पुन्हा मॅनेजरचा ओरडा खावा लागला, तसेही त्याला कुठलातरी दिल्लीचा ग्रुप आणायचा होता तो मुंबईच्या ग्रुपला विरोध करत होता. त्यामुळे त्याचे चांगलेच फावले. तो रोहनला बोलायचा, रोहन ताहीरला व ताहीर मला

येऊन छळायचा. मीही मग अस्वस्थ होऊन मग कलाकारांना बडबडायची. आमच्याकडे दोनच डान्सर होत्या. त्यातली शास्त्रीय नृत्य करणारी होती. तिला खूप ताप आला. ती तशातच उठून एन्ट्रीला जायची. तिला खूप अशक्तपणा आला होता. तिच्यावरूनही रोहन मला बोलायचा. कबीरसर बोलत नव्हते पण तेही रोहनला विरोध करू शकत नव्हते. परिस्थितीच तशी होती. मग त्यांनी अजून तीन डान्सर्सना आणले. त्यामुळे थोडीतरी स्थिती नियंत्रणात आली.

आम्हाला येऊन साधारण दीड महिना झाला होता. फेब्रुवारी महिना होता. वीस फेब्रुवारीला घरून फोन आला की दोन तारखेला दिलीपचा मृत्यू झाला. त्यावेळी खूप टेन्शनमध्ये असायची. त्यातच स्टेजवर फळी तुटून मी खाली पडले व मला बरेच लागले. पाय दुखावला गेला.

घालामध्ये गुरुवारी रात्री व शुक्रवारी खूप गर्दी असायची. मीही या दिवसात डान्स करायची व विशेष म्हणजे माझे डान्सवरही कलेक्शन व्हायचे. बरेच कस्टमर्स मला गाण्यांवर नाचायला सांगायचे व इतरांना बसवायचे. इथे बँड पहाटे तीन वाजेपर्यंत चालायचा. रात्री ८ वाजता चहा यायचा व रात्री साडेदहाला नाश्ता यायचा. माझ्या गाण्यांवरही चांगले कलेक्शन व्हायचे. इथले वादकही चांगले मेहनती होते. यावेळी हॉटेलमध्ये रंगीत नायलॉनच्या माळांऐवजी रंगीत कार्ड्सची सोय करण्यात आली होती. तिकडे फोनसाठी कार्ड मिळायची. मी ती जास्त घेतली नाहीत.

एकदा-दोनदा घरी फोन केला होता. पण या फोनवरून घरचे जे हाल ऐकले त्याने मी धसकाच घेतला. मार्च महिना सुरू होता.

मस्कतला येण्यापूर्वी गावावरून दिराने फोन करून सांगितलं होतं की, श्रीधर खूप त्रास देतो. गळ्यात सुया टोचून घेतोय. औषधे चालू आहेत. मी लक्ष दिले नाही. मला दिलीपच्या आजारपणाचे टेन्शन होतेच, मस्कतची तयारी चालली होती. मी सगळं सोडून निघून आले होते. आता मला छोटू फोनवर सांगत होता की तो बबलूला गावाहून घेऊन आला होता. त्याने येताना छोटूला खूप छळले. सारखा सोडून पळून जायचा, पाया पडायचा, त्याचे पाय चाटायचा. तरीही तो त्याला घेऊन आला होता. त्यांचा काका त्याला गावी ठेवून घ्यायला तयार नव्हता.

माझा व्हिसा एक वर्षाचा होता. मी तो कॅन्सल करून घेतला व एप्रिलमध्येच परत आले. माझे चित्त थाऱ्यावर नव्हते. निघताना कबीरसरांच्या पाया पडले व म्हणाले, ''मैं जिंदगी का सबसे बडा इम्तिहान देने जा रही हूँ।''

-३७-

यावेळी मला चांगले पैसे मिळाले होते. मी दोन एप्रिलला मस्कत सोडले. चार एप्रिलला मी अंबरनाथच्या घरात होते.

रात्री मी त्याला जवळ घेतलं व म्हणाले, ''बरेच दिवस मी बाळांपासून दूर होते.'' पण त्या रात्री त्याने माझ्या प्रेमाचा गैर अर्थ काढला. तो माझ्याजवळ आला. त्याच्या स्पर्शात मला प्रेमळपणा जाणवला. त्याने काही चाळा वगैरे केला नाही. पण अचानक हुक्की आल्यासारखे उठला व आतल्या खोलीत मोरीमध्ये गेला.

दुसऱ्या दिवशी मी ठरवलं की काम शोधू या. दिलखुशला फोन केला. ते म्हणाले ये कामावर. दुपारी मी तयारी करत होते. छोटू सार्वजनिक संडासात गेला होता. मी मोरीत अंघोळ करत होते तर बबलू पाणी पिण्याच्या निमित्ताने आत आला. मग पुन्हा मी कपडे घालीत होते तर मागून येऊन शरीराशी खेळू लागला. मला चीड आली, मी काही एक बोलले नाही. तरीही हा थांबेना. मग ओरडले, म्हणाले, ''हो बाजूला. तू पहिला कामधंदा कर. चार पैसे कमाव. आधी व्यवस्थित कामाला जा.'' मग मी बाहेर पडले. पास काढला, व्ही.टी.ला गेले. मला परत यायला अकरा वाजले.

घरी येऊन पाहते तर तमाशा. बबलूने घरात बरीच मोडतोड केली होती. छोटू एका बाजूला बसून चाकूने द्राक्षाचा घड कापत होता. बबलूने छोटूच्या हातातून चाकू खेचून घेतला व म्हणाला, ''तुम्हाला दाखवतो.'' मी तो चाकू काढून घेतला व घराच्या छतावर फेकून दिला. छोटूला घराबाहेर बोलावले. राजला फोन करायला गेलो. रात्री मदतीला कोण येणार. बाहेर पी.सी.ओ. बंद होते. बबलूच्या भीतीमुळे घरातून फोन करायला घरात जाणे शक्य नव्हते. मग पोलीसस्टेशनला गेलो. ते तासभर कसून चौकशी करत बसले.

मग पुरतं डोकं खाऊन दोन हवालदार घरी आले. त्यांना पाहिल्यावर हा म्हणतो, ''घरच्या गोष्टी वाऱ्यावर का काढते?'' पोलीस त्याला घेऊन गेले. रात्री पोलीस चौकीत अनेक प्रश्नांना उत्तरं देऊन कंटाळले. मग चौकीतून मोठ्या स्टेशनला, पुन्हा तेच प्रश्न विचारले जाऊ लागले. पोलिसांनी त्याला माझ्यासमोर

आणले व त्यांनी एक पट्टा जोरात त्याला मारला. माझे काळीज चर्रर झाले. डोळ्यांत पाणी आले. मी म्हणाले, "सोडून द्या." तर पोलीस म्हणायला लागले, "केस दाबायची असेल तर पैसे द्या." सुरुवातीला अडीच हजार मागितले ते दिले. मेंटल हॉस्पिटलला न्यायलाही कबूल नाहीत. कारणं सांगायला लागले. तो दिवस असाच गेला. मी रात्री ओळखीच्या लोकांचे पाय धरले. एका नगरसेवकाकडेही गेले. त्याने माझा आधी फायदा घेतला होता. स्टेशनवरून रिक्षाने सोडायला यायचा आणि माझे रिक्षाचे पैसे वाचवले म्हणत वसूल करायचा.

दुसरा दिवसही गेला. बबलू चौकीतून बाहेर यायला बघायचा. मला राहवेना. मला म्हणायचा, "मी घरी येतो, चल. इथे कोंडलेल्या अवस्थेत नको ठेवूस." तो जेवला नाही. खूप चिडलेला होता.

पण तिसऱ्या दिवशी मात्र सकाळी मी मागेच लागले. माझ्यासोबत खुंटवलीतील आक्काही आली होती. त्यावेळी पोलीस म्हणतात, "गाडी कर." हेच त्यांनी आधी सांगायला हवे होते की, गाडी माझ्या खर्चाने करायची होती. मी गाडी ठरवली. मी सांगितलेली गाडी आली तर ह्यांनीही गाडी बोलावली. मी सांगितलेली गाडी मग मी कॅन्सल केली. त्यांच्या गाडीतून गेलो. त्यांनी बबलूला एका हातात बेडी घालून गाडीत घातले. ठाण्याच्या मोठ्या पोलीसस्टेशनला नेले. तिथे नाव नोंदवून ठाणे मेंटल हॉस्पिटलला नेले. तिथे डॉक्टर भेटले. त्यांनी तिथला सर्व खर्च समजावून सांगितला, बबलूला दाखल करून घेतले. त्याला सहा शॉक दिले, गोळ्या चालू केल्या. मला दर आठ-दहा दिवसांनी भेटायला सांगितले.

सर्व सांगायचे, "येताना उशिरा येत जा." मी उशीरा गेले. बबलू माझ्या पाया पडला. मला म्हणाला, "आई, त्या दिवशी तू मला का नाही मारले?" मी त्याला नेहमी भेटायला जायची. त्याची अवस्था ठीक नसे. खूप काळजी वाटत होती. ते त्याला किती दिवस आत ठेवणार काही कळत नव्हते.

मी दिलखुशला काम करत होते. ट्रेनचा प्रवास सुरू होता. दिलखुशच्या कामात फार नावीन्य नव्हते. ट्रेनमध्ये पुरुषांच्या डब्यातही खूप ओळखीचे कलाकार होते. बरेचदा मी त्यांच्याबरोबर येत असे. पण कधी कधी त्यांच्या टवाळक्या सुरू व्हायच्या. स्त्रियांच्या डब्यात बसले की छेडछाड सुरू व्हायची. तेही अनुभव भयावह असायचे. रात्रीच्या ट्रेनमध्ये अगदी कमी स्त्रिया असायच्या.बहुतांश बारबाला किंवा धंदेवाल्या. काही सीझनमध्ये लग्नाच्या पार्ट्यांमध्ये केटरिंग सर्व्हिसवाल्या असायच्या. त्या सगळ्या एकाच प्रकारच्या साड्या नेसायच्या व ग्रुपमध्ये असायच्या. बारवाल्यांमध्ये डान्सर्स, गायिका, वेटर, फ्री सर्व्हिसवाल्या, डिस्कोवाल्या, बेवड्या सर्व तऱ्हेच्या असायच्या. हिजडे असायचे. ट्रेनमध्ये बऱ्याच जणी फार घमेंडीने वागायच्या. माझे

डोके फिरायचे. मी खूप बडबडायचे. सगळे मला वेडी, बेवडी म्हणायचे.

माझ्याबरोबर एक दिवस मौसमी नावाची बंगाली गायिका होती, तिची दुसरी बंगाली मैत्रीणही बरोबर होती. असाच तिने विषय काढला, ''वैशाली मुझे फास्ट गाने की लिस्ट बना दे।'' मी तिला लिस्ट लिहून दिली. त्यानंतर तिच्याकडे काहीतरी ऑड कलेक्शनची गोष्ट निघाली. ती मला एका गाण्याचा अंतरा विचारत होती. मी तिला नाना तऱ्हेची गाणी सांगत होते. गाणी, अंतरा म्हणून दाखवत होते. ती गाणी कशी गायची, त्यांचे संगीतकार, त्यांना ऐकणारे कस्टमर्स कसे असतात हे सांगत होते. मला कधीकधी सगळं ऐकवायची हुक्की यायची. तशी आज हुक्कीच आली होती.

-३८-

ट्रेनमध्ये एक जाडजूड बाई चढली होती. तिच्या अंगावर लाल बॉर्डरची सफेद साडी होती. ती माझ्याकडे पाहत होती. मनात म्हटले असेल काँग्रेस किंवा तशाच कुठल्या पक्षाची सोशल वर्कर. मला राजकारण्यांबद्दल खूप चीड होती. मधेमधे त्यांची माझी नजरानजर होत होती. त्यात एकेका स्टेशनला मुली उतरून जात होत्या.

त्यांनी मला जवळ बोलावले. मी उठून त्यांच्याकडे गेले. त्यांनी विचारले, "तू बारमध्ये काम करते का?" मी खूप घाबरले. मला एक भीतीयुक्त धक्का बसला. मी म्हणाले, "हो, मी बारमध्ये गाते." त्यांनी माझा नंबर घेतला. त्यांचे कार्ड त्या मला देऊन गेल्या. त्या कार्डावर डब्ल्यू.पी.आय. असे लिहिले होते. मी घरी पोहोचले तर त्यांचा फोन येऊन गेल्याचे मला छोटूने सांगितले.

त्याने मला त्यांना फोन करायला सांगितले. मी फोन केला. त्यांनी भेटायची वेळ मागितली. आम्ही डोंबिवली स्टेशनवर भेटलो. दादरला गेलो. तिथे छबिलदास शाळेत जाऊन बसलो. तिथे एक जाडजूड गोरीपान स्त्री आली. ती यांच्या बरोबरच काम करत होती. त्यांना भेटायला एकजण आला. त्याची काहीतरी समस्या होती. यांनी एका मंत्र्याला फोन लावला व त्या काहीतरी बोलल्या.

त्यानंतर आम्ही व्ही.टी.ला गेलो व प्रेसक्लबमध्ये जाऊन बसलो. नाश्तापाणी झाले. खूप गप्पा मारल्या. मी आपली माझ्या ड्युटीची शायनिंग मारण्यात गुंतले होते कारण मला वाटत होते या खूप श्रीमंत आहेत. त्यांच्यासमोर मीही काही गरीब नाही हे दाखवून द्यावे. मला या भेटीत त्यांचे नाव वर्षा काळे आहे हे लक्षात आले. त्यानंतर पुन्हा एकदा आम्ही प्रेस क्लबमध्येच भेटलो. यावेळी त्यांच्याबरोबर अजून काही स्त्रिया होत्या. खूप सुशिक्षित व खूप श्रीमंत. मला कळत नव्हते त्या काहीतरी स्त्रियांच्या पक्षाबद्दल बोलत होत्या. मला वाटले हे पक्ष, राजकारण म्हणजे खूप पैसेवाले असतात. त्यातून या मध्येच बारगर्ल्सबद्दल, माझ्या कामाबद्दल बोलायच्या.

त्यानंतर वर्षा काळे मला पुन्हा डोंबिवलीला भेटल्या. त्यांनी फोनवर माझ्या ट्रेनची चौकशी केली व माझ्या डब्यात चढल्या. माझ्याशी त्या गप्पा मारत होत्या.

त्यात त्यांची कुणी मैत्रीण ठाण्याला ट्रेनमध्ये चढली. त्यांनी मला स्वत:च्या शेजारी बसवले व त्या मैत्रिणीशी बोलत होत्या. तिने माझ्याबद्दल विचारले तर त्या म्हणाल्या, ''माझी मैत्रीण आहे.'' मग व्ही.टी.पर्यंत मी गप्पच होते.

त्यांची मैत्रीण दादरला उतरली. व्ही.टी. स्टेशनवर त्या माझ्याबरोबर चालताना मध्येच माझ्या पाठीवर हात ठेवत होत्या, कधी हात धरत होत्या. मला खूप दिलासा वाटला. त्यांच्या स्पर्शात माणुसकी जाणवली. मनात आले, साला आपल्याबरोबर लोकं बोलताना घाबरतात, ही बाई बरोबर चालते काय, बोलते काय?

पुन्हा काही दिवसांनी प्रेसक्लबमध्ये मी ड्युटीला जायच्या आधी भेटायचे ठरले. अजून काहीतरी चारपाच जणी मला भेटायला येणार होत्या. मी गेले नाही. माझी वाट पाहून त्यांनी घरी फोन केला. बारक्याला हॉटेलचे नाव विचारले आणि त्याने सांगितले. हे लोक माझ्या हॉटेलला पोहोचले. त्यांनी माझे नाव विचारले. त्यावेळी मी मेकअपरूममध्ये होते. मला खूप आनंद झाला. मी धावतच बाहेर आले.

त्यांनी त्यांचे कार्ड मॅनेजरला दिले होते. त्यामुळे मॅनेजर त्यांच्याशी काहीतरी हुज्जत घालत होता. मला खूप राग आला होता. खूप चिडचीड होत होती. त्या दिवशी मला माझी लायकी समजली. मॅनेजरवर ओरडू शकत नव्हते. मी सगळा राग वर्षामॅडमवर काढला व म्हणाले, ''तुम्ही कार्ड देऊन खूप मोठी चूक केलीत. या अशा लोकांना काही दाखवायचे नाही. हे त्या लायकीचे नाहीत.'' त्यांनी मला समजावले.

त्यांना मग मॅनेजर आत घेऊन आला. ते लोकं थोडावेळ बसून चहा पिऊन, दोन गाणी ऐकून निघून गेले. मॅनेजरने सेठला फोन केला. सगळ्या कलाकारांच्याही भुवया ताणल्या गेल्या होत्या. एकतर त्या दिवशी बारमध्ये लाल दिव्यांच्या गाडीवाले आले होते. ते व्हीआयपीमध्ये बसले होते. वर्षामॅडमनेही त्यांना पाहिले होते.

त्या दिवशी सगळेजण बार सुटल्यावर माझी खरडपट्टी काढत होते. मधेच सेठ, मॅनेजर धमकावत होते. खरे म्हणजे ते खूप घाबरले होते. मला त्यांनी वर्षा मॅडमला फोन करायला लावला. रात्रीचा एक वाजून गेला होता. त्या जाग्याच होत्या. मॅनेजरने फोन कट केला तर त्यांनी पुन्हा फोन लावला व वर्षामॅडम त्यांच्याशी बोलत होत्या. शेठ मला सांगत होते, ''तुमचं काही नाही. तुम्ही कलाकार लोकं, तुम्हाला काम मिळेल, पण बाकीच्यांचे काय?'' त्यांचा एक मित्र धमकावत होता ''ती कुठे राहते?'', ''असे करीन, तसे करीन.'' मला हसू येत होते. याला मुली फुकटात वापरायच्या असायच्या. त्याच्या मनात वर्षामॅडमबद्दल भीती निर्माण होणे स्वाभाविक होते. त्या लोकांनी मला तीन वाजता सोडले. माझी ट्रेन चुकली होती. पहाटेच्या ट्रेनपर्यंत मला घरीही जाता येणार नव्हते. मी टॅक्सीने

मैत्रिणीच्या घरी गेले.

त्यानंतर वर्षामॅडमने मला घरी बोलावले. मी त्यांच्या घरी गेले. त्या मला म्हणाल्या, ''मला मॅडम म्हणू नकोस. वर्षाच म्हण, मला तुझी मैत्रीण मान.'' त्यांनी मला मिठी मारली. घरी वर्षा मॅडमचे पती अंकुश सरही होते. त्यांची व माझी प्रेसक्लबमध्ये ओळख झाली होती आणि ते त्यादिवशी वर्षाबरोबर माझ्या हॉटेललाही आले होते. मला खूप आनंद झाला. त्यांच्या घराच्या दरवाज्यावर लिहिले होते, ''प्रेम से कहो, हम इन्सान हैं।'' मला ते वाचून खूप समाधान वाटले. वाटले, असे लोक मिळणार असतील तर दुनिया गेली तेल लावत.

त्यानंतर आम्ही मिळून वेगवेगळ्या संस्थांमध्ये गेलो. सांगलीलाही त्यांच्या एका मैत्रिणीच्या संस्थेत गेलो. सगळीकडे बारबालांची संस्था बनवावी की युनियन यावर चर्चा होत होती. माझे ठाम मत होते की युनियनच करावी. वर्षालाही तेच पटत होते. पण या तिच्या कार्यकर्त्या मैत्रिणी मला आवडत नव्हत्या. त्यांच्याकडे वर्षापेक्षा खूप जास्त पैसा होता पण त्यांना आमच्यासाठी काही एक करायचे नव्हते. त्या वर्षा-सारख्या व्यक्तिमत्त्वाच्या नव्हत्या.

आमच्या व्यवसायातल्या मुलींना खूप समजून घेण्याची गरज होती. या धंद्यात खूप बारकावे होते. आमचे एकच एक रूटीन नव्हते. ते समजून घ्यायला खूप कष्ट लागणार होते. वर्षाच्या बरोबरच्यांनी हळूहळू काढता पाय घेतला. ती एकटी पोलीसस्टेशन, कोर्ट, हॉटेल्स, ट्रेनमधून फिरत होती. तिच्या जीवाची नुसती ओढाताण चालली होती. प्रत्येकाला परिवार होता. तिलाही होता. पण ही मात्र रात्रंदिवस काम करत होती. प्रवास करत होती. तिला साधे स्वत:चे ऑफिसही नव्हते. मला एक जाणवायचे ती मुलींना प्रेमाने गोंजारायची, तिच्या मनात आमच्याबद्दल आदर होता. तिचे राजकारणातले गुरू सोलापूरचे कमळे गुरुजी वारले. त्याच दिवशी ती मला भेटायला येणार होती. ती आली. मला भेटली व तिथूनच सोलापूरला गेली. ती खूप दु:खात होती, पण तिने तिचा शब्द पाळला.

पुढे युनियन रजिस्टर झाली. मी सुरुवातीला फॉर्म भरायला जायचे तेव्हा शेठ लोक म्हणायचे, ''वर्षा काळेंना पाठवा.'' आता मोठेमोठे शेठ लोकं तिला मानतात. पण सुरुवातीला किती त्रास झाला. आम्ही हॉटेल्स, झोपडपट्ट्या सर्व फिरायचो. ट्रेनमध्ये मुलींचे फॉर्म भरायचो. मला युनियनकडून, पक्षाकडून खूप अपेक्षा तयार झाल्या. मात्र माझ्या घरची परिस्थिती खूप विचित्र होती. मी युनियनचे काम पूर्णवेळ करू शकत नव्हते. कोणीच बारबाला पूर्णवेळ देऊ शकणार नव्हती. आम्ही कितीही कमावले तरी आमचे हातावरचे पोट. रोज कमवा, रोज खा अशी स्थिती. मग युनियनने हळूहळू स्टाफ नेमला. आम्ही मीटिंगला, चर्चेला जात होतो.

माझ्या घरी २००५ जानेवारीमध्ये त्याचवेळी एक घटना घडली. बबलूला घरी आणले. त्यामुळे मी अजिबातच युनियनचे काम करू शकत नव्हते. युनियनचे कामही खूप वाढले होते. हजारो मुली युनियनमध्ये आल्या होत्या. कुठेही रेड पडली, मुली पकडल्या गेल्या की युनियनचे लोक पोहोचत होते. गीता शेट्टी, सुमन मंडल, माला, पिंकी या सगळ्या बारबाला कार्यकर्त्या म्हणून घडत होत्या. सोबत युनियनचा स्टाफ असायचा. सविता कोंगे, संजीवनी नांगरे, श्यामसुंदर लछिया हे सगळे बारलाईनच्या बाहेरचे लोक बिनधास्त बारमध्ये जाऊन युनियन बांधायचे. आता वर्षा काळेचा स्टाफ म्हटले की, अलिबाबाच्या गुहेचा दगड उघडल्यासारखे बारचे दार युनियनला उघडले जायचे.

-३१-

एप्रिल २००४ मध्ये वर्षाशी ओळख झाली आणि भारतीय बारगर्ल्स युनियनची स्थापना झाली. युनियनच्या कामाला एक वर्ष झालं तरीही बार इंडस्ट्रीबाहेरच्या लोकांना त्याची कल्पनाही नव्हती. या एका वर्षात युनियन उभी राहिली नसती तर पुढे येणाऱ्या बॅनला आम्ही कसे तोंड दिले असते याचा विचार केल्यावर मला कसेसेच होते. मार्चच्या शेवटी बंदीची घोषणा होईपर्यंत जवळजवळ साठ टक्के बारमध्ये युनियनची माहिती कोणत्या ना कोणत्या प्रकारे बारबालांना व बार ओनर्सना समजली होती. पोलिसांच्या सारख्या रेड्स पडत. रेड पडणे हा अजिबात चांगला अनुभव नव्हता. मुलींना वेठीला धरून या रेड्स पडत होत्या. त्या छाप्यांमध्ये कोणते कायदे लावले जातात? कशाप्रकारे मुलींशी अमानुष वागलं जातं? आमचे अधिकार काय आहेत? हे युनियनमुळे हळूहळू समजत होतं. अनेकदा मीटिंग्ज, प्रशिक्षण शिबिरांतून याच्या चर्चा होत होत्या. मी माझ्या अडचणींमुळे एकाही प्रशिक्षणाला गेले नाही, पण मीटिंगला जायची. बार मालकांसमोर उभं राहून बोलण्याचं धाडस वाढत होतं. आमच्या आयुष्यात पहिल्यांदाच बारमालकांशी आम्ही चर्चा करत होतो आणि आम्ही मांडलेले मुद्दे बारमालकही ऐकून घेत होते. रात्रीच्या जेवणात काय दिलं जातं? ऑडिओचे किती पैसे कापले जातात? या लहानसहान समस्यांवर युनियन बार ओनर्सबरोबर चर्चा करून दबाव आणू शकत होती. मुख्य आधार वाटायचा तो पोलिसांच्या छाप्यात मुलींची भक्कम बाजू घेणारं कोणीतरी आता होतं याचा. या छाप्यात मुलींच्या बाजूने युनियनने हायकोर्टातही लढायचा निर्णय घ्यायचा होता. हायकोर्टात युनियनची बाजू मांडण्याकरता स्त्री वकिलांची संस्था 'मजलिस' पुढे आली. आम्ही बारबालांचे प्रश्न त्यांना समजावून सांगितले. मजलिसच्या वकिलांना बारमध्ये घेऊन गेलो. बारबालांना मजलिसच्या ऑफिसवर घेऊन गेलो.

मला प्रत्येक मीटिंगनंतर रडायला यायचं. मी खूप भावनिक होत होते. बारबालां-बद्दल बोलायला वर्षाला कॉलेजमध्ये, विद्यापीठात बोलावलं की आम्हीही तिच्या-बरोबर जात होतो. एवढ्या सुशिक्षित माणसांना दिवसा उजेडी भेटणं, चर्चा

करणं, आयुष्यात पहिल्यांदाच घडत होतं. टाइम्स फाउंडेशनच्या मीटिंगला टाइम्स ऑफ इंडियाच्या बिल्डिंगमध्ये प्रवेश करताना मला प्रत्येक वेळी गहिवरून येत होतं. मोठंमोठी लोकं आदराने बोलताना, वागताना मी पाहात होते. कोणत्याही अपेक्षां-शिवाय मी बारबाला आहे हे माहीत असून सगळे आमच्याबरोबर माणसासारखे वागत होते. कुठेही गेलो तरी 'बारबाला' ही ओळख सांगितल्याने वाईट परिणाम होत नव्हता. त्यामुळे बोलण्यात धाडस आलं. माझं मन अधिर व्हायचं. यापुढे खूप चांगलं घडेल असं वाटत असतानाच मनात भीती दाटून यायची. भूतकाळ आठवून तर मी घाबरत होतेच, भविष्याच्या पोटात माझ्या नावाने काय दडवून ठेवलं असेल या विचारानेही भीतीचा गोळा उठायचा. मी वर्षाशी चर्चा करताना त्यामुळे शब्दाशब्दाचा कीस काढायची. सगळीकडे अविश्वासाचे, निराशेचे वातावरण असताना तिच्या बोलण्यावर विश्वास ठेवणं कठीण होतं. स्त्रियांचा पक्ष, बारबालांची युनियन सगळंच अशक्य वाटायचं. मी पेपर वाचायची, पण पूर्वी जे जे समजत नव्हतं ते आता समजू लागलं होतं. मी कात्रणं काढून ठेवायची. एखादी बातमी किंवा लेख वाचला की लगेच वर्षाला फोन करून चर्चा करायची. बारच्या संदर्भात जरा ज़री माहिती मिळाली की ती कळवत राहायची.

बबलू घरी आल्यानंतर मला फक्त फोनवर बोलणंच शक्य होतं. मी कामावर जात होते, पण बारमध्ये कुणाशी चर्चा होणं कठीण होतं. ट्रेनने येता-जाता मुलींशी बोलायची. माझ्यासाठी युनियनमुळे खूप मोठे बदल झालेले असले तरी सगळ्यांना त्याची कल्पना नव्हती. अनेकजणी बेफिकीरीने बोलायच्या. मला राग यायचा. पण त्यांची परिस्थितीही खूप वाईट असायची. त्यामुळे त्या बेदरकार वागायच्या. मेलेली कोंबडी आगीला भीत नाही म्हणतात ना, तसं सगळ्यांचं झालं होतं. सगळ्या प्रकारच्या आगीत होरपळून त्यांची मनं जळून गेली होती. आता त्यांना कोणत्याच आगींची भीती वाटत नव्हती. बऱ्याच जणी तर म्हणायच्या "हमको क्या करने का है? आपुन को तो बस सुमडी में कोंबडी खाने का। क्या?" मी स्वत: खूप काही करत नसले तरी युनियनबद्दल ऐकलं की मला उत्साह वाटायचा.

घरी बबलूची तब्येत सुधारावी म्हणून मी प्रयत्न करत होते. तो मधेच खूप शांत राहायचा. त्याचे जेवण सुधारावे, वजन वाढावे म्हणून मी प्रयत्न करत होते. वेड्यांच्या हॉस्पिटलमध्ये तो एक वर्ष राहिला होता. तिथे त्याचे खूप हाल झाले असावेत. तो खूप खंगला होता. त्याची औषधं सुरू होती. कितीही काळजी घेतली तरी त्याच्या मन:स्थितीत चढउतार सुरूच होते. त्याला अंगभर खरूज झाली होती. इतरही दुखणी सुरूच असायची. त्याची स्वच्छता, जेवण आणि औषधं यामध्ये माझी सगळी शक्ती खर्च होत होती. खर्चही खूप वाढला होता. दोन-तीन महिन्यात बबलूची तब्येत सुधारायला लागली, वजन झपाट्याने वाढायला लागले. मध्येच

त्याने नोकरी करण्याची इच्छाही दाखवली. मलाही समाधान वाटायला लागलं होतं, पण अचानकच तो झटका आल्यासारखं वागायला लागे. औषधं घ्यायला नकार देई. कधी औषधं गुपचूप टाकून देई.

३० मार्च २००५ला दुपारी सरकारने डान्सबारवर बंदी आणण्याचा निर्णय घेतला असं टी.व्ही.वर दाखवायला सुरुवात केली आणि सगळ्या इंडस्ट्रीत हाहाकार माजला. जो तो एकमेकांना फोन करून चौकशी करत होता. अफवांना उधाण आलं होतं. सगळीकडे डान्सबारवर बंदीची चर्चा सुरू होती. बार मालकांच्या संघटना, भारतीय बारगर्ल्स युनियन या बंदीच्या विरोधात होते. एप्रिलच्या पहिल्या दोन आठवड्यात डान्सबार हाच विषय गाजत होता.

डान्सबार इंडस्ट्रीच्या बाहेरच्या लोकांना बारगर्ल्स युनियन आणि वर्षा काळे हे नाव या काळात माहीत झाले होते. अनेक प्रतिक्रिया होत होत्या. बार इंडस्ट्री युनियनच्या पाठीशी उभी होती. ती का व कशी उभी राहिली होती हे आम्ही पाहिले, ऐकले होते, अनुभवले होते. आमचा युनियनवर विश्वास होता. युनियनची भूमिका ही आमचीच भूमिका होती. बारबालांच्या कामाचे प्रकार, बारचे प्रकार याची युनियनला कल्पना होती. डान्सबारवर बंदी आली तर त्याचे भयंकर परिणाम सर्वांनाच भोगावे लागणार होते. त्यामुळे सगळी इंडस्ट्री एक झाली होती. बारबालांना या बंदीमुळे रस्त्यावर येणार असं वाटून त्यांचे धाबे दणाणले होते.

स्त्रियांच्या शोषणाविरुद्ध ही बंदीची घोषणा असेल तर सरकारच्या निर्णयाला पाठिंबा देण्याचे युनियनने ठरवले. सुरुवातीला सरकारची भूमिका समजावून घ्यावी व आपली भूमिका सरकारसमोर मांडावी असं ठरलं. सरकारने बंदीमुळे बेरोजगार होणाऱ्या बारबालांच्या पुनर्वसनाची योजना आधी बनवावी मग बंदी अमलात आणावी अशी युनियनची एकमेव मागणी होती. माझ्यासारख्या अनेक मुली होत्या ज्यांना पूर्वी काही ना काही कामाचा अनुभव होता, ज्यांनी बारलाइनमधून बाहेर पडण्याची बरेचदा धडपड केली होती. डान्सबार बंद होण्याआधी कामाची शाश्वती आम्हाला हवी होती, पण बंदीची घोषणा वेगळंच वळण घ्यायला लागली होती. हळूहळू चित्र स्पष्ट होत होतं. बार बंद होणार नव्हते. बारमालकांची एंटरटेन्टमेंट लायसन्स फी सुद्धा सरकार परत करायला तयार होते; मात्र बारबालांना कोणत्याही प्रकारची हमी मिळणार नव्हती. एकूण काय बारबालाच बरबाद होणार होत्या. बारमालकांचा नफा कमी होणार होता, पण त्यांची आवक चालूच राहणार होती. बारमालकांच्या मीटिंग्ज सुरू होत्या. त्यांनी जाहीर केलेला संपही एका दिवसात मागे घेतला. आता बारबालांना व युनियनला आंदोलनात उतरावे लागले. पुनर्वसनाच्या मुद्द्यावर युनियनतर्फे धरणं धरायचा निर्णय झाला. हजारो बारबाला आंदोलनात सहभागी झाल्या. सभा, मीटिंग्ज सुरू झाल्या. आंदोलन जोर पकडत होते. बंदी

आणि पुनर्वसन या दोन मुद्द्यांवर चर्चा होऊ लागल्या त्यामुळे बारबालांच्या खऱ्या प्रश्नांना वाचा फुटली होती. बारबाला युनियननं राष्ट्रीय महिला आयोग, राष्ट्रीय मानव अधिकार आयोग, काँग्रेस अध्यक्षा सोनिया गांधीपर्यंत धाव घेतली. गोविंदा, सुनिल दत्त, महेश भट्ट, सोनी राजदान, प्रल्हाद कक्कर, डॉली ठाकूर सर्वांनी बार बंद करण्याच्या विरोधात मत प्रदर्शित केले. महेश भट आणि सोनी राजदान यांनी आंदोलनाला आर्थिक मदत देऊ केली, रस्त्यावर उतरून, खांद्याला खांदा लावून आंदोलनात सहभागी होण्याची तयारी दाखवली. मी मात्र पेपर वाचत होते, टीव्हीवर बातम्या पाहत होते. जिवाची ओढाताण होत होती. माझी अवस्था भयंकर झाली होती. चडफडत राहण्यावाचून पर्याय नव्हता. मी युनियनच्या स्टाफला, बारबाला कार्यकर्त्यांना फोन करत होते. कुणीही मला दोष देत नव्हते, तक्रार करत नव्हते पण माझे मलाच अपराध्यासारखे वाटायचे. वर्षाचा फोन सतत एंगेज असायचा किंवा दुसऱ्या कुणाच्यातरी हातात असायचा. कधीतरी बोलायला मिळायचं. तेव्हाही ती मला दुखवत नव्हती. तिला मी सोबत असायला हवी असणार पण ती तसं म्हणायचं टाळायची. एवढ्या आंदोलनाच्या रणधुमाळीतही तिचा आवाज शांत असायचा. मी तिला 'मदर तेरेसा' म्हटल्यावरही ती पूर्वीसारखीच हसायची. तिला कितीही पाठिंबा मिळो अथवा विरोध होवो ती बोलत असायची. सगळ्या तिला मैत्रीण, आई, बहीण, मानत होत्या. ती प्रत्येकीशी वैयक्तिक बोलत होती. पत्रकारांशी, बारमालकांशी बोलत होती. नेत्यांच्या भेटी घेत होती. सरकारशी बोलणी करत होती. यावेळी मी खंबीरपणे तिच्याबरोबर असायलाच हवं होतं.

-४०-

पण अचानक इकडे पुन्हा बबलूने घरी आल्यावर एकच धुमाकूळ सुरू केला होता. माझा वर्षाशी संपर्क तुटला होता. मन:स्थिती बिघडली होती. बबलूला खूप त्रास व्हायचा. तो शांत झाला होता. म्हणजे हिंस्र होत नव्हता पण तोंडाने काहीही बडबडायचा. टीव्ही बघून सिरियलमधल्या स्त्रियांना घाण घाण शिव्या द्यायचा. मी त्याचे खाणेपिणे, औषधे यावर पाण्यासारखा पैसा खर्च करत होते पण गुण येत नव्हता. मी सातारा, पुणे अशी फिरून औषधोपचार करत होते. आयुर्वेदिक, होमिओपॅथिक औषधोपचार तर केलेच पण शेवटी थकले तेव्हा दर्ग्यात वगैरेही जाऊन आले.

आमच्या घरी कुणी पुरुष आले की बबलू आदळआपट करी. मी त्याला विचारले, ''तू आदळआपट का करतोस?'' तर कानात पुटपुटला. ''तू त्यांच्या-बरोबर जाशील म्हणून.'' मनात आले याला मारून टाकावे. त्याचवेळी वर्षा व हजारो मुली उन्हातान्हाच्या आंदोलनात बसल्या होत्या. मी फोन केला तर अंकुश सरांनी उचलला. मी म्हणाले, ''सर, एका खुनाची शिक्षा काय?'' ते मला समजावत, ''वैशाली, तू असे काही एक करणार नाहीस.''

त्याच वेळी वर्षाची खूप बदनामी चालली होती. टीव्हीवर, पेपरमध्ये. माझ्या डोक्यात सारखा खुनाचा विचार. वाटायचे आपण आंदोलनात जाऊ शकत नाही ना तर याला मारावे आणि माझ्या वर्षाला बदनाम करणाऱ्यांनाही मारावे. अंकुश सर शांत आवाजात म्हणायचे, ''वैशाली, तू असे काहीही करायचे नाहीस.'' त्यांच्या आंदोलनाचा पंधरावा दिवस होता. मग वीस, मग बावीस. बावीसाव्या दिवशी सोनिया गांधींच्या आश्वासनावरून धरणे संपविले. तरी धावपळ सुरूच होती. सगळी इंडस्ट्री युनियनच्या पाठीशी उभी होती.

आणि मी? मी व शामभाऊ आम्ही घरात बबलूच्या बोलण्यापासून लांब जायला, रात्ररात्र रस्त्यावर बसून राहायचो. घर असून घराचे सुख हिरावले. छोटूही सतत चिडचीड करायचा, भांडायचा. घरातले वातावरण नकोनकोसे झाले. बबलू काहीही काम करत नव्हता. मला कामावर जाणे भाग होते. मी दिलखुश सोडले होते.

काही दिवस घाटकोपरच्या विराजला काम केले आणि मग मला डोंबिवलीत मनाली हॉटेलला काम मिळाले. पावसाळा सुरू झाला. टीव्हीवर, पेपरमधून बारबालांच्या आंदोलनाचे वृत्त कळायचे. युनियनचे वृत्त कळायचे. डान्सवर बंदी आणणार हे शंभर टक्के कळले होते. ऑर्केस्ट्रावाले व वेटर सर्व्हिसवालेही घाबरले होते. सगळे वर्षाला विचारायचे, "आमचे काय होणार?" ती धीर देत होती. "ऑर्केस्ट्रा व वेटर सर्व्हिस कधीही बंद होणार नाही. त्यावर बंदी घालणे अशक्य आहे." मग काय ऑर्केस्ट्रा व वेटर सर्व्हिसवाल्यांनी आंदोलनातून काढता पाय घेतला. उलट ऑर्केस्ट्रावाल्यांना चांगले दिवस येणार होते. एका अर्थाने डान्स बंद झाल्याचा त्यांना फायदाच होणार होता.

मी ज्या बारमध्ये काम करत होते तिथे डान्स नव्हताच. त्यामुळे ते आंदोलनात सहभागी नव्हते. ऑर्केस्ट्रा व वेटरसर्व्हिस सुरूच होते व राहाणार होते. त्यामुळे ते बेफिकीर होते. ते नुसते खात्री करून घ्यायचे आणि मग मागे आंदोलनाची खिल्ली उडवायचे. मीही त्यावेळी आंदोलनात सामील झाले असते तर आमच्या कलाकारांनी माझीही खिल्लीच उडवली असती. त्यांना वाटत होते, आता डान्सर्सची चांगली घमेंड उतरेल. सगळ्यांनाच डान्सर्सबद्दल एक प्रकारची असूया होती. मला त्यांच्या स्वार्थीपणाचा राग यायचा.

इकडे बबलू खूपच बेताल वागू लागला. रात्रीबेरात्री खायला करून मागायचा. लाईट सुरू ठेवायचा. झोपू द्यायचा नाही. वाईट वाईट बोलायचा. अंगाशी यायचा. एकदा विचारत होता, "आई, तुला टारझन का आवडायचा?" काय सांगणार? मला कोणी कसे छळले ते सांगण्यातही काही अर्थ नव्हता. मी गप्प बसायची. कामावर निघाले की पाठीवरून हात फिरवायचा. "काय फिगर आहे!" म्हणायचा. मग मी ठाण्याला मेंटल हॉस्पिटलमध्ये गेले. त्यांच्याशी बोलले. तेही ठेवून घ्यायला तयार होईनात. बबलूचा छळ संपत नव्हता. तो रात्रभर आम्हाला जागे ठेवी व दिवसभर स्वत: झोपून जाई. तो झोपल्यावर आम्ही इतर कामे करत असू. जागरणाने आम्ही त्रस्त झालो. उठला की वाईट वाईट इशारे करीत राही. मी दुर्लक्ष करत असे. पण हा जाच कमी झालाच नाही. वाढतच गेला.

शेवटी सव्वीस जुलैला माझ्या मुलाने माझ्यावर बलात्कार केला. बलात्कार कसला, मी हतबल होऊन त्याला शरण गेले. मी खूप जणांशी बोलत होते पण माझ्याबरोबर नक्की काय घडतंय कुणालाच कळत नव्हते. कदाचित ही घटना घडेपर्यंत मलाही असे घडेल याचा विश्वास नव्हता. मी वेगवेगळ्या कल्पना करून पाहात होते. त्याने असे काही केले तर सरळ शरण जायचे असे मनाने ठरवले होते.

सव्वीस जुलैच्या आधीही त्याने एक-दोनदा असा प्रयत्न केला होता. त्यावेळी

मला वाटले होते की याला लाज वाटेल, हा बदलेल, अगदी अंतर्बाह्य बदलेल. पण नाही, तसे घडायचे नव्हते. त्यालाही मी नको होते. त्याला माझ्यापासून दूर जायचे होते म्हणून त्याने हे अघोरी कृत्य केले असावे. मी क्षणोक्षणी त्याच्या मरणाची वाट पाहू लागले.

मी माझ्या ओळखीतल्या प्रत्येकाशी बोलायचा प्रयत्न करत होते. कुणीच माझ्या मनातल्या प्रश्नांचे समाधान करू शकत नव्हते. माझ्या मनावर फुंकर घालत नव्हते. ते माझं ऐकल्यावर मला नाहीतर बबलूला दोष द्यायचे किंवा भानामती, जादू-टोण्यापासून सगळ्या गोष्टी बोलायचे. मला खूप यातना होत होत्या. मनाच्या सगळ्या यातना गर्भात दाटून आल्या होत्या. सारख्या ओटीपोटात कळा मारत होत्या.

मी कामावर जातच होते. मला वर्षाची आठवण आली. तिला फोन केला. ती नुकतीच कलकत्त्यावरून आली होती. मी तिला रात्री एक वाजता प्लॅटफॉर्मवर बोलावले. ती सामान घरी टाकून डोंबिवली स्टेशनवर आली. पाऊस पडत होता. रात्री पावसाने मुंबईत थैमान घातले होते. मी तिला झालेली घटना सांगितली. मी काय सांगत होते, तिला काय कळत होते मला काहीही समजत नव्हते, मी रडत होते, माझे ओटीपोट दुखत आहे, मला गर्भाशयाचा कॅन्सर झालाय असं काहीतरी मी बडबडत होते. शेवटची ट्रेन येईपर्यंत मी बोलत होते. ती ऐकत होती. माझी ट्रेन आली. मी निघून गेले.

पुन्हा दुसऱ्या दिवशी रात्री ती बारा वाजता प्लॅटफॉर्मवर आली. पण मी खूप सावरून बोलत होते. आम्ही मध्येच उठून स्टॉलवर चहा प्यायचो. पुन्हा येऊन एका ठिकाणी बसून बोलायचो. त्याही रात्री माझी ट्रेन येईपर्यंत आम्ही बोलत होतो. तिसऱ्या दिवशी रात्री ती पुन्हा प्लॅटफॉर्मवर आली त्या दिवशी तिच्या हातात एक पुस्तक होते. ते महाश्वेतादेवींचे *आफ्टर कुरूक्षेत्रा* नावाचे पुस्तक होते.

वर्षा मला त्या पुस्तकातल्या गोष्टी सांगत होती. तीन गोष्टी. त्या गोष्टी सांगून झाल्यावर तिने सांगितले, की अनेक अत्याचार, विध्वंस, जाळपोळ, संहार झाल्यावर, कुरुक्षेत्रावरच्या त्या महाभारतानंतरही धगधगलेल्या, तप्त जमिनीवर पाऊस पडला आणि त्यातून अंकुर फुटले. अभिजात समजल्या जाणाऱ्या वर्गाची, जातींची मूल्ये आणि दबलेल्या, दुर्लक्षिलेल्या समाजाची मूल्ये यांमध्ये खूप अंतर आहे. अभिजात वर्ग स्वार्थ, हिंसा, सूड, सत्ता याला धर्मयुद्धाचे नाव देतो आणि आपण त्यात हकनाक मारले जातो; पण आपले निसर्गाशी अतूट नाते आहे, आपले आणि निसर्गाचे नियम सारखे आहेत. जीवन हे शाश्वत मूल्य आहे. सूडाने, हिंसेने, स्वार्थाने, कितीही थैमान घातले तरी जमीन अंकुरतेच. आपण स्त्रिया आहोत. निसर्गाला आपल्याइतके कुणीच समजू शकत नाही. त्यामुळे आपण विध्वसानंतरही अंकुरत राहू शकतो.

ती बोलत होती ते मी ऐकत होते. तिच्या मनात माझ्याबद्दल आदर होता. मी जे सांगितले त्याने तिच्यावर काहीएक परिणाम झाला नाही. तिने मला किंवा बबलूला दोष दिला नाही. तिचे बोलणे ऐकता ऐकता मी काही निर्णय घेतले. माझी ट्रेन आली आणि आम्ही आपापल्या घरी गेलो.

दुसऱ्या दिवशी मी छोटूला गावाला पाठवले. दोन मुलं मदतीला घेतली. बबलूला शिर्डीला घेऊन गेले. त्याला तिथेच देवळात खांबाजवळ बसवले. मी हळू पावलांनी निघाले. एकदा मागे वळून पाहिले. तो तसाच पाठमोरा बसला होता. रात्रीची वेळ होती. मी गाडीत बसले. आम्ही अंबरनाथला आलो.

त्यानंतर खोली भाड्याने देऊन मी पंधरा दिवस कामावरून वर्षाकडे जाऊन राहायची. सकाळी उठून जागा शोधायची. डोंबिवलीत भाड्याने जागा घेतली व तिथे जाऊन राहू लागले. मधूनमधून अंबरनाथला चौकशी करत होते. बबलू अंबरनाथला आला नाही.

या पंधरा दिवसात रात्री वर्षा माझी वाट बघायची. रात्री आम्ही बोलायचो. ती म्हणाली, ''मी तुला तुझं सगळं आयुष्य लिहून काढ म्हणत होते. आता तरी सुरुवात कर. बायका बोलतात पण लिहित नाहीत. लिहिण्याने दुःख हातावेगळं होतं.''

मी लिहायला सुरुवात केली. माझ्या भाड्याच्या नवीन घरात राहायला गेले. छोटू परत आला. वर्षा कधी रात्री, कधी दिवसा माझ्याकडे यायची. ती हायकोर्टात जायची तेव्हा तिला वेळ नसे. मी लिहायला घेतलं आणि लिहितच सुटले.

मला त्यातच नागपूरच्या बारमध्ये काम आलं. मी नागपूरला गेले. तिथेही रात्री रूमवर आल्यावर लिहित होते. पहाटे पहाटे लिहिताना आठवणींचा त्रास व्हायचा मग वर्षाशी बोलायची. किती धागे जुळत गेले. आई-बाबा, दिलीप, टारझन, आशू... मी लिहायची, रडायची असं सुरू होतं. वर्षाने नागपूरच्या बार ओनरला फोन करून लिखाणाचे साहित्य पुरवायला सांगितले. मी लिहित राहिले.

नागपूरवरून आल्यावर आम्ही अजून काही निर्णय घेतले. छोटूही चर्चेत सहभागी व्हायचा. त्यालाही अनेक गोष्टी माहीत नव्हत्या. कधीकधी त्याच्यावरूनही आमच्यात वाद व्हायचे. मग छोटूला वर्षाने, अंकुश सरांनी शिक्षणावरून बोलायला सुरुवात केली. त्याने मुक्तविद्यापीठाची प्रवेश परीक्षा द्यायचे ठरवले. त्याने तयारी केली. परीक्षेला बसला. तो परीक्षा साठ मार्कांनी पास झाला. मग मीही शिकायचा निर्णय घेतला. मी प्रवेश परीक्षा पन्नास मार्कांनी पास झाले. आम्ही दोघांनी प्रथम वर्षात प्रवेश घेतला. एकीकडे लिखाणही सुरू होते.

मग मिरारोडला गेले तेव्हा समजले की दीड वर्षापासून भाऊ परागंदा झाला

होता. घर बंद होते. मी भावाचा शोध सुरू केला आणि तीन महिन्यांनी मला माझा भाऊ एका रस्त्यावर भयंकर अवस्थेत भेटला. तो व्यसनी झाला होता. रस्त्यावरच राहात होता. त्याने महिनोन्‌महिने अंघोळ केलेली नव्हती. दाढी, केस वाढले होते. त्याला मिरारोडच्या घरी आणले. मी डोंबिवलीला बी.ए.च्या प्रथम वर्षाची परीक्षा दिली. मी ५०% मिळवून पास झाले व बी.ए.च्या द्वितीय वर्षात प्रवेश घेतला. कॉलेजच्या समारंभात गायन, वक्तृत्त्व व मिमिक्री तिन्हींमध्ये बक्षीस मिळवले.

१४ ऑगस्ट २००५ च्या रात्री महाराष्ट्रात बारमधून होणाऱ्या डान्सवर बंदी घालण्यात आली. अगदी शेवटच्या क्षणापर्यंत डान्स बंद होणार म्हणजे काय होणार हे कुणालाही कळत नव्हते. बाकी लोकं तर 'डान्सबारवर बंदी' असेच म्हणतात. त्यांना हे कसे कळत नाही की डान्सबारवर बंदी आणलेली नसून बारमधल्या डान्सवर बंदी आणण्यात आली आहे. खूप आश्चर्यकारक गोष्टी घडत होत्या. मुली आपापसात या काळात खूप चर्चा करीत. डान्सबार इंडस्ट्रीतली प्रत्येक व्यक्ती न्यूज चॅनल बघत बसलेली असायची. टपोरी पोरीसुद्धा पिक्चर, सिरियल बघायचे सोडून न्यूज चॅनल बघत असायच्या. डान्सर्स खूप नाराज व्हायच्या. "पिक-अप पॉईंट और सायलेन्स सर्व्हिस चलेगा मगर डान्स नहीं चलेगा। ऐसा क्यों?" हा प्रत्येकीचा प्रश्न असायचा. मला तर अजूनही हा काय गेम झाला, कोणी केला, काहीच कळत नाही.

पूर्वी नवीन पोलीस अधिकारी आला की, त्याच्या एरियातल्या बारमध्ये सगळे म्हणायचे "सेक्शन गरम है।" सेठ, मॅनेजर, वेटर, डान्सर्स सगळ्यांना माहीत असायचे की 'सेक्शन गरम' आहे. मग काहीतरी ॲडजस्टमेंट व्हायची. मग पुन्हा सगळे सुरळीत सुरू व्हायचे. या बंदीच्या वेळीही सुरुवातीला 'सेक्शन गरम' असेल, सगळे थंड होतील असेच वाटत होते. झाले उलटेच. डान्स बंद झाला. ज्या पिक-अप पॉईंट आणि सायलेन्स सर्व्हिसला मुलीही वाईट समजत होत्या ते राजरोस सुरूच राहिले.

एक मात्र झाले, ऑर्केस्ट्राला पुन्हा चांगले दिवस आले. २००४ पर्यंत ऑर्केस्ट्राची संख्या बारमधून खूप रोडावली होती. ती आता भरपूर वाढली. पहिल्या एकदीड वर्षात जुने कलाकार खूप आनंदात होते. पण हळूहळू वर्षा म्हणत होती तसेच झाले. ताज्या दमाच्या, चिकन्या डान्सर्सनी हेही काम पटकवायला सुरुवात केली. वेटर सर्व्हिस मध्येही तरुण मुली आल्या, गायिका म्हणूनही तरुण सुंदर मुली आल्या. आमच्यासारख्यांना मग कोण विचारतंय?

वर्षा म्हणायची, "बॅनचे साईड इफेक्ट्स बॅनपेक्षा वाईट होतील." ते खरे झाले. आज माझ्यासारख्यांना या साईड इफेक्ट्सचाच परिणाम भोगावा लागतोय.

सर्वत्र ऑर्केस्ट्रा बार धडाक्यात चालू आहेत पण आम्हाला काम मिळत नाही. पण सांगणार कोणाला? जुन्या वेटर सर्व्हिसमधल्या मुलींवर भीक मागायची वेळ आली. वय वाढलेले. सौंदर्यही नाही. गरीबी तर पाचवीलाच पुजलेली. कुटुंबाची अवस्था काय तर कुणी विधवा, कुणी परित्यक्ता, कुणाच्या नवऱ्याची नोकरी गेलेली, कुणाचा नवरा अपंग. बारचा शिक्का लागलेल्यांना काम तरी या वयात कोण देणार आणि काय देणार?

डान्सर्स तरी तरुण होत्या, कित्येक जणी कमवून बसलेल्या, बऱ्याच जणींकडे चांगली माया जमा झालेली; पण ज्या नुकत्याच आल्या होत्या, त्यांना काही कमावताही आले नाही. वर शिक्का बसला तो वेगळाच. तरीही त्यामानाने त्यांच्याकडे रूप आहे, वय आहे त्या काहीतरी करतील; पण बाकीच्यांचे काय? डान्सर्सच्या हातात आता ओपनर्स आले म्हणून त्यांना वाईट वाटते. पण त्यांच्याकडे किमान वेटर सर्व्हिसचे काम तरी आहे.

परंपरागत नाचणाऱ्या, गाणाऱ्या समाजातल्या डान्सर मुलींनी डान्स बंद झाल्यावर खूप कमी वेळात गाण्याची कलाही आत्मसात केली. त्यांच्या घरात या कामाला मान्यता आहे. घरच्यांचा त्यांना पाठिंबा असतो.

उत्तर भारतातल्या कोठ्यावर नाचणाऱ्या, गाणाऱ्या मुलींना मुंबईतल्या डान्सबारमुळे खूप फायदा झाला होता. त्यांच्याही काही समस्या असतील पण त्या कमीत कमी खानदानी कलाकार तरी म्हणवल्या जातात. एकेका घरातल्या कमीत कमी चार-पाच मुलीतरी या व्यवसायात असतातच. आई, आजी, मावशी मुजरा करायच्या, आता या मुली बीअरबारमध्ये डान्स करायच्या. बीअरबारमध्ये डान्स बंद झाला, आता पुन्हा या नौटंकीत, मुजऱ्यात नाचतात.

आम्ही बाकी मात्र ना तळ्यात ना मळ्यात.

मी आता माझा लढा स्वत: लढायला घेतला होता. कुणाची मदत मिळाली नाही की संताप होतो. चिडचिड होते. पण रागवत, चिडत मी ते काम पूर्ण करते. लिखाणाच्या प्रक्रियेत मला माझं लहानपण, तरुणपण सगळं सापडत होतं. मी त्याच्याकडे पाहण्याचा प्रयत्न करते.

पण वर्षा म्हणते ते खरं आहे, "सगळं एका रात्रीत आलबेल होत नाही. बदल ही एक प्रक्रिया आहे. जुन्या तारा छेडल्या जातात. संताप होतो, परिस्थिती हाताबाहेर जाते." पण मी एक ठरवले आहे, आता मी काही दिवस तरी स्वत:साठी जगून बघणार आहे. मी सगळ्यांना सांगते मला एल.एल.बी. करायचं आहे, तर सगळे मनात हसतात. मला सगळं समजतं पण टप्प्याटप्प्याने मला शिकता येईल. मी बी.ए.चे दुसरे वर्ष करायला घेतले आहे. दोन वर्षांत ग्रॅज्युएट होईन. कदाचित तोपर्यंत बबलू परत येईल. माझा भाऊ सुधारेल. छोटू शिकून कामधंद्याचे पाहील.

मी आता स्वत:कडे पाहते. मी एक मनोरंजनाचे साधन होते, एक बारबाला होते. प्रत्येकवेळी मनात उत्तरं द्यायची इच्छा असून गप्प बसायची. माझ्याच सारख्या हजारो मुलींचीही हीच अवस्था आहे. पण जर आमच्या भावनांचा कुणी आदर केला, आम्हालाही माणूस म्हणून जगायची संधी दिली, तर कोणत्या क्षणी, कितीही विध्वंसानंतर आम्ही बदलू शकतो.

मला आजही बारमध्ये काम करायची इच्छा आहे. असं वाटतं, हा संपूर्ण व्यवसायच स्त्रियांच्या हातात यावा. म्हणजे सगळं आलबेल होईल असं नाही, पण बदल व्हायला सुरुवात तर होईल. कधीकधी बसल्या बसल्या विचार येतो. बारमधे डान्स पुन्हा सुरू झाला आहे. डान्सर्सची मेक-अप रूममध्ये लगबग सुरू आहे. मजा, मस्करी करत सगळ्यांचा आपापला मेक-अप सुरू आहे. मला वेटर येऊन सांगतोय ''वैशाली, चल तेरी फर्माईश है!'' आणि हातातली लिपलायनर खाली टाकून मी स्टेजकडे धाव घेतेय! हातात माईक घेऊन मी गाणं सुरू करते.

दिल की आवाज भी सुन मेरे फसाने पे न जा।
मेरी नजरों की तरफ देख जमाने पे न जा।।
वक्त इन्सान पे ऐसा भी कभी आता है।
राह में छोड के साया भी चला जाता है।
दिन भी निकलेगा कभी रात के आने पे न जा।
मेरी नजरों की तरफ देख जमाने पे न जा।

■